உன் மௌனமே
என் இசையாக

ஆத்விகா பொம்மு

The Sword of Imagination

மகதீரா பதிப்பகம்
சேலம்

நூல் விவரம்

நூலின் பெயர் : உன் மௌனமே என் இசையாக

ஆசிரியர் : ஆத்விகா பொம்மு

முதல் பதிப்பு : ஜூலை

உரிமை : ஆசிரியருக்கு

மொழி : தமிழ்

நூல் அளவு : 1x 8 கிரவுன்

எழுத்து : 12 pt

வெளியீடு : மகதீரா பதிப்பகம்

அண்ணா நகர்

அங்கம்மாள் காலனி

சேலம் - 9

அலைப்பேசி : 9994457899

மின்னஞ்சல் : magadheerapublications@gmail.com

பக்கங்கள் : 520

விலை :

ஒழி ஆச்சு : SriVari Tech, Salem

அச்சிட்டோர் : Vedha Enterprises, Chennai-17

Designs: MM Designs

மகதீரா பதிப்பகத்தினால் இதுவரை பதிக்கப்பட்ட ஆத்விகா பொம்முவின் நாவல்கள்

1. உருகி விட்டேனடி உன் உயிர் காதலினாலே

2. பிரம்மா (பிரம்மா - காரிகையின் கானல் கனவுகள் என இரு நாவல்களை உள்ளடக்கியது)

3. அர்ஜுன் பரீக்ஷித்

4. ரட்சிக்கும் ராவணா

5. டாம் அண்ட் ஜெர்ரி

6. காதலாய் ஒரு காந்தர்வம்

7. விளையாடு வேட்டையாடு- The Beginning - கர்ணன்- Part 1 - Part 2

8. இந்திரஜித் - ருத்ரன்- Part 3 - Part 4

9 அர்ஜுன் , தீரன் - The Conclusion - Part 5 - Part 6

10. உன்னில் தொலைந்தேனடி பெண்ணே!!!

11. மலரிதழில் மடிந்தேனே

12. கடல் சேரும் நதி நீயடி

13. அந்தி நேர தென்றல் காற்றே (அந்தி நேர தென்றல் காற்றே - நறுமுகையே நறுமுகையே என இரு நாவல்களை உள்ளடக்கியது)

14. சரணடைந்தேன் கண்மணியே

15. வேங்கையவன் வேல்விழியாள்

16. மகதீரா

17. என்னை அறியா என்னுயிரே

18. வேட்டையன்

19. புரியாத புதிர் நீயடா

20. ரகசிய சிநேகிதனே

21. காயகனின் காத்திரம்

22. அந்தகார அரியாசனம்

23. மௌனமாய் ஒரு காதல்

24. மழையாக நீ, மழலையாக நான்

25. நிஜத்தின் நிழல் - என் ஏக்கம் தீர்க்க வா

26. வெண்ணிலா

27. மை விழி காரிகையே

28. தடம் மாறிய இலக்கணம்

29.இரட்டைக் கதிரே - என் காதல் இ(ம்)சை நீயடா(டி)- (vv season 2- Part 1 - Part 2)

30. அனலில் உருகும் மெழுகின் காதல் - தீராத விளையாட்டுப் பிள்ளையடா - (vv season 2- Part 3 - Part 4)

31. காதல் ராட்சஷியே - (vv season 2- Part 5)

32. எனை தீண்டும் வெண்பனியே

33. மீட்டாத வீணையடி

34. கானல் நீரில் காதல் தேடி

35. சதுரங்க மேடை - இடம் மாறிய கணங்கள்

36. என்னையே தந்தேன் உனக்காக!!

37. உன் மௌனமே என் இசையாக

உன் மௌனமே என் இசையாக

அத்தியாயம் 1

‘‘வம்சி, ஐ லவ் யூ’’ என்ற பெண்களின் கூக்குரல்கள் மத்தியில் மேடையேறினான் வம்சி கிருஷ்ணா... அவன் குரலுக்கு ஆடாத கால்களும் இல்லை, அசையாத இதழ்களும் இல்லை, உணர்வுகளில் துள்ளாத உடலின் நரம்புகளும் இல்லை...

இறைவன் கொடுத்த உயிரை பிழியும் குரல், அவன் தாய் கொடுத்த இசை...

இரெண்டையும் சரியாக கலந்து, கேட்பவர்களின் உயிர் மூச்சையே உறிஞ்சி விடுவான்...

அவன் பாட போகின்றான் என்றால் கூட்டம் அலை மோதும்...

அவன் தரத்துக்கு ஏற்ற போல, அவன் ஊதியமும் கோடிகளை தொட்டு விடும்...

மேடையேறியதுமே கூச்சல் வானை பிளந்தது...

இரவு நேரம், மேடை முழுதும் வெளிச்சம்...

வெளிச்சத்தின் மத்தியில் அவனால் ரசிகர்களை தெளிவாக பார்க்க முடியவே இல்லை...

ஆனால் அவர்கள் குரல்களை கேட்க முடிந்தது...

மைக்கை கையில் வாங்கியவன், ‘‘ஹெலோ மை டியர் கேர்ள்ஸ் அண்ட் பாய்ஸ்’’ என்றான்...

மீண்டும் கரகோஷத்துடன் கூச்சல்...

அவன் குரலை கேட்டதுமே அனைவருக்கும் அப்படி ஒரு உற்சாகம்...

அவர்களின் கரகோஷத்தைக் கேட்டதுமே அவன் இதழில் மெல்லிய கீற்று போன்ற புன்னகை...

கருப்பு நிற கோட் ஷூட்டுடன் வந்து இருந்தான்...

ஆறடிக்கு சற்று அதிகமான உயரம் உடையவன்...

தலையை நேர்த்தியாக சீவி தாடி, மீசையை முகத்துக்கு பொருத்தமாக வெட்டி இருந்தான்...

தனது நேர்த்தியான தோற்றத்தில் எப்போதுமே அவனுக்கு அக்கறை அதிகம்... அதனாலேயே அவன் குரலுடன் சேர்ந்து அவனுமே ரசிகர்களை கவர்ந்து விடுவான்...

கரகோஷத்தை கேட்டு சிரித்துக் கொண்டே, சற்று பக்கவாட்டாக திரும்பி அருகே நின்ற கிட்டாரிஸ்ட் ஆன கௌதம் கிருஷ்ணாவை பார்த்தான்...

கௌதம் கிருஷ்ணா, அவனுடைய தம்பி... கிட்டத்தட்ட அவனை போன்ற தோற்றம் தான்... ஓரிரெண்டு வித்தியாசங்கள் மட்டுமே... ஒரு வயது வித்தியாசத்தில் பிறந்தவர்கள் தான் அவர்கள்...

இவன் பாடகன் என்றால், அவன் கிட்டாரிஸ்ட்...

ஒன்றாகவே இசை பயணத்தை மேற்கொண்டவர்கள்...

ஆனாலும் கௌதம் கிருஷ்ணாவை விட, வம்சி கிருஷ்ணாவுக்கு ரசிகர்கள் பட்டாளம் அதிகம்...

அதற்கெல்லாம் கௌதம் கிருஷ்ணா பொறாமைப்படுவது இல்லை...

தன்னுடைய அண்ணன் என்று சந்தோஷப்படுபவன் தான் அவன்…

சுருங்க சொல்ல போனால் ராமனுக்கு ஏற்ற லக்ஷ்மணன் அவன்…

அவனுக்கு இன்னொரு தம்பி உண்டு… யாதவ் கிருஷ்ணா…

அவர்கள் தந்தை குருமூர்த்தி பட தயாரிப்பாளர்… தாய் வசந்தி பாடகி… அவரிடம் இருந்து தான் இந்த இசை ஞானம் அவனுக்கு வந்திருந்தது… மேலும் அவனுக்கு ஒரு பாட்டி உண்டு… குருமூர்த்தியின் தாய் வேதவல்லி… அனைத்திலும் கறாரானவர்… மனதில் படுவதை எல்லாம் பேசி விடுவார்… அடுத்தவர் மனம் பற்றி அவருக்கு கவலை இல்லை… இது தான் அவன் குடும்பம்…

வம்சி கிருஷ்ணா, சினிமாவுக்கு வந்த நான்கு வருடங்களிலேயே படங்களில் நூற்றுக் கணக்கான ஹிட் பாடல்கள் பாடி, இசை உலகில் முதன்மையாக திகழ்பவன்… இன்று வம்சி கிருஷ்ணாவும் கௌதம் கிருஷ்ணாவும் இசை நிகழ்ச்சியில் ஒரு பாடலை மட்டும் பாடி விட்டுச் செல்ல வந்து இருந்தார்கள்… அதற்கே அவர்களுக்கான ஊதியம் பல லட்சங்களை தாண்டி இருந்தது…

வம்சி கிருஷ்ணா தன்னை பார்த்ததுமே, மென் சிரிப்புடன் தலையை கௌதம் கிருஷ்ணா அசைக்க, வம்சி கிருஷ்ணாவும் மைக்கை பிடித்து இசை வெள்ளத்தில் தனது ரசிகர்களை மூழ்க வைக்க ஆயத்தமானான்…

அதுவரை இருந்த கரகோஷம் அவன் பாட ஆரம்பித்ததும் அடங்கியது…

அவன் குரலை கேட்பதற்கான நிசப்தம் அது…

''மறுவார்த்தை பேசாதே

மடிமீது நீ தூங்கிடு

இமை போல நான் காக்க

கனவாய் நீ மாறிடு''

அவன் பாடி மிக பெரிய வெற்றி பெற்ற பாடல் அது…

அவன் குரலில் தோன்றிய அசைவுகள் கன்னிப் பெண்களின் இதயத்தையும் சேர்த்து அசைத்து பார்த்தன…

அவன் பாடி முடித்ததும் மீண்டும் விசில்களின் நடுவே கரகோஷம்…

அவனோ, ''தேங்க்ஸ் கைஸ், என்ஜாய் த ஷோ'' என்று சொல்லி விட்டு மேடையில் இருந்து இறங்கிக் கொண்டான்…

அவனுடன் கௌதம் கிருஷ்ணாவும் இறங்கிக் கொண்டான்…

அவர்களுக்கு அறிவிப்பாளர் நன்றியை தெரிவிக்க, வம்சி கிருஷ்ணாவும் கௌதம் கிருஷ்ணாவும் மேடையின் அருகே நின்ற காரில் பாதுகாவலர்கள் உதவியுடன் ஏறிக் கொண்டார்கள்…

ஒரு பாடலுக்கு தான் அவன் ஊதியம் பெற்று இருந்தான்…

அந்த மைதானத்தில் கூடி இருந்த சனதிரள்கள் இவனுக்காக மட்டும் தான்…

அவர்கள் ஏறியதும், அவன் கார் புறப்பட, அந்த காரை சுற்றி காவலர்கள் யாரையும் விடாமல் ஓடி வந்தார்கள்...

அவனோ உள்ளே இருந்து கொண்டே, வெளியே தனக்காக காத்துக் கொண்டு இருந்த ரசிகர்களை அழுத்தமாக பார்த்துக் கொண்டு இருந்தான்...

அவன் அருகே அமர்ந்து இருந்த கௌதம் கிருஷ்ணாவோ, ‘‘இவ்வளவு பேரும் உனக்காக தான் வம்சி’’ என்றான்...

‘‘ஐ க்னோ’’ என்று மட்டும் பதில் சொல்லி விட்டு, தனது அலைபேசியை பார்க்க ஆரம்பித்து விட்டான் வம்சி கிருஷ்ணா...

அவன் சுபாவமே இது தான்...

தேவைகள் தாண்டி பேச மாட்டான்...

அவனை ஆழ்ந்து பார்த்துக் கொண்டு இருந்த கௌதம் கிருஷ்ணாவோ, ‘‘வம்சி’’ என்றான்...

அவனை திரும்பி பார்த்தவன், ‘‘சொல்லுடா’’ என்று சொல்ல, ‘‘அம்மா காலைல என் கிட்ட சில விஷயங்கள் சொல்லி கவலைப்பட்டாங்க, உன் கூட இப்போ பேசுனா தான் உண்டு... வீட்ல போனா பாட மட்டும் தானே வாய திறப்ப’’ என்று தனது மனதில் இருப்பதை உரைத்து விட்டான்...

வம்சி கிருஷ்ணாவோ பெருமூச்சுடன் அலைபேசியை பாக்கெட்டில் வைத்தவன், ‘‘ம்ம், வீட்டுக்கு போக இன்னும் அரை மணி நேரம் இருக்கு, அதுக்குள்ள பேசுறது எல்லாம் பேசிடு’’ என்றான்...

‘‘கல்யாணிக்கும் உனக்கும் அம்மா கல்யாணம்

நிச்சயம் பண்ண கேட்டா, வேணாம்னு சொல்லிட்டியாமே'' என்றான்...

''ம்ம் வேணாம்னு தான் சொன்னேன்... எனக்கு அவ மேல எந்த ஈர்ப்பும் இல்லையே'' என்றான்...

கௌதம் கிருஷ்ணாவோ, ''ஆனா நீ தான் அவளை கல்யாணம் பண்ண போறதா, வேதவல்லி பாட்டி அவ மனசுல ஆசைய வளர்த்து இருக்காங்க, இப்போ நீ இப்படி சொன்னதுமே அவ ரொம்ப அழுது ஆர்ப்பாட்டம் பண்ணுறானு கேள்விப்பட்டேன்...'' என்றான்...

''தட்ஸ் நன் ஒஃப் மை பிசினஸ், அவங்க சொல்றதுக்காக நான் அவளை கல்யாணம் பண்ணிக்க முடியுமா? திஸ் இஸ் மை லைஃப், மை டிசிஷன்'' என்றான்...

கல்யாணி வேறு யாருமல்ல, அவன் முறைப்பெண் தான்...

குருமூர்த்தியின் தங்கையான ரதிதேவிக்கும் அவர் கணவர் கணேசனுக்கும் பிறந்த மூத்த பெண்... அவனை விட மூன்று வயது குறைந்தவள்... காலேஜ் முடித்து விட்டு வீட்டில் இருக்கின்றாள்.. அவள் தந்தை கணேசன் பெரிய தொழிலதிபர் என்பதால் அவளுக்கு வேலைக்குச் செல்லும் எண்ணம் இல்லை...

வம்சி கிருஷ்ணாவை திருமணம் செய்து கோடிகளில் புரள போகும் எண்ணத்தில் வேலைக்குச் செல்ல அவள் முயற்சிக்கவும் இல்லை...

அவளுக்கும் ஒரு தங்கை உண்டு... அவள் பெயர் மிருதுளா...

காலேஜில் படித்துக் கொண்டு இருக்கின்றாள்...

வம்சி கிருஷ்ணாவின் குடும்பமும் கல்யாணியின் குடும்பமும் அடுத்தடுத்த வீடு தான்...

கல்யாணி காலை முதல் மாலை வரை இருப்பது என்னவோ வம்சி கிருஷ்ணாவின் வீட்டில் தான்...

அவன் பார்வையை தன் மீது பட வைக்க, அவளும் படாத பாடு படுகின்றாள்...

ஆனால் வம்சி கிருஷ்ணாவோ அவளை கண்டுக் கொள்வதே இல்லை...

சலித்து போனவளோ, அவனை திருமணம் செய்துக் கொள்ளும் ஆசையினால் தாய் ரதிதேவியை நச்சரிக்க, ரதிதேவி தனது தாய் வேதவல்லியை நச்சரிக்க, அவரோ மருமகள் வசந்தியை நச்சரிக்க, அது இறுதியில் வம்சி கிருஷ்ணாவின் காதில் இந்த விஷயம் வந்து விழுந்தது...

அவனது 'வேண்டாம்' என்ற பதிலினால் இப்போது அதிகம் பாதிக்கப்படுவது என்னவோ வசந்தி தான்...

''புள்ளய என்ன சொல்லி வளர்த்து வச்சு இருக்க'' என்று வேதவல்லி அவரை கரித்துக் கொட்ட ஆரம்பித்து விட்டார்...

வம்சி கிருஷ்ணாவிடம் நேரில் பேசும் தைரியம் இல்லை அவருக்கு...

அவருக்கு கோபத்தை வடிகாலாக மாற்ற கிடைத்தது என்னவோ மருமகள் வசந்தி தான்... அன்று முதல் இன்று வரை மாமியார் வாயினால் வசவு வாங்கும் மருமகள் தான் அவர்...

ஆனால் மிகுந்த பொறுமைசாலி... குடும்பம் உடைய கூடாது என்று மௌனமாக இருப்பார்...

குருமூர்த்திக்கோ இது பற்றி எல்லாம் அக்கறை இல்லை... முழுக்க முழுக்க பிசினஸ் தான் அவர் குறிக்கோள்... அதனால் வீட்டை கட்டி காக்க வேண்டிய பொறுப்பு வசந்தியுடையது...

வேதவல்லியின் வசவு தாங்க முடியாமல் தான், கௌதம் கிருஷ்ணாவிடம் காலையில் சொல்லி கவலைப்பட்டு இருந்தார் வசந்தி... வம்சி கிருஷ்ணாவுடன் பேசினால், அதற்கு அவன் சரியான விளக்கம் கொடுக்க போவது இல்லை என்று அவருக்கு தெரியும்... அதனாலேயே கௌதம் கிருஷ்ணாவிடம் சொல்லி பேச சொல்லி இருந்தார்... கௌதம் கிருஷ்ணாவும் வம்சி கிருஷ்ணாவும் கொஞ்சம் மனம் விட்டு பேச கூடியவர்கள் என்று அவருக்கு தெரியும்...

அதன் விளைவாக தான் வம்சி கிருஷ்ணாவிடம் இன்று கௌதம் கிருஷ்ணா பேசி இருந்தான்... அவனோ வெட்டு ஒன்று துண்டு இரண்டு என்று பதில் சொல்லி விட்டான்...

கௌதம் கிருஷ்ணாவுக்கு அவனை விடும் எண்ணம் இல்லை...

''மனசுல யாரையும் நினைச்சிட்டு இருக்கியா?'' என்று கேட்டான்...

வம்சி கிருஷ்ணாவிடம் ஒரு சிறிய மௌனம்...

''என் கிட்ட சொல்லுடா, ப்ளீஸ்'' என்றான் கௌதம் கிருஷ்ணா கெஞ்சுதலாக...

வம்சி கிருஷ்ணாவோ, அவனை ஆழ்ந்து பார்த்துக் கொண்டே, கோட்டினுள் கையை விட்டு அதனுள் இருந்து ஒரு கடிதத்தை எடுத்து நீட்டினான்...

''இது?'' என்றான் கௌதம் கிருஷ்ணா யோசனையுடன்...

''பிரிச்சு படி'' என்றான் அவன்...

அன்புள்ள வம்சி கிருஷ்ணாவுக்கு,

நான் நலம், அது போல நீங்களும் நலமாக வாழ இறைவனை வேண்டிக் கொள்கின்றேன்...

இறுதியாக நீங்கள் பாடிய, ''யார் அழைத்தது'' பாடலில் நான் அப்படியே உருகி போய் விட்டேன்...

உங்கள் குரலில் என்ன காந்தமோ? என்னை அப்படியே ஈர்த்து எடுத்து விடுகின்றதே... அடடா!!!

நேற்றும் கூட உங்களது டி.வி இன்டெர்வியூ பார்த்தேன்...

சற்று சோர்வடைந்த போல இருந்தீர்கள்...

தொடர்ந்து ஓடிக் கொண்டே இருந்தால் உடல் நிலை மோசமடைந்து விடும்...

ஓய்வெடுத்துக் கொள்ளுங்கள்...

சுவர் இருந்தால் தான் சித்திரம் வரைய முடியும்...

உங்கள் குரல் இருந்தால் தான் என்னால் உயிர் வாழவே முடியும்...

நான் எப்போதெல்லாம் சோர்ந்து போகின்றேனோ அப்போதெல்லாம் உங்கள் குரல் என்னை உற்சாகமடைய செய்கின்றது...

உங்களை பார்க்கும் போதெல்லாம் இறுக அணைத்துக் கொள்ள வேண்டும் என்று தோன்றும்... ஆனால் தொட்டு விடும் தூரத்தில் இல்லை நீங்கள்... நீங்கள் வானத்தில் நிலா, நானோ உங்களை வியந்து

பார்க்கும் கோடிக்கணக்கான ரசிகைகளில் ஒருத்தி...

உங்கள் குரலை மட்டுமே ரசிக்கும் நான், இப்போதெல்லாம் உங்களையும் ரசிக்க தொடங்கி விட்டேன்... காதல் வந்து விட்டதோ என்னவோ?

உங்களது நடுவிரலில் இருந்த மோதிரத்தில் இருக்கும் கற்களில் ஒன்று விழுந்து விட்டது...

நீங்கள் கவனித்தீர்களோ இல்லையோ, நான் கவனித்தேன்...

அந்தளவு உங்களை ஆழமாக ரசிக்கிறேன்...

ஆயிரக்கணக்கான கடிதங்களில் இந்த கடிதத்தை வாசிப்பீர்களா என்று எனக்கு தெரியவில்லை... வாசிக்க மாட்டீர்கள் என்கின்ற தைரியத்தில் காதலை சொல்லி விட்டேன்...

என் காதலை சொல்லி விட்டால் நிம்மதியாக இருக்கும் என்று தோன்றியது...

வாழ்க்கையில் நிறைய ஆசைகளை எனக்குள் விழுங்கிக் கொண்டு இருக்கின்றேன்...

இந்த காதலையும் விழுங்கி விட்டால் சுக்கு நூறாக நொறுங்கி விடுவேன்... என் காதல் உங்களுக்கு தெரியப் போவது இல்லை என்றாலும் சொல்லி விட்டேன் என்கின்ற நிம்மதி என்னுள்ளே உதித்து விடும்...

ஆஹ் மறந்தே விட்டேன்...

இன்னும் ஒன்று சொல்ல வேண்டும்...

அடுத்த முறை நிழ்ச்சிக்கு செல்லும் போது தாடி மீசையை சற்று குறைவாக வெட்டி விடுங்கள்...

அதிகமாக வளர்ந்து விட்டது போல உணர்ந்தேன்...

வழக்கமாக உங்கள் தோற்றத்தில் நேர்த்தியாக இருப்பீர்களே... எதற்கு இந்த அளவுக்கதிகமான தாடி மீசை தேவதாஸ் போல...

அது தான் பார்வதி இங்கே இருக்கிறேனே...

உங்களை விட்டு நான் எங்கும் போக மாட்டேன்... உங்கள் குரல் என்னை எப்போதும் தொடர்ந்துக் கொண்டு இருப்பதை போல என் எழுத்து உங்களை தொடர்ந்துக் கொண்டே தான் இருக்கும்...

நான் காதலை சொல்லி விட்டேன் என்பதற்காக, திருமணம் செய்யாமல் என்னை தேட ஆரம்பித்து விடாதீர்கள்...

எப்போதுமே உங்கள் கையில் சிக்க முடியாத காற்று நான்...

உங்களை சுற்றி இருப்பேன், உங்களை ரசித்துக் கொண்டு இருப்பேன்,

ஆனால் உங்கள் கண்ணில் எப்போதும் படமாட்டேன்...

பைத்தியக்காரி நான்... கற்பனையில் பேசிக் கொண்டு இருக்கின்றேன்...

இந்த கடிதம் எப்படியும் ஆயிரம் கடிதத்தின் மத்தியில் மறைந்து தான் போய்விடும்...

ஆனாலும் ஒவ்வொரு மாதமும் முதலாம் தேதி, என் கடிதம் உங்களை தேடி வரும்... உங்கள் முதல் பாடலில் இருந்தே நான் உங்கள் ரசிகை...

அன்று போல் இன்றும் என்றும் உங்கள் ரசிகை...

உங்கள் முகத்தில் என்றும் புன்னகை தவழ இறைவனை வேண்டிக் கொண்டே விடைபெறுகின்றேன்...

இப்படிக்கு உங்கள்

தென்றல் (என் பேர் தென்றல் எல்லாம் இல்லை... உங்களை சுற்றி உங்கள் கண்ணுக்கு தெரியாமல் இருப்பதால் எனக்கு நானே வைத்துக் கொண்ட பெயர்)

கடிதத்தை வாசித்து விட்டு வம்சி கிருஷ்ணாவை அதிர்ந்து பார்த்த கௌதம் கிருஷ்ணாவோ, அவன் கையை பற்றி மோதிரத்தை பார்த்தான், ஒரு கல் காணாமல் போய் இருந்தது...

அவன் தாடி மீசையை பார்த்தான்... ட்ரிம் செய்து இருந்தான்... ''கடிதத்துல சொன்னதுக்காகவா ட்ரிம் பண்ணுன?'' என்று கேட்டான் கௌதம் கிருஷ்ணா அதிர்ச்சியாக...

ஆம் என்ற ரீதியில் தலையை அசைத்தான் வம்சி கிருஷ்ணா...

கடிதத்தை தூக்கி அவனிடம் காட்டிய கௌதம் கிருஷ்ணாவோ, ''இதுக்காகவா கல்யாணம் வேணாம்னு சொன்ன?'' என்றான்...

வம்சி கிருஷ்ணாவோ பெருமூச்சுடன், ''இத எழுதுனது யார்னு கண்டு பிடிக்கணும்'' என்றான்...

உடனே கௌதம் கிருஷ்ணா, ''என்ன வம்சி விளையாடுறியா? நீ இப்படி முட்டாள் தனமா யோசிக்கிற ஆள் இல்லையே... என்னாச்சு உனக்கு? உனக்கு வர்ற ஆயிரம் கடிதங்கள்ல இதுவும் ஒண்ணு, அதுக்காக யார்னு தேட போவியா?'' என்றான்...

வம்சி கிருஷ்ணாவோ, அழுத்தமாக இல்லை என்று தலையாட்டியவன், ‘‘எனக்கு இப்போ வர்ற ஆயிரம் கடிதங்கள்ல இதுவும் ஒண்ணு, ஆனா நான் முதல் பாடல் சினிமால பாடுன நேரம் எனக்கு வந்த முதல் கடிதம் இவ கிட்ட இருந்து தான்’’ என்றான்...

கௌதம் கிருஷ்ணா புரியாமல் பார்க்க, ‘‘எஸ், முதல் கடிதம்னு சொன்னதுமே ஆசையா எடுத்து படிச்சேன்... அப்புறம் நிறைய கடிதங்கள் வந்த நேரம் அந்த ஆசை தீர்ந்து போச்சு... ஆனா இந்த கடிதம் மேல மட்டும் எனக்கு மோகம்... அவ எழுத்து மேல ஒரு காதல்... இப்போ அவ மேலயும் வந்திடுச்சு... மாதம் மாதம் முதலாம் தேதியானா இந்த கடிதத்துக்கு பார்த்துட்டு இருப்பேன்... யார் எழுதுறாங்கனு தெரியல... ஆனா படிக்கும் போது மனசுல அப்படி ஒரு சந்தோஷம்... அவளுக்கு இப்போ தான் என் மேல காதல் வந்து இருக்கு... எனக்கு எப்போவோ வந்திடுச்சு...’’ என்றான்...

கௌதம் கிருஷ்ணாவோ அவனை முறைத்தவன், ‘‘அவனவன் இந்த காலத்துல வாட்ஸ் அப் இன்ஸ்ட்டானு ஓடிட்டு இருக்கான்... நீ என்னடா கடிதம், ஓலைனு உளறிட்டு இருக்க? பார்க்காமலே காதலா?’’ என்று கேட்டான்...

‘‘ஏன் பார்க்காம காதல் வர கூடாதா?’’ என்றான் வம்சி கிருஷ்ணா...

‘‘ஹேய் வம்சி, உன்னை நான் இப்படி ஒரு அவதாரத்துல பார்த்ததே இல்லை... பைத்தியம் போல உளறிட்டு இருக்க, கடிதம் எழுதுனது ஒரு ஆன்ட்டியா இருந்தா என்ன பண்ணுவ? அது கூட பரவாயில்லை... ஆம்பிளையா இருந்தா என்னடா பண்ணுவ?’’ என்று கேட்டான்...

வம்சி கிருஷ்ணாவிடம் இருந்து ஒரு முறைப்பு மட்டுமே...

கௌதம் கிருஷ்ணாவோ, ''நீ முறைச்சாலும் பரவாயில்ல, இந்த கேள்விக்கு பதில் சொல்லு'' என்றான்... வம்சி கிருஷ்ணாவோ, ''எனக்கு இதுக்கு பதில் தெரியலடா, ஆனா இந்த கடிதம் படிக்கும் போது அவ எனக்கானவனு தோணிட்டே இருக்கும்'' என்றான்...

சலிப்பாக இரு பக்கமும் தலையாட்டிய கௌதம் கிருஷ்ணாவோ, ''இது எங்க போய் முடிய போகுதுனு தெரியல... ஆனா இப்படியே அவளை தேடிட்டே இருந்தா உனக்கு கல்யாணமே நடக்காது... உனக்கு நடக்கலைனா எனக்கும் நடக்காது... ஏன்னா நீ மூத்த பையனா போயிட்டே'' என்றான்...

வம்சி கிருஷ்ணாவோ, 'சோ உனக்கு கல்யாணம் நடக்காதுனு தான் உனக்கு கவலையா?' என்று கேட்க, கௌதம் கிருஷ்ணாவோ, 'இல்லையா பின்ன?' என்று கேட்க, அவன் கையில் இருந்த கடிதத்தை வாங்கி பாக்கெட்டில் வைத்த வம்சி கிருஷ்ணாவோ இதழ் பிரித்து பற்கள் தெரிய சிரித்துக் கொண்டான்...

கௌதம் கிருஷ்ணாவோ, ''சரி விடு, உன் வழிக்கே வரேன்... இவளை எப்படி கண்டு பிடிக்க போற?'' என்று கேட்டான்...

''அவ என்னை வாட்ச் பண்ணிட்டே இருக்கிற போல இருக்கும்... என்னை சுத்தி இருக்கிறானு தோணும்'' என்றான்...

''முத்தி போச்சு'' என்று வாய்க்குள் முணு முணுத்த கௌதம் கிருஷ்ணாவோ, ''ஒரு வேளை

கல்யாணியா இருக்குமோ? அவ தான் உன்னை சுத்தி வர்றா'' என்றான்...

வம்சி கிருஷ்ணாவோ, ''அவ கையெழுத்து எனக்கு தெரியாதா? புக்ஸ் எல்லாம் காக்கா கிறுக்குன போல கிறுக்கி வச்சு இருப்பா... இப்படி அழகா அவளுக்கு எழுத வந்தா தானே'' என்றான்...

''இந்த பாய்ண்டும் சரி தான்...'' என்று சொன்ன கௌதம் கிருஷ்ணாவோ, கையில் இருந்த வாட்ச்சில் தேதியை பார்த்தவன், ''ஆஹ் அடுத்த கடிதம் முதலாம் தேதி வரும்ல, இன்னும் ரெண்டு நாள் தானே இருக்கு'' என்றான்.

''எஸ்'' என்று சொன்ன வம்சி கிருஷ்ணாவோ மேலும், ''அவளை நேர்ல பார்த்தா, அவ கடிதத்துல எழுதுனது எல்லாமே நேர்ல பேச வைக்கணும், இந்த கடிதம் வாசிக்கும் போது என் காதுல ஒரு குரல் கேட்கும்... நான் கற்பனை பண்ணுன அதே குரல் அவ குரலா இருந்தா இன்னும் சந்தோஷமா இருக்கும்'' என்று சொல்லிக் கொண்டே, கார் ஜன்னலினூடு வெளியே பார்த்துக் கொண்டே அமர்ந்து இருந்தான்...

இதே சமயம் அவனது தென்றலோ அவனுக்கு கடிதம் எழுதிக் கொண்டே பேனா மற்றும் காகிதத்துடன் வீட்டின் பின் புறம் இருக்கும் கட்டில் அமர்ந்து இருந்தாள்.

மெல்லிய லைட்டின் வெளிச்சத்தில், அவனுக்கான கடிதத்தை ரசனையுடன் எழுதி முடித்து இருக்க, அவள் கையில் இருந்த தொலைபேசியில் அவள் சேமித்து வைத்து இருந்த வம்சி கிருஷ்ணாவின் பாடலும் பாடி முடிய நேரம் சரியாக இருந்தது...

அவன் பாடல்களை கேட்டுக் கொண்டே தான் அவனுக்கு மடல் எழுதுவாள்...

இதழில் மெல்லிய புன்னகை...

கடிதத்தை மடித்து கடித உறையில் போட்டவள் அதில் அவனது பெயரையும் எழுதி முடித்து இருக்க, ''ஏய் இவ்ளோ நேரம் தூங்காம என்ன பண்ணுற?'' என்ற அதட்டல் உள்ளே இருந்து... அவளோ கடிதத்தை கையில் இருந்த புத்தகத்தின் நடுவே வைத்து விட்டு விறு விறுவென உள்ளேச் சென்று அதனை பத்திரமாக அலுமாரியில் வைத்தவள், சத்தமே இல்லாமல் படுத்துக் கொண்டாள்.

அந்த இரவின் மௌனத்தில், அவன் குரலிசை மட்டும் அவள் காதில் ஒலித்துக் கொண்டு இருந்தது... இதழ்கள் மெலிதாக விரிய அந்த சந்தோஷத்திலேயே தூங்கிப் போனாள்.

அவன் இசை, அந்த இரவின் நிசப்தத்தில் அவள் தாலாட்டாக...

அத்தியாயம் 2

அடுத்த நாள் காலையில் பொழுதும் அழகாக புலர்ந்தது...

பிரம்மாண்டமான வீடு...

பட தயாரிப்பாளர் குருமூர்த்தியின் வீடு என்றால் கேட்கவும் வேண்டுமா?

பல கோடிகள் செலவு செய்து கட்டப்பட்ட வீடு அது...

வாசலில் கூர்க்கா காவலுக்காக நின்று இருந்தான்...

மிகப்பெரிய வளாகத்தில் ஐந்து கார்கள் வரிசையாக அடுக்கப்பட்டு இருந்தன...

ஆளுக்கொரு கார்...

வீட்டை சுற்றி பச்சை பசேலென மரங்களும் செடிகளும் பூக்களும் நிறைந்து இருக்க, அவற்றுக்கு தோட்டக்காரன் நீர் ஊற்றிக் கொண்டு இருந்தான்...

தோட்டத்தில் பொம்மனேரியன் வகை மூன்று வெண்ணிற நாய்க்குட்டிகள் துள்ளி விளையாடிக் கொண்டு இருந்தன...

அவற்றை கவனித்துக் கொள்வதற்காக ஒருத்தன் அருகேயே நின்று இருந்தான்...

அவர்கள் வண்டிகளை ஓட்ட இரு சாரதிகள்...

ஐந்து கார்களுக்கு இரு சாரதிகள் தானா? என்று கேட்டால், அனைவரும் ஒரே நேரத்தில் வெளியே கிளம்புவது இல்லையே...

அதிகமாக வம்சி கிருஷ்ணாவும் கௌதம் கிருஷ்ணாவும் தங்கள் வண்டிகளை தாங்களே ஓட்டிச் செல்பவர்கள்...

அரிதாக தான் சாரதியை பயன்படுத்துவார்கள்...

குருமூர்த்திக்கு ஒரு சாரதி, வசந்தி, யாதவ் கிருஷ்ணா மற்றும் வேதவல்லிக்கு ஒரு சாரதி...

இது தான் அவர்கள் வீட்டின் நடைமுறை...

இது வெளிப்பக்க தோற்றம் என்றால், வீட்டினுள் நுழைந்தால் இனிமையான பெண்ணின் குரலில் பக்தி பாடல் ஒன்று சத்தமாக ஒலித்துக் கொண்டு இருந்தது...

வீடெல்லாம் சாம்பிராணி மணம் ஆட்களை ஈர்த்தது...

தெய்வீக உணர்வு...

குருமூர்த்தியோ ஒரு கையில் அலைபேசியில் செய்தியை பார்த்துக் கொண்டே, அடுத்த கையால் அவசரமாக சாப்பிட்டுக் கொண்டு இருந்தார்...

அவர் இதழ்களில் மெல்லிய புன்னகை...

அந்த காந்த குரலில் எப்போதுமே அவருக்கு மயக்கம்...

அந்த மயக்கம் தான் அந்த குரலை அவருக்கு மொத்தமாக சொந்தமாக்கி இருந்தது...

ஆம் அந்த குரலுக்கு உரிமையானவர் வசந்தி...

வம்சி கிருஷ்ணாவின் தாய்...

சாமி அறையில் வீணை வாசித்தபடி பாடல் பாடிக் கொண்டு இருந்தவர், கடவுளை வணங்கிக் கொண்டே வெளியே வந்தார்...

வழக்கமாக யாருக்காவது திட்டிக் கொண்டு இருக்கும் வேதவல்லியோ, ''புருஷன் சாப்பிடுறத கவனிக்காம, பாட்டு பாடணும்னு அவசியமா?'' என்று ஆரம்பித்து விட்டார்...

வசந்திக்கு இந்த வார்த்தைகள் பழகி போய் விட்டன...

''இன்னைக்கு லேட் ஆய்டுச்சு அத்தை... மன்னிச்சுக்கோங்க'' என்று சொல்லிக் கொண்டே குருமூர்த்தி அருகே வந்தவர், ''சாம்பார் வைக்கட்டுமா?'' என்று கேட்க, ''இல்லம்மா, நான்

கிளம்புறேன்... எனக்கு ஒரு மீட்டிங் இருக்கு'' என்று சொல்லிக் கொண்டே, கையை கழுவிக் கொண்டு எழுந்தவரோ, வசந்தி நீட்டிய துணியில் கையை துடைத்தவர், ''எனக்கு சாப்பாடு போடலைனாலும் பரவாயில்லம்மா, ஆனா அவ பாடிட்டே இருக்கணும்'' என்று சொல்லிக் கொண்டே வெளியேறிச் செல்ல, வசந்தியின் இதழ்களில் புன்னகை அரும்பியது...

சிரித்தால் வேதவல்லிக்கு பிடிக்காது என்று வாயை இறுக மூடிக் கொண்டே, குருமூர்த்தியை வழி அனுப்ப வாசல் வரை சென்றார்...

வேதவல்லியோ, ''இதுக்கு ஒண்ணும் குறைச்சல் இல்லை... பாடி பாடியே அவனை மயக்கி வச்சு இருக்கா இவ... இவ குரல் நல்லாவா இருக்கு? என் பேரன் பாடுனா ஊரே கொண்டாடும்...'' என்று திட்டிக் கொண்டே, வேலைக்காரப்பெண் பாக்கியா கொடுத்த காஃபியை அருந்த ஆரம்பித்து விட்டார்... வம்சி கிருஷ்ணாவின் இசை வளமே வசந்தியிடம் இருந்து வந்தது தான்...

ஆனால் அதனை ஏற்றுக் கொள்ளும் மனம் வேதவல்லிக்கு இல்லை... அவர் பேசுவதை கேட்டு வசந்தி ஒன்றும் கோபப்படவில்லை... மெல்லிய புன்னகையுடன் கடந்து விட்டார்...

வசந்தியின் குரலை தொடர்ந்து, அந்த வீட்டை இசையால் பிரகாசமாக்கிக் கொண்டு இருந்தது வம்சி கிருஷ்ணாவின் குரல்...

வெண்ணிற குர்தா அணிந்து இருந்தவன் வாய்க்குள் ஒரு பாடலை முணு முணுத்துக் கொண்டே, மாடியில் இருந்து இறங்கி வந்தான்...

வசந்தியோ ஏறிட்டு மகனைப் பார்த்தார்...

அவனுக்கு திருமணம் செய்து வைக்க வேண்டும் என்று அவருக்கு ஆசை...

அவனோ பிடி கொடுக்க மாட்டேன் என்று சொல்கின்றான்...

கௌதம் கிருஷ்ணா இது சம்பந்தமாக பேசி இருப்பான் என்று யூகித்தவர் வம்சி கிருஷ்ணாவிடம் இதனை பற்றி இன்று பேச வேண்டும் என்று நினைத்துக் கொண்டே, சாப்பாட்டு மேசையில் அமர்ந்தவனிடம், ''இன்னைக்கு ரெக்கார்டிங் ஆஹ் வம்சி?'' என்றார்...

''ம்ம்'' என்று சொல்லிக் கொண்டே சாப்பாட்டை எடுத்து தட்டில் வைத்து அவன் சாப்பிட ஆரம்பித்தான்...

அவன் சாப்பிட்டு முடியட்டும் என்று மௌனமாக நின்று இருந்தார் வசந்தி...

இதே சமயம், ''பாட்டிம்மா'' என்று சொல்லிக் கொண்டே, அவர்கள் வீட்டினுள் நுழைந்தாள் கல்யாணி...

வயதுக்கும் செயலுக்கும் சம்பந்தமே இல்லை...

சந்தோஷ் சுப்பிரமணியம் ஹாசினி என்ற நினைப்பில் எல்லாமே செய்துக் கொண்டு இருப்பாள்..

சின்ன வயதில் இருந்து, ''வம்சி உனக்கு தான்'' என்று சொல்லி சொல்லியே அவள் மனதை கெடுத்து வைத்து இருந்தார் வேதவல்லி...

அவளை கண்டதுமே, ''வாடிம்மா'' என்று வேதவல்லி அழைக்க, அவர் அருகே அமர்ந்து, டி.வி யை பார்த்தவள், ''இன்னைக்கு பாண்டியன் ஸ்டோர்ஸ் சீரியல் பார்த்தீங்களா?'' என்று அதனை

பற்றி பேச ஆரம்பித்து விட்டாள்.

அவளுக்கு தெரிந்தது சாப்பாடு, சீரியல், தூக்கம், வம்சி கிருஷ்ணா, அவ்வளவு தான்...

வாழ்க்கையில் வம்சி கிருஷ்ணாவை திருமணம் செய்ய வேண்டும் என்பதை தவிர எந்த குறிக்கோளும் அவளுக்கு இல்லை...

வேதவல்லிக்கும் சீரியல் என்றால் உயிர்...

''அதான் பாரேன் கல்யாணி, அதுல மூணு பொண்ணுங்க ஒரே நேரத்துல கர்ப்பம் ஆயிட்டாங்க'' என்று அதனை பற்றி பேச ஆரம்பித்து விட்டார்...

அவருடன் பேசிக் கொண்டு இருந்தாலும் கல்யாணியின் விழிகள் என்னவோ சாப்பிட்டுக் கொண்டு இருந்த வம்சி கிருஷ்ணாவை தான் மேலிருந்து கீழ் அளந்தன...

அவர்கள் பேசுவதை கேட்டு வசந்திக்கு சிரிப்பு வந்தாலும் அடக்கிக் கொண்டே வம்சி கிருஷ்ணா அருகே அமர, அவனோ எதனையும் காதில் வாங்காமல் சாப்பிடுவதிலேயே குறியாக இருக்க, குரலை செருமினார் வசந்தி...

சட்டென திரும்பி பார்த்தவன், ''ம்ம், சொல்லுங்க'' என்றான்...

''கௌதம் பேசுனானா?'' என்று மென்மையாக கேட்டார்...

அவனோ ஆழ்ந்த மூச்சை எடுத்துக் கொண்டே, ''ம்ம் பேசுனான், நானும் பேசுனேன்'' என்றான்...

இருவரும் குரலை தாழ்த்தி தான் பேசினார்கள்...

வேதவல்லியை பற்றி தெரியும் இருவருக்கும்...

பேசுவதை கூர்ந்து கேட்டு பிரச்சனை செய்ய கூடியவர் அவர்...

அதனால் அவர்கள் இந்த விஷயத்தில் அவதானமாக இருந்தார்கள்...

''கல்யாணியை பிடிக்கலையா?'' என்றார் வசந்தி...

அவனோ சாப்பிட்டுக் கொண்டே, தலையை திருப்பி டி.வி யை பார்த்துக் கொண்டே அமர்ந்து இருந்த கல்யாணியை பார்த்து விட்டு மீண்டும் திரும்பி வசந்தியை பார்த்தவன், ''அப்பாவை லவ் பண்ணி தானே கல்யாணம் பண்ணுனீங்க?'' என்று கேட்டான்...

''ம்ம்'' என்றார் அவர்...

''உங்களுக்கு அப்பா மேல வந்த அந்த ஃபீலிங் எனக்கு இவ மேல வரல... அவளை பார்த்தாலே சின்ன பொண்ணுனு தோணும்... குழந்தைக்காக ஒருத்தி எனக்கு வேணாம்... எனக்காகனு ஒருத்தி வேணும்... இப்போவும் உங்கள பார்க்கும் போது அப்பா கண்ணுல அந்த காதல் தெரியும்... எப்போவுமே உங்க லவ் பார்த்து நான் அட்மயர் ஆகி இருக்கேன்... அது போல, எனக்கு வயசாகுற நேரத்துலயும் என் பொண்டாட்டியை நினைச்சா என் ஹார்ட் வேகமா துடிக்கணும்... அப்படி ஒரு பொண்ண தான் தேடிட்டு இருக்கேன்'' என்றான்...

வசந்தியின் இதழ்கள் மெலிதாக விரிந்துக் கொண்டன...

அவன் எதிர்பார்ப்பு புரிந்தது... ஆனால் நடைமுறைக்கு சரி வருமா? என்று தடுமாற்றம்...

''எனக்கு புரியுது வம்சி... ஆனா எங்கனு தேட

போற? உனக்கு இருக்கிற ஃப்ரெண்ட்ஸ் எல்லாமே ஜென்ட்ஸ் தான்... இதுக்கப்புறம் நீ தேடுற போல ஒருத்தி கிடைப்பானு நினைக்கிறியா?'' என்றார்...

அவர் கேட்டுக் கொண்டே இருக்கும் போது, ''சார் இன்னைக்கு உங்களுக்கு வந்த லெட்டர்ஸ்'' என்று வாசலில் நின்று கூர்க்கா சொல்ல, அவனோ தேதியை பார்த்தான்...

இன்னும் முதலாம் தேதி வரவில்லை...

வந்தது அவசியமான கடிதங்கள் அல்ல என்று அவனுக்கு தோன்றியது...

''பாக்கியா அத வாங்கி மேசைல வை... ரெக்கார்டிங் முடிய வந்து பார்க்கிறேன்'' என்று சொல்லிக் கொண்டே கையை கழுவியவன் வசந்தியை பார்த்து, ''ஒரு மூணு மாசம் எனக்கு டைம் கொடுங்க'' என்று சொல்லிக் கொண்டே எழ, ''ம்ம்'' என்று சொல்லிக் கொண்டே, அவனை அனுப்பி வைக்க வாசல் வரை வந்தார் வசந்தி...

அவர் அருகே வந்து நின்ற கல்யாணியோ, ''மாமா பை'' என்றாள் வெட்க சிரிப்புடன்...

அவனோ அவளை திரும்பி அழுத்தமாக பார்த்து தலையை அசைத்து விட்டு, காரில் ஏறிக் கொண்டவன் காரை செலுத்த ஆரம்பித்து இருந்தான்.

அவன் செல்லும் வரை மௌனமாக இருந்த வேதவல்லி ஆரம்பித்து விட்டார்...

''உன் மகன் என்ன சொல்றான்?'' என்றார் வசந்தியிடம்...

''கல்யாணியை பார்க்க சின்ன பொண்ணா

இருக்காம்'' என்றார் வசந்தி...

''ஐயோ அத்தை நான் சின்ன பொண்ணு எல்லாம் இல்லை... பெரிய பொண்ணு தான்... மாமாவை விட மூணு வயசு தானே கம்மி'' என்று சொன்னவளை பார்க்க அவருக்கு பாவமாக தான் இருந்தது... அவள் தலையை வருடிக் கொடுத்த வசந்தியோ பெருமூச்சுடன் நகர முற்பட, ''ஏய் வாலு, பெரிய பொண்ணுனா புடவை கட்டணும், இப்படி சந்தோஷ் சுப்பிரமணியன் ஹாசினி நினைப்புல ட்ரெஸ் பண்ணுனா, அவன் உன்னை குட்டி பொண்ணுனு தான் நினைப்பான்'' என்று சொல்லிக் கொண்டே அமர்ந்தான் கௌதம் கிருஷ்ணா...

''என் பேத்திக்கு என்னடா குறைச்சல், உன் அண்ணனுக்கு தான் ரசனை இல்ல'' என்றார் வேதவல்லி...

கௌதம் கிருஷ்ணாவோ, ''அவனுக்கு இஷ்டம் இல்லனா, எதுக்கு கஷ்டப்படுத்துறீங்க பாட்டி? அவளை கெடுக்கிறதே நீங்க தான்... கட்டாயப்படுத்தி கல்யாணம் பண்ணி வச்சா அவ எப்படி சந்தோஷமா இருப்பா?'' என்று கேட்டான்...

''போடா போடா, நான் எல்லாம் கல்யாணம் பண்ணுன அப்புறம் தான் என் புருஷன் முகத்தையே பார்த்தேன்'' என்றார் அவர்...

''உங்க ஜெனரேஷன் வேற, எங்க ஜெனரேஷன் வேற'' என்று சொல்லிக் கொண்டே இருக்க, ''என்னடி திட்ட வச்சு ரசிச்சிட்டு இருக்கியா?'' என்றார் வேதவல்லி வசந்தியிடம்...

அவருக்கோ சுருக்கென்று தைத்தது...

கௌதம் கிருஷ்ணாவுக்கும் கோபம்...

‘‘அவங்க சொல்லி கொடுத்து பேசுறதுக்கு நான் ஒன்னும் சின்ன பையன் இல்ல’’ என்று அவன் ஆரம்பிக்க, சட்டென அவன் கையை பற்றிய வசந்தி, ‘இல்லை’ என்கிற ரீதியில் தலையாட்ட, ‘‘எல்லாம் நீங்க கொடுக்கிற இடம் தான்’’ என்று அவருக்கு திட்டிக் கொண்டே சாப்பிட அமர்ந்தான் கௌதம் கிருஷ்ணா...

இடையில் கல்யாணியோ, ‘‘இப்போ எதுக்கு எல்லாரும் சண்டை போடுறீங்க.. நான் வம்சி மாமாவை கல்யாணத்துக்கு சம்மதம் சொல்ல வைக்கிறேன்’’ என்று சொல்ல, ‘‘இவ வேற புரிஞ்சுக்காம பேசுறா’’ என்று மனதுக்குள் சொல்லிக் கொண்டே மௌனமாகி விட்டான் கௌதம் கிருஷ்ணா.

‘‘டேய் உனக்கு இன்னைக்கு ரெக்கார்டிங் இல்லையா?’’ என்று கேட்டுக் கொண்டே, அவனுக்கு உணவை வசந்தி எடுத்து வைக்க, ‘‘இல்லம்மா, இன்னைக்கு நான் ஃப்ரீ தான்’’ என்றான்...

‘‘அப்போ யாதவ்வை ஸ்கூல்ல விட்டுடுறியா?’’ என்றார் வசந்தி... சட்டென ஏறிட்டு அவரை பார்த்தவன் முகத்தில் மெல்லிய வலியின் சாயல், ‘‘ம்ம்’’ என்றான்...

‘‘ட்ரைவர் இருக்கான் தான்பா, ஆனா வம்சி போல நீயும் அவனை அவாய்ட் பண்ணுறனு அவன் நினைச்சுட கூடாதுல’’ என்றார் வசந்தி...

‘‘வம்சி அவாய்ட் பண்ண காரணமே, யாதவ்வை பார்க்கும் போதெல்லாம் அவனால இயல்பா இருக்க முடியலனு தான்... ரொம்ப டிஸ்டர்ப் ஆய்டுறான்... பாட கூட முடியலனு சொன்னான்... அவனுக்கு

யாதவ்வை ரொம்ப பிடிக்கும் மா'' என்றான் கௌதம் கிருஷ்ணா...

''எனக்கு தெரியும் டா'' என்று சொன்னவரது கண்கள் கலங்க, புடவை முந்தானையால் கண்ணீரை துடைத்துக் கொண்டார்...

''சரி அவனை அழைச்சிட்டு வாங்க'' என்று சொல்ல, அவரும் அவன் அறையை நோக்கி நடந்தார்...

வெளியே இத்தனை கலவரங்கள் நடுவே, தனி உலகத்தில் ஜன்னல் அருகே நின்று இருந்தான் யாதவ் கிருஷ்ணா...

பதினைந்து வயது தான் இருக்கும்...

புது உலகத்தில் வாழ்பவன்...

கோடிக் கணக்கான ரசிகர்கள் கேட்கும் வம்சி கிருஷ்ணாவின் இசையினை கேட்க முடியாதவன்...

கேட்க முடியாத காரணத்தினால் பேசவும் முடியாது அவனால்...

விஷேட கல்வி கற்பிக்கப்படும் பாடசாலையில் தான் படிக்கிறான்...

அவனுக்கென்று ஒரு தனி உலகம்...

விழிகளே அவன் உலகம்...

தோட்டத்தில் விளையாடும் நாய் குட்டியை பார்த்து புன்னகைத்துக் கொண்டான்...

அவன் அப்படியே நின்று இருக்க, கதவை திறந்துக் கொண்டே, உள்ளே வந்த வசந்தியோ மென் புன்னகையுடன் அவன் தோளில் கையை வைத்தார்..

சட்டென திரும்பியவன் அவரை கண்டதும் இதழ் பிரித்து சிரித்துக் கொள்ள, ''ஸ்கூல் போக ரெடி ஆகிட்டியா?'' என்று சைகையில் கேட்டார்... அவனுக்காக சைகை மொழி கற்றுக் கொண்டார்... தனது குழந்தைகளுக்காகவே வாழும் தாய்மாரில் அவரும் ஒருவர்...

அவனும், சைகையில் பதில் சொல்ல, ''இன்னைக்கு அண்ணா கூட ஸ்கூலுக்கு போ'' என்றார் அவர்...

அவனிடம் இருந்து, ''பெரிய அண்ணாவா? சின்ன அண்ணாவா?'' என்கின்ற கேள்வி...

சற்று தயக்கத்துடன், ''சின்ன அண்ணா'' என்றார் வசந்தி...

அவன் முகம் சட்டென்று சுருங்கியது...

கௌதம் கிருஷ்ணாவுடன் அவன் நேரம் செலவிடுவான் தான்...

ஆனால் இது வரை வம்சி கிருஷ்ணாவுடன் நேரம் செலவு செய்தது இல்லை...

அவன் மனநிலையை அறியும் பக்குவம் யாதவ் கிருஷ்ணாவுக்கு இல்லை...

அவனுக்கு தன்னை பிடிக்கவில்லையோ என்று தான் எப்போதுமே நினைத்துக் கொள்வான்...

அவன் தலையை வருடி, அவன் கன்னத்தை தடவிக் கொடுத்தவர், ''பெரிய அண்ணா ரெக்கார்டிங் போய்ட்டார்'' என்றார் சைகையில்...

அவனும் சம்மதமாக தலையாட்டிக் கொண்டே அவருடன் நடந்துச் சென்றான்... அவன் கீழே

இறங்கி வரும் போது, ‘‘பொல்லாத புள்ளய பெத்து வச்சு இருக்கா’’ என்று இரக்கமே இல்லாமல் வெளி வந்தது வேதவல்லியின் வார்த்தைகள்...

‘‘பாட்டி, அவன் பாவம்ல’’ என்றாள் கல்யாணி...

இதே சமயம், வேதவல்லியை திரும்பி முறைத்த கௌதம் கிருஷ்ணாவோ, ‘‘நீங்க பேசுறத கேக்கிறத விட அவன் இப்படி இருந்தா சந்தோஷமா இருப்பான்’’ என்று சொல்லிக் கொண்டே, எழுந்துக் கொண்டவன், ‘‘போகலாமா?’’ என்று யாதவ் கிருஷ்ணாவிடம் கேட்க, அவனுக்கு கௌதம் கிருஷ்ணா பேசுவது கேட்கவில்லை என்றாலும் அவன் இதழ் அசைவை வைத்து கேட்பதை புரிந்துக் கொண்டவன், ஆம் என்கின்ற ரீதியில் தலையை சிரித்தபடி ஆட்டிக் கொண்டே, அவனுடன் புறப்பட்டான்...

இருவரையும் வாசல் வரை வழியனுப்ப வந்த வசந்தியோ, ‘‘யாதவ்வோட டீச்சர் கிட்ட இன்னைக்கு ஈவினிங் க்ளாஸ்க்கு வர்றதானு கேளுடா’’ என்றார்...

சட்டென திரும்பி பார்த்த கௌதம் கிருஷ்ணாவோ, ‘‘ஆஹ் யாதவ்வோட டீச்சர்னா நம்ம தேன்மொழி தானே... நானே கேட்கணும்னு நினைச்சேன்... ஒரு வாரமா அவ க்ளாஸுக்கு வரலைல’’ என்றான் அவன்...

‘‘ம்ம் மகாலக்ஷ்மிக்கு உடம்பு சரி இல்லனு சொன்னா, நான் நேற்று மெசேஜ் பண்ணுனேன்... இப்போ ஓகேனு தான் சொன்னா... எதுக்கும் உறுதிப்படுத்திக்கோ’’ என்று சொல்ல, அவனும், ‘‘சரிம்மா’’ என்று சொல்லிக் கொண்டே, யாதவ் கிருஷ்ணாவை அழைத்துக் கொண்டே காரில் ஏறிக் கொண்டான்...

தேன்மொழி வேறு யாரும் அல்ல, வசந்தியின் தூரத்து உறவுப் பெண்... அவளுக்கு தந்தை இல்லை.. சிறு வயதிலேயே ஆக்சிடென்ட் ஒன்றில் இறந்து விட்டார்...

தாய் மட்டும் தான்... தையல் தைத்து மகளை கல்வி கற்க வைத்தார்...

வசந்தியின் உறவு என்பதாலும் பணம் இல்லை என்பதாலும் குருமூர்த்தி வீட்டில் பெரிய மரியாதை அவர்களுக்கு இல்லை...

வாசல் படியால் மகாலக்ஷ்மி வீட்டிற்குள் வருவதை கூட வேதவல்லி விரும்ப மாட்டார்... ஜாதி, தராதரம் என்று நிறைய பார்ப்பார்... அவர்கள் கஷ்டப்பட்ட குடும்பம் என்பதால் வேதவல்லியின் வாயில் இருந்து ஏதாவது குத்தும் வார்த்தைகள் வந்து கொண்டே இருக்கும்...

அதில் இருந்தே அவர்கள் வீட்டுக்கு மகாலக்ஷ்மி வருவது இல்லை... ஆனால் தேன்மொழி வரவேண்டிய கட்டாயம்...

யாதவ் கிருஷ்ணாவுக்கு கற்பிக்க அவள் வருவாள்...

பாடசாலையில் அவனுக்கு நிறைய சொல்லிக் கொடுத்ததும் அவள் தான்... அதனாலேயே வீட்டுக்கும் அவளை அழைத்து, அவனுக்கு சொல்லி கொடுக்க சொன்னார்கள்...

அவளும் மறுக்கவில்லை... யாதவ் கிருஷ்ணாவுக்கு தேன்மொழி என்றால் உயிர்...

யார் சொல்லியும் கேட்காதவன் தேன்மொழி சொன்னால் கேட்பான்...

ஆனால் தேன்மொழி தனியாக அவனுக்கு கற்பித்தாலும் ஒரு ரூபாய் கூட வசந்தியிடம் இருந்து வாங்கிக் கொள்ள மாட்டாள்...

வசந்தி வறுபுறுத்தினால் கூட அவள் பணம் பெற்றுக் கொள்வது இல்லை...

வசந்தி மனம் கேட்காமல் புடவைகள், மற்றும் வேறு பொருட்கள் வாங்கி கொடுப்பார்...

அதனையும் மறுத்தால் வசந்தியின் மனம் கஷ்டப்படும் என்பதால் அதனை மட்டும் பெற்றுக் கொள்வாள்...

அவள் பெயர் தேன்மொழியாக இருந்தாலும் அவள் விழி மொழிகள் மட்டுமே பேசும்...

ஆம் அவளும் வாய் பேச முடியாதவள்...

ஆனால் காது கேட்கும்...

சின்ன வயதில் தந்தையுடன் பைக்கில் செல்லும் போது தான் அந்த விபத்து நடந்தது.... பாடசாலையில் நடந்த பாடல் போட்டியில் அவள் முதல் பரிசை வாங்கிக் கொண்டே சந்தோஷமாக வீட்டுக்கு திரும்பிய தருணம் அது...

அவள் தந்தை சம்பவ இடத்திலேயே இறந்து விட்டார்...

இவளுக்கோ கம்பி அவள் தொண்டையில் ஏறி இருந்தது...

அவள் இனிமையான பாடலை கேட்டு யார் கண் பட்டதோ, அன்றே அவளது குரல் மொத்தமாக போய் விட்டது... வைத்தியர்களால் அவள் உயிரை

மட்டும் தான் காப்பாற்ற முடிந்தது... குரலை தொலைத்து விட்டாள் பெண்ணவள்...

சின்ன வயதிலேயே மேடை ஏறி பாடியவள் மொத்தமாக மௌனித்து போனாள்...

பாடகி ஆக வேண்டும் என்ற கனவு அந்த இடத்திலேயே சிதைந்தது...

அவள் தாய் அவளை அழைத்துக் கொண்டு எத்தனை மருத்துவரிடம் சென்றாலும் பயன் பூஜ்ஜியம் தான்... குரல் திரும்ப வராது என்று சொல்லி விட்டார்கள்...

கையில் இருந்த பணம் இந்த போராட்டத்திலேயே கரைந்து போனது...

ஆசைகளை தனக்குள் விழுங்கிக் கொண்ட தேன்மொழியோ அன்றில் இருந்து தனது குறிக்கோளை மாற்றிக் கொண்டாள்.

அவளது தாய் மகாலக்ஷ்மி தையல் தைத்து அவளை படிக்க வைத்தார்...

ஊமை மொழியை கற்றுக் கொண்டே தேர்ச்சி பெற்றாள்...

விஷேட தேவை உடையவர்களின் பாடசாலையில் ஆசிரியராக பணியாற்ற ஆரம்பித்து விட்டாள்.

அங்கே அவள் பார்த்தவன் தான் யாதவ் கிருஷ்ணன்...

வசந்தியின் குடும்பம் தூரத்து உறவாக இருந்தாலும், இத்தனை வருடங்கள் பெரிதாக பேச்சு வார்த்தை அவர்களுக்குள் இல்லை...

குருமூர்த்தியின் தரத்தை பார்த்து இவர்கள்

விலகி தான் இருந்தார்கள்...

ஆனால் யாதவ் கிருஷ்ணன் மூலம் அவர்கள் உறவு மீண்டும் நெருங்கியது...

உறவு புதுப்பிக்கப்பட்ட ஆரம்பத்தில் அவள் தாய் மகாலக்ஷ்மியும் அவர்கள் வீட்டுக்கு வந்தவர் தான்...

''கண்ட கண்ட கழிசடை எல்லாம் திறந்து இருந்த வீட்டுக்குள்ள வருது... நான் நாயை சொன்னேன்'' என்று நாயை விரட்டுவது போல மகாலஷ்மியை பேசி விட்டார் வேதவல்லி...

அதன் பிறகு மகாலக்ஷ்மி அந்த வீட்டுக்கு வருவது இல்லை...

தேன்மொழிக்கு தாயை அவமானப்படுத்திய வீட்டுக்குச் செல்ல விருப்பம் இல்லை என்றாலும் யாதவ் கிருஷ்ணாவுக்காக சென்றாள்...

இப்படி தான் அவர்கள் நிலைமை இந்நாள் வரை இருந்தது...

இன்று, பாடசாலையில் யாதவ் கிருஷ்ணாவை அழைத்துக் கொண்டே கௌதம் கிருஷ்ணா அவன் வகுப்பறையை நோக்கிச் சென்றான்...

புடவை அணிந்து, கண்ணுக்கு லக்ஷணமாக நின்று இருந்தாள் தேன்மொழி...

அவள் கைகள் அசைந்தாட, அங்கே அமர்ந்து இருந்த மாணவர்களுக்கு கைகள் மூலம் கற்பித்துக் கொண்டு இருந்தவளது விழிகள் தனியாக கதை பேசின...

யாதவ் கிருஷ்ணாவை கண்டதுமே, மெலிதாக

புன்னகைத்தபடி வகுப்பறை வாசலில் நின்ற கௌதம் கிருஷ்ணாவை நோக்கி வந்தாள்...

அவனுக்கு சைகை மொழி கொஞ்சம் கொஞ்சம் தான் தெரியும்...

''இன்னைக்கு க்ளாஸுக்கு வருவீங்களா?'' என்று சைகை பாஷையில் கஷ்டப்பட்டு கேட்க முயல, சட்டென்று கையை நீட்டி அவனை தடுத்தவள், தனது செவியை ஒற்றை விரலால் காட்டி, பெருவிரலை தூக்கி தனக்கு காது கேட்கும் என்கின்ற தோரணையில் சொன்னாள்.

''ஓஹ் மறந்துட்டேன் சாரி, இன்னைக்கு க்ளாஸுக்கு வருவீங்களானு அம்மா கேட்டாங்க'' என்றான்...

''ம்ம்'' என்றாள் தலையை அசைத்து...

''ஓகே நான் வர்றேன்'' என்று புன்னகையுடன் சொல்லி விட்டு அவன் கிளம்ப, அவளோ ஒரு பெருமூச்சுடன் வகுப்பறைக்குள் நுழைந்தாள்.

அத்தியாயம் 3

இதே சமயம் ரெக்கார்டிங் முடித்து விட்டு வீட்டுக்கு கிளம்பிக் கொண்டு இருந்தான் வம்சி கிருஷ்ணா.

வசந்தியிடம் மூன்று மாதங்கள் அவகாசம் கேட்டு இருக்கின்றான்...

அதற்குள் அவன் தென்றலை கண்டு பிடித்தாக வேண்டும்...

சிறிது நேரம் யோசித்துக் கொண்டே காரை செலுத்தியவனோ, ஒரு கட்டடத்தில் காரை ஓரமாக நிறுத்தி விட்டு தனது மேனேஜருக்கு அழைத்தான்...

அவனும் அலைபேசியை காதில் வைத்துக் கொண்டே, ‘‘சொல்லுங்க சார்’’ என்று சொல்ல, ‘‘வினோத், நான் சொல்ற போஸ்ட் ஆஃபீஸுக்கு போய், நான் கேட்க சொல்றத கேளு’’ என்று ஆரம்பித்தவன் விடயத்தையும் சொல்லி விட்டு வைத்து விட்டான்...

‘தென்றல் உன்னை சீக்கிரம் கண்டு பிடிக்கிறேன்’ என்று அவன் இதழ்கள் முணுமுணுக்க காரை செலுத்த ஆரம்பித்து விட்டான்...

இதே சமயம் வம்சி கிருஷ்ணா சொன்ன செயலை முடிப்பதற்காக தபால் அலுவலகத்துக்கு வந்து சேர்ந்து இருந்தான் வினோத்...

நேரே போஸ்ட் மாஸ்டரிடம் சென்றவன், ‘குட் மார்னிங் சார், நான் சிங்கர் வம்சி கிருஷ்ணா சாரோட மேனேஜர்’ என்று தன்னை அறிமுகப்படுத்த, அவரும், ‘உட்காருங்க சார்’ என்று அவனை அமர வைத்தார்...

வினோத்தோ ஆழ்ந்த மூச்சை எடுத்துக் கொண்டே, ‘‘வம்சி கிருஷ்ணா சாருக்கு ஃப்ரம் அட்ரெஸ் போடாம லெட்டர்ஸ் வருது’’ என்று ஆரம்பித்தான்...

‘‘போஸ்ட் மெயில் ரிட்டர்ன் அட்ரெஸ் இல்லனா கூட டிலிவர் பண்ணுவோம், இனி ரிட்டர்ன் அட்ரெஸ் இல்லாத லெட்டர்ஸ் அனுப்ப வேணாம்னா சொல்லுங்க, அத நான் பார்க்க சொல்றேன்’’ என்றார் அவர்...

‘‘ஐயோ லெட்டர் அனுப்புறது பிரச்சனை இல்ல சார், அந்த லெட்டர் போடுறவங்க யாருனு கண்டு பிடிக்கணும்’’ என்று சொன்னான்...

சிறிது நேரம் யோசித்துக் கொண்டே வினோத்தை

பார்த்த போஸ்ட் மாஸ்டர், ‘‘ஏற்கனவே ஸ்டாம்ப் ஒட்டி லெட்டர் பாக்ஸ்ல போட்டுட்டு போய்ட்டாங்கனா கண்டு பிடிக்க முடியாது சார்’’ என்றார்.

அவனோ அலைபேசியை எடுத்து அதில் வம்சி கிருஷ்ணா அனுப்பிய, கடித உறையின் புகைப்படத்தை காட்டியவன், ‘‘இது தான் அனுப்புறவங்களோட ஹாண்ட் ரைட்டிங், உங்க நம்பர் கொடுங்க, இத நான் வாட்ஸ் அப்க்கு அனுப்புறேன், ஒவ்வொரு மாசமும் முதலாம் தேதி லெட்டர் வரும்’’ என்றான்...

போஸ்ட் மாஸ்டருக்கு மறுக்கவும் முடியவில்லை...

பெரிய இடம் அல்லவா?

‘‘சரி சார், கொடுங்க பார்க்கிறேன்’’ என்று சொல்லி அதனை வாங்கிக் கொண்டவருக்கு இதனை கண்டு பிடிக்க முடியும் என்று நம்பிக்கை இல்லை...

வினோத்துக்கும் இல்லை...

ஏன் வம்சி கிருஷ்ணாவுக்கு கூட நம்பிக்கை இல்லை...

ஆனால் இதனை விட்டால் அவனுக்கு முயற்சி செய்ய வழி இல்லை...

அதனால் தென்றலை கண்டு பிடிக்கும் முயற்சியை இதில் இருந்து ஆரம்பித்து விட்டான்...

அதனை தொடர்ந்து வினோத்தும் வம்சி கிருஷ்ணாவுக்கு அழைத்து நடந்ததை சொல்ல, ‘‘ம்ம்’’ என்ற பதிலுடன் அழைப்பை துண்டித்து இருந்தான் அவன்...

வீட்டுக்கு வந்தவனோ, நேரே தனது பிரத்தியேக ஸ்டுடியோவினுள் நுழைந்து விட்டான்...

அவன் வீட்டில் இருக்கும் போதெல்லாம் அதிக நேரம் செலவிடுவது அங்கே தான்...

இசையுடன் லயித்து விடுவான்...

இதே சமயம், அன்று மாலை யாதவ் கிருஷ்ணாவுக்காக டியூஷன் எடுக்க அவர்கள் வீட்டுக்கு வந்து இருந்தாள் தேன்மொழி...

அவர்கள் வீட்டுக்கு எப்போது வரும் போதும் ஒரு தயக்கம் இருக்கும்...

வேதவல்லி மகாலக்ஷ்மியை பார்த்து சொல்லிய வார்த்தைகள் இன்னும் அவள் மனதில் ஆணியடித்த போல பதிந்து இருந்தன...

அன்று இரவு அவள் தாய் அழுத அழுகை அவள் அறிவாள்...

ஆனாலும் தவிர்க்க முடியாத நிலையில் தினமும் அவர்களது வீட்டுக்கு வர வேண்டிய கட்டாயம் அவளுக்கு...

இன்றும் வந்து விட்டாள்.

வாசலில் காலெடுத்து வைத்து வீட்டினுள் அவள் நுழையும் போதே, ‘இந்த வசந்திக்கு தராதரம் பார்த்து பழக தெரியல, ஒரு வாரம் நிம்மதியா இருந்தேன்... இப்போ மறுபடி வந்து சேர்ந்திடுச்சு’ என்று ஒரு குத்தல் வார்த்தைகளை வேதவல்லி சொல்ல, தேன்மொழியோ மௌனமாக அவரை கடந்துச் சென்றாள்...

குனிந்த தலை நிமிரவில்லை...

அவரை பார்க்கவும் இல்லை...

‘‘கேட்டும் கேட்காத போல போறத பாரு’’ என்று அதற்கும் ஒரு திட்டு...

தேன்மொழியோ ஆழ்ந்த மூச்சை எடுத்துக் கொண்டே சுற்றும் முற்றும் பார்க்க, அங்கே வந்த வசந்தியோ, ‘அவனோட ஸ்டடி ரூம்ல இருக்கான்மா, உனக்காக தான் பார்த்துட்டு இருக்கான்’ என்று சொல்ல, அவளும், சரியென்ற தோரணையில் தலை ஆட்டி விட்டு அடி மேல் அடி வைத்து மாடியேறினாள்...

யாதவ் கிருஷ்ணா கல்வி கற்பதற்கு என்று ஒரு அறையை குருமூர்த்தி அமைத்து கொடுத்து இருந்தார்...

எண்ணற்ற சித்திரங்கள் உள்ளே இருக்கும் சுவரில் வரையப்பட்டு இருந்தன...

அந்த சித்திரங்களை ரசிப்பது அவனுக்கு மிகவும் பிடிக்கும்... ரசிப்பது மட்டும் அல்ல, வரைவதும் பிடிக்கும்...

தேன்மொழி உள்ளே நுழைந்த சமயம், அவன் சித்திரங்களை பார்த்துக் கொண்டே இருக்கையில் அமர்ந்து இருந்தான்...

தேன்மொழியோ அவன் முன்னேச் சென்று நின்றவள், கையை புன்னகையுடன் அசைக்க, அது வரை இறுக மூடி இருந்த அவன் இதழ்கள் அழகாக விரிந்தன...

கண்களால் முன்னே இருந்த இருக்கையில் அமர சொன்னான்...

அவளும் அமர்ந்தாள்...

மனதால் அழகான இரு ஜீவன்களின் கண்களும் விரல் அசைவுகளும் பேசின...

அவளுடன் பேசும் போது அவனுக்கு சந்தோஷமாக இருக்கும்...

தன்னுடைய குறையை அவன் உணர்வது இல்லை… நிறைவாக உணர்வான்…

அவன் எதிர்கொண்ட பார்வைகள் இரண்டு தான்…

ஒன்று பரிதாபம், அடுத்தது ஒதுக்கம்…

இவை இரண்டையும் தாண்டி ஸ்நேகமான பார்வையை அவன் மீது வீசி இருந்தாள் தேன்மொழி…

அவனுக்கு அவளும் கற்பிக்க ஆரம்பித்து விட்டாள்.

நிறைய கற்றுக் கொடுத்தாள்…

நிறைய தெரிந்துக் கொண்டான்…

அவள் சொல்லி கொடுத்த பயிற்சியை அவன் செய்துக் கொண்டு இருக்கும் போது, அவள் விழிகளோ சுற்றி இருந்த சித்திரங்களில் படிந்தன…

மெதுவாக எழுந்துச் சென்று அதனை வருடினாள்…

விதம் விதமான கண்ணுக்கு குளிர்ச்சியான சித்திரங்கள்…

ஏற்கனவே பார்த்து இருக்கின்றாள் தான்…

இன்று ஆழமாக ரசித்துப் பார்த்தாள்…

அழகான வாள் சித்திரம்…

நெருப்பின் நடுவே ஜொலிக்கும் தங்க வாள் அது…

ஆனால் எங்கேயோ பார்த்த நினைவு…

கண்களை மூடி யோசித்தாள்…

சட்டென நினைவு வந்தது…

ஆம் அதனை வரைந்து சித்திர போட்டியில் பரிசு

பெற்றது யாதவ் கிருஷ்ணா தான்...

அதே வாள்...

சட்டென அவனை திரும்பி பார்த்தவள், அவன் அருகே சென்று எழுதிக் கொண்டு இருந்தவனது பேனாவை பிடித்தாள்... சட்டென்று ஏறிட்டுப் பார்த்தான் அவன்...

வாள் சித்திரத்தை காட்டினாள்...

அவனோ, ''என்னோடது தான், பெயிண்டர் கூட நானும் சேர்ந்தே வரைஞ்சேன்...'' என்றான் சைகை மொழியில்...

''அழகாக இருக்கிறது'' என்று கண் சிமிட்டி சைகை மொழியில் அவள் சொல்ல, அவனோ, ''அந்த வாள் சித்திரம் எங்கே பார்த்து வரைஞ்சேன் தெரியுமா?'' என்று சைகை மொழியில் கேட்டான்...

அவளும் தலையை அசைத்து, 'எங்கே' என்கின்ற தோரணையில் கேட்க, அவனோ, ''என் பெரிய அண்ணா முதுகுல இதே போல பெரிய டாட்டூ இருக்கு... அத பார்த்து தான் வரைஞ்சேன், டாட்டூ பச்சை நிறத்துல இருக்கு, அதுக்கு நான் கலர் கொடுத்தேன் அவ்வளவு தான்... '' என்றான் கைகளை அசைத்து...

சட்டென அவள் இதழ்கள் இப்போது தாரளமாக விரிந்துக் கொண்டன...

சிரித்து முடிய, இதழ்களை பிதுக்கி அவனை மெச்சிக் கொள்ள, அவனும் சிரித்தபடி பயிற்சியை செய்ய ஆரம்பித்து விட்டான்...

அவன் பயிற்சி செய்வதை பார்த்துக் கொண்டே

நாடியில் ஒற்றைக் கையை குற்றியபடி அமர்ந்து இருந்த தேன்மொழியின் இதயத்தில் ஒரு இதமான உணர்வு...

அவன் குரல்...

வம்சி கிருஷ்ணாவின் குரல்...

வெளியே மிக அருகில் கேட்டது...

பாடல் ஒன்றை முணுமுணுத்தபடி அந்த வழியால் நடந்துச் சென்றான்...

அவன் இசை அவளை வாரி சுருட்டிக் கொண்டது...

மகுடிக்கு மயங்கும் பாம்பு போல மயங்கி விட்டாள்.

தன்னை கட்டுப்படுத்த நினைக்கிறாள்...

முடியவில்லை...

இசையில் மயங்கி தனது விழிகளை மூட கூடாது என்று நினைக்கின்றாள்...

அதுவும் முடியவில்லை...

கண்களை தன்னை மீறி மூடியவள், அவன் குரலை இன்னும் ஆழ்ந்து கேட்ட சமயம் மேசையில் தட்டும் சத்தம் கேட்டது...

சட்டென விழிகளை திறந்து தன்னிலை அடைய முயன்றாள்...

அவளை பார்த்து சிரித்த யாதவ் கிருஷ்ணாவோ, ‘‘தூங்கிட்டிங்களா?’’ என்று கையை அசைத்து கேட்டான்...

‘‘இல்லை’’ என்ற தோரணையில் சிரித்துக்

கொண்டே, அவள் பதில் சொல்ல, அவனும் சிரித்துக் கொண்டே மீண்டும் பயிற்சியை செய்ய ஆரம்பித்து விட்டான்...

அவனுக்கு கற்பித்து முடித்து விட்டு வெளியே வந்தாள் தேன்மொழி...

யாரையும் பார்க்காமல் குனிந்தபடி படியிறங்கி வந்தாள்.

இதே சமயம் தொலைபேசியில் பேசிக் கொண்டே மாடியேறினான் வம்சி கிருஷ்ணா...

அவன் வருகின்றான் என்று சொன்னதுமே அவளுக்கு இதயத்தில் படபடப்பு...

குனிந்த தலை நிமிரவில்லை...

அவளை நெருங்கி வரும் அவன் பாதம் அவளுக்கு தெளிவாக தெரிந்தது...

அவன் அவளை ஏன் என்றும் கவனிக்கவில்லை...

தாண்டி நடந்துச் சென்றான்...

அவன் தாண்டிச் செல்லும் போது அவனது பெர்ஃபியூம் வாசனை அவள் நாசியை துளைத்தது...

ஆழ்ந்த மூச்செடுத்து அதனை நுரையீரலில் நிரப்பிக் கொண்டே நடந்துச் சென்றவளது இதழ்கள் வீட்டை விட்டு வெளியே வந்ததுமே மெதுவாக புன்னகைத்துக் கொண்டன...

அவனை அவள் பார்ப்பது மிக அரிதாக தான்...

இன்று பார்த்து விட்டாள். ஒரு இதமான சந்தோஷம் அவளுக்கு...

அதே சந்தோஷத்துடன் வீட்டுக்குச் சென்று விட்டாள்.

இதே சமயம், கல்யாணிக்கு திட்டிக் கொண்டு இருந்தாள் மிருதுளா...

கல்யாணியோ, ‘அம்மா இங்க பாருங்க, இவ திட்டிட்டே இருக்கா’ என்று சிணுங்க, ‘திட்டாம என்ன பண்ண சொல்ற? வம்சியை விட்டா உலகத்துல ஆம்பிளையே இல்லாத போல நடக்கிற, அவனே திமிர் பிடிச்சவன்’ என்று கரித்துக் கொட்டினாள்...

‘‘அவன் இவன்னு பேசாதடி’’ என்றாள் கல்யாணி...

‘‘சரிடி பேசல’’ என்று பதில் சொன்ன மிருதுளாவோ, ‘‘அம்மா இவ லூசு போல உளர்றானா அதுக்கு நீங்களும் சப்போர்ட் பண்ணுறீங்க... வம்சி மாமா தான் பிடிக்கலனு சொல்றார்ல, நமக்குனு ஒரு செல்ஃப் ரெஸ்பெக்ட் வேணாமாம்மா?’’ என்று ரதிதேவியிடம் கேட்டாள்.

ரதிதேவியோ, ‘‘இங்க பாரு மிருதுளா, அவன் யாரையும் லவ் பண்ணல, கல்யாணியை பிடிக்கலனு மட்டும் தான் சொல்றான்... கல்யாணம் பண்ணுனா அவனுக்கு கண்டிப்பா பிடிச்சிடும்... வம்சி போல ஒருத்தன் தேடுனாலும் கிடைக்க மாட்டான்... அவனை கல்யாணம் பண்ணிக்க எத்தனையோ பொண்ணுங்க கனவு காணுறாங்க... நம்ம கல்யாணிக்கு வாய்ப்பு அமைஞ்சு இருக்கு... விட சொல்றியா?’’ என்று கேட்க, அவரை முறைத்த மிருதுளாவோ, ‘‘உங்களால தான் அவ இப்படி இருக்கா, ஒரு நாள் இல்ல ஒரு நாள் வம்சி மாமா யாரையும் கல்யாணம் பண்ணிட்டு மாலையும் கழுத்துமா வருவார், அப்போ தெரியும் இவளுக்கு’’ என்றாள்.

கல்யாணியோ, ‘‘அப்படி பேசாதே மிருதுளா, அப்படி மட்டும் நடந்திச்சு, மாமா கல்யாணம் பண்ணிட்டு வர்றவள போட்டு தள்ளிடுவேன்’’ என்று சொல்லிக் கொண்டே விறு விறுவென தனது அறைக்குள் நுழைய, ‘‘அடிப்பாவி’’ என்று வாயில் கையை வைத்துக் கொண்டாள் மிருதுளா...

இப்படியே அவர்கள் நாட்களும் நகர்ந்தன...

முதலாம் தேதியும் வந்து விட்டது...

வம்சி கிருஷ்ணா எதிர்பார்த்த பதில் தான் போஸ்ட் ஆஃபீஸில் இருந்து வந்தது...

‘‘கடிதத்தை கொண்டு வந்து போட்டது யார் என்று கண்டுபிடிக்க முடியவில்லை, ஆனால் கடிதம் வந்து விட்டது... வீட்டுக்கு அனுப்பி விட்டோம்’’ என்று சொல்லி இருந்தார்கள்...

சற்று ஏமாற்றமாக இருந்தாலும், கடிதத்தை வாசிக்க போகும் ஆர்வம் அவனது ஏமாற்றத்தை மறக்க செய்து விட்டது...

காலையிலேயே அறைக்குள் இருந்து நேரத்துக்கே வெளியே வந்து விட்டான் வம்சி கிருஷ்ணா...

முன்னறையில் அமர்ந்து இருந்த கௌதம் கிருஷ்ணாவோ, ‘‘குட் மார்னிங் டா’’ என்று சொல்ல, அவனோ பதில் சொல்லாமல் வெளியேறிச் சென்றான்...

‘இவனுக்கு என்னாச்சு? நான் இருக்கிறது தெரியுதா இல்லையா?’ என்று கௌதம் கிருஷ்ணா யோசித்துக் கொண்டே இருக்க, கையில் கடிதங்களுடன் மீண்டும் உள்ளே நுழைந்தான்...

மற்றைய நாட்களில் கூர்க்கா கொண்டு வந்து கொடுக்கும் கடிதங்களை, அவன் பொறுமை இன்றி இன்று எடுத்து வந்தான்...

தென்றல் வேறு போன கடிதத்தில் காதலை சொல்லி விட்டாள்.

அதனால் அவனுக்கு இன்று அவள் கடிதத்தை படிக்கும் வரை நிதானம் இல்லை...

கையில் கடிதங்களுடன் வீட்டினுள் நுழைந்த வம்சி கிருஷ்ணாவை பார்த்த கௌதம் கிருஷ்ணாவோ, ''அடப்பாவி இதுக்கு தானா?'' என்று முடிக்கவில்லை, ஒரு கடிதத்தை மட்டும் அதில் இருந்து தேர்ந்து எடுத்தவன், மீதி எல்லாவற்றையும் கௌதம் கிருஷ்ணா அருகே போட்டு விட்டு, மாடியேறி தனது அறையை நோக்கி நடந்தான்...

'இது எங்க போய் முடிய போகுதோ' என்று அவன் நினைத்துக் கொண்டே மீதி கடிதங்களை எடுத்து சும்மா வாசிக்க ஆரம்பித்தான் கௌதம் கிருஷ்ணா...

இதே சமயம் முன் பக்கத்தில் இருக்கும் எழுத்தை வைத்தே தென்றலின் கடிதத்தை கண்டு பிடிக்கும் வம்சி கிருஷ்ணாவுக்கு இன்று மனம் எல்லாம் அப்படி ஒரு எதிர்பார்ப்பு...

என்ன எழுதி இருப்பாள் என்று எதிர்பார்ப்பு....

கடிதத்தை பிரித்தான்...

வழக்கம் போல அவன் பெயர் போட்டு ஆரம்பிக்கப்பட்டு இருந்தது...

அன்புள்ள வம்சி கிருஷ்ணாவுக்கு,

நான் நலம், அது போல நீங்களும் நலமாக வாழ இறைவனை வேண்டிக் கொள்கின்றேன்...

போன கடிதத்தில் என் காதலை கூறி இருந்தேனே... அதற்கு தங்கள் பதில் என்னவோ? மௌனம் சம்மதம் என்று எடுத்துக் கொள்ளலாமா?

நீங்கள் இல்லை என்று சொன்னாலும், நான் அப்படி தான் எடுத்துக் கொள்வேன்...

நான் சொன்னதற்காக உங்கள் தாடி மீசையை குறைத்து இருந்தீர்களா?

என் கடிதத்தை படித்தே இருக்க மாட்டீர்கள் என்று தெரியும்... ஆனால் நான் சொன்னதற்காக நீங்கள் செய்து விட்டீர்கள் என்று கற்பனை செய்துக் கொள்வேன்... அதில் ஒரு அலாதி இன்பம் எனக்கு...

அப்படியே உங்கள் தோற்றத்தினால் என்னை சுண்டி இழுத்து கொள்ளை கொண்டு விட்டீர்கள்...

உங்களுக்கு என்னுடைய ஆயிரம் முத்தங்கள்...

காதலை சொல்லி விட்டேன், நீங்களும் மௌனம் மூலம் சம்மதம் சொல்லி விட்டீர்கள்... அடுத்து நமது கல்யாணம் எப்போது?

கல்யாணம் என்று சொன்னதும் தான் நினைவே வருகின்றது...

உங்களுக்கு ஒரு விஷயம் தெரியுமா?

கனவில் நமக்கு கல்யாணம் நடந்து இரு குழந்தைகள் கூட இருக்கின்றன...

அவர்களுக்கும் திருமணமாகி, நாம் வயதான காலத்தில் காதலித்துக் கொண்டு இருக்கின்றோம்..

வயதான காலத்திலும் எனக்காக பாடிக் கொண்டு இருக்கின்றீர்கள்... நான் உங்கள் தோளில் சாய்ந்து அதனை கேட்டுக் கொண்டு இருக்கின்றேன்... நினைக்கவே இனிமையாக இருக்கின்றது அல்லவா?

இதெல்லாம் நிஜத்தில் நடந்தால் எவ்வளவு நன்றாக இருக்கும் தெரியுமா?

ஆனால் அதற்கு தான் எனக்கு பாக்கியம் அமையவில்லை...

கனவிலேயே உங்களுடன் வாழ்ந்துக் கொள்கின்றேன்...

ஆஹ், முக்கியமான ஒன்றை சொல்ல மறந்து விட்டேன்...

உங்களுக்கு டாட்டூ போடுவது மிகவும் பிடிக்கும் தானே...

உங்கள் முதுகில் இருக்கும் வாள் போன்ற டாட்டூவை வருடி பார்க்க ஆசை...

அதனையும் கனவிலேயே வருடிக் கொள்கின்றேன்...

உங்கள் முகத்தில் என்றும் புன்னகை தவழ இறைவனை வேண்டிக் கொண்டே விடைபெறுகின்றேன்...

இப்படிக்கு உங்கள்

தென்றல்

என்று முடித்து இருந்தாள்.

கண்ணாடியின் முன்னே நின்று தான் இதனை படித்துக் கொண்டு இருந்தான்...

அப்படியே அதிர்வு அவன் முகத்தில்...

அவன் முதுகில் இருக்கும் டாட்டூ வீட்டினரை தவிர வேற யாருக்கும் தெரிய வாய்ப்பில்லை...

சட்டென திரும்பி கண்ணாடியில் தனது முதுகை பார்த்தவனுக்கு புருவம் சுருங்கியது...

''யாராக இருக்கும்?'' என்ற கேள்வி தான் அவனுக்குள் ஓடிக் கொண்டு இருந்தது...

சட்டென படியிறங்கி கீழே வந்தவன் கௌதம் கிருஷ்ணா அருகே அமர்ந்தான்...

''என்னடா ஆச்சு... லெட்டர் படிச்சு சந்தோஷமா வருவேன்னு பார்த்தா, இப்படி டென்ஷன் ஆஹ் இருக்க?'' என்று கேட்டான் கௌதம் கிருஷ்ணா...

சட்டென அவனிடம் கடிதத்தை நீட்டியவன், ''நீயே படி'' என்றான்...

''ச்சீ சீ உங்க பெர்சனல நான் படிக்கலாமா?'' என்று கேட்க, அவனை முறைத்தவன், ''படிடா'' என்றான்...

''ஓகே'' என்று தோள்களை உலுக்கிக் கொண்டே, அதனை படிக்க ஆரம்பித்தான்...

படித்து முடித்தவனின் விழிகளிலும் அதே அதிர்ச்சி...

வம்சி கிருஷ்ணாவுக்கு தோன்றிய அதிர்ச்சி...

''நீ டாட்டூ போட்டு இருக்கிறது அவளுக்கு எப்படி தெரியும்?'' என்று கேட்டான்...

''அது தான் எனக்கும் புரியல... இது வீட்ல இருக்கிறவங்கள தவிர யாருக்கும் தெரிய

வாய்ப்பில்லை, சோ என்னை சுத்தி தான் அவ இருக்கா'' என்றான்...

கௌதம் கிருஷ்ணா, ''சுத்தியா?'' என்று கேட்டுக் கொண்டே, கண்களை சுழல விட்டான்...

ஓரமாக இருந்த மேசையை துடைத்துக் கொண்டு இருந்த பாக்கியா தான் தென்பட்டாள்...

''ஒரு வேளை பாக்கியாவா இருக்குமோ, ஆனா அவளுக்கு தான் கல்யாணம் ஆகி குழந்தைங்க இருக்கே'' என்றான் கௌதம் கிருஷ்ணா...

அவனை முறைத்து பார்த்தான் வம்சி கிருஷ்ணா...

''டேய் நாம எல்லா பக்கமும் அலசணும்ல'' என்று சொன்ன கௌதம் கிருஷ்ணாவோ, ''அந்த தென்றல் ஏன் ஒரு ஆணா இருக்க கூடாது, இந்த வீட்ல இருக்கிறவங்கனா ஜென்ட்ஸ் தான் அதிகம்'' என்றான்...

''இன்னொரு தடவை இப்படி பேசுனா சாவடிச்சிடுவேன்டா'' என்று சொல்லிக் கொண்டே, அவன் எழ முற்பட, சத்தமாக சிரித்த கௌதம் கிருஷ்ணாவோ, ''ஹேய் நான் சும்மா காமெடி பண்ணுனேன் டா'' என்றான்...

சலிப்பாக தலையை இரு பக்கமும் ஆட்டிய வம்சி கிருஷ்ணாவோ, ''இருக்கிறது ரெண்டு பேர் தான்... ஒன்னு கல்யாணி இல்லனா மிருதுளா... கல்யாணியா இருக்க வாய்ப்பே இல்ல... மிருதுளாவும் வாய்ப்பே இல்லை... ஆனாலும் எனக்கு செக் பண்ணாம கடந்து போக முடியல, நீ தான் அவங்க ரெண்டு பேர் கூடவும் நல்லா பேசுவியே... நாளைக்கு அழைச்சு வா, தமிழ் எழுத வைக்கலாம், எழுத்தை வச்சு கண்டு

பிடிக்கலாம்'' என்றான் வம்சி கிருஷ்ணா...

''நல்ல ஐடியா தான், அப்படியே நம்ம கூர்க்காவையும் எழுத வைக்கலாம், அவன் தான் உன்னை அடிக்கடி ஒரு மார்க்கமா பார்க்கிறான்'' என்று முடிக்கவில்லை, ''உன்னை கொன்னுடுவேன் பாரு'' என்று சொல்லிக் கொண்டே, கௌதம் கழுத்தை விளையாட்டாக நெரிக்க, ''டேய் விடுடா'' என்று அவன் பதற ஆரம்பிக்க, அவன் கழுத்தை விட்டவன், ''நாளைக்கு ரெண்டு பேரையும் அழைச்சிட்டு வா'' என்று சொல்லிக் கொண்டே, கௌதம் கிருஷ்ணாவின் கையில் இருந்த கடிதத்தை பறித்து எடுத்தவன் அதனை பத்திரப்படுத்திக் கொள்வதற்காக எழுந்துச் சென்று விட்டான்...

அவர்கள் விளையாட்டாக பேசி சிரித்து விளையாடுவதை ஏக்கமாக பார்த்துக் கொண்டு இருந்தன இரு கண்கள்...

ஆம் அவை தான் யாதவ் கிருஷ்ணாவின் கண்கள்...

கௌதம் கிருஷ்ணாவோ எதேர்ச்சையாக மாடியை பார்க்க, அங்கே கம்பியை பற்றிக் கொண்டே நின்று இருந்தான் யாதவ் கிருஷ்ணா...

அவன் ஏக்கம் கௌதம் கிருஷ்ணாவுக்கு புரியாமல் இல்லை...

அவனை கண்களால் அழைத்தான்...

யாதவ் கிருஷ்ணாவோ இல்லை என்ற தோரணையில் தலையை அசைத்து விட்டு அந்த இடத்தில் இருந்து நகர, அவன் செல்லும் பாதையை பெருமூச்சுடன் பார்த்துக் கொண்டே அமர்ந்து இருந்தான் கௌதம் கிருஷ்ணா...

அத்தியாயம் 4

அடுத்த நாளே, கல்யாணியையும் மிருதுளாவையும் வீட்டுக்கு அழைத்து வந்து விட்டான் கௌதம் கிருஷ்ணா...

ஒருவரை ஒருவர் பார்த்துக் கொண்டே, முன்னறையில் இருந்த சோஃபாவில் இருவரும் அமர்ந்து இருந்தார்கள்...

அங்கே இருந்த ஒரு இருக்கையில் வம்சி கிருஷ்ணா கால் மேல் கால் போட்டு அமர்ந்து இருக்க, அவன் அருகே இருந்த இருக்கையில் கௌதம் கிருஷ்ணா அமர்ந்து இருந்தான்...

சற்று தள்ளி அமர்ந்து இருந்த வேதவல்லியோ, 'ஏதோ சம்பவம் போல, என்னனு பார்ப்போம்' என்று நினைத்தபடி அவர்களை பார்த்துக் கொண்டே அமர்ந்து இருந்தார்...

'எவ்வளவு நேரத்துக்கு தான் முகத்தை முகத்தை பார்த்துட்டு இருக்கிறது' என்று நினைத்த மிருதுளாவோ, ''என்ன மாமா வரச் சொன்னீங்க?'' என்று கௌதம் கிருஷ்ணாவை பார்த்து கேட்டாள்.

''வம்சி தான் வரச் சொன்னான், உங்களுக்கு ஒரு டாஸ்க் கொடுக்கணுமாம்'' என்றான்...

''டாஸ்க்ல வின் பண்ணுனா கல்யாணமா?'' என்று கேட்டாள் கல்யாணி...

உடனே மிருதுளா, கௌதம் கிருஷ்ணா, வம்சி கிருஷ்ணா என மூவரும் அவளை ஒரே நேரத்தில் முறைத்துப் பார்க்க, 'ஐயோ, எல்லாரும் சேர்ந்து முறைக்குறாங்க, கம்முனு இருப்போம்'

என்று நினைத்துக் கொண்டே, ‘‘ஹி ஹி காமெடி பண்ணுனேன்’’ என்று சமாளித்துக் கொண்டாள்.

வம்சி கிருஷ்ணாவோ ஆழ்ந்த மூச்செடுத்தபடி தனது கையில் இருந்த இரு காகிதங்களையும் இரு பேனாக்களையும் கல்யாணியிடமும் மிருதுளாவிடமும் கொடுத்தான்…

அவர்களும் யோசனையுடன் வாங்கிக் கொண்டார்கள்…

அங்கே டீ பாயில் இருந்த இரு புத்தகங்களை கண்களால் காட்டியவன், ‘‘அதுல வச்சு நான் சொல்றத தமிழ்ல எழுதுங்க’’ என்றான்…

அவன் சொன்னபடி புத்தகத்தை எடுத்து காகிதத்தை அதன் மேல் இருவரும் வைத்துக் கொண்டே, ‘‘சொல்லுங்க மாமா’’ என்றார்கள்…

‘‘வயதான காலத்திலும் எனக்காக பாடிக் கொண்டு இருக்கின்றீர்கள்… நான் உங்கள் தோளில் சாய்ந்து அதனை கேட்டுக் கொண்டு இருக்கின்றேன்… நினைக்கவே இனிமையாக இருக்கின்றது அல்லவா?’’ என்றபடி இருவரையும் உன்னிப்பாக பார்த்தான்…

கௌதம் கிருஷ்ணாவும் அவர்களது முக பாவனைகளை தான் பார்த்துக் கொண்டு இருந்தான்…

கல்யாணியோ, ‘‘இதையா எழுதணும்?’’ என்று கேட்டாள்.

ஆம் என்கின்ற ரீதியில் தலையாட்டினான்…

இருவரும் திரு திருவென விழித்துக் கொண்டே எழுதினார்கள்…

முதலில் எழுதி முடித்த மிருதுளாவோ,

''எழுதிட்டேன் மாமா'' என்று சொல்லிக் கொண்டே கையில் இருந்த காகிதத்தை வம்சி கிருஷ்ணாவிடம் நீட்டினாள்...

அதனை பார்த்தவன் முகம் இறுக, ''என்ன மிருதுளா இது?'' என்று சற்று அழுத்தமாகவே கேட்டான்...

''என்னாச்சு?'' என்றாள் அவள்...

''நானா தமிழ்ல எழுத சொன்னேன், தங்கிலீஷ்ல எழுத சொல்லல'' என்றான்...

''ஐயோ மாமா, நான் இங்கிலிஷ் மீடியம், எனக்கு தமிழ் எழுத வராது...'' என்று சொல்ல, ''மேய்க்கிறது எருமை, இதுல என்ன பெருமை'' என்று கௌதம் கிருஷ்ணா வெளிப்படையாகவே திட்டி விட, அவனை முறைத்துக் கொண்டே, விறு விறுவென வெளியேறி விட்டாள் அவள்.

''சரியான திமிர் பிடிச்சவ'' என்றான் கௌதம் கிருஷ்ணா...

''சரி அவளை விடு'' என்று சொல்லிக் கொண்டே கல்யாணியை பார்க்க, அவளோ இன்னும் சொன்னதை எழுதி முடியவே இல்லை...

''எழுதுனது போதும் தாயே கொஞ்சம் கொடு'' என்று சொல்லிக் கொண்டே, எழுந்த கௌதம் கிருஷ்ணா, அவள் கையில் இருந்த காகிதத்தை பறித்து எடுத்தான்...

''ஐயோ மாமா எழுதி முடிக்கல'' என்றாள் அவள்...

''இது போதும்'' என்று சொல்லிக் கொண்டே காகிதத்தை பார்த்தவன், ''நீயே பாரு'' என்று வம்சி கிருஷ்ணாவிடம் கொடுத்தான்...

மேலே அவளும் மிருதுளா போல தமிழை ஆங்கில எழுத்துக்களில் எழுதி இருந்தாள்...

மிருதுளாவுக்கு திட்டு விழுந்ததும் அதனை வெட்டி இருந்தாள்.

அதன் கீழே தனக்கு தெரிந்த தமிழில் கிறுக்கி இருந்தாள்.

வம்சி கிருஷ்ணா அதனை வாசிக்க முயன்றான்...

''வதன களத்திலும் எனக்கு படிக் கெண்டு'' என்று புருவம் சுருக்கி வாசித்து விட்டு நிறுத்தியவன், அவன் முன்னே நின்று கையை பிசைந்து நின்றவளை விழி விரித்து, இதழ் குவித்து ஊதிக் கொண்டே பார்த்தபடி, ''என்ன தமிழ் இது?'' என்றான்...

''எனக்கும் தமிழ் எழுத தெரியாது, உங்களுக்காக கஷ்டப்பட்டு எழுதி இருக்கேன்'' என்று அவள் பதில் அளிக்க, அவள் கையில் அந்த காகிதத்தை வைத்தவன், ''முதல் தமிழ் எழுத கத்துக்கோ, தமிழ் தெரியாதுனு சொல்றது பெருமைனு நிறைய பேர் நினைச்சுட்டு இருக்காங்க, தமிழ் பொண்ணா இருந்துட்டு தமிழ் எழுத தெரியாதுனு சொல்றது அசிங்கம்... புரிஞ்சுதா?'' என்றான்...

அவளோ, நான்கு பக்கமும் தலையாட்டிக் கொண்டே, அங்கிருந்து நகர, இப்போது கௌதம் கிருஷ்ணாவை திரும்பிப் பார்த்தவன், ''தமிழே எழுத தெரியலடா ரெண்டு பேருக்கும்'' என்றான்...

கௌதம் கிருஷ்ணாவோ, ''எதுக்கும் ஒரு தடவை பாக்கியாவை எழுத வச்சுடலாம்டா'' என்று சொல்ல, அவனை முறைத்த வம்சி கிருஷ்ணாவோ, ''என் கிட்ட உதை வாங்க போற'' என்றபடி எழ முற்பட, ''ட்ரை

தானே... எல்லாரையும் எழுத வச்சுடலாம், நமக்கும் டைம் பாஸ் ஆகும்'' என்று சொல்ல, ''என்னவோ பண்ணி தொலைடா'' என்று சொன்னான் வம்சி கிருஷ்ணா...

அடுத்த கணமே கௌதம் கிருஷ்ணா அனைவரின் கையிலும் காகிதத்தை கொடுத்து இருந்தான்...

கூர்க்காவை கூட விட்டு வைக்கவில்லை...

''நான் நலம், நீங்கள் நலமா?'' என்று கௌதம் கிருஷ்ணா அனைவரையும் எழுத சொன்னான்...

கூர்க்காவுக்கு தமிழ் எழுத தெரிந்தால் தானே...

அவனது மொழியில் ஏதோ எழுதி கொடுத்து இருக்க, அதனை பார்த்து வம்சி கிருஷ்ணாவும் கௌதம் கிருஷ்ணாவும் சத்தமாக சிரித்துக் கொண்டு இருந்தார்கள்...

அவர்களை நீண்ட நேரம் பார்த்துக் கொண்டு இருந்த வேதவல்லியோ, ''எல்லாருக்கும் ஏதோ எழுத கொடுக்கிறீங்க போல, எனக்கும் கொடுங்கடா'' என்றார்...

அவரிடம் ஒரு காகிதத்தை நீட்டிய கௌதம் கிருஷ்ணாவோ, ''ஒழுங்கா எழுத தெரியுமா பாட்டி?'' என்று கேட்டான்...

''நான் அஞ்சாம் க்ளாஸ் பாஸ்டா'' என்று சொல்ல, ''க்கும் ரொம்ப தான்'' என்று சொல்ல, அவரும் எழுதி அதனை நீட்டி இருந்தார்...

அன்று கௌதம் கிருஷ்ணாவுக்கும் வம்சி கிருஷ்ணாவுக்கும் நேரம் நன்றாகவே கழிந்தது...

அனைவரையும் எழுத வைத்து, அதனை வாசித்து, சிரித்து களைத்து போனார்கள்...

சற்று நேரத்தில் வம்சி கிருஷ்ணா அருகே வந்து கௌதம் கிருஷ்ணா அமர, அவனோ பெருமூச்சுடன் எழ முற்பட்டான்...

''வம்சி'' என்று கௌதம் கிருஷ்ணா அழைக்க, ''ம்ம் சொல்லு'' என்று சொல்லிக் கொண்டே, அவனை பார்த்தான் வம்சி கிருஷ்ணா...

''தென்றல் கிடைப்பானு நினைக்கிறியா?'' என்று கேட்டான்...

''என் பக்கத்துல தான் இருக்கா... ஆனா என்னால கண்டு பிடிக்க முடியல'' என்று சொல்லும் போதே அவன் குரலில் ஒரு ஏமாற்றம்...

''கண்டே பிடிக்க முடியலைனா என்ன பண்ணுவ?'' என்று கௌதம் கிருஷ்ணா கேட்க, வம்சி கிருஷ்ணாவோ, ''அம்மா கிட்ட மூணு மாசம் டைம் கேட்டு இருக்கேன்... பார்க்கலாம்'' என்றான்...

''வம்சி, நான் அத கேட்கல, கண்டு பிடிக்க முடியலனா என்ன பண்ணுவ?'' என்று மீண்டும் கேட்டான்...

அந்த கேள்விக்கு பதிலை வேண்டுமென்றே தவிர்த்து இருந்த வம்சி கிருஷ்ணாவோ, ''என்ன பண்ணலாம்னு சொல்ற?'' என்று கேட்டான்...

''கல்யாணம் தான்'' என்று பதில் வந்தது...

இதழ்களை பிதுக்கிய வம்சி கிருஷ்ணாவோ, ''வாய்ப்பில்லைனு சொல்ல மாட்டேன்... எப்படியும் கல்யாணம் பண்ணிக்க தானே வேணும்... மனசு மாறுற நேரம் பண்ணிக்க யோசிப்பேன்...'' என்றான்...

எதார்த்தமாக பேசினான்...

ஆனால் அந்த வார்த்தைகளில் ஒரு வித பயம் இருந்தது...

அப்படி நடந்து விடவே கூடாது என்கின்ற பயம்...

''போஸ்ட் ஆஃபீஸ்ல என்ன சொன்னாங்க?'' என்று கௌதம் கிருஷ்ணா கேட்ட அடுத்த கேள்விக்கு இதழ்களை பிதுக்கிக் கொண்டே எழுந்து மாடியேறிச் செல்ல, அவனை யோசனையுடன் பார்த்தான் கௌதம் கிருஷ்ணா...

இதே சமயம் யாதவ் கிருஷ்ணாவிற்கு டியூஷன் எடுக்க ஆயத்தமாகிக் கொண்டு இருந்தாள் தேன்மொழி...

மகாலக்ஷ்மியோ அதுவரை ஏதோ யோசனையில் இருந்தவர், ''தேன்மொழி'' என்று அழைக்க, அவளும் சற்று நேரத்தில் சமையலறைக்குள் சென்றவள், அங்கிருந்த சுவரில் வளையலால் சத்தம் போட்டு, ''என்ன'' என்கின்ற தோரணையில் கேட்டாள்.

அவளை திரும்பி பார்த்த மகாலக்ஷ்மியோ, ''நம்ம தரகர் வந்திருந்தார்'' என்றார்...

அவளிடம் பெருமூச்சு...

அவளுக்கும் இத்தனை வருடங்களாக திருமணம் செய்து வைக்க மகாலக்ஷ்மி ஓடாத இடம் இல்லை...

அழகாக இருந்தாலும் வாய் பேச முடியாது என்று சொன்னதுமே அவளை திருமணம் செய்துக் கொள்ள தயக்கம் காட்டி விடுவார்கள்...

இல்லை என்றால் ஊரையே சீதனம் கேட்பார்கள்...

இது தான் நடந்துக் கொண்டு இருக்கிறது...

விசேஷ தேவையுடைய மணமகனாக இருந்தால் கூட இதே எதிர்பார்ப்பு தான்...

அங்கவீனத்தில் கூட ஆண்களுக்கு ஒரு சட்டம் பெண்களுக்கு ஒரு சட்டமா என்று மகாலக்ஷ்மியால் நினைக்காமல் இருக்க முடியவே இல்லை...

ஆனாலும் மகளுக்காக வரன் தேடுவதை அவர் நிறுத்தவில்லை...

இன்றும் அது சம்பந்தமாக தான் கல்யாண தரகர் வந்து சென்றார்...

அவளை ஆழ்ந்து திரும்பி பார்த்தவர், ''அடுத்த வெள்ளிக்கிழமை பொண்ணு பார்க்க வர்றாங்க, க்ளாஸுக்கு வரமாட்டேன்னு சொல்லிடு'' என்றார்...

அவளால் என்ன பதில் தான் சொல்ல முடியும்?

'இது எத்தனையாவது தடவை, எப்படியும் பிடிக்கலனு தான் சொல்ல போறாங்க' என்று மனதிற்குள் சலித்துக் கொண்டவளோ, தலையை சம்மதமாக ஆட்டி விட்டு கைப்பையை எடுத்து தோளில் போட்டவள், யாதவ் கிருஷ்ணாவின் வீட்டை நோக்கி நடக்க ஆரம்பித்து விட்டாள்.

பெரிய தூரம் இல்லை...

பதினைந்து நிமிட நடை தான்...

அவர்கள் வீட்டையும் அவள் அடைந்த சமயம், அவளை தாண்டி வேகமாக உள்ளே நுழைந்தாள் கல்யாணி...

இன்று புடவை கட்டி இருந்தாள்.

வம்சி கிருஷ்ணாவுக்காக கட்டி இருந்தாள்.

முன்னறையில் தான் வேதவல்லி இருந்தார்...

உள்ளே நுழைந்த கல்யாணியை கண்டதுமே, ‘‘அட மகாலக்ஷ்மி போல இருக்கியே, என் கண்ணே பட்டுடும் போல’’ என்று சொன்னபடி கையால் காற்றில் திருஷ்டி சுற்றி நெட்டி முறித்துக் கொண்டார்..

வசந்தியும், ‘‘புடவைல அழகா இருக்கேம்மா’’ என்று சொல்லிக் கொண்டே, அவள் பின்னால் நடந்து வந்த தேன்மொழியை பார்த்தவர், ‘‘நீ எப்போவும் புடவை தானே கட்டுவ... உனக்கும் புடவை ரொம்ப அழகு’’ என்று சொல்லிக் கொண்டார்..

இருவரையும் அவர் ஒரே தராசில் வைக்க முயன்றார்...

வேதவல்லிக்கு அது பிடிக்குமா?

‘‘என் பேத்தியை இந்த ஊமைச்சி கூட ஒப்பிடுறியா?’’ என்று கேட்டார்...

வசந்திக்கு என்னவோ போல ஆகி விட்டது...

‘‘ஐயோ அப்படி இல்ல அத்தை’’ என்று அவர் அவசரமாக மறுக்க, ‘‘எலும்பும் தோலுமா இருக்கிற அவளுக்கு புடவை நல்லாவா இருக்கு?’’ என்று அடுத்த கேள்வி கேட்டார்...

வீட்டினுள் நுழைந்த தேன்மொழிக்கு சட்டென்று முகம் சுருங்கி விட்டது...

மனதில் அவர் வார்த்தைகள் என்னவோ செய்தது...

அவள் என்ன ஜடமா உணர்வுகளை தொலைத்து இருக்க?

அவளுக்கும் வலித்தது...

தலையை குனிந்துக் கொண்டே, அவரை கடந்துச் சென்று மாடியில் ஏறிக் கொண்டாள்.

கல்யாணிக்கு அதனை பற்றி எல்லாம் யோசிக்கும் அளவுக்கு பக்குவம் இல்லை...

தன்னை அழகு என்று சொல்லி விட்டார்கள் என்கின்ற சந்தோஷம் மட்டுமே மனதில் நிறைந்து இருக்க, ''வம்சி மாமா எங்க அத்தை?'' என்று கேட்டாள்.

''ஸ்டூடியோ உள்ளே இருக்கான் மா'' என்றார் அவர்...

''அவருக்கு தான் உள்ளே போனா பிடிக்காதே'' என்று அவள் சொல்ல, ''வெய்ட் பண்ணும்மா வந்திடுவான்'' என்று சொல்லி விட்டு அவர் வேலையை பார்க்கச் சென்று விட்டார்...

அவளும் வேதவல்லி அருகே அமர்ந்துக் கொள்ள, கௌதம் கிருஷ்ணாவோ அங்கே வந்தவன், ''அட என்ன இன்னைக்கு புடவை எல்லாம்?'' என்று கேட்டான்...

''அன்னைக்கு சொன்னீங்க தானே'' என்று சொன்னபடி எழுந்து நின்ற கல்யாணியோ, ''நல்லா இருக்கா?'' என்று அப்படியும் இப்படியும் திரும்பி காட்டினாள்.

''ம்ம் நல்லா இருக்கு'' என்றான்...

''வம்சி மாமாவுக்கு பிடிக்குமா?'' என்று கேட்டாள்.

இதழ்களை பிதுக்கியவன், ''தெரியலையே'' என்று சொல்லிக் கொண்டே, அங்கிருந்த சோஃபாவில் அமர்ந்துக் கொண்டான்...

இதே சமயம் யாதவ் கிருஷ்ணாவுக்கு டியூஷன் எடுத்துக் கொண்டு இருந்த தேன்மொழிக்கு இன்னுமே வேதவல்லியின் வார்த்தைகள் காதில் ஒலித்துக் கொண்டு இருந்தன...

சின்ன வயதில் இருந்து எத்தனையோ வார்த்தைகளை அவள் கடந்து வந்தாலும், காயப்படுத்தும் வார்த்தைகள் வலிக்கவில்லை என்று கூறி விட முடியாது அல்லவா?

யாதவ் கிருஷ்ணாவே, ''ஏன் சோகமா இருக்கீங்க?'' என்று சைகையால் கேட்டான்...

ஒன்றும் இல்லை என்று தலையாட்டி விட்டு கவனத்தை வேறு இடம் செலுத்த முயன்றாள்.

இந்த சமயத்தில் ஸ்டூடியோவில் இருந்து வெளியே வந்தான் வம்சி கிருஷ்ணா...

அவனுக்காக தான் கல்யாணி முன்னறையில் காத்துக் கொண்டு இருந்தாள்.

அவன் மாடியில் இருந்து இறங்கி வருவதை ரசனையாக பார்த்துக் கொண்டே எழுந்து நின்றாள் கல்யாணி...

அவனோ தொலைபேசியை பார்த்துக் கொண்டே வந்தவன், ''டேய் கௌதம், நாளைக்கு சாங் ப்ராக்டிஸுக்கு போகணும், மார்னிங் ரெடியா இரு'' என்று சொல்லிக் கொண்டே, அங்கு வேலை செய்துக் கொண்டு இருந்த பாக்கியாவிடம், ''பாக்கியா எனக்கு ஒரு காஃபி, கார்டன்ல இருக்கேன், அங்கே கொண்டு வந்திடு'' என்று சொல்லிக் கொண்டே நகர முற்பட, ''மாமா'' என்றாள் கல்யாணி...

அவளை அவன் பார்க்கவே இல்லை அல்லவா?

சட்டென்று திரும்பி என்ன என்கின்ற தோரணையில் புருவத்தை ஏற்றி இறக்கினான்...

''எப்படி இருக்கேன்?'' என்று கேட்டாள்.

''அப்படியே தான் இருக்க'' என்றான்...

அவளோ, ''ஐயோ'' என்று சலிப்பாக சொல்லிக் கொண்டே, ''புடவை கட்டி இருக்கேன்'' என்றாள்.

''சோ வாட்?'' என்று கேட்டுக் கொண்டே, அவன் வெளியேற, அவள் முகம் தொங்கி போய் விட்டது...

கௌதம் கிருஷ்ணாவோ, ''இப்போவும் சொல்றேன், வீணா மனசுல ஆசைய வளர்த்துக்காதே'' என்று சொல்லிக் கொண்டே அவனும் வெளியேற, வேதவல்லியோ, ''அவன் கிடக்குறான்... உனக்கு தான் வம்சி... நான் இந்த கல்யாணத்தை நடத்தி வைக்கிறேன்... அவன் வேற ஒருத்தி கழுத்துல தாலி கட்டுனான்னா இந்த முடியை நான் வெட்டி எறியுறேன்'' என்று சபதம் வேறு செய்தார்...

அவளோ வேதவல்லியை பெருமூச்சுடன் பார்த்தவளோ, ''நிஜமா என் கல்யாணத்தை மாமா கூட நடத்தி வச்சிடுவீங்களா?'' என்று கேட்க, 'கண்டிப்பாம்மா' என்று அவர் சொல்லிக் கொண்டார்..

இதே சமயம், பூங்காவில் இருக்கும் லவ் பேர்ட்ஸை பார்த்துக் கொண்டே மார்புக்கு குறுக்கே கைகளை கட்டிக் கொண்டே நின்று இருந்தான் வம்சி கிருஷ்ணா...

அவன் அருகே வந்து நின்ற கௌதம் கிருஷ்ணாவோ, ''கல்யாணி லிமிட் தாண்டி போற போலவே தோணுது'' என்றான்...

வம்சி கிருஷ்ணாவோ, ‘‘எல்லாம் பாட்டியால வர்றது... அவ மனச அவங்க தான் கெடுத்து வச்சு இருக்காங்க’’ என்று கடுப்பாக சொல்லிக் கொண்டவன் விழிகள் லவ் பேர்ட்ஸில் படிந்தன...

அவை முத்தமிடுவதை இதழ் பிரித்து ரசித்துக் கொண்டே பார்த்தவனோ, ‘‘லவ் பேர்ட்ஸ் லவ் பண்ணுறது அழகா இருக்குல்ல’’ என்றான்...

அவனை பக்கவாட்டாக திரும்பி விசித்திரமாக பார்த்த கௌதம் கிருஷ்ணாவோ, ‘‘உனக்கு ஏதோ ஆயிடுச்சு’’ என்று சொல்லிக் கொண்டே, சுற்றி பார்க்க, அங்கே யாதவ் கிருஷ்ணாவுக்கு வகுப்பை முடித்து விட்டு பூங்காவை தாண்டி நடந்துச் சென்ற தேன்மொழி கண்ணில் பட்டாள்...

சட்டென அவனுக்கு ஏதோ தோன்ற, ‘‘தேன்மொழி’’ என்று சத்தமாக அழைத்தான்...

அவளோ அவனை திரும்பி பார்க்க, வம்சி கிருஷ்ணாவும் அவளை பார்த்து விட்டு கௌதம் கிருஷ்ணாவை பார்த்தவன், ‘‘இப்போ எதுக்கு அந்த பொண்ண கூப்பிடுற?’’ என்று கேட்டான்...

உடனே கௌதம் கிருஷ்ணா, ‘‘அவ கிட்ட மட்டும் நாம லெட்டர் எழுத சொல்லலையே’’ என்றான்...

உடனே வம்சி கிருஷ்ணாவோ, ‘‘ஹேய் கௌதம், கொஞ்சம் கூட சென்ஸ் ஆஃ யோசிக்க மாட்டியா? அந்த பொண்ண பார்த்தா லெட்டர் எழுதுற போலவா இருக்கு?’’ என்று கேட்டான்...

அவனை புருவம் சுருக்கி பார்த்த கௌதம் கிருஷ்ணாவோ, ‘‘ஏன் அவ லெட்டர் எழுத மாட்டாளா? இல்ல லவ் பண்ண தான் மாட்டாளா?’’ என்று கேட்டான்.

''அந்த லெட்டரை பார்த்த தானே... எப்படி துறு துறுனு இருக்கு... இந்த பொண்ணு தலை நிமிர்ந்து நான் பார்த்ததே இல்லை'' என்றான் அவன்...

''ஏன்னா அவளால பேச முடியாது, சோ அமைதியா இருக்கிற போல தோணலாம், எதுக்கு நாம சந்தேகத்தை விட்டு வைக்கணும்?'' என்று கேட்டுக் கொண்டே இருக்கும் போது அவளும் பூங்காவினுள் நுழைந்தாள்...

அவள் விழிகள் கௌதம் கிருஷ்ணாவை பார்த்தாலும் தன்னையும் மீறி அருகே நின்ற வம்சி கிருஷ்ணாவில் ஒரு கணம் படிந்து மீண்டது...

அவன் அவளை பார்க்கவில்லை...

லவ் பேர்ட்ஸை பார்த்துக் கொண்டே நின்று இருந்தான்...

''பேப்பர், பேனா இருக்கா?'' என்று கேட்டான் கௌதம் கிருஷ்ணா...

ஆம் என்கின்ற ரீதியில் தலையாட்டினாள்...

''நான் சொல்றத கொஞ்சம் எழுதி காட்டுறீங்களா?'' என்று கேட்டான்...

அவள் புரியாமல் பார்க்க, ''சும்மா தான், ஜஸ்ட் எல்லாரையும் எழுத வச்சு தமிழ் தெரியுதானு டெஸ்ட் பண்ணுறோம்... கொஞ்சம் எங்களுக்கும் என்டெர்டெய்ன்மெண்ட் ஆஹ் இருக்கு'' என்று சொல்ல, அவளும் கைப்பையில் இருந்த நோட் புக் மற்றும் பேனாவை எடுத்தவள், பூங்காவில் அமைக்கப்பட்டு இருந்த கல்லினால் வடிவமைக்கப்பட்ட மேசையில் அவற்றை வைத்துக்

கொண்டு எழுத ஆயத்தமானபடி, கௌதம் கிருஷ்ணாவை ஏறிட்டுப் பார்த்தாள்.

அவனோ, ''நான் நலம், அது போல் நீங்களும் நலமா?'' என்று சொன்னான்...

அவளும் வலது கையில் பேனாவை பிடித்து எழுதினாள்...

முத்து முத்தான எழுத்து என்று சொல்ல முடியாது.. ஓரளவு படிக்க கூடிய எழுத்து தான்...

எழுதி முடிய அதனை கௌதம் கிருஷ்ணாவிடம் நீட்டினாள்...

அதுவரை அவளை பார்க்காமல் இருந்த வம்சி கிருஷ்ணாவின் விழிகள் இப்போது அவள் கொடுத்த நோட் புக்கில் படிய, அவன் முகத்தில் ஒரு ஏமாற்றம்..

அவன் தேடிய தென்றலின் கையெழுத்து அல்ல அது...

பெருமூச்சுடன் மீண்டும் லவ் பேர்ட்ஸ் பக்கம் பார்க்க தொடங்கி விட்டான்...

கௌதம் கிருஷ்ணாவோ, ''ஓகே, உங்களுக்கு தமிழ் நல்லா வருது... குட்'' என்று புன்னகையுடன் சொல்லிக் கொண்டே நோட் புக்கை திரும்ப கொடுக்க, அவளும் அதனை கைப்பையில் வைத்துக் கொண்டே, தலையை அசைத்துக் கொண்டே, தனது முகத்துக்கு முன்னே வந்த முடியை இடது கையினால் எடுத்து காதின் பின்னால் விட்டாள்.

இடது கையின் பெரு விரலில் பெரிய கட்டு...

''அந்த கைல என்னாச்சு?'' என்றான் கௌதம் கிருஷ்ணா...

கத்தி வெட்டி விட்டதாக சைகை மூலம் அவள் சொல்ல, அவனால் புரிந்துக் கொள்ள கூடியதாக இருந்தது…

"ஓகே, டேக் கெயார்" என்று சொல்ல, தேன்மொழிக்கு வம்சி கிருஷ்ணாவிடம் ஆட்டோக்ராஃப் வாங்கி விட வேண்டும் என்று ஆர்வம் பிறந்தது… இப்படி அவனை நெருக்கமாக பார்க்கும் முதல் சந்தர்ப்பம் இது…

சட்டென கௌதம் கிருஷ்ணாவிடம் பைக்குள் வைத்த நோட் புக்கை எடுத்து நீட்டியவள், கையால் கையெழுத்து இடுவதை போல சைகை செய்ய, "என்னோடதா? இல்ல அவனோடதா?" என்று கேட்டான் கௌதம் கிருஷ்ணா…

அவளோ இரண்டு விரல்களையும் தூக்கி காட்டினாள்…

வம்சி கிருஷ்ணாவுடையதை மட்டும் கேட்டு கௌதம் கிருஷ்ணாவை மனம் நோக வைக்க அவள் விரும்பவில்லை…

கௌதம் கிருஷ்ணாவும் கையெழுத்தை போட்டவன் வம்சி கிருஷ்ணாவை பார்க்க, அவனோ, "ஐ ஆம் நாட் இன் எ மூட், சாரி" என்று சொல்லிக் கொண்டே, அங்கிருந்து விறு விறுவென நகர்ந்து விட்டான்…

தென்றலை கண்டு பிடிக்க முடியவில்லை என்கின்ற ஏமாற்றம் அவனிடம் இருந்து கோபமாக வெளிப்பட்டது…

சட்டென தேன் மொழியின் முகம் வாடிவிட்டது…

‘கண்டு பிடிக்க முடியல என்கிற கோபத்தை பாவம் இந்த பொண்ணு மேல காட்டிட்டு போறான்’ என்று நினைத்த கௌதம் கிருஷ்ணாவோ, ‘‘அவனுக்கு கொஞ்சம் வேர்க் ப்ரெஷர், இன்னொரு நாளைக்கு வாங்கிக்கலாம்’’ என்று சொல்ல, அவளோ கஷ்டப்பட்டு புன்னகைத்தவள், பரவாயில்லை என்கின்ற ரீதியில் தலையை அசைத்து விட்டு அவனிடம் இருந்த நோட் புக்கை வாங்கிக் கொண்டே அங்கிருந்து நகர்ந்தாள்...

நடந்துச் சென்றவளுக்கு காயம் பட்ட இடது கை பெருவிரல் வலிக்க, அதனை தூக்கி பார்த்துக் கொண்டே நடையை தொடர்ந்தாள்...

இதே சமயம், பாக்கியா கொண்டு வந்த காஃபியை குடித்தது என்னவோ பூங்காவில் நின்று இருந்த கௌதம் கிருஷ்ணா தான்...

வம்சி கிருஷ்ணாவுக்கு காஃபியும் குடிக்க பிடிக்கவில்லை...

நாட்கள் நகர நகர, தென்றலை கண்டு பிடிக்கவே முடியாமல் போய் விடுமோ என்கின்ற பதட்டம் மட்டுமே மனதில் நிறைந்து இருந்தது...

அத்தியாயம் 5

இப்படியே ஒரு வாரம் கடந்து இருக்கும், தேன்மொழியை பெண் பார்க்க மாப்பிள்ளை வீட்டினர் வரவிருக்கும் நாளும் வந்து சேர்ந்து விட்டது...

கண்ணாடி முன்னே அமர்ந்து இருந்தாள் தேன்மொழி...

பச்சை நிற பட்டு புடவை அணிந்து இருந்தாள்...

தலையில் மல்லிகை பூக்களை வைத்து இருந்தவளோ காதில் சின்ன ஜிமிக்கியும், கையில் வளையல்களும், கழுத்தில் சின்ன நெக்லஸும் மட்டுமே அணிந்து இருந்தாள்.

எதுவும் தங்கம் அல்ல, எல்லாமே கவரிங் தான்...

இப்படி ஆயத்தமாக எல்லாம் அவளுக்கு கொஞ்சமும் இஷ்டம் இல்லை...

எப்படியும் பொண்ணுக்கு பேச வராது, அதனால் திருமணம் வேண்டாம் என்று தானே சொல்ல போகின்றார்கள்... பிடிக்கவில்லை என்று சொல்வதற்காக இந்த அலங்காரம் தேவையா? என்று தான் நினைத்துக் கொள்வாள்...

ஆனால் மகாலக்ஷ்மி விடமாட்டார்...

அழகாக ஆயத்தமாக வேண்டும் என்று கண்டிப்புடன் கூறி விடுவார்...

அவளும் வேறு வழி இல்லாமல் ஆயத்தமாகி விட்டாள்.

கருப்பு பொட்டை எடுத்து நெற்றியில் வைத்தவளுக்கு ஏதோ நினைவு வர சட்டென்று தொலைபேசியை எடுத்து, அதில் வம்சி கிருஷ்ணாவின் குரலில் அமைந்த பாடல் ஒன்றை தேடி எடுத்தாள்...

''இணையே

என் உயிர் துணையே

உன் இமை திறந்தால்

நான் உறைவது ஏனடி

அழகே

என் முழு உலகம்

உன் விழிகளிலே

கண் உறங்குது பாரடி''

பாடலை கேட்டுக் கொண்டே, கண்ணுக்கு மையை தீட்டினாள்...

அவன் குரலை கேட்டதுமே, அதுவரை இருந்த ஏதோ ஒரு அழுத்தம் அவளுக்கு நீங்கிய உணர்வு...

இதழ்கள் மெலிதாக விரிந்தன...

கன்னங்கள் பூச்சு இல்லாமலேயே வெட்கத்தினால் சிவந்து போயின...

வெட்கப்பட்டு சிரித்துக் கொண்டே கண்களை மூடி திறந்தவளோ, ''தேன்மொழி'' என்று மகாலக்ஷ்மியின் குரல் கேட்டு நிதானத்துக்கு வந்தாள்.

ஆழ்ந்த மூச்செடுத்துக் கொண்டே, தன்னை ஒரு தடவை கண்ணாடியில் பார்த்து விட்டு வெளியேறிச் செல்ல, அங்கே அவளது சொந்தக்காரர்கள் அமர்ந்து பேசிக் கொண்டு இருந்தார்கள்...

''இதோட எத்தனையாவது தடவை வந்துட்டோம் மகா'' என்று அவள் அத்தை நிர்மலா சலித்துக் கொண்டார்...

அவர்களுக்கு இருக்கும் ஓரிரெண்டு சொந்தங்களில் நிர்மலா நெருங்கியவர்...

அதனால் அவர் என்ன பேசினாலும் பொறுத்துக் கொள்ள வேண்டிய கட்டாயம் இவர்களுக்கு...

மகாலக்ஷ்மியோ, ''இந்த மாப்பிள்ளை கிட்ட தரகர்

எல்லாமே விளக்கமா பேசி இருக்கார் அண்ணி, மத்தவங்க போல பார்த்துட்டு முடிவு சொல்றோம்னு சொல்லாம, சம்மதம் சொல்லிட்டு தான் பொண்ணு பார்க்கவே வர்றாங்க'' என்றார்...

''என்னவோ போ, எனக்கும் ஒரு பொண்ணு இருக்கா, தேன்மொழியை விட ரெண்டு வயசு கம்மி, இப்போ வயித்துல ரெண்டாவது பிள்ளையோட ராணி மாதிரி இருக்கா... நீயும் ஊமை பொண்ண வச்சிட்டு படாத பாடு படுற, நீயே சொல்லு உனக்கு ஒரு மகன் இருந்து ஊமை பொண்ண கட்டி கொடுப்பியா?'' என்று கேட்டு விட்டு, வந்த ஏனையோரிடம் பேச ஆரம்பித்து விட்டார்...

மகாலக்ஷ்மிக்கு பதில் பேச முடியவில்லை...

பெருமூச்சுடன் அங்கிருந்து நகர போனவரின் விழிகளில் அனைத்தையும் கேட்டுக் கொண்டே, அருகிலிருந்த தூணில் சாய்ந்து நின்ற தேன்மொழி தென்பட்டாள்...

அவள் அருகே வந்தவரோ, ''நீ ஒண்ணும் கவலைப்படாதம்மா, இந்த சம்பந்தம் சரி வந்திடும்'' என்று சொல்லி அவள் கன்னத்தை தட்டி விட்டு சமையலறைக்குள் செல்ல, அவளோ ஒன்றும் பேசாமல் மௌனமாக சமையலறைக்குள் நுழைந்துக் கொண்டாள்.

அங்கே சுவற்றில் சாய்ந்துக் கொண்டே, காஃபி போட்டுக் கொண்டு இருந்த மகாலக்ஷ்மியை பார்த்துக் கொண்டே நின்று இருக்க, சட்டென திரும்பிய மகாலக்ஷ்மி, 'என்னம்மா?' என்று கேட்டார்...

அவளோ, ''நான் உங்களுக்கு பாரமா?'' என்று

சைகையில் கேட்க, ‘‘ஐயோ அப்படி எல்லாம் இல்லம்மா, இவங்க ஏதோ பேசுறாங்கனு நீ மனச போட்டு குழப்பிக்காத’’ என்று சொல்லிக் கொண்டே, காஃபியை போட்டார்...

அந்த நேரம் வாசலில் சத்தம் கேட்டது...

மாப்பிள்ளை வீட்டினர் வந்து இருக்கின்றார்கள் என்று உணர்ந்த மகாலக்ஷ்மியோ, ‘‘மாப்பிள்ளை வீட்ல இருந்து வந்துட்டாங்க போல’’ என்று சொல்லிக் கொண்டே வெளியேற, தேன்மொழியோ எந்த உணர்வும் இல்லாமல் அப்படியே சுவரில் சாய்ந்து நின்று இருந்தாள்.

மாப்பிள்ளை வீட்டினரும் வந்து விட்டார்கள்...

மாப்பிள்ளையின் பெயர் ரஞ்சன்...

வீட்டிற்கு ஒரே மகன்...

ஆசிரியராக பணி புரிகின்றான்...

அவன் அருகே அவன் தாயும் தந்தையும் வந்து இருக்க, அவர்களது சில சொந்தங்களும் வந்து இருந்தார்கள்...

அவர்களை வரவேற்ற மகாலக்ஷ்மியோ அவர்களை அமர சொல்லிக் கொண்டே இருக்க, நிர்மலாவோ, ‘‘மாப்பிள்ளை நல்லா வாட்ட சாட்டமா இருக்காரே... எப்படி ஊமைச்சிய கட்டிக்க சம்மதம் சொன்னார்?’’ என்று அருகே இருந்த பெண்ணிடம் கேட்டார்...

அந்த பெண்ணோ, ‘‘எனக்கும் அதான் அக்கா தெரியல’’ என்று சொன்ன சமயம், ‘‘எல்லாரும் எப்படி இருக்கீங்க? எல்லாரையும் அறிமுகப்படுத்தலாமே’’ என்றார் ரஞ்சனின் தாய் தேவி...

மகாலக்ஷ்மியும் அனைவரையும் சிரித்தபடியே அறிமுகப்படுத்த, ''தரகர் எல்லாம் சொல்லி இருப்பார்னு நினைக்கிறேன்'' என்றார் தேவி...

மகாலக்ஷ்மிக்கு ஒன்றுமே புரியவில்லை...

தரகர் எதுவும் சொல்லவில்லை...

அவரோ புரியாமல் தேவியை பார்க்க, தேவியோ தரகரை பார்த்தார்...

நெற்றியில் விழுந்த வியர்வையை துடைத்த தரகரோ, ''பொண்ண பார்த்துட்டு பேசிடலாம்'' என்று சொல்ல, மகாலக்ஷ்மியும் யோசனையுடன் சமையல் அறை உள்ளே நின்று இருந்த தேன்மொழியை அழைத்து வர சென்று விட்டார்...

தேன்மொழியும் கையில் காஃபியை கொண்டு வந்தவள், அனைவருக்கும் பரிமாறி விட்டு ஓரமாக நின்றுக் கொண்டாள்.

அவளை பார்த்த தேவியோ, 'பொண்ணு அழகா தான் இருக்கா' என்று சொல்லிக் கொண்டே, ரஞ்சனை பார்க்க, அவனும் சம்மதமாக தலையாட்டினான்...

அடுத்த கணமே, தனக்கு அருகே இருந்த பெண்ணின் கையில் இருந்த குழந்தையை வாங்கியவர், நேரே தேன்மொழியிடம் வந்து, ''அம்மா பாரு, அம்மா'' என்று சொல்லி குழந்தையை நீட்ட, அவளுக்கோ தூக்கி வாரிப் போட்டது...

பிஞ்சு குழந்தையை மறுக்க மனம் இல்லை...

அவள் கரமோ தன்னை மீறி குழந்தையை பெற்றுக் கொள்ள, அவள் விழிகள் விரிய அருகே நின்று இருந்த மகாலக்ஷ்மியை பார்த்தாள்...

அவருக்கும் அதே அதிர்ச்சி தான்...

சீதனம் தேவை இல்லை என்று சொன்ன சமயம் அவர் இப்படி எதிர்பார்க்கவே இல்லை... தரகரும் சொல்லவே இல்லை...

அவர் விழிகள் தரகரில் படிய, ''அக்கா கொஞ்சம் உள்ளே வாங்க, பேசணும்'' என்று சொல்லிக் கொண்டே அவர் உள்ளேச் செல்ல, ''கொஞ்சம் இருங்க வரேன்'' என்று சொல்லிக் கொண்டே மகாலக்ஷ்மியும் அவரை பின் தொடர்ந்தார்...

அனைத்தையும் பார்த்துக் கொண்டு இருந்த நிர்மலாவோ, ''அதானே பார்த்தேன்... இங்க இருக்குல்ல ட்விஸ்டு... ரெண்டாம் தாரமா?'' என்று அருகே இருந்த பெண்ணிடம் கிசுகிசுக்க, ''சீதனம் வேணாம்னு சொல்லும் போதே நான் எதிர்பார்த்தது தான்'' என்றாள் அந்த பெண்...

இதே சமயம் அறைக்குள் சென்ற தரகரோ, ''நான் ஏற்கனவே சொல்லி இருந்தா வேணாம்னு சொல்லி இருப்பீங்க அது தான்'' என்றார் இழுவையாக...

''அதுக்காக ரெண்டாம் தாரமாவா என் பொண்ண அனுப்பணும் தம்பி?'' என்று ஆதங்கமாக கேட்டார்...

''மாப்பிள்ளை ரொம்ப தங்கமானவர் அக்கா, மூத்த தாரம் பிரசவத்துல இறந்து போச்சு... குழந்தைக்காக ரெண்டாம் கல்யாணம் பண்ணிக்க முடிவு பண்ணி இருக்கார்... சீதனம் எல்லாம் கூட வேணாம்னு தானே சொல்றார்... தேன்மொழிக்கு மாப்பிள்ளை கிடைக்கிறது அவ்வளவு லேசுப்பட்ட காரியம் இல்லை.. ஏன்னு உங்களுக்கே தெரியும்.. இத விட்டா மாப்பிள்ளை தேடுறது ரொம்ப கஷ்டமாகிடும்... கண்டிப்பா நல்ல விதமா பார்த்துப்பாங்க'' என்றார்...

அவர் சொல்லிக் கொண்டு இருக்கும் போதே அந்த அறைக்குள் நுழைந்த நிர்மலாவோ, ''மகா இப்போ என்ன பிரச்சனை?'' என்று கேட்டார்...

''ரெண்டாம் தாரமா எப்படி அண்ணி?'' என்று மகாலக்ஷ்மி இழுக்க, ''கொஞ்சம் எதார்த்தமா யோசிச்சு பாரு மகா, ஊமை பொண்ணை யாரும் கல்யாணம் பண்ணிக்க விரும்ப மாட்டாங்க.. அப்படி கல்யாணம் பண்ணிக்கணும்னா ஊரையே சீதனம் கேப்பானுங்க.. உன் கிட்ட கொடுக்க ஒண்ணுமே இல்ல, இப்படி ஒரு வரன் அமையுறது எல்லாம் பெரிய விஷயம்.. புத்திசாலி தனமா யோசிச்சு சம்மதம் சொல்லு மகா'' என்றார்...

தரகரும் நிர்மலாவும் பேசி பேசியே அவர் மனதை கரைத்து இருந்தார்கள்...

அவரோ இறுதியாக, ''நம்ம தேன்மொழி என்ன சொல்வானு தெரியலையே'' என்று சொல்ல, நிர்மலாவோ, ''அவளுக்கு என்ன தெரியும்? நல்லது கெட்டது எல்லாம் நாம தானே பண்ணி வைக்கணும்... இரு அவ கிட்ட பேசிடலாம்'' என்று சொல்லிக் கொண்டே தரகரை பார்த்தவர், ''நாங்க பேசிட்டு சொல்றோம் தம்பி'' என்றார்.

அவரும், ''சரி அக்கா'' என்று சொல்லிக் கொண்டே வெளியேற, நிர்மலாவோ, ''தேன்மொழி'' என்று அழைக்க, அவளும் குழந்தையை தேவியிடம் கொடுத்து விட்டு உள்ளே நுழைந்தாள்.

அவளுக்கோ மனதில் அழுத்தம்...

எந்த பெண்ணுக்கும் இருக்கும் சராசரி சங்கடம் அவளுக்கும் இருந்தது...

மகாலக்ஷ்மியை பார்த்தவள், ஏதோ சைகையால் சொல்ல முயல, ‘‘இங்க பாரு தேனு, ரெண்டாம் தாரம் அது இதுனு மனச போட்டு குழப்பிக்காதே’’ என்று ஆரம்பித்தவர், சட்டென நிறுத்தி, ‘‘மகா நீ வெளிய போ, நான் பேசிட்டு வரேன்’’ என்றார்...

மகாலக்ஷ்மியும் வெளியேச் சென்றார்...

தேன்மொழி அவரை ஆழ்ந்து பார்த்து விட்டு இப்போது நிர்மலாவை பார்க்க, ‘‘உன் அம்மாவுக்கு பாரமா இருக்க யோசிக்கிறியா?’’ என்று கேட்டார்...

அவளோ, ‘‘இல்லை’’ என்ற ரீதியில் தலையாட்ட, ‘‘அப்போ இந்த கல்யாணத்துக்கு ஒத்துக்கோ, உன்னோட ஊனத்தை பத்தி உனக்கே தெரியும்... எத்தன நாளைக்கு உனக்கு மாப்பிள்ளை பார்த்து உன் அம்மாவால தேய முடியும்? உனக்குனு ஆசை இருக்கும்னு எனக்கு புரியுது... ஆனா நம்ம தரத்துக்கு ஏத்த போல ஆசைப்படணும்... நம்ம கிட்ட குறை இருக்கிற நேரம், கிடைச்சத வச்சு சந்தோஷமா வாழ்ந்துக்க பழகணும்... அந்த பையன் வேற நல்ல பையனா தெரியுறான்...’’ என்றார்...

அவளே தனது குறையை பற்றி யோசிக்காத நேரம், அவரோ அவள் குறையை ஆயிரம் தடவை சொல்லி காட்டி விட்டார்...

‘‘நம்ம தரத்துக்கு ஏற்ப ஆசைப்படணும்’’ என்கின்ற வார்த்தை அவளுக்கு முள்ளாக குத்தியது...

அவர் பேசிய பேச்சில், எல்லாமே நியாயமாக அவளுக்கும் தோன்ற ஆரம்பித்தது...

இதுவரை அவளிடம் இல்லாத தாழ்வு மனப்பான்மையை அவர் உண்டாக்கி இருக்க,

அவளோ இறுதியாக, ''சம்மதம்'' என்கின்ற ரீதியில் தலையாட்டி இருந்தாள்.

''அப்படி சொல்லு'' என்று அவள் கன்னத்தை வருடிக் கொண்டே நிர்மலா வெளியே வந்தவர் தனக்கு பின்னால் வந்த தேன்மொழியை திரும்பி பார்க்க, அவளோ, தலையை குனிந்தபடி சபை நடுவே சம்மதமாக தலையாட்டினாள்...

உடனே இதழ் பிரித்து சிரித்த தேவியோ, ''அப்புறம் என்ன? கல்யாணத்துக்கு சீக்கிரமே நாள் குறிச்சிடலாம்...'' என்றார்...

மகாலக்ஷ்மியும், ''சரிங்க சம்பந்தி'' என்று சொல்ல, ரஞ்சனோ, ''நான் பேசலாமா?'' என்று கேட்டான்...

அனைவரும் அவனை திரும்பி பார்க்க, அவனோ, ''நான் வேலைக்கு போய் கை நிறைய சம்பாதிக்கிறேன்... அதனால தேன்மொழி வேலைக்கு போகணும்னு இல்லை... குழந்தையை பார்த்துக்கிட்டா போதும்'' என்றான்...

தேன்மொழிக்கு மனதில் இனம் புரியாத ஒரு வலி...

அவள் சந்தோஷமே அந்த வேலை தானே...

கடவுளின் குழந்தைகளுடன் நேரம் செலவிடும் போது அவள் நிறைவாக உணர்வாள்.

மனம் சந்தோஷமாக இருக்கும்...

அதனை நிறுத்த சொல்லி விட்டான்...

இல்லை என்று சொல்ல அவளுக்கு உரிமை இருந்தாலும் அந்த உரிமை அங்கே மறுக்கப்பட்ட நிலைமை தான்...

மகாலக்ஷ்மியாவது தனக்காக பேசுவார் என்கின்ற எண்ணத்தில் அவரை பார்க்க, அவரோ, ‘‘சரிங்க மாப்பிள்ளை’’ என்றார்...

தனது மகளுக்கு மாப்பிள்ளை கிடைக்காதோ என்கின்ற பதட்டத்தில் மாப்பிள்ளை வீட்டினர் சொன்ன அனைத்துக்கும் தலையாட்டினார்...

தாயின் வார்த்தைகள் அவளுக்கு ஏமாற்றம் தான்...

பெருமூச்சு ஒன்றை விட்டுக் கொண்டாள்.

‘‘டியூஷன் எடுத்தா அதுக்கும் போக வேணாம்’’ என்றான் ரஞ்சன்...

உடனே மகாலக்ஷ்மி, ‘‘அவ தெரிஞ்ச ஒரு பையனுக்கு மட்டும் தான் டியூஷன் எடுக்கிறா... நிறுத்த சொல்லிடுறேன்’’ என்றார்...

யாதவ் கிருஷ்ணாவுக்கு கொடுக்கும் டியூஷனுக்கும் ஆப்பு விழுந்து விட்டது...

‘இனி கூண்டு கிளி தானோ’ என்கின்ற எண்ணம் அவளுக்கு தோன்றாமல் இல்லை...

இதனிடையே தேவியோ, ‘‘பொண்ணு ஊமையா இருக்கிறதுல என்ன நன்மை தெரியுமா? நம்ம கூட சண்டைக்கு வர மாட்டா’’ என்று நகைச்சுவை என்கின்ற பெயரில் ரசிக்க முடியாத வார்த்தைகளை விட்டார்...

ஆனால் அதற்கும் சிலர் சிரித்துக் கொண்டார்கள்...

தேன்மொழியிடம் மௌனம் மட்டுமே...

தோன்றுவதை பேச கூட இயலாத நிலை...

பேச முற்பட்டாலும் அதனை யாரும் புரிந்துக் கொள்ள போவதும் இல்லை...

தலையை குனிந்துக் கொண்டே நின்று இருந்தாள்.

அவர்களும் பேசி விட்டுச் சென்று விட்டார்கள்...

இனி சாஸ்திரியாரிடம் திருமணத்துக்கு நாள் குறிக்க வேண்டிய தேவை அடுத்ததாக இருந்தது...

போகும் போது தேன்மொழியை பார்த்த ரஞ்சனோ, ''அது தான் கல்யாணம் முடிவாயிடுச்சுல்ல, இந்த மாசமே வேலையை விட்ரு'' என்றான்...

அவளை வேலையினை விட்டு நிறுத்துவதிலேயே குறியாக இருந்தான்...

அவளோ மௌனமாக தலையை அசைத்தாலும் மனதில் கொஞ்சமும் வேலையை விடுவதில் இஷ்டம் இல்லை...

ஏன் இந்த கல்யாணத்திலேயே அவளுக்கு இஷ்டம் இல்லை...

வழக்கமாக வேண்டாம் என்று சொல்லி விட்டுச் செல்வதை போல இன்றும் வேண்டாம் என்று சொல்லி விட்டுச் செல்வார்கள் என்று அவள் நினைத்து இருக்க, அவள் எதிர்பாராமல் இந்த கல்யாணம் முடிவாகி விட்டது...

அவர்கள் சென்ற பின்னரும் அவளால் அதிர்ச்சியில் இருந்து மீள முடியவில்லை... ஏனோ மனம் வலித்தது... ஏனிந்த வலி என்று தெரியவில்லை...

வேலையை விட சொன்னதற்காக வலிக்கிறதா? இரண்டாம் தாரமாக போவதை நினைத்து வலிக்கின்றதா? இல்லை இரண்டையும் தவிர்த்து வேற ஒன்றை நினைத்து வலிக்கின்றதா என்று தெரியவில்லை...

ஆனால் வலித்தது...

கையில் இருந்த வளையல்களை ஒவ்வொன்றாக கழட்டிக் கொண்டே அவள் கண்ணாடி முன்னே நின்று இருக்க, ''நாளைக்கு டியூஷன் போற நேரம் வசந்தி கிட்ட சொல்லிடும்மா'' என்று சொல்லிக் கொண்டே, உள்ளே மகாலக்ஷ்மி நுழைய, ''இப்போவேவா?'' என்று சைகையால் தேன்மொழி கேட்டாள்.

''மாப்பிள்ளை சொன்னதை கேட்ட தானே... இந்த மாசத்தோட வேலையை விட சொன்னார்... எப்படியும் அடுத்த மாசத்துல கல்யாண தேதி நிச்சயம் பண்ணிடுவாங்க... செலவை அவங்க பாதி எடுத்துகிறேன்னு வேற சொல்லி இருக்காங்க, இப்படி ஒரு வரன் அமைய நீ கொடுத்து வச்சு இருக்கணும்... இதுக்காகவே அவர் சொல்றத பண்ணுறதுல தப்பு இல்லை... இந்த மாசம் முடிய ரெண்டு வாரம் தானே இருக்கு... அதனால வசந்தி கிட்ட இப்போவே சொல்லிடு... கல்யாண தேதி வந்த பிறகு ஸ்கூல்ல இருந்து நின்னுக்கலாம்... உனக்கு இன்னும் பெர்மெனன்ட் உத்தியோகம் ஸ்கூல்ல கொடுக்கல தானே... அதனால வேலையை விட்டு நிக்கிறது பெரிய கஷ்டமா இருக்காதுனு நினைக்கிறேன்'' என்றார்...

தேன்மொழிக்கோ இன்னும் ஓரிரெண்டு வருடங்களில் செய்யும் வேலை நிரந்தர வேலையாக மாறி விடும்... அதற்கும் இப்போது முட்டுக்கட்டை விழுந்து விட்டது...

அவளுக்கு கொஞ்சமும் இஷ்டம் இல்லை...

மௌனமாகவே இருப்பதால் சுற்றி இருப்பவர்கள் உணர்வே இல்லாதவள் என்று நினைத்து விட்டார்களோ என்னவோ...

அவள் சொல்வதை கேட்க யாருமே தயாராக இல்லை என்று தோன்றியது... தனது தாய் உட்பட...

தான் ஆசைப்பட்டு செய்யும் தொழிலை விட்டு நிற்பது கஷ்டமாக இருந்தது...

ஆனாலும் வேறு வழி இல்லை... அவர் சொன்னதற்கு சம்மதமாக தலையாட்டிக் கொண்டாள்.

பாடகியாக ஆசைப்பட்டாள் குரல் போய் விட்டது...

விழுந்த அடியில் இருந்து எழுந்து சுதாரித்து அடுத்த குறிக்கோளை நோக்கி ஓட ஆரம்பித்தவள் தனது இலக்கை முழுமையாக அடையும் முன்னரே திருமணம் என்னும் முட்டுக்கட்டையை போட்டு அவள் ஓட்டத்தை மொத்தமாக நிறுத்தி விட சுற்றி இருப்பவர்கள் முடிவும் எடுத்து விட்டார்கள்...

இதுவரை அவள் விழுங்கிய வலிகளுடன் சேர்த்து இந்த வலியையும் விழுங்கிக் கொண்டாள்.

அத்தியாயம் 6

அன்று இரவே கையில் காகிதம் மற்றும் பேனாவுடன் வீட்டின் பின் புறம் இருக்கும் திண்ணையில் அமர்ந்து விட்டாள் தேன்மொழி...

கண்களில் கண்ணீர், கைகளில் நடுக்கம்...

ஆம் வம்சி கிருஷ்ணாவை சுற்றி வரும் தென்றல் அவள் தான்... இடது கைப்பழக்கம் உள்ளவள்...

இசையில் ஆர்வம் கொண்டிருப்பவளுக்கு அவன் இசை தான் உயிர் மூச்சு...

காதல், மோகம், கோபம், கண்ணீர் என்று அனைத்து உணர்வுகளையும் அவன் குரலிலும்

இசையிலும் உணர்ந்து இருக்கின்றாள்...

அவன் காதல் பாடல் பாடும் போது, அவளும் காதலித்து இருக்கின்றாள்...

அவன் மோகமான பாடல் பாடும் கணங்களில் அவளும் மோகம் கொண்டு இருக்கின்றாள்...

அவன் சோகமான பாடல் பாடும் கணங்களில் அவளும் அழுது இருக்கின்றாள்...

அப்பப்பா எத்தனை உணர்வுகள் அவன் குரலில்...

அனைத்தையும் அவளுக்குள் மொத்தமாக கடத்தி விடுகின்றானே...

அவன் இசையை நேசிக்க ஆரம்பித்தவள், இப்போது அவனையும் நேசிக்க ஆரம்பித்து விட்டாள்...

அவள் குரலை அவள் தொலைத்ததில் இருந்தே, அவள் உணர்வுகளையும் தொலைத்து தான் இருந்தாள்.

அனைத்தையும் மீண்டும் தட்டி எழுப்பி அவளை மீண்டும் புத்துணர்ச்சியாக வைத்து இருந்தது அவன் இசை மட்டும் தான்...

அவளது வம்சி கிருஷ்ணாவின் இசை தான்...

அந்த இன்னிசை மட்டும் இல்லை என்றால் அவளிடம் இந்த வேகமும் புன்னகையும் இருந்து இருக்காது...

தன்னை மீட்டெடுத்த அவன் இசைக்கு அடிமையானவள் தான் இந்த தென்றல் என்னும் தேன்மொழி...

யாருக்கும் தெரியாத தனது உணர்வுகளை

அவனுக்கு ஒவ்வொரு மாதமும் கடிதமாக வடிக்க ஆரம்பித்து விட்டாள்.

அவன் வாசிக்கின்றானோ இல்லையோ எழுதிக் கொண்டே இருக்கின்றாள்...

அதில் ஒரு ஆத்மார்த்த திருப்தி அவளுக்கு...

அவனுடன் பேசுவது போன்ற உணர்வை இந்த கடி தங்கள் அவளுக்கு கொடுத்து விடுகின்றன...

அவள் காதலையும் சொல்லி விட்டாள், ஆனால் இனி அவனுக்கு அவளால் கடிதங்கள் எழுத முடியாத நிலை...

அவனுக்கு அவள் எழுத போகும் இறுதி கடிதம் இது...

அழுகை மட்டுமே வந்தது...

அடைய முடியாது என்று தெரிந்தும் ஆசைப்பட்ட தன் மேல் கோபம் வந்தது...

எப்படியும் இந்த காதல் ஏமாற்றத்தில் முடியும் என்று அவளுக்கு ஏற்கனவே தெரியும்...

ஆனால் இவ்வளவு சீக்கிரம் முற்றுப் பெறும் என்று அவள் எதிர்பார்க்கவே இல்லை...

திருமணம் நடந்து விட்டால், இந்த கடிதம் எழுத முடியாது...

அது அவள் கணவனுக்கு செய்யும் துரோகமாகி விடும் என்று உணர்ந்தவளோ தன்னவனுக்கான இறுதி கடிதத்தை எழுத காகிதத்தில் பேனாவை வைத்தாள்...

எழுத முடியவில்லை... கை நடுங்கியது...

கண்களை கண்ணீர் நிறைத்து இருக்க, எதுவும் தெளிவாக தெரியவில்லை…

அணிந்திருந்த சுடிதாரின் ஷாலினால் கண்களை துடைத்துக் கொண்டாள்.

காதல் இவ்வளவு வலியை கொடுக்கும் என்று தெரிந்தால் காதலித்து இருக்க மாட்டாளோ என்னவோ… உள்ளுக்குள் ஏதோ உடைவது போன்ற உணர்வு…

‘அன்புள்ள வம்சி கிருஷ்ணாவுக்கு’ என்று ஆரம்பித்து விட்டாள்…

என்ன எழுதுவது என்று தெரியவில்லை…

அவன் எப்படியும் வாசிக்க போவது இல்லை என்பது அவள் நம்பிக்கை…

‘‘உங்களுக்கு நான் எழுதும் இறுதி கடிதம்’’ என்று ஆரம்பித்து எழுதினாள்…

அழுதழுது எழுதினாள்…

கண்களில் வழிந்த கண்ணீரை அடிக்கடி துடைத்துக் கொண்டாள்.

வழக்கமாக அவனுக்கு கடிதம் எழுதும் போது அவள் இதழ்கள் புன்னகைத்துக் கொண்டே இருக்கும்.

இன்று அவள் முயன்றாலும் புன்னகைக்க முடியவில்லை…

மேல் நோக்கி வளைய வேண்டிய அவள் இதழ்கள் கீழ் நோக்கியே வளைந்தன…

வாழ்க்கையில் பெரிய பெரிய சந்தோஷங்களை

இழந்தவளுக்கு கிடைத்தது என்னவோ இந்த சின்ன சின்ன சந்தோஷங்கள் தான்...

வம்சி கிருஷ்ணாவின் இசை, அவன் மேல் உள்ள ஒரு தலை காதல், அவனுக்கு எழுதும் கடிதங்கள், அவள் பார்க்கும் ஆசிரியர் வேலை...

அவளுக்கு சந்தோஷத்தை கொடுத்தவை இவை தான்...

இப்போது எல்லாமே ஒரே நேரத்தில் கையை விட்டு போவது போன்ற உணர்வு...

அவளை ஜீவனுடன் வைத்து இருக்கும் வம்சி கிருஷ்ணாவின் குரலை அவளால் இனி கேட்க முடியுமா என்று தெரியவில்லை...

அதற்கு ரஞ்சன் சம்மதிப்பானா? என்றும் புரியவில்லை...

அவனை பார்த்தால் சற்று கடுமையானவன் போல தான் தேன்மொழிக்கு தெரிந்தது...

பாட்டு கேட்க கூடாது என்று சொல்லி விட்டால் என்ன செய்வது என்று அவளுக்கு ஒரு பதட்டம்...

பெண்கள் திருமணம் செய்வது சந்தோஷமாக வாழ தானே...

ஆனால் நிதர்சனத்தில் சந்தோஷத்தை எல்லாம் புதைத்து விட்டு தான் பலர் வாழ்க்கையை ஆரம்பிக்கின்றார்கள்...

அப்படியான பெண்களுள் இப்போது தேன்மொழியும் அடங்கி விட்டாள்.

கடிதத்தையும் எழுதி முடித்து விட்டாள்...

அவள் பெயர் அருகே அவள் கண்ணீர் துளி...

ஆழ்ந்த மூச்செடுத்துக் கொண்டே, கடிதத்தை மடித்து நோட் புக்கினுள் வைத்துக் கொண்டாள்.

முதலாம் தேதிக்கு இன்னும் இரு வாரங்கள் மட்டுமே இருந்தன...

இரு வாரங்களில் இந்த கடிதத்தை அனுப்ப வேண்டும் என்று நினைத்துக் கொண்டே, வீட்டினுள் நுழைந்தாள்...

மகாலக்ஷ்மி அருகே சென்று படுத்துக் கொண்டாள்...

தூக்கம் வரவில்லை...

புரண்டு புரண்டு படுத்தாள், வம்சி கிருஷ்ணாவின் எண்ணமே மீண்டும் மீண்டும் வந்தது...

சட்டென தொலைபேசியை எடுத்து வம்சி கிருஷ்ணாவின் பாடலை ஹெட் செட்டில் போட்டுக் கொண்டே, கண்களை மூடினாள்...

அவன் குரல் அவளுக்கு தாலாட்டாக மாற, அப்படியே தூங்கிப் போனாள்.

அடுத்த நாள் ஸ்கூலுக்குச் சென்றவளோ தனது சக ஆசிரியையிடம் விடயத்தை சொன்னாள்.

அவரோ, ''கல்யாணம் பண்ணுறதுக்கும் வேலைக்கு போறதுக்கும் என்ன சம்பந்தம்?'' என்று ஆதங்கப்பட்டார்...

இந்த விடயம் எப்படியோ பரவி ப்ரின்சிபால் வரை சென்று விட்டது...

அவருக்கும் அதே ஆதங்கம் தான்...

தேன்மொழி போல ஒரு அன்பான மற்றும் திறமையான ஆசிரியரை தேடி பிடிப்பது கஷ்டம்...

அவளால் எத்தனையோ மாணவர்கள் நிறைய கற்று இருக்கின்றார்கள்...

அவள் செல்வது மாணவர்களுக்கு தான் இழப்பு என்று அவருக்கு தெரியும்...

சாதாரண மாணவர்களுக்கு கற்பிப்பதும் விசேஷ தேவையுடைய மாணவர்களுக்கு கற்பிப்பதும் ஒன்று அல்ல...

அதற்கு பொறுமை, நிதானம், சகிப்புத்தன்மை, கற்பிக்கும் திறன்கள் என்று நிறைய விடயங்கள் தேவைப்படும்...

அனைத்தும் தேன்மொழியிடம் இருந்தது...

தேன்மொழியை அழைத்து பேசி பார்த்தார்...

அவளுக்கும் என்ன பதில் சொல்வது என்று தெரியவில்லை...

தன் நிலைமையை சைகையால் விளக்கினாள்... அவருக்கும் புரிந்தது...

''சரிம்மா பார்த்துக்கலாம், கல்யாண தேதி நிச்சயம் ஆனதும் சொல்லு, அந்த நேரம் நீ லீவு போட்டு போ.. உன்னோட ராஜினாமா கடிதத்தை கல்யாணத்துக்கு அப்புறம் கொடு... உன் புருஷன் கிட்ட கடைசியா ஒரு தடவை கேட்டு பாரு... அப்போவும் இல்லனு சொன்னா மட்டும் ராஜினாமா பண்ணிடு...'' என்றார்...

அவளை விட அவருக்கு மனமே இல்லை...

சம்மதமாக தலையாட்டிக் கொண்டாள்.

அவளுக்கு நம்பிக்கை இல்லை தான்...

ஆனால் அவர் மனதையும் அவள் நோகடிக்க விரும்பவில்லை...

அதனால் சரியென்று தலையை ஆட்டினாள்...

அன்று மாலை யாதவ் கிருஷ்ணாவின் வீட்டுக்கு அவனுக்கு டியூஷன் எடுப்பதற்காக வந்து இருந்தாள்...

நேரத்துக்கே வந்து விட்டாள்.

வசந்தியிடம் பேச வேண்டி இருந்தது அவளுக்கு...

''என்ன இன்னைக்கு நேரத்துக்கே வந்தாச்சு போல'' என்று சுவர் கடிகாரத்தை பார்த்துக் கொண்டே ஜாடை பேசினார் வேதவல்லி...

அவளோ பெருமூச்சுடன், அங்கே நின்ற வசந்தியை பார்த்தாள்.

வசந்தியும், ''என்னம்மா இன்னைக்கு நேரத்துக்கே வந்துட்ட?'' என்று கேட்க, அவளோ, சைகை மொழியால் ''நான் இன்னைல இருந்து டியூஷனுக்கு வர மாட்டேன்'' என்று சொன்னாள்.

வேதவல்லியோ, ''ஊமைச்சி என்ன பேசுறானு புரிய மாட்டேங்குதே'' என்று முணு முணுக்க, வசந்திக்கோ அதிர்ச்சி...

''என்னம்மா சொல்ற?'' என்றார்...

அவளோ, ''எனக்கு கல்யாணம் நிச்சயம் ஆகி இருக்கு'' என்று கைகளை அசைத்து சொன்னதுமே அதிர்ந்த வசந்தியின் இதழ்கள் மெதுவாக விரிந்தன...

''நிஜமாவா? ரொம்ப சந்தோஷம்டா'' என்று

அவள் அருகே வந்து அவள் நெற்றியில் முத்தம் பதிக்க, கலங்கிய கண்களுடன் சிரித்துக் கொண்டாள் பெண்ணவள்...

‘‘க்கும் இதுக்கு ஒன்னும் குறைச்சல் இல்ல... என்னாச்சுனு சொல்லு’’ என்று வேதவல்லி அங்கே இருந்து அதட்ட, ‘‘நம்ம தேன்மொழிக்கு கல்யாணம் நிச்சயம் ஆகி இருக்காம் அத்தை’’ என்றார் வசந்தி சந்தோஷமாக...

‘‘யாரோ தியாகி அமைஞ்சுட்டான் போல’’ என்று சொல்லிக் கொண்டே டிவியைப் பார்க்க, தேன்மொழிக்கு அந்த வார்த்தைகள் என்னவோ செய்தன...

உணர்வுகளை அடக்கிக் கொண்டே வசந்தியை பார்த்தவள், ரஞ்சன் வேலைக்கு போக வேண்டாம் என்று சொன்ன விடயத்தை சொன்னாள்.

வசந்திக்கு ஏமாற்றம் தான்...

ஆனால் தனது சுயநலத்துக்காக அவள் வாழ்க்கையை அநியாய படுத்த முடியாதே...

‘‘பரவாயில்லம்மா, நீ சந்தோஷமா இருந்தா அதுவே போதும்’’ என்றார்...

‘‘என்னவாம்’’ என்றார் வேதவல்லி மீண்டும்...

‘‘இனி டியூஷனுக்கு வர மாட்டேன்னு சொல்றா அத்தை’’ என்று சொல்ல, ‘‘நல்ல விஷயம், இனி வாழ்க்கையை பார்க்க சொல்லு’’ என்று சொன்ன வேதவல்லிக்கு அவள் வீட்டுக்கு வர மாட்டேன் என்று சொன்னதில் அப்படி ஒரு சந்தோஷம்...

எப்போதுமே அந்தஸ்து என்று அதனை கட்டிக்

கொண்டே இருப்பவர் தான் வேதவல்லி...

வெளி ஆட்கள் என்றால் வேலைக்காரர்களுக்கு மட்டுமே அந்த வீட்டினுள் வேலை செய்ய அனுமதி இருக்க வேண்டும் என்று குறுகிய வட்டத்துக்குள் யோசிப்பவர்...

அனைத்துக்கும் மேல் வசந்தியின் தூரத்து உறவு தான் தேன்மொழி என்று சொன்னதும் அவருக்கு அவள் மேல் இன்னும் வெறுப்பு...

மருமகள் மேல் இருக்கும் கோபம் எல்லாம் தேன்மொழி மேல் கொட்டப்பட்டது...

வசந்தியின் குடும்பத்தினரை அவமானப்படுத்து வதில் வேதவல்லிக்கு அப்படி ஒரு சிற்றின்பம்...

அதன் விளைவு தான் பார்க்கும் போதெல்லாம் வார்த்தைகளால் தேன்மொழியை அவர் கொட்டிக் கொண்டு இருக்க காரணம்...

அவருக்கு பதில் சொல்லி பயன் இல்லை, சொன்னாலும் புரிந்துக் கொள்ளும் பக்குவம் இல்லை என்று உணர்ந்த தேன்மொழியோ வசந்தியை பார்த்து தலையசைத்து விட்டு யாதவ் கிருஷ்ணனின் அறையை நோக்கி நடந்தாள்...

யாதவ் கிருஷ்ணாவோ அவளை கண்டதுமே சந்தோஷமாக சிரித்துக் கொண்டான்.

அவனுக்கு அவள் தான் தனது உணர்வுகளை எல்லாம் வெளிப்படுத்த கூடிய நபர்...

தாயிடம் அவன் பேசினாலும் அவர் கண்ணில் எப்போதுமே ஒரு வலியை அவன் கவனித்தது உண்டு...

தன்னை நினைத்து தான் கவலைப்படுகிறார் என்று அவனுக்கு தெரியும்...

அதனாலேயே அவருடன் இயல்பாக மனம் விட்டு பேச அவனுக்கு கஷ்டமாக இருக்கும்...

தன்னை பரிதாபமாக பார்க்காத ஒருத்தர் அவனுக்கு வேண்டும்...

கௌதம் கிருஷ்ணா இயல்பாக சைகை மொழியில் பேசினாலும் அவன் விழிகளிலும் அந்த பரிதாபம் இருக்கும்... அவனுக்கு அது கொஞ்சமும் பிடிக்காது...

வம்சி கிருஷ்ணா அவனுடன் சும்மா கூட பேச மாட்டான்...

யாதவ் கிருஷ்ணாவை கண்டாலே அவன் விழிகளை வேறு எங்கேயாவது திருப்பி விடுவான்...

அவனாக சென்று பேச நினைத்தாலும் வம்சி கிருஷ்ணாவுக்கு சைகை மொழி அந்தளவு புரியாது... ஏதோ கொஞ்சம் தெரியும் அவ்வளவு தான்... அவன் தந்தை குருமூர்த்தியோ வீட்டில் நிற்பதே இல்லை...

அனைவரும் இருந்தும் மனதால் தனிமையில் இருப்பவன் தான் அவன்...

அவனுக்கு இந்த பரிதாப பார்வையும் வேண்டாம்...

இந்த ஒதுக்கமும் வேண்டாம்...

இந்த பரிதாபப்பார்வையையும் ஒதுக்கத்தையும் தவிர அவனுக்கு எதுவும் அவன் குடும்பத்தில் இருந்து கிடைக்கவில்லை...

அவனுக்கு தேவையான சிநேகம் கிடைக்கவில்லை...

எல்லாரும் அவன் தேவைகளை தான் பார்ப்பார்கள் தவிர, அவன் உணர்வுகளை யாருமே புரிந்துக் கொள்ள முயலவில்லை...

அவன் எதிர்பார்த்த சிநேகம் கிடைத்தது அவனுக்கு தேன்மொழியிடம் இருந்து தான்...

தன்னை போல பேச முடியாமல் தவிக்கும் தேன்மொழியுடன் பேசும் போது மட்டும் தான் யாதவ் கிருஷ்ணாவுக்கு இயல்பாக உணர்வுகளை வெளிப்படுத்த கூடியதாக இருந்தது...

அவள் ஒரு வாரம் வரவில்லை என்றாலே அவன் முகம் வாடிவிடும்...

அதனை கண்டு வசந்தியும் தேன்மொழிக்கு மெசேஜ் அனுப்பி அவளை எப்படியாவது வரவைத்து விடுவார்...

அந்தளவு தேன்மொழியிடம் நெருங்கிய ஒருவன் அவன்...

அது தேன்மொழிக்கும் தெரியும்...

அவனிடம் எப்படி இந்த விஷயத்தை சொல்வது என்று அவளுக்குள் தடுமாற்றம்...

இருக்கையில் அமர்ந்து அவனுக்கு கற்றுக் கொடுக்க ஆரம்பித்தாள்... கிளம்பும் போது சொல்லலாம் என்று நினைத்து இருந்தாள்.

யாதவ் கிருஷ்ணாவோ அவள் சொல்ல போகும் விடயம் பற்றி அறியாமல் சந்தோஷமாக பயிற்சியை செய்துக் கொண்டு இருக்க, டியூஷன் முடியும் நேரமும் வந்து விட்டது...

யாதவ் கிருஷ்ணாவை பார்த்த தேன்மொழியோ,

''நான் இனி டியூஷனுக்கு வர மாட்டேன்'' என்று சைகையால் சொன்னாள்.

அவன் விழிகள் அதிர்ச்சியில் விரிய, ''ஏன்? பாட்டி ஏதும் சொன்னாங்களா?'' என்று கையசைத்து கேட்டான்...

''இல்லை'' என்ற தோரணையில் தலையாட்டியவளோ தனக்கு திருமணம் ஆக போகும் விடயத்தை சொல்ல, அவனோ, ''கல்யாணம் பண்ணுனா வேலை பண்ண கூடாதுனு இல்லையே... ஆம்பிளைங்க வேலைக்கு போறாங்க தானே'' என்றான்...

அவனுக்கே புரிகின்றது...

ஆனால் இந்த சமுதாயத்துக்கு புரியவில்லையே என்கின்ற ஆதங்கம் அவளுக்கு...

அவளோ விரக்தியாக புன்னகைத்து இதழ்களை பிதுக்க, ''அப்போ நிஜமா வரமாட்டீங்களா? இதுக்கப்புறம் உங்கள நான் பார்க்க முடியாதா?'' என்று கேட்கும் போதே அவன் கண்ணில் இருந்து கண்ணீர் வழிய ஆரம்பித்தது...

தேன்மொழிக்கு பாவமாக இருந்தது...

அவளுக்கும் கண்கள் கலங்க, இல்லை என்ற ரீதியில் தலையாட்ட, அவனோ அப்படியே மேசையில் படுத்து குலுங்கி குலுங்கி அழ ஆரம்பித்து விட்டான்.

எப்படி சமாதானப்படுத்துவது என்று தெரியாமல் தவித்து போனாள் பெண்ணவள்...

அவன் தோளில் கையை வைக்க, அவனோ, கண்களை துடைத்துக் கொண்டே எழுந்து

அமர்ந்தவன், ''நீங்க இந்த கல்யாணம் பண்ணிக்க வேணாமே'' என்றான் கெஞ்சுதலாக சைகையை செய்துக் கொண்டே... இறுதியில் கை கூப்பி கெஞ்சினான்...

அதை தானே அவளும் நினைக்கின்றாள்...

ஆனால் அவள் நினைப்பது எல்லாம் நடந்து விடுவது இல்லையே...

கூப்பிய அவன் கையை பற்றி இறக்கி விட்டவளோ, ''அம்மா விட மாட்டாங்க'' என்று பதில் சொல்லிக் கொண்டே எழுந்தவளுக்கு அங்கே இதற்கு மேல் இருந்தால் தன்னை பேசியே அவன் மனதை கரைத்து விடுவான் என்று புரிந்தது...

விறு விறுவென அறையில் இருந்து அவள் வெளியேற, அவள் முதுகை வெறித்துப் பார்த்துக் கொண்டே அமர்ந்து இருந்தான் யாதவ் கிருஷ்ணா...

அவள் மாடியில் இருந்து இறங்கி கீழே வந்த நேரம், அங்கே நின்ற வசந்தியோ, ''அடுத்த வாரம் வீட்டுக்கு வந்து பார்க்கிறேன்...'' என்றார்.

அவள் பணம் கொடுத்தால் வாங்க மாட்டாள் என்று அவருக்கு தெரியும்... அதனால் மகாலக்ஷ்மியிடம் அவள் திருமணத்துக்காக பணம் கொடுத்து வர அவர் நினைத்து இருந்தார்...

அவளும் சம்மதமாக தலையாட்ட, ''யாதவ் என்ன சொன்னான்?'' என்று கேட்டார்.

அவளோ அவன் அழுவதை சொல்லிக் கொண்டு இருக்கும் போதே அவளுக்கு கண்கள் கலங்க, ''நீ இல்லனா அவனுக்கு ரொம்ப கஷ்டமாகிடும்...

இன்னொரு டீச்சர் நான் ஏற்பாடு பண்ணுறேன்... வேற வழி இல்லையே...'' என்று வசந்தி பெருமூச்சுடன் சொல்ல, அவளும் அவர் காலில் விழுந்து ஆசீர்வாதம் வாங்கினாள்...

அவரும், ''நல்லா இரும்மா'' என்று அவளுக்கு ஆசீர்வாதம் செய்து விட்டு, அங்கே அமர்ந்து இருந்த வேதவல்லியை பார்த்து விட்டு தேன்மொழியை பார்த்தவர், ''அவங்க கிட்டயும் ஆசீர்வாதம் வாங்கிக்கோம்மா'' என்று சொல்ல, அவளோ அழுத்தமாக இல்லை என்று தலையாட்டி மறுத்தவள், விறு விறுவென வெளியேற வசந்தியே சற்று அதிர்ந்து விட்டார்...

ஆம் முதல் முறை அவள் அழுத்தத்தை அவர் பார்க்கின்றார்...

நான் குரலை தொலைத்தவள் தான், ஆனால் உணர்வுகளை தொலைக்கவில்லை என்று அடித்து சொல்லி விட்டுச் செல்கின்றாள்.. எனக்கும் வலிக்கும், எனக்கும் கோபம் வரும், எனக்கும் தன்மானம் உண்டு என்று சொல்லாமல் சொல்கின்றாள்...

அவர் பேசியதை எல்லாம் கேட்டு விட்டு, அவர் காலில் விழ அவளுக்கு மனமும் தன்மானமும் இடம் கொடுக்கவே இல்லை...

வீட்டில் இருந்து வெளியேறிச் செல்பவளை வசந்தி அதிர்ந்து பார்க்க, வேதவல்லியை கேட்கவும் வேண்டுமா?

''அவளுக்கு என் கால்ல விழ முடியாதாமா? என்னையே அவமானப்படுத்துறாளா? நாசமா போவா... இந்த ஊமைச்சிக்கு வந்த திமிரை பாரு...

இதுங்கள பத்தி தெரிஞ்சு தான் கடவுள் அளந்து கொடுத்து இருக்கார்... பேசாமலே இவ்ளோ திமிர் இருக்குனா, பேசுனா நாம இருக்கவே முடியாது போல... இவ கல்யாணம் பண்ணி சந்தோஷமாவே வாழ மாட்டா... என் வயிறெரிஞ்சு சொல்றேன்'' என்று இஷ்டத்துக்கு சாபம் போட ஆரம்பித்து விட்டார்...

வசந்திக்கு அவர் பேசுவதை கேட்கவே முடியவில்லை...

திருமணம் செய்ய இருக்கும் பெண்ணுக்கு அவர் சாபம் போடுவதை தாங்க முடியாமல் விறு விறுவென அங்கிருந்து அகன்று விட்டார்...

இதே சமயம் வாசலுக்கு வந்த தேன்மொழியோ சுற்றி கண்களை சுழல விட்டாள்...

வம்சி கிருஷ்ணா இருக்கும் அடையாளமே இல்லை... அவன் காரும் இல்லை...

இறுதியாக நேரில் ஒரு தடவை பார்த்து விடலாம் என்று நினைத்தாள்...

சந்தர்ப்பம் அமையவில்லை...

பெருமூச்சுடன் வெளியேறி விட்டாள்.

வீட்டுக்குச் சென்றவளுக்கு பெரிய இடியாக வந்திருந்தது அவள் திருமண தேதி...

இன்னும் மூன்று வாரங்களில் திருமணம்...

'இவ்வளவு சீக்கிரமாவா?' என்று அவளால் நினைக்காமல் இருக்க முடியவே இல்லை...

''அடுத்த வாரத்தோட ஸ்கூல்ல இருந்து நிற்க சொல்லி மாப்பிள்ளை சொல்லி இருக்கார்'' என்றார் மகாலக்ஷ்மி...

'நான் வேலைக்கு போறதையே இவர் ஏன் பார்க்கிறார்' என்று மனதுக்குள் ஆதங்கப்பட்ட தேன்மொழியோ அவளது ப்ரின்சிபால் சொன்ன போல, இரு வாரங்கள் லீவு போட்டு நிற்க தான் முடிவெடுத்து இருந்தாள்.

திருமணம் முடிய ஒரு தடவை ரஞ்சனிடம் கேட்டு விட்டு, ராஜினாமா கடிதம் கொடுக்கலாம் என்பது அவள் எண்ணம்...

ரஞ்சன் மனம் மாறி விட மாட்டானா என்கின்ற எதிர்பார்ப்பு அவளுக்குள் இருக்க தான் செய்தது...

அத்தியாயம் 7

அடுத்த நாள் ஸ்கூலில் விடயத்தை சொன்னவளோ, லீவ் நோட்டையும் கொடுத்து விட்டாள்.

அவளுக்கு மாணவர்களுக்கு கற்பிக்கும் போதெல்லாம் கஷ்டமாக இருக்கும்...

தான் இல்லாமல் இவர்கள் என்ன செய்வார்கள் என்று யோசனை தோன்றும்...

இனி வரும் ஆசிரியர்கள் அவர்களை நல்ல விதமாக நடத்துவார்களா? என்று பயம் வேறு வரும்...

யாதவ் கிருஷ்ணாவுக்கு அவளை பார்க்கும் போதெல்லாம் கஷ்டமாக இருக்கும், ''நீங்க இந்த கல்யாணம் பண்ணிக்கணுமா டீச்சர்?'' என்று அடிக்கடி கேட்பான்...

அவளும் என்ன தான் சொல்வாள்?

ஆம் என்கின்ற ரீதியில் பிடித்தமே இல்லாமல் தலையாட்டுவாள்...

இப்படியே அந்த ஒரு வாரமும் கழிந்து விட்டது...

அவளும் ஸ்கூலில் இருந்து மொத்தமாக நின்று விட்டாள்.

வீட்டில் கல்யாண ஏற்பாடும் தொடங்கி இருந்தது...

ரஞ்சன் தேன்மொழியின் எண்ணை வாங்கி அதற்கு மெசேஜ் அனுப்ப தொடங்கி இருந்தான்...

எல்லாவற்றுக்கும் கட்டுப்பாடுகளை அடுக்கினான்.

வீட்டில் புடவை தான் கட்ட வேண்டும், குழந்தையை கவனமாக பார்த்துக் கொள்ள வேண்டும், தனது தாய் சொல்லும் அனைத்தையும் கேட்டு நடக்க வேண்டும், என்று ஏகப்பட்ட கட்டளைகள்...

அவள் வேறு வழி இல்லாமல் அனைத்திற்கும் சம்மதம் சொன்னாள்.

ஆனால் மனதளவில் அவளுக்கு கொஞ்சமும் பிடித்தம் இல்லை...

அந்த வாரத்தின் ஞாயிற்றுக்கிழமை அன்று தேன்மொழியின் வீட்டின் முன்னே பெரிய கார் வந்து நின்றது...

உள்ளே இருந்து இறங்கினார்கள் வசந்தியும் குருமூர்த்தியும்...

வசந்தியின் கையில் பெரிய பை இருந்தது...

அதற்குள் நிறைய பொருட்கள் தேன்மொழிக்காக வாங்கி வந்து இருந்தார்...

இருவரையும் கண்ட மகாலக்ஷ்மியோ, ''வாங்க வாங்க'' என்று அழைக்க, அவர்களும் உள்ளே நுழைந்தார்கள்...

மிக மிக சாதாரணமான வீடு தான்...

குருமூர்த்தியும் வேதவல்லி போல அந்தஸ்து பார்ப்பவர் தான்...

ஆனால் வசந்தி என்ன சொன்னாலும் கேட்பார்...

வசந்தி சொன்னதால் தனது அந்தஸ்து எல்லாவற்றையும் தூக்கி போட்டு விட்டு தேன்மொழியின் வீடு தேடி வந்து இருந்தார்...

மகாலக்ஷ்மியோ, ''தேன்மொழி காஃபி போட்டு கொண்டு வாம்மா'' என்று சொல்ல, அவளும் சமையலறைக்குள் நுழைய, ''ஐயோ வேணாம், இப்போ தான் காஃபி குடிச்சோம்'' என்றார் குருமூர்த்தி.

''வீட்டுக்கு வந்தவர்களை வெறும் கையோட அனுப்ப கூடாது அண்ணா'' என்று மகாலக்ஷ்மி சொல்ல அவர்களாலும் மறுக்க முடியவில்லை...

தேன்மொழி காஃபி போட்டுக் கொண்டு வரும் வரை கல்யாணம் பற்றி பேசினார்கள்...

அப்போது தான் தேன்மொழி இரண்டாம் தாரமாக செல்ல இருக்கும் விடயமே வசந்திக்கு தெரிய வந்தது...

வசந்திக்கு அதில் கொஞ்சமும் பிடித்தம் இல்லை...

ஆனால் உணர்வுகளை அடக்கிக் கொண்டே தேன்மொழி கொண்டு வந்த காஃபியை அருந்தினார். காஃபியை குடித்துக் கொண்டு இருந்த வசந்தியிடம்,

''யாதவ்வுக்கு டீச்சர் பார்த்துட்டீங்களா?'' என்று சைகையால் கேட்டாள் தேன்மொழி...

வசந்தியோ பெருமூச்சுடன், ''பார்த்துட்டு தான் இருக்கேன்மா, ஒருத்தர் ஓகே சொல்லி இருக்கார்... உன் அளவுக்கு இருக்கும்னு தோணல, ஆனாலும் வேறு வழி இல்லையே... அடுத்த வாரம் வரேன்னு சொல்லி இருக்கார்'' என்று சொன்னார்... அவளும், மென்மையாக தலையாட்ட, வசந்தியோ எழுந்து கையில் இருந்த பையை அவளிடம் கொடுத்தவர், ''உன் கல்யாணத்துக்கு ஏதாவது பண்ணனும்னு யோசிச்சேன்... வேணாம்னு சொல்லிடாதே, எனக்கு மனசு கஷ்டம் ஆய்டும்... நான் போன அப்புறம் திறந்து பாரு'' என்று சொன்னார்... அவளும் அவர் பேச்சை மதித்து புன்னகையுடன் தலையசைத்தவள் கையில் இருந்த பையை மகாலக்ஷ்மியிடம் கொடுத்து விட்டு, குருமூர்த்தி மற்றும் வசந்தியின் காலில் விழுந்து ஆசீர்வாதம் வாங்கினாள். அவர்களும் அவளுக்கு ஆசீர்வாதம் பண்ணி விட்டு, புன்னகையுடன் அங்கிருந்து கிளம்பி விட்டார்கள்...

காரில் ஏறியதுமே, ''என்னங்க ரெண்டாம் தாரம்னு சொல்றாங்க, அந்த பொண்ணு பாவம் இல்லையா?'' என்று கேட்டார் வசந்தி...

குருமூர்த்தியோ, ''அதுக்கு என்னம்மா பண்ணுறது? ஊரெல்லாம் மாப்பிள்ளை தேடி இருப்பாங்க, பேச முடியாதுனு சொன்னதால வரன் சீக்கிரம் அமைஞ்சு இருக்காது... வேற வழி இல்லாம இந்த சம்பந்தத்தை பேசி இருப்பாங்க'' என்று சொன்னார்... உடனே வசந்தி, ''பேச முடியலைனா என்ன? அந்த பொண்ணு எவ்ளோ நல்ல பொண்ணு தெரியுமா?'' என்று கேட்டார்...

குருமூர்த்தியோ, ''சரி அப்படியே வச்சுக்கலாம்... நான் ஒன்னு கேக்கிறேன் விடை சொல்லு, நீ நம்ம வம்சியை இந்த பொண்ணுக்கு கல்யாணம் பண்ணி கொடுப்பியா?'' என்று கேட்டார்...

வசந்தியிடம் மௌனம்...

''யோசிக்கிற தானே'' என்றார் குருமூர்த்தி...

''அது இல்லைங்க'' என்று வசந்தி இழுக்க, ''இது தான் வசந்தி எதார்த்தம்... நான் கண்டிப்பா என் பையன கல்யாணம் பண்ணி கொடுக்க மாட்டேன்... அதுவும் அவன் ஊர் அறிஞ்ச பாடகன்... அவனுக்கு ஒரு வாய் பேச முடியாத பொண்ணு மனைவியா வர்றது என்னால ஏத்துக்கவே முடியாது... இப்படி தான் ஒவ்வொருத்தங்களுக்கும் ஒவ்வொரு எண்ணம் இருக்கும்... அத நாம தப்புனு சொல்ல முடியாது'' என்று சொல்ல, அவரும் ஆமோதிப்பாக தலையாட்டிக் கொண்டார்...

அவர்களும் வீட்டை நோக்கி புறப்பட்டு விட்டார்கள்...

இதே சமயம், வசந்தி கொடுத்து விட்டு போன பையை திறந்து பார்த்தாள் தேன்மொழி...

நிறைய புடவைகள், ஆபரணங்கள் என்று இருக்க, அதனுடன் சேர்ந்து ஒரு கட்டு பணமும் இருந்தது...

தூக்கி வாரிப் போட்டது அவளுக்கு... அதனை எடுத்துக் கொண்டே சமையலறைக்குள் நின்று இருந்த மகாலக்ஷ்மியிடம் சென்றாள்.

அவரோ அதனை பார்த்து விட்டு, ''இதனால தான் திறந்து பார்க்க வேணாம்னு அவங்க

சொல்லி இருக்காங்க போல'' என்று சொன்னபடி, ''இத பத்திரமா வச்சுக்கோ, ஏதும் தேவைனா கேக்கிறேன்'' என்றார் மகாலக்ஷ்மி...

''இது நமக்கு வேண்டாம்'' என்ற ரீதியில் தலையாட்டினாள் தேன்மொழி...

''திரும்ப கொடுத்தா கோச்சுப்பாங்க தேன்மொழி... நீ வச்சுக்கோ அப்புறம் பார்த்துக்கலாம்'' என்று மனதில் பட்டதை சொல்லி விட்டு சமைக்க ஆரம்பித்து விட்டார்...

அவளும் மௌனமாக பணத்தை எடுத்துக் கொண்டே தனது அறைக்குள் நுழைந்து விட்டாள்.

இன்னும் இரண்டு வாரத்தில் திருமணம்...

தேன்மொழிக்கு கடைசி நேரத்தில் இந்த திருமணம் நின்று விடாதா என்கின்ற எதிர்பார்ப்பு மனதில் இருக்க தான் செய்தது...

மனசு தடுமாறும் நேரம் எல்லாம் வம்சி கிருஷ்ணாவின் இசையை கேட்டுக் கொள்வாள்...

அவள் திருமணத்தினால் பாதிக்கப்பட்ட முக்கியமான ஜீவன் யாதவ் கிருஷ்ணா தான்...

அவனுக்கு புது மாஸ்டர் கல்யாணராமன் வீட்டுக்கே வந்தார்...

டியூஷன் ஃபீஸ் மட்டும் பல ஆயிரங்களை தொட்டது...

சற்று கண்டிப்பானவர்...

கண்டிப்பானவர் என்பதை விட மோசமானவர் என்றே கூறலாம்...

முகத்தில் சிரிப்புக்கு பஞ்சம்...

பொறுமை கொஞ்சமும் இல்லை...

முதல் நாளே பிழையாக கணக்கு செய்ததற்கு தலையில் குட்டு விழுந்தது...

பொறுத்துக் கொண்டான் அவன்...

அவனுக்கு காது கேட்காது என்ற எண்ணத்தில், கண்ட மேனிக்கு வாயசைத்து திட்டினார்...

அவனோ இதழ் அசைவை வைத்து புரிந்துக் கொண்டான்...

அவன் கண்களில் நிற்காமல் கண்ணீர் வழிந்தது...

அன்றைய வகுப்பு முடிய, ஓடி வந்து தாயிடம் சொன்னான்...

அவரோ கல்யாணராமனுக்கு அழைத்து கேட்க, ''நான் அப்படி பண்ணுவேனா மேடம், ஏற்கனவே சொல்லி கொடுத்த டீச்சர் இல்லனு கவலைல பேசுறார் நம்ம யாதவ் கிருஷ்ணா... போக போக என்னை பிடிக்க ஆரம்பிச்சுடும்'' என்றார்...

அவருக்கு யாரை நம்புவது என்று குழப்பம்...

''அப்போ அடுத்த வாரம் டியூஷனுக்கு வாங்க சார், அவன் கொஞ்சம் ஓகே ஆகட்டும்'' என்று சொல்ல, கல்யாணராமனும் ''ஓகே மேடம்'' என்று சொல்லி விட்டு வைத்து விட்டார்...

தொலைபேசியை வைத்து விட்டு யாதவ் கிருஷ்ணாவை பார்த்தவர், ''இந்த வாரம் சார் டியூஷனுக்கு வர மாட்டார்... ஒரு வாரம் நீ நல்லா ரெஸ்ட் எடுத்துக்கோ... சில விஷயங்கள் நாம

அக்செப்ட் பண்ணி தான் ஆகணும்... இவரும் தேன்மொழி டீச்சர் போல தான்... உனக்கு நல்லா சொல்லி கொடுப்பார்'' என்று சைகையில் சொல்ல, அவனோ அவரை ஒரு தடவை வெறித்துப் பார்த்து விட்டு தனது அறைக்குள் நுழைந்துக் கொண்டான்...

அவனுக்கோ அனாதை ஆனது போன்ற உணர்வு... தன்னை யாருமே புரிந்துக் கொள்ளவில்லை என்கின்ற ஏக்கம்...

கட்டிலில் படுத்து அழ ஆரம்பித்து விட்டான்...

சாப்பிட கூட அவனுக்கு இஷ்டம் இல்லை...

வசந்தி கட்டாயப்படுத்தி சாப்பிட வைத்தார்...

அவன் நடவடிக்கையை அவதானித்த கௌதம் கிருஷ்ணாவோ, ''ஏன் இவன் இப்படி இருக்கான்?'' என்று வசந்தியிடம் கேட்க, ''நம்ம தேன்மொழி டியூஷன் கொடுக்க வர்றது இல்லைல, அது தான்'' என்றார்...

அவனோ பெருமூச்சுடன், ''அதுக்கு நாம ஒண்ணும் பண்ண முடியாதே அம்மா'' என்று சொல்லிக் கொண்டான்...

கௌதம் கிருஷ்ணாவின் கண்ணில் மட்டும் அல்ல, வம்சி கிருஷ்ணாவின் கண்ணிலும் அவன் மாற்றம் தென்பட்டது...

அவன் கௌதம் கிருஷ்ணாவிடம் கேட்டு விடயத்தை தெரிந்துக் கொண்டான்...

''அந்த பொண்ணு கூட நாம போய் பேசி பார்க்கலாமே, கேக்கிற பணத்தை கொடுக்கலாம்'' என்றான்...

கௌதம் கிருஷ்ணாவோ, ''அந்த பொண்ணு இத்தனை நாள் டியூஷனுக்கே பணம் வேணாம்னு சொல்லிட்டா... கல்யாணம்னு வரும் போது நாம கட்டாயப்படுத்த முடியாதுல'' என்றான்...

''பணம் வேணாம்னு சொல்லிட்டாளா? வித்தியாசமா இருக்கா'' என்று மட்டும் சொல்லிக் கொண்டான் வம்சி கிருஷ்ணா...

கௌதம் கிருஷ்ணாவோ, ''நாளைக்கு லெட்டர் வந்திடும் போல'' என்று கேலண்டரை பார்த்துக் கொண்டே சொல்ல, அவன் இதழ்களில் மெல்லிய புன்னகை...

''பட் என்னால கண்டு பிடிக்கவே முடியல... அது தான் கடுப்பா இருக்கு...'' என்று சொல்லிக் கொண்டான்...

அடுத்த நாள் முதலாம் தேதியும் வந்தது...

தேன்மொழி கடிதத்தை அனுப்பி விட்டாள்.

காலையில் நேரத்துக்கே எழுந்து விட்டான் வம்சி கிருஷ்ணா...

முதலாம் தேதி என்றால் கேட்கவும் வேண்டுமா? அவன் இதழ்களில் சிரிப்புக்கு பஞ்சம் ஏது...

கூர்க்கா கடிதங்களை கொண்டு வந்து கொடுக்க முதலே அவன் எடுத்து வந்தான்...

கௌதம் கிருஷ்ணாவோ அவனை பார்த்து செருமிக் கொள்ள, வம்சி கிருஷ்ணா கண்களை சிமிட்டி விட்டு அறைக்குள் சென்றவன், அங்கிருந்த நாற்காலியில் அமர்ந்து கடிதத்தை பிரித்தான்...

அன்புள்ள வம்சி கிருஷ்ணாவுக்கு,

நான் நலம், அது போல நீங்களும் நலமாக வாழ இறைவனை வேண்டிக் கொள்கின்றேன்...

இது நான் உங்களுக்கு இறுதியாக எழுதும் கடிதம் இது...

அவன் முகத்தில் இருந்த புன்னகை தொலைந்து, கலவரம் உண்டானது...

முகம் இறுகி போனது...

தொடர்ந்து படித்தான்...

கண்ணீருடன் எழுதுகிறேன்...

இப்படி ஒரு சந்தர்ப்பம் வரும் என்று நான் நினைத்து கூட பார்க்கவில்லை...

என் உணர்வுகள் எல்லாமே உங்கள் இசை தான்...

இனி அதனை கேட்க முடியுமா என்றும் தெரியவில்லை...

வலிக்கின்றது எனக்கு...

என் உணர்வுகளை புரிந்துக் கொள்ள என்னை சுற்றி யாரும் இல்லை...

உங்களுக்கு எழுதும் கடிதங்களில் தான் என் உணர்வுகளை கொட்டி எழுதுவேன்...

அதில் ஒரு ஆத்மார்த்த திருப்தி...

அந்த திருப்தியும் எனக்கு இனி கிடைக்காது...

கிடைக்காத பொக்கிஷம் என்று தெரிந்தும்

காதலித்தது எனது தவறு தான்...

இப்போது அந்த காதல் முற்றுப் பெறும் போது என்னால் வலியை அடக்க முடியவில்லை...

அருகே நீங்கள் இருந்தால் உங்களை அணைத்து கண்ணீர் விட்டு இருப்பேன்...

ஆனால் அதற்கு எனக்கு கொடுத்து வைக்கவில்லை...

எனக்குள் எத்தனையோ ஆசைகள்...

பேராசைகள் என்று கூட சொல்லலாம்...

உங்களை அணைக்க வேண்டும், பாடும் உங்கள் இதழ்களில் முத்தமிட வேண்டும்... உங்கள் தோளில் சாய்ந்து நீங்கள் பாடுவதை கண் மூடி கேட்க வேண்டும் என்று எத்தனையோ ஆசைகள்...

நிறைவேறாது என்று தெரிந்தாலும் ஆசைப்பட்டேன்...

உங்கள் பின்னால் சுற்றி வரும் என் மனதை என்னால் கட்டுப்படுத்தவே முடியவில்லை...

ஆனால் இப்போது கட்டுப்படுத்தி தான் ஆக வேண்டும் என்று கட்டாயம்...

என்னால் உங்கள் குரலை இனி கேட்க முடியாது என்று நினைக்கும் போதே பதறுகிறது...

உங்கள் இசை இல்லாமல், நான் ஜடம் மட்டும் தான்...

சின்ன வயதில் யாரும் இழக்க கூடாதது எல்லாமே நான் இழந்த போது கூட இப்படி அழுதது இல்லை...

ஆனால் இந்த ஒரு தலை காதல் வலிக்கின்றது...

உங்கள எனக்கு ரொம்ப ரொம்ப பிடிக்கும் வம்சி...

உங்களுக்கு மனைவியாகவோ காதலியாகவோ இருக்க முடியாது என்று எனக்கு தெரியும்...

என் இறுதி மூச்சு வரை ரசிகையாக உங்கள் இசையை கேட்கலாம் என்று நினைத்து இருந்தேன்...

இப்போது அதுவும் கேள்விக்குறி தான்...

நான் உங்களுடன் இல்லை என்றாலும் நீங்கள் சந்தோஷமாக இருக்க வேண்டும்...

பைத்தியக்காரி நான், உளறிக் கொண்டே இருக்கின்றேன்...

உங்களுக்கு நான் ஒருத்தி இருக்கின்றேன் என்றே தெரிய வாய்ப்பில்லை...

கற்பனையில் பேசிக் கொண்டிருக்கின்றேன்... சரி இருக்கட்டும்... என் மன அமைதிக்காக பேசி விட்டு போகின்றேன்...

திருமணம் செய்து நிறைய குழந்தைகள் பெற்றுக் கொள்ளுங்கள், பிறக்கும் ஒரு பெண் குழந்தைக்கு தென்றல் என்று என் நினைவாக பெயர் வையுங்கள்... எனக்கு பையன் பிறந்தா வம்சி கிருஷ்ணானு தான் பெயர் வைப்பேன்...

இந்த ரசிகையின் ஆசை...

என்ன காதலி என்று சொல்லாமல் ரசிகை என்று சொல்கின்றேன் என்று பார்க்கிறீர்களா?

இனி காதலி என்று சொல்ல எனக்கு உரிமை

இல்லை...

என்னிடம் இருந்து உங்களுக்கு இனி கடிதங்கள் வராது... அதே சமயம் என் மனதில் உங்கள் நினைவுகள் என்றும் அகலாது... ஆத்மார்த்தமான உங்கள் நினைவுகள் என்னுடன் எப்போதுமே பொக்கிஷமாக இருக்கும்...

உங்கள் முகத்தில் என்றும் புன்னகை தவழ இறைவனை வேண்டிக் கொண்டே விடைபெறுகின்றேன்...

சந்தோஷமா இருங்க வம்சி...

இப்படிக்கு உங்கள் ரசிகை

தென்றல்

அவள் பெயர் அருகே கண்ணீர் துளிகளின் தடயம்...

விரல்கள் கொண்டு மெதுவாக அவள் பெயரை வருடிக் கொண்டான்...

உள்ளுக்குள் ஏதோ உடைவது போன்ற உணர்வு...

உலர்ந்த அவள் கண்ணீர் துளிகளின் அருகே, உலராத இரு துளிகள்...

அவர்கள் சேரவில்லை என்றாலும் அவர்களின் கண்ணீர் துளிகள் சேர்ந்தனவோ....

சட்டென தனது கன்னத்தை தொட்டு பார்த்தான்...

அவன் கண்ணில் இருந்து தான் இந்த துளிகள் விழுந்து இருக்கின்றன...

ஆம் அழுது இருக்கின்றான்...

அவனுக்கே அதிர்ச்சி...

மனதளவில் உறுதியானவன் அவன்...

அவனையே அழ வைத்து விட்டதே இந்த காதல்...

மனம் பிசைய ஆரம்பித்தது...

''ராட்சஷி, நீ யார்னு ஒரு தடவை சொல்லி இருக்கலாமே'' என்ற ஆதங்கம் அவனுக்கு...

இப்போது எங்கே போய் தேடுவான்? இனி கடிதமும் வராது? யாரிடம் கேட்பான்?

கண்ணை கட்டி நடு காட்டில் விட்ட உணர்வு...

அவளுக்கு மட்டுமா காதல்?

அவனுக்கும் தானே காதல்...

அப்படியே கண் மூடி இருக்கையில் சாய்ந்தான்...

எழுத்துக்கள் மூலம் அவனை கட்டி இழுத்தவளை அவனால் நேரில் பார்க்கவே முடியவில்லை...

காதலிக்க தொடங்காமலே அவர்கள் காகித காதல் காற்றில் கரைந்து போன உணர்வு அவனுக்கு...

மீள முடியுமா என்று தெரியவில்லை... மீள வேண்டிய கட்டாயம்...

இந்த ஒரு கடிதத்துக்காக அவன் மாதம் முழுவதையும் எதிர்பார்ப்புடன் கழிப்பவன்...

இனி அந்த கடிதம் இல்லை என்று சொன்னதுமே, தனது உடலில் ஒரு பாகத்தை இழந்த உணர்வு அவனுக்கு...

எத்தனை கனவுகள்... எத்தனை எதிர்பார்ப்புகள்...

அவள் எப்படி இருப்பாள் என்று அவன் எப்படி எல்லாம் கற்பனை செய்து வைத்து இருந்தான்...

அனைத்தும் நொறுங்கி விட்டது... பிரபலமாக இருந்து என்ன பயன்? இறுதி வரை அவன் மனம் கவர்ந்தவளை கண்டு பிடிக்கவே முடியவில்லையே...

அவள் உணர்வுகளை அவள் கடிதம் மூலம் கொட்டி இருந்தாலும், அவன் உணர்வுகளை அவன் வெளிப்படுத்த அவள் வாய்ப்பே கொடுக்கவில்லையே...

அவள் மீது கோபமாக வந்தது... அடக்கிக் கொண்டே இருக்கையில் கண் மூடி அமர்ந்து இருந்தான்...

எவ்வளவு நேரம் அறைக்குள் இருந்தான் என்று தெரியவில்லை...

அறை கதவு தட்டப்படும் சத்தம் கேட்டு தான் கண்களை விழித்துக் கொண்டான்...

வெளியே இருந்து பார்ப்பவர்களுக்கு இது பைத்தியக்காரத்தனமான காதலாக தெரிந்தாலும் அவர்களுக்கு அது ஆத்மார்த்த காதல் தான்...

ஆழ்ந்த மூச்சை எடுத்துக் கொண்டே, முகத்தை இரு கைகளாலும் அழுந்த வருடியபடி கதவை திறக்க, வாசலில் நின்றது என்னவோ கௌதம் கிருஷ்ணா தான்...

''உள்ளே வா'' என்று சொல்லிக் கொண்டே, அங்கிருந்த இருக்கையில் அமர, ''லெட்டர் படிச்சா முகம் பிரகாசமா இருக்கணுமே... என்னடா ஆச்சு?'' என்று கேட்க, அவனோ கடிதத்தை நீட்டினான்...

கௌதம் கிருஷ்ணா யோசனையுடன் கடிதத்தை பிரித்து படித்தான்...

அவன் புருவம் சுருங்கியது...

''என்னது? கடைசி கடிதமா?, என்னடா இது?'' என்று கௌதம் கிருஷ்ணா கேட்க, இதழ்களை பிதுக்கியவன், ''நோ ஐடியா'' என்றான்...

''என்ன பண்ண போற?'' என்று கௌதம் கிருஷ்ணா கேட்க, ''என்ன பண்ண முடியும்னு சொல்ற?'' என்று கேட்டான்...

''ஒண்ணுமே பண்ண முடியாது'' என்றான் கௌதம் கிருஷ்ணா...

''பட் ஐ ஹாவ் டு ஓவர் கம்... ரொம்ப கஷ்டமான விஷயம் தான்... ஐ நீட் டைம்... ஜஸ்ட் லெட்டர்ஸ் தானேனு நீ நினைக்கலாம்... பட் ஐ லவ் ஹேர்... யார்னு தெரியல... ஆனாலும் ஐ லவ் ஹேர்... முட்டாள் தனமா தோணுனாலும் தட்ஸ் ட்ரூ... அட்லீஸ்ட் யாருனு அவ சொல்லி இருக்கலாம்... எனக்கு அது தான் ரொம்ப பெயின் ஆஹ் இருக்கு'' என்று சொன்னவன் குரல் தழுதழுத்தது...

இப்படி வம்சி கிருஷ்ணாவை கௌதம் கிருஷ்ணா பார்த்ததே இல்லை...

''வம்சி'' என்றான் அழுத்தமாக...

ஆழ்ந்த மூச்சை எடுத்தவனோ, ''இட்ஸ் எ பெயின் கௌதம், நான் கொஞ்சம் தனியா இருக்கணும்...'' என்று சொல்லிக் கொண்டே எழுந்தவன் தன்னை நிதானப்படுத்தும் பொருட்டு ஸ்டூடியோவினுள் நுழைந்து விட, அவனை வெறித்துப் பார்த்தான் கௌதம் கிருஷ்ணா...

அவன் இசை அவளுக்கு மட்டும் அல்ல, அவனுக்கும் மருந்து தான்...

அத்தியாயம் 8

இப்படியே இரு நாட்கள் நகர்ந்து இருக்கும், வம்சி கிருஷ்ணாவுக்கு எதிலும் ஈடுபாடு இல்லை...

ரெக்கார்டிங்கை கூட அவகாசம் கேட்டு தள்ளி போட்டு இருந்தான்... அவன் மனம் நிலை இல்லை என்றால் அவனால் திருப்தியாக பாட முடியாது... வீட்டில் பாடும் போதே பல எண்ணங்கள் அவனை தடுமாற செய்யும்... இதில் எப்படி ரெக்கார்டிங்கில் பாடுவது?

அவன் நிலைமை இப்படி இருக்க, வசந்திக்கே அவனில் வித்தியாசம் தெரிய ஆரம்பித்தது...

ஷேவ் செய்வது இல்லை...

தாடி மீசை கண்ட மேனிக்கு வளர்ந்தும் இருந்தது...

அவன் தன்னை கண்ணாடியில் கூட பார்ப்பது இல்லை... மனதில் இருக்கும் அழுத்தத்தில் இருந்து அவனுக்கு வெளிவருவது பெரும் பாடாகி போனது...

கிட்டதட்ட தேவதாஸ் போல தான் இருந்தான்...

ஒரு தடவை வசந்தியே கௌதம் கிருஷ்ணாவிடம், ‘‘என்னடா யாதவ் தான் சோகமா இருக்கான்னு பார்த்தா, இவனும் ஏன் டா இப்படி இருக்கான்?’’ என்று கேட்டார்...

உண்மையை வசந்தியிடம் சொன்னால் வம்சி கிருஷ்ணா உண்டு இல்லை என்று அவனை ஒரு வழி பண்ணி விடுவான்...

அதனாலேயே, ‘‘தெரியலம்மா’’ என்று சொல்லிக் கொண்டான்...

யாதவ் கிருஷ்ணாவுக்கும் சரி, வம்சி கிருஷ்ணாவுக்கும் சரி மனதில் வலி தோன்ற காரணம் ஒரே ஜீவன் தேன்மொழி தான்...

அது அப்போது யாருக்கும் தெரியவே இல்லை...

இதே சமயம் யாதவ் கிருஷ்ணாவுக்கு கற்பிக்க கல்யாண ராமனும் அன்று வீட்டுக்கு வந்து இருந்தார்...

அவருக்கோ அவன் வசந்தியிடம் தன்னை பற்றி சொன்ன கோபம் மனதில் அப்படியே இருந்தது...

அவனுக்கு கணக்கை கொடுத்து விட்டு, வாய்க்குள் திட்டிக் கொண்டே இருந்தார்...

யாதவ் கிருஷ்ணாவின் கெட்ட காலத்துக்கு, அவன் ஒரு கணக்கை தப்பாக செய்து விட்டான்...

எட்டி அவன் நோட் புக்கை பார்த்தவருக்கு கடுப்பாகி விட்டது...

இது தான் வாய்ப்பென்று, ‘‘முட்டாள் முட்டாள்’’ என்று அவன் தலையில் குட்டிக் கொண்டே, கண்ட மேனிக்கு திட்டியவரோ, ‘‘இந்த செவிடனுக்கு நான் திட்டுனாலும் விளங்காது’’ என்று சொல்லிக் கொண்டே அவன் தலையில் இன்னும் ரெண்டு அடி போட்டார்...

அவனுக்கோ வலித்தது...

கண்களும் கலங்கி விட்டன...

அவரை ஏறிட்டுப் பார்த்தான்...

அவரோ, ‘‘என்னடா பார்க்கிற, செவிட்டு பய உனக்கு அவ்ளோ திமிரா?’’ என்று இதழ் அசைத்து கேட்க, அவனுக்கு இதழ் அசைவில் அவர் திட்டியது புரிந்தது...

அவனுக்கு கேட்காது என்கின்ற நினைப்பில் இன்னும் வார்த்தைகளை விட்டார்...

''உனக்கு பொம்பிளை டீச்சர் தானா சொல்லி கொடுக்கணும்? ஏன் அவ அப்படி என்னத்த சொல்லி கொடுத்தா?'' என அவர் வார்த்தைகள் தப்பாயின...

இதழ் அசைவில் அவர் பேசுவதை கண்டுக் கொண்டவனுக்கு அதுவரை இருந்த பொறுமை பறந்தது...

''என்னடா முறைப்பு, மேசைல இருக்கிற தண்ணிய எடுத்து வா'' என்று சொன்னவரோ சற்று நிறுத்தி, ''சைகையால சொல்லணும்ல'' என்று சொல்லிக் கொண்டே சைகையால் சொன்னார்...

அவரை பார்த்துக் கொண்டே எழுந்தான்...

சற்று முன்னர் கலங்கிய கண்களில் இப்போது அனல் மட்டுமே நிரம்பி இருந்தது...

விறு விறுவென சென்று மேசையில் கண்ணாடி குவளையில் இருந்த நீரை எடுத்து வந்தான்...

அவர் அப்போதும் திட்டுவதை நிறுத்தவில்லை...

தனக்கு அருகே நீர் குவளையுடன் நின்றவனிடம், ''என்னடா பார்க்கிற? பொம்பிளை டீச்சர் கேக்குதோ உனக்கு... அத கொடு'' என்று நீர்க் குவளையை வாங்குவதற்காக அவர் கையை நீட்ட, அவனோ கையில் இருந்த கண்ணாடி குவளையை அவர் தலையில் ஓங்கி அடித்து இருந்தான்...

நெற்றி வெடித்து ரத்தம் பீறிட்டது...

''ஐயோ'' என்று அவர் கத்தியது ஸ்டூடியோவில்

இருந்த வம்சி கிருஷ்ணாவுக்கும் கேட்டது, தனது அறைக்குள் இருந்த கௌதம் கிருஷ்ணாவுக்கும் கேட்டது, சமையலறைக்குள் இருந்த வசந்திக்கும் கேட்டது... ஏன் வேதவல்லி உட்பட எல்லாருக்கும் கேட்டது...

எல்லாருமே அதிர்ந்து போனார்கள்...

அவசரமாக சத்தம் கேட்ட திசையை பார்த்தால், அது யாதவ் கிருஷ்ணாவின் அறை...

ஓடி வந்து வம்சி கிருஷ்ணா தான் முதலில் அறையை திறந்தான்...

தலையில் இருந்து ரத்தம் பீறிட்டு வழிய, தலையை ஒரு கையால் பிடித்துக் கொண்டே, அலறிக் கொண்டு இருந்தார் கல்யாண ராமன்...

யாதவ் கிருஷ்ணாவோ அவரை இப்போது மிரட்சியுடன் பார்த்துக் கொண்டே நின்று இருந்தான்...

ஒரு கோபத்தில் அடித்து விட்டான்...

எல்லாம் செய்து முடிய அவனுக்கு பயம் தொற்றிக் கொண்டது...

வம்சி கிருஷ்ணாவோ கல்யாண ராமனை பார்த்து விட்டு யாதவ் கிருஷ்ணாவை பார்க்க, அவனுக்கோ அழுகை வந்து விட்டது...

அங்கே வந்தவர்கள் அனைவரையும் சுற்றி பார்த்தவனோ வேகமாக அங்கிருந்து ஓடி தனது படுக்கை அறைக்குள் நுழைந்துக் கொள்ள, அவன் ஓடிச் செல்வதை பார்த்து விட்டு மீண்டும் கல்யாண ராமனை பார்த்த வம்சி கிருஷ்ணாவோ, ‘‘ஹாஸ்பிடலுக்கு கொண்டு போகணும்டா, ட்ரைவரை

வர சொல்லு'' என்று கௌதம் கிருஷ்ணாவிடம் சொல்ல, சற்று நேரத்தில் ட்ரைவரும் வந்து விட, கல்யாணராமனை பார்த்த வம்சி கிருஷ்ணாவோ, ''கீழ விழுந்து, க்ளாஸ் குத்திடுச்சுனு சொல்லுங்க, அதுக்குரிய பேமெண்ட் நான் கொடுக்கிறேன்'' என்றான்...

அவரும் பெரிய அமௌன்ட் கறந்து விடலாம் என்ற நினைப்பில் சம்மதமாக தலையாட்டிக் கொண்டே அங்கிருந்து சென்றார்...

அவனை அனுப்பி வைத்து விட்டு வசந்தியை பார்க்க, அவரோ, ''என்னடா இவன்'' என்று தழுதழுத்த குரலில் கேட்டார்...

''அப்பா பிசியா இருப்பார்... இப்போ சொல்லாதீங்க, அவர் வீட்டுக்கு வந்ததும் பேசிக்கலாம்'' என்ற வம்சி கிருஷ்ணாவோ, ''கௌதம், அவனை என்னனு பாரு'' என்று சொல்லி விட்டு தனது அறைக்குள் நுழைந்துக் கொண்டான்...

வசந்தியும் கௌதம் கிருஷ்ணாவும் யாதவ் கிருஷ்ணாவின் அறையை திறக்க முற்பட அது உட்பக்கத்தால் மூடப்பட்டு இருந்தது...

அவனுக்கு தட்டினாலும் கேட்காது, ஆனாலும் பதட்டத்துடன் வசந்தி தட்ட, கௌதம் கிருஷ்ணாவோ அங்கே நின்ற தோட்டக்காரனிடம், ''இத உடைங்க'' என்று சொல்ல, அவரும் கடப்பாறையை எடுத்து வந்து கதவை உடைக்க ஆரம்பித்தார்...

வசந்தியோ, ''எனக்கு பயமா இருக்கு கௌதம்'' என்று கண்ணீருடன் பதற ஆரம்பிக்க, அனைத்தையும் முன்னறையில் இருந்து பார்த்துக் கொண்டு இருந்த

வேதவல்லியோ, ‘இது சீரியலை விட நல்லா இருக்கும் போலவே’ என்று நினைத்துக் கொண்டார்.

இதே சமயம் தனது அறைக்குள் இருந்த வம்சி கிருஷ்ணாவுக்கு கதவை உடைக்கும் சத்தம் கேட்டது.

வேகமாக அறைக்குள் இருந்து வெளியே வந்து பார்த்தான்...

கதவும் அந்த கணத்தில் உடைக்கப்பட, கௌதம் கிருஷ்ணாவும் வசந்தியும் உள்ளே அவசரமாக நுழைந்தார்கள்.

அங்கே யாதவ் கிருஷ்ணா அவர்களின் கண்களில் படவில்லை...

‘‘யாதவ்’’ என்று கத்திக் கொண்டே தேட, அவனோ திரைசீலையின் பின்னே கால்களை குறுக்கி கீழே அமர்ந்துக் கொண்டே, அழுதுக் கொண்டு இருந்தான்...

சட்டென கௌதம் கிருஷ்ணா திரைசீலையை விலக்க, அவன் இன்னும் பயந்து சுவருடன் ஒன்றியவன், யாரையும் பார்க்கவில்லை...

முகத்தை கால் முட்டியில் புதைத்துக் கொண்டே அழுதுக் கொண்டு இருந்தான்...

அவன் அருகே அமர்ந்த வசந்தியோ, அவன் தோளில் கையை வைக்க, அவனுக்கோ ஆத்திரம்...

தான் சொல்லியும் கேட்காமல் கல்யாணராமனை டியூஷன் எடுக்க அனுப்பிய ஆத்திரம்...

வேகமாக அவர் கையை தட்டி விட்டவன் அவரை பார்க்கவே இல்லை...

அவரோ, கண்கள் கலங்க கௌதம் கிருஷ்ணாவை

பார்க்க, அவனோ, ''நான் பேசிக்கிறேன்மா, நீங்க கொஞ்சம் வெளிய நில்லுங்க'' என்று சொல்ல, அவரும் புடவை முந்தானையால் கண்ணீரை துடைத்துக் கொண்டே வெளியேறி இருந்தார்...

அவன் அருகே மண்டியிட்டு அமர்ந்த கௌதம் கிருஷ்ணாவோ, அவன் தோளில் கையை வைக்க, அவனோ சட்டென நிமிர்ந்து பார்த்துக் கொண்டே, அவன் கையை தட்டி விட்டான்...

அவன் முகத்தில் பயம் அப்பட்டமாக தெரிந்தது...

அவன் தன்னுடைய முகத்தை பார்த்தால் தான் கௌதம் கிருஷ்ணாவினால் சைகையால் பேச முடியும்...

அவன் முகத்தையே பார்க்க முடியாது என்று இருக்கும் போது எப்படி அவனால் சைகையால் பேச முடியும்?

மறுபடியும் தட்டி பார்த்தான் அவன் கௌதம் கிருஷ்ணாவை திரும்பி கூட பார்க்கவே இல்லை...

ஆழ்ந்த மூச்செடுத்துக் கொண்டே அறையை விட்டு வெளியே வந்தவனிடம், ''என்னடா ஆச்சு? என்ன சொல்றான்?'' என்று கேட்டான் வம்சி கிருஷ்ணா...

வசந்தியும், ''அவனுக்கு திடீர்னு என்னாச்சு? அவன் இப்படி முரட்டு தனமா நடந்துகிறவன் இல்லையே'' என்று கண்ணீருடன் சொல்ல, கௌதம் கிருஷ்ணாவோ, ''அவன் என் முகத்தை கூட பார்க்க மட்டேங்குறான்மா, எப்படி நான் அவன் கூட பேசுறது?'' என்று இயலாமையுடன் கேட்டான்...

வம்சி கிருஷ்ணாவிடம் ஆழ்ந்த மூச்சு மட்டும்

தான்... சட்டென கௌதம் கிருஷ்ணாவோ, ‘‘நீ பேசி பாரு வம்சி’’ என்றான்...

‘‘நானா?’’ என்று அதிர்ச்சி அவனிடம்...

‘‘உன் கிட்ட பேச அவனுக்கு ரொம்ப பிடிக்கும்’’ என்று கௌதம் கிருஷ்ணா சொல்ல, அவனோ, ‘‘எனக்கு சைன் லாங்க்வேஜ் ஃப்ளுவேண்ட் ஆஹ தெரியாதுடா’’ என்றான்...

‘‘உன் லிப்ஸ் வச்சே அவன் கண்டு பிடிப்பான்... அவனை எழுதி காட்ட சொல்லிடு’’ என்றான் கௌதம் கிருஷ்ணா...

‘‘டேய் உன் கூடவே பேசல, என் கூட பேசுவானா?’’ என்று கேட்டான் வம்சி கிருஷ்ணா...

‘‘கண்டிப்பா பேசுவான் டா’’ என்று கௌதம் கிருஷ்ணா சொன்னதும் ஒரு தயக்கத்துடன் தான் உள்ளே நுழைந்தான்...

கண்களை சுற்றி சுழல விட்டவனுக்கு திரைசீலைக்கு பின்னால் அமர்ந்து இருந்த யாதவ் கிருஷ்ணா தென்பட, அவனை நோக்கி நடந்தான்...

யாதவ் கிருஷ்ணா அப்படியே அழுதபடி அமர்ந்து இருக்க, திரைசீலையை விலக்கி அவனை பார்த்தான்..

அவன் அப்போதும் நிமிரவே இல்லை...

அவன் அருகே மண்டியிட்டு அமர்ந்துக் கொண்டே, அவன் தோளில் கையை வைக்க, யாதவ் கிருஷ்ணா வித்தியாசமான ஸ்பரிசத்தை உணர்ந்து சட்டென்று ஏறிட்டுப் பார்த்தான்...

அவன் அருகே அமர்ந்து இருந்தது என்னவோ வம்சி கிருஷ்ணா தான்...

யாதவ் கிருஷ்ணாவினால் நம்பவே முடியவில்லை..

இமைக்காமல் அவனையே பார்த்தான்...

வம்சி கிருஷ்ணாவோ, ''என்னடா ஆச்சு?'' என்று இதழ்களை அசைத்து கேட்ட அடுத்த கணமே, அவனை இறுக அணைத்தவன் விம்மி அழ ஆரம்பித்து விட்டான்...

வம்சி கிருஷ்ணாவுக்கு எதுவுமே புரியவில்லை... அப்படியே அமர்ந்து இருந்தான்...

மனம் விட்டு அழுதான்...

இத்தனை நாள் பேசாத ஒரு உறவு... பேச மாட்டார்களா என்று ஏங்கிய உணர்வு பேசினால் எப்படி இருக்கும்? அப்படி தான் யாதவ் கிருஷ்ணாவுக்கும் இருந்தது...

வம்சி கிருஷ்ணாவுக்கு யாதவ் கிருஷ்ணாவை ரொம்பவே பிடிக்கும்...

அவன் பிறந்த நேரம் இவனுக்கு பதின்மூன்று வயது இருக்கும்...

அப்போது இருந்தே அவனை கைகளில் தூக்கி திரிவான்...

முத்தமிட்டு அவனை ஒரு வழி பண்ணி விடுவான்...

வருடங்கள் நகர்ந்த போதும், யாதவ் கிருஷ்ணா வாய் திறந்து பேசவே இல்லை...

''அம்மா இத்தனை வயசாச்சு, ஆனா ஏன் தம்பி பேச மாட்டேங்குறான்... நான் பாடுனா கூட என்ன பார்க்க மாட்டேங்குறான்'' என்று முதன் முதலில் ஐயம் வெளியிட்டது கூட வம்சி கிருஷ்ணா தான்...

அதன் பிறகு தான் வைத்தியரிடம் கொண்டு ஓடினார்கள்…

அப்போது தான் தெரிந்தது அவனுக்கு பிறப்பிலேயே கேட்கும் திறன் இல்லை என்று… கேட்கும் திறன் இல்லை என்றால் பேசும் திறனும் இருக்காதே…

அந்த விடயத்தினால் வசந்தி மற்றும் குருமூர்த்தியை விட அதிகம் பாதிக்கப்பட்டது என்னவோ வம்சி கிருஷ்ணா தான்…

கௌதம் கிருஷ்ணா சற்று எதார்த்தவாதி… எதுவாக இருந்தாலும் ஏற்றுக் கொண்டு கடந்து விடுவான்…

ஆனால் வம்சி கிருஷ்ணா அப்படி அல்ல…

ஆழ்ந்த அன்பு வைத்தால் அதில் இருந்து அவனுக்கு மீள்வது கஷ்டம்…

யாதவ் கிருஷ்ணாவின் இந்த நிலையை அவனால் ஏற்றுக் கொள்ளவே முடியவில்லை…

யாதவ் கிருஷ்ணா கையசைத்து தேவைகளை கேட்கும் போது மனம் பிசையும்…

தனது பாடலை ஊரே கேட்கும் போது தான் உயிரை வைத்து இருக்கும் தனது தம்பியால் கேட்க முடியவில்லையே என்கின்ற ஆதங்கம்…

''ஏதாவது பேசுடா'', ''இந்த சத்தம் கேக்குதா டா'', ''இந்த சத்தம் கேக்குதாடா'' என்று ஒவ்வொரு சத்தத்தை உருவாக்கி தவித்து போன நாட்களும் உண்டு… ''நான் பாடுறத உன்னால கேட்கவே முடியாதா?'' என்று அவனிடம் பேசி ஏங்கிய நாட்களும் உண்டு…

யாதவ் கிருஷ்ணா சின்ன வயதில் ஒவ்வொரு தேவைக்கும் தடுமாறும் போது வம்சி கிருஷ்ணாவுக்கு என்னவோ செய்யும்...

தூக்கம் இல்லாமல் போகும், பாட முடியாமல் போகும்...

கௌதம் கிருஷ்ணா போல ஏற்றுக் கொண்டே கடந்து விட முயன்றான்...

முடியவே இல்லை...

நீண்ட நாள் முயன்றும் முடியாமல் போக, யாதவ் கிருஷ்ணாவை தவிர்க்க ஆரம்பித்து விட்டான்...

தன்னை கொண்டாடிய அண்ணன் தன்னை தவிர்ப்பது யாதவ் கிருஷ்ணாவுக்கும் புரிந்தது...

வம்சி கிருஷ்ணா காரணமே இல்லாமல் யாதவ் கிருஷ்ணாவை தவிர்த்தான்...

ஏன் தவிர்க்கின்றான் என்று அவனுக்கும் தெரியவில்லை...

தேவையற்ற தவிர்ப்பு...

யாதவ் கிருஷ்ணாவுக்காக வசந்தி எல்லாமே பார்த்து பார்த்து செய்தார்...

அம்மா பார்த்துக் கொள்வார் என்ற நினைப்பில் தனது முன்னேற்றத்தை பார்க்க ஆரம்பித்து விட்டான்.

யாதவ் கிருஷ்ணாவுக்கு தான் தேவைப்பட மாட்டோம் என்று நினைத்து விட்டான்...

அதன் பிறகு, காலேஜ், பாடல் என்று பிசியாகி விட்டான்...

தம்பியினால் உண்டான தாக்கத்தில் இருந்து மீள

முடியாதவன், யாருடனும் மனதுக்கு நெருக்கமாக பழகுவது இல்லை... தான் ஆழ்ந்த அன்பு வைத்தவர்களுக்கு ஏதும் ஆகி விட்டது என்றால் வம்சி கிருஷ்ணாவினால் தாங்கிக் கொள்ள முடியாது...

அதனாலேயே கௌதம் கிருஷ்ணா உட்பட அனைவருடனும் ஒரு எல்லையில் நின்றுக் கொள்வான்... பாசம் இருந்தாலும் யாதவ் கிருஷ்ணா மேல் இருக்கும் அன்பு போல அவன் யார் மீதும் வைத்தது இல்லை...

யாதவ் கிருஷ்ணாவுக்கு பிறகு அவன் இதயத்தை அசைத்து பார்த்தது தென்றல் தான்...

இத்தனை வருடங்கள் கழித்து, யாதவ் கிருஷ்ணாவை முகத்துக்கு நேராக பார்க்கின்றான்...

விழிகளுடன் விழிகளை கலக்க விடுகின்றான்...

யாதவ் கிருஷ்ணா அவனை அணைத்து நீண்ட நேரம் அழுதான்...

வம்சி கிருஷ்ணா அப்படியே இருந்தான்...

அவன் அணைப்பும் அழுகையுமே தன்னை அவன் எந்தளவு எதிர்பார்த்து இருக்கின்றான் என்று வம்சி கிருஷ்ணாவுக்கு எடுத்து கூறியது...

இதன் பிறகும் தவிர்க்க வேண்டுமா? என்ற கேள்வி அவனிடம்...

இத்தனை நாட்கள் அவனுடன் இருந்த வசந்தி மற்றும் கௌதம் கிருஷ்ணாவிடம் சொல்லாதவற்றை தன்னிடம் சொல்ல முயல்கிறான் என்று தோன்றியது..

தன் மீது அப்படி ஒரு நம்பிக்கை... அவன் நம்பிக்கைக்கு தான் இத்தனை நாள் உயிர்

கொடுக்கவில்லையோ என்று இப்போது தோன்றியது.

நினைத்த போல வாழ்க்கையில் எல்லா விடயங்களும் நடந்து விடுவது இல்லை...

எப்போதுமே பிரச்சனைகளை கண்டு ஓடி பயன் இல்லை...

ஏற்றுக் கொண்டு அதற்கு தீர்வு காண்பதே புத்திசாலி தனம்...

இத்தனை நாள் பிரச்சனையை கண்டு ஓடும் முட்டாளாக இருந்து விட்டான்...

அந்த உண்மை இப்போது உறைத்தது...

யாதவ் கிருஷ்ணாவின் விழிகளை பார்த்து இருந்தாலாவது அந்த ஏக்கமும் எதிர்பார்ப்பும் புரிந்து இருக்கும்... அவனை தவிர்த்து தவிர்த்து அவனை தானே காயப்படுத்தி இருக்கின்றான்...

சிறிது நேரத்தின் பின் யாதவ் கிருஷ்ணாவே அவனை விட்டு விலகி, சைகையால் ஏதோ சொல்ல முயன்றான்...

அவனுக்கு புரியவே இல்லை...

அவன் தோள்களை பற்றி அவன் விழிகளை பார்த்துக் கொண்டே, ''எனக்கு புரியல'' என்று இதழ் அசைத்து சொன்னான்...

அவன் இதழ்களை பார்த்து விட்டு, ஒற்றைக் கையால் கொஞ்சம் பொறுத்து இருக்கும்படி சொன்ன யாதவ் கிருஷ்ணாவோ அவன் அறைக்குள் இருந்த வைட் போர்ட் அருகே வந்து மார்க்கரை கையில் எடுத்தான்...

வம்சி கிருஷ்ணாவின் இதழ்கள் சற்று நிம்மதியாக

புன்னகைத்தன...

வெண்ணிற பலகையில் எழுத ஆரம்பித்தான்...

கல்யாண ராமனின் பிரச்சனைக்கு முதல் தன்னிடம் இருக்கும் கேள்விகளை வம்சி கிருஷ்ணாவிடம் கேட்டு விட வேண்டும் என்று நினைத்து விட்டான்...

''என்னை உங்களுக்கு பிடிக்காதா?'' என்று முதல் கேள்வி...

''ரொம்ப பிடிக்கும்'' என்றான் வம்சி கிருஷ்ணா...

''அப்போ ஏன் என் கிட்ட பேசுறது இல்ல?'' என்று அடுத்த கேள்வி...

''ஐ ஆம் சாரி'' என்றான்...

அதற்கு எப்படி விளக்கம் சொல்வது என்று வம்சி கிருஷ்ணாவுக்கு தெரியவில்லை...

அவன் இதழ் அசைவை உன்னிப்பாக பார்த்த யாதவ் கிருஷ்ணாவோ, ''தட்ஸ் ஓகே'' என்று மென் புன்னகையுடன் எழுதினான்...

அவன் மன்னிப்பில் மொத்தமாக உடைந்து விட்டான் வம்சி கிருஷ்ணா...

உணர்வுகளை அடக்கிக் கொண்டான்...

''என் கூட இனி பேசுவீங்களா?'' என்று அடுத்த கேள்வி...

அவனோ, ''கண்டிப்பா'' என்று சொல்ல, யாதவ் கிருஷ்ணாவின் இதழ்கள் தாராளமாக புன்னகைக்க தொடங்கின...

''நான் ஏன் சாரை அடிச்சேன் தெரியுமா?'' என்று அடுத்த கேள்வி கேட்டான்...

''நீயே சொல்லு'' என்றான் வம்சி கிருஷ்ணா...

பந்தி பந்தியாக எழுதி மனதில் உள்ளதை எல்லாம் கொட்டி தீர்த்தான்...

அழுதுக் கொண்டே எழுதினான்...

அவனை பார்க்கவே வம்சி கிருஷ்ணாவுக்கு கஷ்டமாக இருந்தது...

கல்யாண ராமன் மேல் கோபமாக வந்தது...

''உனக்கு என்ன வேணும்?'' என்று கேட்டான் வம்சி கிருஷ்ணா...

''தேன்மொழி டீச்சர்'' என்று எழுதினான்...

அவனை ஆழ்ந்து பார்த்துக் கொண்டே, அவனை நோக்கி வந்தவன், ''என் கிட்ட நீ முதல் முதல் கேட்ட விஷயம்... கண்டிப்பா நிறைவேத்துவேன்'' என்றான்.

அவன் கையை பிடித்த யாதவ் கிருஷ்ணாவோ, சட்டென மீண்டும் எழுத ஆரம்பித்தான்...

''அவங்களுக்கு கல்யாணம் நடக்க போகுது... அதனால தான் இங்க வரமாட்டேன்னு சொன்னாங்க... அவங்கள நீங்க ஏன் கல்யாணம் பண்ணிக்க கூடாது? நம்ம கூடவே இருப்பாங்களே... அவங்க ரொம்ப நல்லவங்க, அவங்க எனக்கு அண்ணியா வந்தா ரொம்ப சந்தோஷப்படுவேன்'' என்று எழுதி முடித்து விட்டு வம்சி கிருஷ்ணாவின் முகத்தை பார்க்க, அவன் முகமோ இறுகி போனது...

அவன் முக இறுக்கத்தை கண்டவனோ, ''பேச முடியாது என்கிறதால கல்யாணம் பண்ணிக்க யோசிக்கிறீங்களா?'' என்று கேட்டான்...

எவ்வளவு ஆழமான கேள்வி... வம்சி கிருஷ்ணாவை

அந்த கேள்வி அசைத்து பார்த்தது என்னவோ உண்மை தான்...

சட்டென இறுக்கத்தை மறைத்து புன்னகைத்தவனோ, ''ச்ச ச்ச, அப்படி இல்ல... அவங்க ஓகே சொன்னா கல்யாணம் பண்ணிக்கிறேன்'' என்றான்...

யாதவ் கிருஷ்ணாவிடம் இல்லை என்று சொல்லி அவனை ஏமாற்ற வம்சி கிருஷ்ணாவுக்கு இஷ்டம் இல்லை...

அதே சமயம் திருமணம் எல்லாம் செய்யும் எண்ணமும் அவனுக்கு இல்லை... தேன்மொழிக்கு வாய் பேச முடியாது என்பது எல்லாம் வம்சி கிருஷ்ணாவுக்கு இரண்டாம் பட்சம் தான்...

அவன் மனதில் தென்றல் இன்னுமே வீசிக் கொண்டு இருக்கின்றாள்... தேன்மொழி என்று இல்லை, யாரை திருமணம் செய்ய கேட்டாலும் இப்போது இருக்கும் அவன் மனநிலைக்கு அவன் சொல்ல கூடிய ஒரே பதில், ''முடியாது'' என்று தான்...

அதனை இப்போது யாதவ் கிருஷ்ணாவிடம் சொல்ல முடியாது... அதனால், அவள் மீது பழியை போட்டு அந்த சந்தர்ப்பத்தில் தப்பியவனோ, எவ்வளவு கஷ்டப்பட்டாவது அவளை டியூஷனுக்கு மீண்டும் அழைத்து வர வேண்டும் என்று நினைத்துக் கொண்டான்...

அதனை தொடர்ந்து யாதவ் கிருஷ்ணாவின் தலையை வருடி விட்டு வெளியே வந்தான்...

''என்னடா இவ்ளோ நேரம் பேசுன?'' என்று வசந்தி கேட்க, அவரை முறைத்தவன், ''அது தான்

அந்த கல்யாணராமன் வேணாம்னு சொன்னான்ல, அப்போவே விட வேண்டியது தானே... அந்த ஆள் என்ன எல்லாம் பேசி இருக்கான் தெரியுமா? அவனை'' என்று கடுப்பாக வாய்க்குள் திட்டிக் கொண்டே, தனது கைபேசியை எடுத்து ட்ரைவருக்கு அழைத்தவன், ''கல்யாண ராமனுக்கு என்னாச்சு?'' என்று கேட்டான்...

''தையல் போட்டாச்சு சார், உங்கள பார்க்கணும்னு சொல்றார்'' என்று சொல்ல, ''ஓகே, நான் வரேன்'' என்று சொல்லி விட்டு தொலைபேசியை வைத்தவன், ''அம்மா நீங்க யாதவ்வை பார்த்துக்கோங்க, கௌதம் வாடா'' என்றான்...

''எங்கடா?'' என்று கேட்க, ''அந்த கல்யாண ராமனை பார்த்துட்டு வரலாம், கொடுக்க வேண்டியது எல்லாமே கொடுக்கணும்ல்'' என்று சொல்லிக் கொண்டே முன்னே செல்ல, அவனை பின் தொடர்ந்துச் சென்றான் கௌதம் கிருஷ்ணா...

வம்சி கிருஷ்ணா தான் வண்டியை ஓட்டிச் சென்றான்...

கௌதம் கிருஷ்ணா அருகே அமர்ந்து இருந்தான். வண்டியும் வைத்தியசாலையின் வாசலில் நின்றது...

வாசலில் தான் தலையில் கட்டுடன் நின்று இருந்தார் கல்யாண ராமன்... கல்யாண ராமன் அருகே நின்ற வம்சி கிருஷ்ணாவின் வீட்டு சாரதியோ, ''சார் வந்துட்டார்'' என்று காரை கை காட்டி சொல்ல, அவரும் வேகமாக கார் அருகே வந்தார்...

''நீ பின்னால இரு கௌதம்'' என்று சொல்ல, கௌதமோ காரின் உள்ளே இருந்தவாறு பாய்ந்து பின்னால் சென்றான்...

கல்யாண ராமனும் கார் கதவை திறந்துக் கொண்டே உள்ளே அமர்ந்தார்...

அவர் கண்கள் பளபளத்தன...

''சொல்லுங்க'' என்றான் வம்சி கிருஷ்ணா...

''ஒரு ஐம்பது லட்சம் கொடுங்க, இந்த விஷயம் வெளியே வராம பார்த்துகிறேன்'' என்றார்...

பணம் என்று சொன்னதும் வாயை திறந்து விட்டார்...

வம்சி கிருஷ்ணாவும் பணத்துக்கான செக்கை எழுதி அவர் கையில் வைக்க, அவரோ, ''இது செல்லும் தானே'' என்றார்...

''ம்ம்'' என்று சொல்லிக் கொண்டே, ஆழ்ந்த மூச்சை எடுத்தவன், ''மிஸ்டர் கல்யாண ராமன்'' என்றான்... அவரும், ''சொல்லுங்க சார்'' என்று சொல்ல, இரு கைகளையும் உரசிக் கொண்டே, ''இன்னொன்னு உங்களுக்கு கொடுக்கலாம்னு இருக்கேன்'' என்றான்...

''தாராளமா கொடுங்க சார்'' என்று அவர் முடிக்கவில்லை, அவர் காதில் ''கொய்ங்'' என்று சத்தம் கேட்டது...

ஆம் அறைந்து விட்டான்...

அவரோ கன்னத்தை பொத்தியபடி அவனை அதிர்ந்து பார்க்க, ''பேசுன பேச்சுக்கு பணம் தான் ஒரு குறை'' என்று திட்டிக் கொண்டே, அவர் கையில் இருந்த செக்கை பறித்து எடுத்தவன், கண நேரத்தில் ரெண்டாக கிழித்து விட்டான்...

கௌதம் கிருஷ்ணாவோ, ''என்னடா நடக்குது இங்க'' என்ற ரீதியில் பார்த்துக் கொண்டு இருக்க,

விறைத்து நின்ற கல்யாண ராமனை நோக்கி ஒற்றை விரலை நீட்டியவன், ''நீ யார் கிட்ட வேணும்னாலும் சொல்லிக்கோ, ஐ டோன்ட் கெயார்... என் தம்பியை எப்படி காப்பாத்துறதுனு எனக்கு தெரியும்... ஓவரா பண்ணுனா, வார்த்தையால என் தம்பிய அபியூஸ் பண்ணுனனு கேஸ் போட்டு உள்ளே தள்ளிடுவேன்... நினைச்சா ஜட்ஜை கூட என்னால விலைக்கு வாங்க முடியும், புரியுதா?'' என்றான் விழிகளில் அனலை கக்கியபடி...

சற்று பதறி விட்டார் கல்யாண ராமன்...

''சார்'' என்று இழுக்க, ''கெட் அவுட்'' என்று வம்சி கிருஷ்ணா சீறிய சீறலில் காரில் இருந்து பதறி இறங்கிக் கொண்டார்... அவர் இறங்கியதும் சட்டென முன்னால் பாய்ந்து அமர்ந்த கௌதம் கிருஷ்ணாவோ, ''என்னடா இது?'' என்று கேட்க, ''அவன் பேசுன பேச்சுக்கு ஒரு அறையோட விட்டதே பெரிய விஷயம்'' என்று சொல்ல, கௌதம் கிருஷ்ணாவும், ''சரி தான், இனி வீட்டுக்கு தானே'' என்றான்...

அழுத்தமாக இல்லை என்று தலையை ஆட்டிக் கொண்டே, காரை அவன் ஸ்டார்ட் செய்ய, ''அப்போ எங்கடா?'' என்று கேட்டான் கௌதம் கிருஷ்ணா...

''உனக்கு தேன்மொழி வீடு எங்க இருக்குனு தெரியுமா?'' என்று கேட்டான்...

''ஆஹ் ஒரு தடவை அம்மாவை அவ வீட்ல ட்ராப் பண்ணி இருக்கேன்... குத்து மதிப்பா தெரியும்'' என்றான்...

''அப்போ அட்ரெஸை சொல்லு'' என்று சொல்லிக் கொண்டே, காரை தேன்மொழியின் வீட்டுக்கு உயர் வேகத்தில் கிளப்பினான்...

அத்தியாயம் 9

இதே சமயம் தனது அறையில் இருக்கும் கட்டிலில் அமர்ந்து இருந்தாள் தேன்மொழி... அவள் முன்னே திருமணத்துக்கான ஆபரணங்கள் இருந்தன...

ஒவ்வொன்றாக வருடிப் பார்த்தாள்.

எதிலும் மனம் ஒன்றவில்லை...

மனதில் இருக்கும் அழுத்தம் நாளாக நாளாக அதிகரித்த உணர்வு தான் அவளுக்கு...

கல்யாண பெண்ணுக்கு இருக்கும் எந்த உணர்வும் அவளிடம் இல்லை...

மனதுக்குள் அழுதழுது சோர்ந்து போய் விட்டாள்.

ஆழ்ந்த மூச்சை எடுத்துக் கொண்டே, கட்டிலில் மெதுவாக சரிந்து படுத்தவளின் கவனத்தை திசை திருப்பியது வாசலில் வந்து நின்ற கார் சத்தம்...

அங்கே திருமணத்துக்காக பலகாரங்களை செய்துக் கொண்டு இருந்த மகாலக்ஷ்மியோ கார் சத்தம் கேட்டு வீட்டின் வாசலுக்கு வந்தார்...

காரில் இருந்து இறங்கிய வம்சி கிருஷ்ணாவையும் கௌதம் கிருஷ்ணாவையும் பார்த்தவருக்கு தூக்கி வாரிப் போட்டது...

அதிர்ந்து போய் அப்படியே அவர் நின்று இருக்க, அவர்கள் வீட்டின் வாசலை நோக்கி வந்த வம்சி கிருஷ்ணாவோ, ‘‘உள்ளே வரலாமா?’’ என்று கேட்டான்...

‘‘ஐயோ வாங்க வாங்க தம்பி’’ என்று சொல்லிக் கொண்டே விலகி நின்று வழியை விட்டார்...

அவன் உயரத்துக்கு சற்று குனிந்து தான் உள்ளேச் செல்ல வேண்டி இருந்தது…

அவனுக்கு மட்டும் அல்ல, கௌதம் கிருஷ்ணாவுக்கும் தான்…

இருவரும் உள்ளே நுழைந்தார்கள்…

இதே சமயம், வம்சி கிருஷ்ணாவின் குரலை அறைக்குள் இருந்து கேட்ட தேன்மொழியின் விழிகள் அதிர்ந்து விரிந்துக் கொண்டன…

அவளது வம்சி கிருஷ்ணா அவள் வீட்டுக்கே வந்து விட்டான்…

சட்டென எழுந்தவள் தன்னை ஒரு தடவை கண்ணாடியில் பார்த்துக் கொண்டாள்.

முடி சற்று கலைந்து இருந்தது…

கையால் சரி செய்துக் கொண்டே, அறையை விட்டு வெளியேச் சென்றாள்.

அவனை பார்க்கச் செல்ல வேண்டும் என்றால் அவளை அறியாமலே தன்னை சரி படுத்த முனைகின்றாள்…

அங்கே இருந்த இருக்கையில் வம்சி கிருஷ்ணாவும் கௌதம் கிருஷ்ணாவும் அமர்ந்து இருந்தார்கள்…

மகாலக்ஷ்மியோ அவர்களை யோசனையுடன் பார்த்துக் கொண்டு இருக்க, குரலை செருமிய வம்சி கிருஷ்ணா, ஒரு கணம் அங்கே நின்ற தேன்மொழியை பார்த்து விட்டு மீண்டும் மகாலக்ஷ்மியை பார்த்தான்…

ஒரு கணம் தான் பார்த்து இருப்பான்… அந்த ஒரு கணத்தில் இருவரின் விழிகளும் உரசிக் கொண்டன…

ஆனால் தேன்மொழியின் இதயம் வேகமாக துடிக்க ஆரம்பித்து விட்டது.

சுவரில் சாய்ந்து நின்றவள் பதட்டத்தை போக்க முயன்றாள்...

முடியவே இல்லை...

சுடிதாரின் ஷாலை இறுக பற்றிக் கொண்டு அப்படியே நின்று இருந்தாள்.

வம்சி கிருஷ்ணா, ''நான் எதுக்கு வந்தேன்னா'' என்று ஆரம்பித்தவன் ஒரு கணம் நிறுத்தி இப்போது தேன்மொழியை பார்த்தவன், ''நான் பேசுறது கேக்கும்ல'' என்றான்...

அவனுக்கு தேன்மொழி பற்றி ஆழமாக ஒன்றும் தெரியாது...

காது கேட்கும் வாய் பேச முடியாது என்று யாரோ சொல்லி கேட்டு இருக்கின்றான் அவ்வளவு தான்...

அவன் ஆராய முற்பட்டதும் இல்லை...

அந்த ஐயத்தில் இப்போது இந்த கேள்வியை அவளிடம் கேட்டான்...

அவளிடம் அவன் முகத்தை பார்த்து பேசும் முதல் வார்த்தை...

அவன் தன்னிடம் பேசுகின்றானா? என்று நினைத்தவளுக்கு இன்னுமே அந்த அதிர்ச்சியில் இருந்து வெளியே வர முடியவில்லை...

ஆம் என்கின்ற ரீதியில் தலையாட்டினாள்...

மனதில் ஒரு வித நெகிழ்ச்சி... தூர இருந்து ரசித்த

நிலவு நம்மை தேடி வீட்டிற்கே வந்து விட்டால் எப்படி இருக்கும்? அதே உணர்வு தான்...

அவனோ, ''ஓகே'' என்று பதில் சொல்லி விட்டு மகாலக்ஷ்மியை பார்த்தவன், ''உங்க பொண்ணு க்ளாஸ்ல இருந்து நின்னதுல இருந்தே யாதவ் ரொம்ப டிஸ்டெர்ப்ட் ஆஹ் இருக்கான்... உங்க பொண்ண க்ளாஸுக்கு அனுப்புறது பற்றி திரும்ப யோசிக்கலாமே'' என்றான்...

உரிமையாக கேட்க தயக்கம், கோரிக்கை விடுத்தான்...

மகாலக்ஷ்மியோ, ''எனக்கு புரியுது தம்பி, ஆனா அவளை கட்டிக்க போறவரு வேணாம்னு சொல்றாரே'' என்றார்...

''இப்படி கன்ட்ரோல்ல வச்சு இருக்கிறவர தான் கல்யாணம் பண்ணி கொடுக்கணுமா??'' என்று வாயை அடக்க முடியாமல் கேட்டு விட்டான் கௌதம் கிருஷ்ணா...

அவனை ஒரு கணம் அழுத்தமாக பார்த்து, அப்படி பேச வேண்டாம் என்ற தோரணையில் தலையாட்டினான் வம்சி கிருஷ்ணா...

மகாலக்ஷ்மியோ, ''உங்க கிட்ட சொல்றதுக்கு என்ன தம்பி? அவ ரெண்டாம் தாரமா தான் போறா... இத்தனை வருஷம் அவளுக்கு மாப்பிள்ளை தேடி களைச்சு போய்ட்டேன்... வர்றவன் எல்லாம் பேச முடியாதுனு சொன்னதுமே வேணாம்னு சொல்லிட்டு போய்டுறான்... இல்லனா ஊரையே சீதனம் கேக்கிறான்... நான் எங்க போவேன்? இப்படியே இருந்தா கல்யாணம் நடக்காம போய்டுமோனு பயமா

இருந்திச்சு... எல்லாம் அமைஞ்சு வந்தது இவர் தான்... இன்னும் ஒரு வாரத்துல கல்யாணம்...'' என்றார் அவர்...

''அவர் கிட்ட பேசி பார்க்க முடியாதா?'' என்றான் வம்சி கிருஷ்ணா...

மகாலக்ஷ்மியோ, ''இந்த நேரத்துல எப்படி தம்பி பேசுறது? கல்யாணத்த கோபத்துல நிறுத்திட்டா என்ன பண்ணுறது?'' என்று கேட்டார்...

கணவன் மனைவி என்றால் காதலும் ஆத்மார்த்த அன்பும் இருக்க வேண்டும் என்று நினைப்பவன் வம்சி கிருஷ்ணா... அவனுக்கோ இப்படி அவர்கள் பயந்து பயந்து கல்யாணம் பண்ணுவது விசித்திரமாக இருந்தது...

''நான் பேசி பார்க்கட்டுமா?'' என்று கேட்டான்...

''இல்ல தம்பி வேணாம்... அப்புறம் தப்பா நினைச்சு கல்யாணம் நின்னுடுச்சுனா என்ன பண்ணுறது?'' என்றார் மகாலக்ஷ்மி...

வந்ததில் இருந்தே ''கல்யாணம் நின்னுடுச்சுனா என்ன பண்ணுறது?'' என்ற கேள்வியை தான் கேட்டுக் கொண்டு இருக்கின்றார்...

வம்சி கிருஷ்ணாவுக்கே சற்று எரிச்சலாகி விட்டது...

கௌதம் கிருஷ்ணாவை கேட்கவே வேண்டாம்...

அதற்கு மேல் அவனால் என்ன பேசி விட முடியும்...

'ஓகே அப்போ நான் கிளம்புறேன்' என்று சொல்லிக் கொண்டே எழுந்தவன், ஒரு கணம் திரும்பி அங்கே சுவருடன் ஒட்டி நின்ற தேன்மொழியை பார்த்தான்...

அவளும் அவனையே இமைக்காமல் பார்க்க, ''இந்த கல்யாணத்துல உனக்கு இஷ்டமா?'' என்று கேட்டான்...

அவளுக்கு என்ன சொல்வது என்று தெரியவில்லை...

தடுமாறி போனாள்...

விழிகள் அலைபாய்ந்தன...

அவன் விழிகளை பார்த்து பதில் சொல்ல முடியாமல் தவித்தாள்.

அவள் தடுமாற்றமே அவளுக்கு இதில் சம்மதம் இல்லை என்று உணர்த்தியது...

அதற்கு மேல் அவளிடம் பதிலை எதிர்பார்க்காமல் விறு விறுவென வெளியேறி இருந்தான்...

மகாலக்ஷ்மியோ, ''சம்மதம்னு சொல்ல வேண்டியது தானே'' என்று அவளுக்கு திட்டி விட்டு சமையலறைக்குள் நுழைந்துக் கொள்ள, அவளோ பெருமூச்சுடன் தனது அறைக்குள் நுழைந்துக் கொண்டாள்.

இதே சமயம் வெளியே வந்த வம்சி கிருஷ்ணாவோ, ''எனக்கு மாப்பிள்ளையோட அட்ரெஸ் வேணும்டா'' என்று சொல்லிக் கொண்டே இருக்கும் போது, அவர்கள் வீட்டுக்கு, ''தேன்மொழி அக்கா, எனக்கு இந்த கணக்கை போட்டு கொடுக்கிறீங்களா?'' என்று சத்தமாக கேட்டுக் கொண்டே, பக்கத்து வீட்டுப் பெண் அவளை தேடி கையில் புத்தகங்களுடன் வந்தாள்...

அவளோ வாசலில் நின்ற வம்சி கிருஷ்ணாவை

பார்த்து அதிர்ந்து போனவள், ''நீங்களா? நான் உங்கள டிவி'ல பார்த்து இருக்கேன்... நல்லா பாடுறீங்க'' என்று சொல்ல, அவனோ, ''போச்சுடா'' என்று நினைத்துக் கொண்டே, நகர முற்பட, ''சார் எனக்கு ஒரு ஆட்டோகிராஃப் போட்டு தர்றீங்களா?'' என்று கேட்டபடி அவனை மறித்துக் கொண்டே நின்றாள்.

வம்சி கிருஷ்ணா அருகே நின்ற கௌதம் கிருஷ்ணாவை திரும்பி பார்க்க, அவனோ, தனது பாக்கெட்டில் இருந்த பேனாவை எடுத்தவன் வம்சி கிருஷ்ணாவிடம் நீட்டினான்...

அந்த பெண்ணோ தன்னுடைய நோட் புக்கின் பின் பக்கத்தை அவனிடம் நீட்ட, அதனை வாங்கிக் கொண்டே, ''உங்க தேன்மொழி அக்காவை கல்யாணம் பண்ண போறவரோட பேர் என்ன?'' என்று கேட்டுக் கொண்டே, நோட்புக்கில் பேனாவை வைத்தான்...

அந்த பெண்ணோ, ''அவரா? அவர் பேர் ரஞ்சன், எங்க ஸ்கூல் ல தான் சயன்ஸ் படிப்பிக்கிறார்... சரியான மோசமான ஒரு சார்... எல்லாத்துக்கும் போட்டு அடிப்பார்... எனக்கெல்லாம் அவரை பிடிக்காது... பொண்ணுனா சத்தமா சிரிக்க கூடாதாம்... சிரிச்சாலும் அடி விழும்... இந்த தேன்மொழி அக்கா எதுக்கு தான் அவரை கட்டிக்க சம்மதம் சொல்லுச்சோ தெரியல'' என்று ரஞ்சனின் வரலாறையே சொன்னாள்.

வம்சி கிருஷ்ணா அவள் பேசி முடிக்கும் வரை மெதுவாக கையெழுத்தை இட்டவன், ''நீ எந்த ஸ்கூல்ல படிக்கிற?'' என்று கேட்க, அவளும் தனது பாடசாலையின் பெயரை சொன்னாள்...

''ஓகே, சைன் பண்ணிட்டேன்'' என்று சொல்லிக்

கொண்டே, கையில் இருந்த நோட் புக்கை அவளிடம் நீட்டியவன், பேனாவை கௌதம் கிருஷ்ணாவிடம் நீட்டிக் கொண்டே, ''போகலாமா?'' என்று கேட்டான்...

''இன்னைக்கு ஸ்கூல் லீவு'' என்று சொல்லிக் கொண்டே கௌதம் கிருஷ்ணா வம்சி கிருஷ்ணாவுடன் நடக்க, ''இப்போ வீட்டுக்கு போகலாமானு கேட்டேன் டா, ஸ்கூலுக்கு நாளைக்கு போகலாம்'' என்று சொல்லிக் கொண்டே, வாசலில் நின்ற காரில் ஏறிக் கொள்ள, கௌதம் கிருஷ்ணாவும் ஏறிக் கொண்டான்...

வீட்டுக்கு காரை ஓட்டிச் சென்ற வம்சி கிருஷ்ணாவுக்கு இன்னுமே தேன்மொழியின் நினைப்பு தான்...

அவள் விழிகளில் தெரிந்த தடுமாற்றம் தான் மீண்டும் மீண்டும் நினைவுக்கு வந்தது...

வீட்டுக்கும் சென்று விட்டான்...

குருமூர்த்தியோ சற்று யோசனையாக அமர்ந்து இருந்தார்...

வீட்டினுள் வந்த வம்சி கிருஷ்ணாவை கண்டதுமே, ''அந்த மாஸ்டர் கிட்ட பேசுனியா? பணம் செட்டில் பண்ணிட்டியா?'' என்று கேட்டார்...

''அவன் பண்ணுன வேலைக்கு பணம் தான் ஒரு குறை, ஒரு அறை தான் ஓங்கி அறைஞ்சேன்..'' என்று சொல்லிக் கொண்டே, அவன் நகர, ''வம்சி, கொஞ்சம் நில்லு, இத பெரிய இஸ்ஷு ஆக்கிடான்னா என்ன பண்ணுறது? சாதாரணமா இருக்கிறவங்களுக்கு பிரச்சனைனா ஊர் கவனிக்காது... ஆனா இதுவே எனக்கும் உனக்கும்

பிரச்சனைனா மீடியா கண்ட மேனிக்கு எழுது வானுங்க'' என்றார்...

''பார்த்துக்கலாம்பா'' என்று சொல்லிக் கொண்டே, அவன் மாடியேறி விட, ''என்னடா உன் அண்ணன்? ரெண்டு பேருக்கும் கொஞ்சம் கூட அறிவே இல்லையா... பணம் கொடுத்து செட்டில் பண்ணி பிரச்சனையை முடிக்காம, என்ன பண்ணிட்டு வந்து இருக்கீங்க'' என்று கௌதம் கிருஷ்ணாவிடம் எரிந்து விழுந்தார்...

''அவன் பண்ணுனதுக்கு அவன் கிட்டே கேளுங்க, எதுக்கு என்னை கடிச்சு குதறுறீங்க?'' என்று கேட்டுக் கொண்டே அவனும் நகர, அவரோ வசந்தியை பார்த்தார்...

வசந்தியும் அவரை தான் யோசனையாக பார்த்துக் கொண்டு நின்று இருந்தார்...

''ஏதும் பிரச்சனை வந்தா உன் பையனையே பார்க்க சொல்லிடு'' என்று கடுப்பாக சொல்லி விட்டு அவரும் நகர, அங்கே இருந்து அனைத்தையும் பார்த்துக் கொண்டு இருந்த வேதவல்லியோ, ''என் பேரனை சொல்லி குத்தம் இல்லை... எல்லாம் உன்னால வந்தது... ஒழுங்கா பிள்ளை வளர்க்க தெரியல உனக்கு... மூணாவதா பெத்த புள்ளய ஒழுங்கா பெத்து இருந்தா இவ்ளோ பிரச்சனை வந்து இருக்குமா? குறையோட பெத்து வச்சு இருக்கா, உன்னால என் பையனுக்கும் தான் நிம்மதி இல்ல'' என்று சம்பந்தமே இல்லாமல் வசந்தியை கடிய, அவருக்கோ கண்கள் கலங்கி விட்டது...

வேதவல்லியுடன் சண்டை போடவும் முடியாது... தனது குழந்தையை குறை என்று ஊரார் தூற்றும்

போது எந்த தாயினால் தாங்கிக் கொள்ள முடியும்?

சட்டென்று அங்கிருந்து தனது அறைக்குள் நகர்ந்து விட்டார்...

"நான் ஒருத்தி பேசிட்டே இருக்கேன்... போறத பாரு... திமிர் பிடிச்சவ" என்று அதற்கும் அவருக்கு திட்டு விழுந்தது... வேதவல்லி இதெல்லாம் வசந்தி தனியாக இருக்கும் போது தான் பேசுவார்... குருமூர்த்தி முன்னே பேச அவருக்கு பயம்...

வசந்தி குருமூர்த்தியிடம் எதுவும் சொல்ல மாட்டார் என்கின்ற இளக்காரத்தில் வாயில் வந்தது எல்லாம் பேசி விடுவார்...

இதே சமயம், வழக்கமாக யாதவ் கிருஷ்ணாவை தவிர்க்கும் வம்சி கிருஷ்ணாவோ, இன்று வீட்டுக்கு வந்ததுமே தேடிச் சென்றது என்னவோ யாதவ் கிருஷ்ணாவை தான்...

அவனோ படிக்கும் அறையில் அமர்ந்து ஏதோ வரைந்துக் கொண்டே இருந்தான்...

அவன் முன்னே வந்து நின்று மார்புக்கு குறுக்கே கையை கட்டி, அவன் வரைவதை பார்த்துக் கொண்டே நின்று இருந்தான் வம்சி கிருஷ்ணா... சத்தம் கேட்கவில்லை என்றாலும் வெளிச்சத்தை மறைக்கும் நிழல் தன் மீது விழுவதை உணர்ந்தது சட்டென்று ஏறிட்டுப் பார்த்தான் யாதவ் கிருஷ்ணா...

அங்கே வம்சி கிருஷ்ணா நிற்பதை பார்த்து இதழ் பிரித்து சிரித்துக் கொண்டான்...

அவனோ, யாதவ் கிருஷ்ணாவின் சித்திரத்தை பார்த்து, "சூப்பர்" என்கின்ற ரீதியில் கையால்

சைகை செய்ய, எழுந்து அவன் கையை பற்றிய யாதவ் கிருஷ்ணா, அவனை அழைத்துக் கொண்டே, சுவரில் வரையப்பட்ட ஓவியங்களை காட்டினான்...

அதில் சில ஓவியங்கள் வரைந்தது என்னவோ யாதவ் கிருஷ்ணா தான்...

அந்த ஓவியங்களை பெருமையாக காட்டினான்...

அதனை வருடிக் கொண்டே பார்த்த வம்சி கிருஷ்ணாவின் கண்கள், அவன் வரைந்த வாள் ஓவியத்தில் தேங்கி நின்றது...

அதனையே அவன் ஆழ்ந்து பார்த்துக் கொண்டு இருக்க, யாதவ் கிருஷ்ணாவோ, அவன் அருகே வந்து, கையை நீட்டி, ஷேர்ட்டின் மேலாக அவன் முதுகை தொட்டு காட்ட, வம்சி கிருஷ்ணா நெகிழ்ந்தே விட்டான்...

‘‘என் டாட்டூவையா வரைஞ்ச?’’ என்று கேட்க, ‘‘ஆம்’’ என்ற ரீதியில் தலையாட்டியவன் வேகமாக சென்று அங்கே இருந்த அலுமாரியை திறந்தான்...

அது நிறைய ஓவியங்கள்... யாதவ் கிருஷ்ணா வரைந்த ஓவியங்கள்...

கட்டு கட்டாக இருந்தன... எடுத்து அவன் முன்னே போட்டான்...

நெஞ்சை நிமிர்த்திக் கொண்டே, தான் வரைந்ததாக சைகையால் கூறினான்...

வம்சி கிருஷ்ணாவுக்கு பெருமையாக இருந்தது...

வம்சி கிருஷ்ணாவையும் வரைந்து இருந்தான்...

அந்த ஓவியத்தை எடுத்து காட்டினான்...

அந்த ஓவியத்தை வியப்பாக பார்த்து விட்டு யாதவ் கிருஷ்ணாவை பார்த்தவனுக்கு என்ன சொல்வது என்று தெரியவில்லை...

இவனுக்குள் இவ்வளவு திறமை என்று அவனுக்கு இன்று தான் தெரியும்...

இசை எப்படி வம்சி கிருஷ்ணாவுக்கு உயிர் மூச்சோ... ஓவியங்கள் யாதவ் கிருஷ்ணாவுக்கு உயிர் மூச்சு என்று புரிந்தது...

சட்டென தொலைபேசியை எடுத்து அனைத்தையும் புகைப்படம் எடுத்தவன் தனது சமூக வலைத்தளத்தில் பதிவிட்டான்... பெருமையாக பதிவிட்டான்...

அடுத்த கணமே, அந்த போஸ்ட்டை யாதவ் கிருஷ்ணாவுக்கு காட்ட, அவனோ சந்தோஷமாக சிரித்துக் கொண்ட சமயம் அவன் கண்களில் இருந்து கண்ணீர் வழிந்தது...

நெகிழ்வில் வழிந்த கண்ணீர்...

வம்சி கிருஷ்ணாவை பார்த்து ஒற்றைக் கையை தூக்கி நடுவிரலையும் மோதிர விரலையும் மடித்து, ஏனைய மூன்று விரல்களை மட்டும் உயர்த்திக் காட்டினான்...

வம்சி கிருஷ்ணாவுக்கு புரியவில்லை...

''புரியல'' என்றான்...

எப்படி அவனிடம் சொல்வது என்று தடுமாறியவனோ, எழுத மார்க்கரை தேடியவன், சற்று நிதானித்துக் கொண்டே, இப்போது வம்சி கிருஷ்ணா முன்னே வந்து நின்று தன்னை முதலில் காட்டியவன், அடுத்து இரு கைகளாலும் இதய வடிவத்தை காட்டி, அடுத்து அவனை சுட்டிக் காட்டினான்...

''ஐ லவ் யூ?'' என்று கேள்வியாக கேட்டான் வம்சி கிருஷ்ணா...

ஆம் என்கின்ற ரீதியில் தலையாட்டியவன், ஏற்கனவே செய்த போல, நடுவிரலையும் மோதிர விரலையும் மடித்துக் காட்ட, ''இது சைன் லாங்வேஜ் ல ஐ லவ் யூ வா?'' என்று கேட்க, ''ஆம்'' என்கிற ரீதியில் தலையாட்டினான்...

''நல்லா இருக்குல்ல'' என்று சொல்லிக் கொண்டே, அவனை போல செய்தவன், ''ஐ டூ லவ் யூ'' என்று சொல்ல, யாதவ் கிருஷ்ணாவோ இதழ் பிரித்து சந்தோஷமாக சிரித்துக் கொண்டான்...

'சைன் லாங்க்வேஜ் படிக்கணும்' என்று மனதுக்குள் நினைத்தவனுக்கு இத்தனை நாட்களை அவனுடனான நேரத்தை தவற விட்ட கோபம் இருந்தது...

இனியும் அவனுடனான நேரங்களை அவன் தவற விட தயாராக இல்லை...

அவனுடன் சிறிது நேரம் பேசி விட்டு வம்சி கிருஷ்ணா வெளியேற முற்பட்ட சமயம், அவன் கையை பிடித்த யாதவ் கிருஷ்ணாவோ, அங்கே இருந்த மார்க்கரை எடுத்து ''தேன்மொழி டீச்சர்'' என்று எழுதினான்...

''நீ கேட்டதை சீக்கிரமே நிறைவேத்துவேன்'' என்று சொன்னவன் அவன் கன்னத்தை தட்டி விட்டு புன்னகையுடன் வெளியேறி இருந்தான்...

இதே சமயம் தேன்மொழிக்கோ வம்சி கிருஷ்ணாவின் எண்ணம் தான்...

அவளுடன் அவன் பேசி விட்டான்...

இன்னுமே நம்ப முடியவில்லை…

கையை கிள்ளி பார்த்துக் கொண்டாள்.

இதழ்களில் வெட்கம் கலந்த புன்னகை…

ஆனால் திருமணம் செய்ய போகும் நேரத்தில் இந்த உணர்வுகள் தேவையா? என்ற கேள்வியும் அவளிடம் தோன்றியது…

தன்னை அடக்கிக் கொண்டே, தூங்கிப் போனாள்…

அடுத்த நாள் கௌதம் கிருஷ்ணா மற்றும் வம்சி கிருஷ்ணாவின் நாள் விடிந்தது என்னவோ ரஞ்சன் கற்பிக்கும் ஸ்கூலில் தான்…

அவர்கள் வண்டி காலையிலேயே அந்த வளாகத்தினுள் நுழைந்து இருக்க, சாரதியை அனுப்பி ரஞ்சனை காருக்குள் அழைத்து வர ஏற்பாடு செய்து இருந்தார்கள்…

பிரபலமாக இருப்பதில் இது ஒரு தொந்தரவு அவர்களுக்கு…

தேவையை தாங்களே வெளியேச் சென்று நிறைவேற்ற முடியாத நிலை…

சாரதியும் ப்ரின்சிபாலிடம் பேசி, ரஞ்சனை அழைத்து இருக்க, ‘‘யார் என்ன கூப்பிட்டது?’’ என்று கேட்டுக் கொண்டே, ரஞ்சன் சாரதியுடன் நடந்து வந்தான்…

‘‘வம்சி கிருஷ்ணா சார், பெரிய பாடகர்’’ என்று சாரதி சொல்ல, ‘‘ஓஹ், எனக்கு தெரியாது, எனக்கு சினிமா பிடிக்காது’’ என்று சொல்லிக் கொண்டே அவர்கள் கார் அருகே செல்ல, ‘‘உள்ளே வாங்க’’ என்று சொல்லி பின் கார் கதவை திறந்து விட்டான் வம்சி கிருஷ்ணா…

கௌதம் கிருஷ்ணா முன்னால் ட்ரைவர் சீட்டுக்கு அருகே அமர்ந்து இருந்தான்... பின்னால் வம்சி கிருஷ்ணா அமர்ந்து இருக்க, அவன் அருகே அமர்ந்துக் கொண்ட ரஞ்சனோ, ''என்ன எதுக்கு வர சொன்னீங்க சார்?'' என்று கேட்டான்...

ஆழ்ந்த மூச்செடுத்துக் கொண்டே, ''நான் வம்சி கிருஷ்ணா'' என்று கையை குலுக்க நீட்ட, அவனிடம் கையை குலுக்கிய ரஞ்சனோ, ''என் பேர் ரஞ்சன்... நீங்க பெரிய பாடகர்னு ட்ரைவர் சொன்னார்... எனக்கு சினிமா பிடிக்காது... அதனால எனக்கு உங்கள தெரியாது... சாரி'' என்றான்...

''தட்ஸ் ஓகே, நான் முக்கியமான ஒரு விஷயம் பேச வந்து இருக்கேன்'' என்று சொன்ன வம்சி கிருஷ்ணாவை புருவம் சுருக்கி பார்த்தான் ரஞ்சன்...

''எனக்கு இன்னொரு தம்பி இருக்கான்... பேர் யாதவ் கிருஷ்ணா, அவனுக்கு காது கேக்காது அண்ட் பேச முடியாது... அவனுக்கு டியூஷன் எடுத்துட்டு இருந்தது நீங்க கல்யாணம் பண்ணிக்க போற பொண்ணு தேன்மொழி தான்... இப்போ டியூஷனை நிறுத்திட்டா... ஆனா என் தம்பி அவ கிட்ட தான் படிக்கணும்னு ஆசைப்படுறான்... அவங்க வீட்ல போய் பேசுனேன்... நீங்க தான் டியூஷன் எல்லாம் நிறுத்த சொன்னதாம்னு சொன்னாங்க.. அது தான் உங்க கிட்ட பேச வந்து இருக்கேன்'' என்றான்...

அவனை யோசனையாக பார்த்த ரஞ்சனோ, ''எனக்கு பொண்ணுங்க வீட்டை விட்டு வெளியே போய் ஊர் மேய்ஞ்சுட்டு வர்றதுல விருப்பம் இல்ல சார்...'' என்றான்...

''ஊர் மேய்ஞ்சிட்டு வர்றது'' எவ்வளவு பெரிய

வார்த்தைகள்... வம்சி கிருஷ்ணாவுக்கு கடுப்பாக இருந்தது...

ஆனால் அடக்கிக் கொண்டான்...

கௌதம் கிருஷ்ணாவோ, ''என்ன சார் இப்படி எல்லாம் பேசுறீங்க?'' என்று கேட்டு விட்டான்...

''கௌதம்'' என்று அவனை அடக்கிய வம்சி கிருஷ்ணாவோ, ரஞ்சனை பார்த்து, ''பணம் ஏதும் நிறைய எதிர்பார்க்கிறீங்கனா சொல்லிடுங்க சார், கொடுத்துடலாம்'' என்றான்...

ரஞ்சனுக்கு கோபம் வந்து விட்டது...

''என்ன சார், பணம் அது இதுனு பேசுறீங்க... நான் ஒன்னும் பணத்துக்கு மயங்குற ஆள் இல்ல... அப்படினா பொண்டாட்டியை வேலைக்கு அனுப்பிட்டு ஜாலியா வீட்ல நானே இருப்பேனே... எனக்கு பொண்டாட்டியா வர்றவ எப்படி இருக்கணும்னு எதிர்பார்ப்பு இருக்கு... ஊமைனாலும் பரவாயில்லை கல்யாணம் பண்ணலாம்னு நான் நினைச்சதுக்கு காரணம் அது தான்... எனக்கு அடங்கி இருக்கணும் அவ'' என்று சொன்னான்...

வார்த்தைகளில் ஆணாதிக்க வெறி அப்படியே தெரிந்தது...

''சோ இது தான் உங்க முடிவா?'' என்று கட்டுப்படுத்த முடியாமல் மீண்டும் கேட்டான் வம்சி கிருஷ்ணா...

''நீங்க ஆயிரம் தடவை கேட்டாலும் இது தான் என் முடிவு... நீங்க கேக்கிறத பார்த்தா உங்க தம்பிக்காக கேக்கிற போல இல்லையே'' என்று

ரஞ்சன் சொன்னதுமே, வம்சி கிருஷ்ணாவுக்கு கோபம் சுர்ரென்று தலைக்கு ஏறியது...

அடக்கிக் கொண்டே, ''கூப்பிட்டதும் வந்ததுக்கு நன்றி சார், நீங்க கிளம்பலாம்'' என்றான்...

ரஞ்சனும், அவனை மேலிருந்து கீழ் பார்த்து விட்டு காரில் இருந்து இறங்கிக் கொள்ள, கௌதம் கிருஷ்ணாவோ, ''டேய் அந்த ஆள் என்ன எல்லாம் பேசிட்டு இருக்கான்... நீ கேட்டுட்டு இருக்க... கல்யாணராமனுக்கு போட்ட போல இவனுக்கும் போட வேண்டியது தானே... இப்போ எனக்கு அந்த பொண்ண நினைச்சா தான் பாவமா இருக்கு... இவன் கிட்ட சிக்கி சீரழிய போறா... மனுஷனா இவன்... உலகம் எங்கயோ போயிட்டு இருக்கு, இன்னும் உடன் கட்டை ஏறணும் என்கிற ரேன்ஜ்ல பேசிட்டு இருக்கான்... இடியட்'' என்று வாய்க்கு வந்தது எல்லாம் பேச, வம்சி கிருஷ்ணா அதற்கெல்லாம் பதில் சொல்லவில்லை...

கார் கண்ணாடியை இறக்கியவன், அங்கே நின்ற சாரதியிடம், ''வண்டியை எடு'' என்று சொல்லி விட்டு கார் கண்ணாடியை மூடிக் கொள்ள, ஓடி வந்து காரில் ஏறிய சாரதியும் வண்டியை எடுத்தார்...

வம்சி கிருஷ்ணாவின் மனதில் பல்வேறு யோசனைகள்...

இன்னும் காலையில் சாப்பிடவும் இல்லை...

ரஞ்சனை பார்க்கும் பொருட்டு சாப்பிடாமலே வந்து விட்டான்...

பசி வேறு வயிற்றை கிள்ளியது...

வீட்டுக்கு வந்ததும், சாப்பாட்டு மேசையில்

அமர்ந்து சாப்பிட தொடங்கி விட்டான்...

''எங்கடா காலைலயே ரெண்டு பேரும் போனீங்க?'' என்று கேட்டுக் கொண்டே வசந்தி வர, கௌதம் கிருஷ்ணாவோ, ''உங்க மூத்த பையனுக்கு பொண்ணு பார்க்க'' என்றான்.

''என்னது?'' என்று கல்யாணி அதிர்ந்து விட்டாள்.

''என் பேத்தி இருக்கும் போது எதுக்குடா வேற பொண்ணு?'' என்றார் வேதவல்லி...

''விளையாட்டுக்கு சொன்னேன் பாட்டி, தொடங்கிடாதீங்க'' என்று கௌதம் கிருஷ்ணா சொல்ல, ''அதானே பார்த்தேன்'' என்றார் வேதவல்லி...

இதனைக் கேட்டதும் தான் கல்யாணிக்கு மூச்சே வந்தது...

வம்சி கிருஷ்ணாவை இமைக்காமல் பார்த்துக் கொண்டே, அமர்ந்து இருக்க, அவனோ இத்தனை கலவரங்கள் மத்தியிலும் யாரையும் நிமிர்ந்து கூட பார்க்கவே இல்லை... சாப்பிட்டுக் கொண்டே இருந்தான்...

சாப்பிட்டு முடித்தவனோ அங்கே நின்ற வசந்தியை பார்த்து, ''யாதவ் கிருஷ்ணாவோட டீச்சர் நம்மளோட ரிலேஷன் ஆஹ்?'' என்று கேட்டான்...

கௌதம் கிருஷ்ணாவோ, 'இதென்ன சம்பந்தம் இல்லாம பேசுறான்' என்று நினைத்து இருக்க, அவன் பேசிக் கொண்டு இருந்ததை கேட்ட வேதவல்லியோ, ''நமக்கு இல்ல, உன் அம்மாவுக்கு தான் தூரத்து சொந்தம்... நம்ம குடும்பத்துல இப்படி தராதரம் இல்லாத சொந்தக்காரங்க இருக்க மாட்டாங்களே'' என்றார்...

அந்த இடைவெளியிலும் வசந்திக்கு ஒரு குத்தல் பேச்சு... வம்சி கிருஷ்ணா வேதவல்லியை பார்க்கவே இல்லை... வசந்தியிடம் இருந்து தான் பதிலை எதிர்பார்த்து இருந்தான்...

வசந்தியோ பெருமூச்சுடன் வம்சி கிருஷ்ணாவை பார்த்தவர், ''அவ அப்பா எனக்கு தூரத்து அண்ணன் முறை வருவார்'' என்றார்...

''ஓகே'' என்று மட்டும் சொன்னவன், கையை கழுவிக் கொண்டே தனது அறைக்குள் சென்று விட்டான்...

அத்தியாயம் 10

அறைக்குள் இருந்து நீண்ட நேரம் யோசித்தான்...

யாதவ் கிருஷ்ணா வரும் வரை காத்திருந்தான்...

யாதவ் கிருஷ்ணாவும் ஸ்கூலில் இருந்து வந்து விட்டான்...

அவனுடன் வம்சி கிருஷ்ணாவுக்கு தனியாக பேச வேண்டும்...

சந்தர்ப்பத்துக்காக காத்துக் கொண்டு இருக்க யாதவ் கிருஷ்ணாவும் சாப்பிட்டு விட்டு இளைப்பாறுவதற்காக தனது அறைக்குள் நுழைந்தவன், அப்படியே கட்டிலில் விழுந்து படுத்த நேரம் அறைக் கதவு திறக்கப்பட்டது...

யாதவ் கிருஷ்ணாவுக்கு எதுவும் கேட்காதே, அவன் அப்படியே குப்பற படுத்து இருக்க, அவன் தோளில் கையை வைத்தான் வம்சி கிருஷ்ணா...

பதறி எழுந்து விட்டான்.

''நான் தான்'' என்று வம்சி கிருஷ்ணா அவனை பார்த்துக் கொண்டே சொல்ல, ''என்ன?'' என்று சைகையில் கேட்டான்...

அவனோ அருகே இருந்த நோட் புக்கை எடுத்து, ''தேன்மொழி டீச்சர் நம்பர்'' என்று எழுதினான்...

அவனுக்கு அவள் எண் மனப்பாடமாக இருந்தது...

டியூஷனுக்கு வருவது பற்றி தாயின் தொலைபேசியில் இருந்து மெசேஜ் அனுப்பி இருக்கின்றான்...

அடுத்த கணமே, அவளது தொலைபேசி எண்ணை எழுதி கொடுத்து விட, ''ஓகே, நீ தூங்கு'' என்று சொல்லிக் கொண்டே, நோட் புக்கில் அந்த பக்கத்தை கிழித்து எடுத்தவன் தனது அறைக்குள் நுழைந்து விட்டான்...

அறைக்குள் நுழைந்ததுமே அவள் எண்ணை தனது அலைபேசியில் பதிந்துக் கொண்டான்...

அவன் தலைக்குள் நிறைய விடயங்கள் ஓடிக் கொண்டு இருந்தன...

தான் செய்ய போகும் செயல் சரியா தவறா என்று தெரியவில்லை...

ஆனால் செய்ய துணிந்து விட்டான்...

தேன்மொழிக்கு மெசேஜ் எப்படி அனுப்புவது என்று தடுமாற்றம் அவனுக்கு...

மெசேஜ் பார்த்து அவள் தவறாக நினைத்து யாரிடமும் சொல்லி விடுவாளோ என்று யோசனையாகவும் இருந்தது...

மெசேஜ் அனுப்புவதா? இல்லையா? என்று யோசித்து அவன் ''ஹாய், திஸ் இஸ் வம்சி கிருஷ்ணா'' என்று மெசேஜ் அனுப்பவே இரண்டு மணி நேரங்கள் கடந்து விட்டன...

தேன்மொழி அந்த நேரம் சோகமாக கட்டிலில் படுத்து இருந்தாள்.

மனம் அவளுக்கு எதிலுமே லயிக்கவில்லை...

தனது அலைபேசியில் மெசேஜ் டோனை கேட்டவளோ, அதனை எடுத்து பார்த்தாள்.

வாசித்த மெசேஜை அவள் நம்பவில்லை...

கண்களை கசக்கி பார்த்தாள்...

ஆம் வம்சி கிருஷ்ணா தான் அனுப்பி இருக்கின்றான்...

அவன் தான் அனுப்பினானா? என்று அவளுக்கு சந்தேகம்...

பதில் அனுப்புவதா வேண்டாமா? என்று தயக்கம்...

பத்து நிமிடங்களை அந்த மெசேஜையே பார்த்துக் கொண்டு இருந்தாள்.

அவனும் அவள் பதிலை எதிர்பார்த்து களைத்து போனான்...

அவள் நம்பவில்லையோ என்று அவனுக்கு இப்போது தோன்ற ஆரம்பித்தது...

அடுத்த கணமே அவளுக்கு அழைத்து இருந்தான்...

அவளால் பேச முடியாது... ஆனால் கேட்க முடியும் தானே...

அவளுக்கோ இதயம் வேகமாக துடித்தது...

அவன் தானா என்று ஒரு தடுமாற்றம்...

அலைபேசியை எடுத்து காதில் வைத்தாள்.

''ஹெலோ நான் தான் வம்சி... கொஞ்சம் ரிப்லை பண்ணு, நிறைய பேசணும்'' என்று சொன்னவன் வைத்து விட்டான்...

அவளுக்கோ அவன் கொடுத்த அதிர்ச்சியில் மூச்செடுக்க சிரமமாக இருந்தது...

ஆழ்ந்து மூச்சை எடுத்துக் கொண்டவளுக்கு என்ன உணர்வு என்று தெரியவில்லை...

பரவசம், நெகிழ்வு, பயம் என்று பல்வேறு உணர்வுகள்...

அவன் குரலை கேட்டதுமே உடல் எல்லாம் மின்சாரம் பாய்ந்த போல உணர்ந்தாள்...

தன்னை கஷ்டப்பட்டு நிலைப்படுத்திக் கொண்டே, ''சொல்லுங்க'' என்று பதில் அனுப்பினாள்...

''உன் கூட தனியா கொஞ்சம் நேர்ல பேசணும்'' என்றான்...

அவள் மறுப்பாளா? இது எல்லாம் அவள் கனவில் நினைத்தவை தானே... நிஜத்தில் நடந்துக் கொண்டு இருக்கின்றது...

அவன் என்ன சொன்னாலும் தலையாட்டும் நிலையில் தான் இருந்தாள்.

ஆனால் இப்போது எப்படி சந்திப்பது என்று தவிப்பு அவளுக்கு...

‘‘அம்மா வீட்ல இருக்காங்க’’ என்று பதில் அனுப்பினாள்...

‘‘வெளிய போக மாட்டாங்களா?’’ என்று அவன் கேட்டான்...

நேரத்தைப் பார்த்தாள், நான்கரை மணியை சுவர் கடிகாரம் காட்டியது...

திருமண பத்திரிகை கொடுக்க வெளியேச் செல்ல வேண்டும் என்று அவர் சொன்னது அவளுக்கு நினைவுக்கு வந்தது...

எழுந்து முன்னறைக்குச் சென்று பார்த்தாள்.

மகாலக்ஷ்மி வெளியேச் செல்வதற்காக ஆயத்தமாகிக் கொண்டு இருந்தார்...

அங்கே நின்ற தேன்மொழியை பார்த்தவர், ‘‘நான் கார்ட் கொடுத்துட்டு வந்திடுறேன்... பத்திரமா இருந்துக்கோ’’ என்று சொல்லி விட்டேச் செல்ல, இவளும் தலையை சம்மதமாக ஆட்டி விட்டு தனது அறைக்குள் நுழைந்தவள் அலைபேசியை எடுத்து, ‘‘அம்மா இப்போ தான் வெளிய போனாங்க’’ என்றாள்.

அவனும், ‘‘ஓகே, அப்போ நான் ஒரு பத்து நிமிஷத்துல உங்க வீட்டு ஜங்க்ஷன்ல இருக்கிற மரத்துக்கு கீழ கார்ல நிற்பேன்... வந்துடு’’ என்று மெசேஜ் அனுப்பி விட்டு தொலைபேசியை பாக்கெட்டில் வைத்தவன், கார் கீயை எடுத்துக் கொண்டே அவளை சந்திக்க புறப்பட்டு விட்டான்...

அவளோ அலைபேசியை வெறித்துப் பார்த்து விட்டு, தனக்கு முன்னே இருந்த கண்ணாடியை பார்த்தாள்.

இதுவே வேறு யாரும் அழைத்து இருந்தால் சென்று இருப்பாளா? என்று கேட்டால் நிச்சயமாக பதில் இல்லை தான்... அவன் அழைத்ததும் எங்கே இருந்து இந்த தைரியம் வருகின்றது என்று அவளுக்கு தெரியவே இல்லை...

இன்னும் கொஞ்ச நாளில் திருமணத்தை வைத்துக் கொண்டே, இன்று மனம் கவர்ந்தவனை பார்க்க செல்கின்றாள்... தவறு என்று தெரிந்தாலும் தவிர்க்க முடியவில்லை...

அவள் காதல் அவனை நோக்கி இழுத்துச் சென்றது...

நான்கைந்து சுடிதார்களின் நடுவே ஒரு சுடிதாரை தேர்ந்தெடுத்தாள்... புடவை அணிய அவளுக்கு நேரம் இல்லை... பத்து நிமிடத்தில் வந்து விடுவதாக சொல்லி இருக்கின்றான்... அதனால் அவசரமாக ஆயத்தமானாள்...

தலையை அழகாக பின்னி வட்டமான பொட்டையும் நெற்றியில் வைத்தவள், தன்னை ஒரு தடவை கண்ணாடியில் பார்த்து விட்டு கைப்பையுடன் வெளியேறிச் சென்றாள்.

அவள் வாசலுக்கு சென்ற சமயம், அந்த வழியால் வந்த பக்கத்துக்கு வீட்டு பெண்ணோ, ''தேன்மொழி எங்கம்மா போற?'' என்று கேட்டார்...

அவளுக்கு பதட்டமாகி விட்டது...

சட்டென வியர்த்தது...

''கடைக்கு'' என்று சைகையில் சொல்ல, ''கல்யாணத்தை வச்சிட்டு வெளியே அலையாதே... சீக்கிரம் வா...'' என்று அவரும் அறிவுரை சொல்லி

விட்டு கடந்துச் சென்றதும் தான் அவளுக்கு மூச்சே வந்தது…

சுற்றும் முற்றும் பார்த்து விட்டு விறு விறுவென நடந்துச் சென்றாள்.

தெரு முனைக்கும் வந்து விட்டாள்.

அங்கே இருக்கும் மர நிழலில் வம்சி கிருஷ்ணாவின் கார் நின்றது…

வம்சி கிருஷ்ணாவோ காருக்குள் அமர்ந்துக் கொண்டே, பக்கவாட்டு கண்ணாடியூடு அவள் நடந்து வருவதை பார்த்தவன், கார் கண்ணாடியை இறக்கினான்…

அவளும் கார் அருகே வந்து அவனை உள்ளே எட்டிப் பார்க்க, அவனோ உள்ளே ஏறு என்றான்…

சற்றும் யோசிக்கவில்லை அவள்…

ஏறி அமர்ந்து விட்டாள்.

அவன் மேல் கொண்டிருக்கும் பைத்தியகார தனமான காதலின் வெளிப்பாடு அது…

தான் செய்வது சரி தவறு என்பதை தாண்டி அவன் சொன்னதும் செய்து விட வேண்டும் என்கின்ற முனைப்பு அவளிடம்…

பக்கவாட்டாக திரும்பி அவனை பார்த்தாள்.

முதல் முறை இவ்வளவு நெருக்கத்தில் பார்க்கிறாள்.

அவன் அருகாமையில் அடி வயிற்றில் ஏதோ உருள்வது போன்ற உணர்வு அவளுக்கு…

அவனோ அவளை பார்க்காமல், முன்னால் பார்த்துக்

கொண்டே அமர்ந்து இருந்தான்...

அவளிடம் எப்படி பேச ஆரம்பிப்பது என்ற தயக்கம் அவனுக்கு...

தன்னை தயார்படுத்திக் கொண்டு இருந்தான்...

அவளுக்கோ அவனை ரசிக்க கிடைத்த அரிய வாய்ப்பு இது...

சற்று தாடி மீசை அதிகமாகவே வளர்ந்து இருந்தது..

அவன் தன்னை கண்ணாடியில் பார்த்தால் தானே மெருகேற்றிக் கொள்வதற்கு...

தலையும் சற்று கலைந்து இருந்தது...

அவன் தோற்றமே ஏதோ அழுத்தத்தில் இருக்கின்றான் என்று உணர்த்தியது...

'ஏன் இவர் முகம் இவ்ளோ சோகமா இருக்கு' என்று நினைத்தவளுக்கு அப்போது தெரியவில்லை அவன் சோகத்துக்கே அவள் தான் காரணம் என்று...

அவனோ பெருமூச்சு எடுத்துக் கொண்டே, தலையை ஒற்றைக் கையால் கோதியபடி அவளை திரும்பி பார்த்தான...

அதையும் ரசித்தாள் அவள்... அவன் சின்ன சின்ன அசைவுகள் எல்லாம் ரசித்தாள்...

அவன் மூச்சு காற்றை கூட ரசித்தாள்...

வம்சி கிருஷ்ணாவோ இப்போது நோக்கியது என்னவோ அவள் விழிகளை தான்...

அவளும் அவனை தான் இமைக்காமல் பார்த்து இருந்தாள்...

''நான் கேக்கிறது தப்புனு தெரியும்... ஆனாலும் கேட்க வேண்டிய சூழ்நிலைல இருக்கேன்... என்னை கல்யாணம் பண்ணிக்க முடியுமா?'' என்று கேட்டான்...

அவளுக்கு அவன் கேட்டதை நம்பவே முடியவில்லை...

கனவாக இருக்குமோ என்று தோன்றியது...

அதிர்ச்சியில் கண்களை அகல விரித்துக் கொண்டாள்.

ஒற்றைக் கையால் அடுத்த கையில் மெதுவாக கிள்ளிப் பார்த்தாள்...

கனவில்லை நிஜம் தான்...

அவனும் அதனை கண்டுக் கொண்டான்...

அவள் விரல்களை பார்த்து விட்டு இப்போது அவள் முகத்தைப் பார்த்தவன், ''நிஜமா தான் கேக்கிறேன்'' என்றான்...

அவளுக்கு புரியவில்லை...

அது அவள் பார்வையிலேயே அவனுக்கு புரிந்தது...

''ஓகே ஓபன் ஆஹ் சொல்றேன்... என் தம்பி யாதவ் கிருஷ்ணா நீ போனதுல இருந்து ரொம்ப டிஸ்டர்ப்ட் ஆஹ் இருக்கான்... சொல்லி கொடுக்க வந்த மாஸ்டர் தப்பா பேசிட்டாருனு தண்ணி க்ளாஸ் எடுத்து அவர் தலையை உடைச்சுட்டான்'' என்று சொல்ல, அவளோ அதிர்ந்து வாயில் கையை வைத்துக் கொண்டாள்.

''இதுவரைக்கும் அவன் என் கிட்ட எதுவும் கேட்டது இல்லை... அவன் என் கிட்ட முதன்

முதலில் கேட்டது நீ திரும்ப க்ளாஸுக்கு வரணும்னு தான்... உன்னை கல்யாணம் பண்ணிக்க சொல்லியும் அவன் சொன்னான்... நீ அண்ணியா வரணும்னு அவன் ஆசைப்படுறான்... அப்போ அவன் புரியாம பேசுறான்னு நினைச்சேன்... உன் அம்மா கிட்ட பேசி மறுபடி டியூஷனுக்கு உன்னை அழைச்சா ஓகேனு யோசிச்சேன்... ஆனா உன் அம்மா சம்மதிக்கல... நீ கல்யாணம் பண்ணிக்க போற ரஞ்சன் கிட்டயும் பேசுனேன்... அவனும் சம்மதிக்கல... கடைசியா யாதவ் கேட்டதையே பண்ணிடலாம்னு முடிவெடுத்து இருக்கேன்... நான் என்னோட சுயநலத்துக்காக தான் இந்த கல்யாணம் பண்ணிக்க போறேன்... அத இப்போவே சொல்லிடுறேன்'' என்று அவன் பேச, அவனை இமைக்காமல் பார்த்து இருந்தவளுக்கு என்ன சொல்வது என்று தெரியாவே இல்லை...

அவள் மௌனத்தை அவன் பிடிக்கவில்லை என்று நினைத்து விட்டான் போலும்...

''இதுல உனக்கும் பெனிஃபிட் இருக்கு... நீ எனக்கு ரெண்டாம் தாரம் எல்லாம் இல்லை... உன் இஷ்டப்படி நீ வேலைக்கு போகலாம், அதுக்கு நான் தடை சொல்ல மாட்டேன்... உன் வாழ்க்கையை நீ வாழுறதுக்கான எந்த கட்டுப்பாடும் என் கிட்ட இருந்து வராது'' என்றான்...

அவன் இவ்வளவு கஷ்டப்பட்டு விளக்கம் கொடுத்து இருக்கவே தேவை இல்லை என்று அவனுக்கு அப்போது புரியவில்லை...

மேலும் தொடர்ந்தவனோ, ''இதுல நெகட்டீவ்ஸ் உம் இருக்கு... எல்லாத்தையும் வெளிப்படையாவே சொல்லிடுறேன்... உன் கிட்ட எதுவும் மறைக்க நான் விரும்பல... நான் யாதவ்வுக்காக தான் இப்போ

கல்யாணம் பண்ணுறேன்... எனக்காக பண்ணிக்கல... என் மனசுல ஒருத்தி இருக்கா... அவளை எப்போவும் நான் மறக்க போறது இல்லை... ஆனா உன் கூட நான் வாழ தொடங்கும் போது அவ நினைவு நம்ம வாழ்க்கையை பாதிக்காத போல இருக்கணும்... சோ உன் கூட லைஃப் ஸ்டார்ட் பண்ண எனக்கு டைம் வேணும்... நாம பண்ணிக்க போறது திருட்டு கல்யாணம்... சோ என் வீட்ல நிறைய கெடுபிடி இருக்கும்... அத நீ தான் ஹாண்டில் பண்ணிக்கணும்... ஒவ்வொரு முறையும் உன் பின்னாடி வந்து என்னால உனக்காக பேசிட்டு இருக்க முடியாது... இதெல்லாம் சொல்லாம உன்னை ஏமாத்தி எனக்கு கல்யாணம் பண்ணிக்க விருப்பம் இல்லை... அது தான் எல்லாமே சொல்லிட்டேன்... இப்போ சொல்லு, கல்யாணம் பண்ணிக்கலாமா? முடியாதுனா இறங்கி போயிடு... நான் ஒண்ணும் சொல்ல மாட்டேன்... உனக்கு இஷ்டம் இல்லாம நான் உன்னை கல்யாணம் பண்ணிக்க விரும்பல'' என்று அவள் விழிகளை பார்த்துக் கொண்டே சொன்னான்...

அவளுக்கோ கண்கள் சட்டென்று கலங்கி விட்டன...

என்ன சொல்வது என்று தெரியவில்லை... தடுமாறி போனாள்...

அவன் மேல் காதல் கொண்ட மனமோ சம்மதம் சொல்வதற்கு அவளை உந்தியது...

ஆனால் இத்தனை பேரை மீறி திருமணம் செய்வதால் பின்னாளில் உண்டாக போகும் மனக்கசப்பை நினைத்து ஒரு பக்கம் பயம் உண்டானது...

எந்த பக்கம் போவது என்று தெரியவில்லை...

அவளால் கட்டுப்படுத்த முடியாமல் கண்ணீர் வழிந்தது...

அவனோ அவள் கண்ணீரை ஆழ்ந்து பார்த்துக் கொண்டே, ''ஏதாவது சொல்லு தேன்மொழி'' என்றான்...

கண்ணீரை துடைத்தவளோ அடுத்த கணமே கார் கதவை திறந்துக் கொண்டே இறங்கினாள்...

அவனுக்கோ ஏமாற்றம்...

பெருமூச்சு ஒன்றை விட்டுக் கொண்டே, தலையை அழுந்த கோதியவன் இருக்கையில் கண் மூடி சாய்ந்து அமர்ந்தான்...

அவன் காரை விட்டு அவள் நான்கு அடிகள் விலகி நடந்து இருப்பாள்...

மனம் கேட்கவில்லை...

அவள் காதல் அவளை தேடி வந்து இருக்கின்றது...

அவள் பொக்கிஷம் அவளிடத்தில் அவளே எதிர்பாராமல் கையில் கிடைத்து இருக்கின்றது... உதறி விட்டுச் செல்கின்றாள்...

வலிக்கின்றது... அடுத்த பாத சுவட்டை நிலத்தில் வைக்க முடியவில்லை...

இனி அவன் பாடலை கேட்க முடியாது என்று நினைத்து வருந்தி இருக்கின்றாள்... இனி அவன் அருகே இருந்து அவன் பாடலை கேட்கும் சந்தர்ப்பம் கிடைத்து இருக்கின்றது...

அவளே நழுவ விட்டுச் செல்கின்றாள்...

இது போன்ற சந்தர்ப்பம் அவளுக்கு கிடைக்குமா? என்று கேட்டால் கண்டிப்பாக இல்லை என்று தான் பதில் வரும்...

வாழ்க்கையில் ஆசைப்பட்ட எத்தனையோ விஷயங்களை இழந்து இருக்கின்றாள்..... அனைத்துக்கும் ஈடு கட்டும் முகமாக அவள் காதல் அவளுக்கு காலடியில் வந்து இருக்கிறது... எட்ட முடியாத உயரத்தில் இருப்பவன் அவனாக வந்து அவள் கரம் பற்ற கேட்டு கையை நீட்டி இருக்கின்றான்...

நிராகரிப்பது முட்டாள் தனம் என்று தோன்றியது...

இந்த காதல் சுயநலமானது தானே...

ஆம் அவளும் முதல் முறை சுயநலமாக யோசித்தாள்...

தன் காதலுக்காக யோசித்தாள்...

எத்தனை நாட்கள் தான் அடுத்தவர்களுக்காக வாழ்வது? அவளுக்கென்று ஆசைகள் இல்லையா? விருப்பங்கள் இல்லையா? இன்று அவளுக்காக யோசித்தாள்...

கையில் கிடைத்தவனை தொலைக்க அவளுக்கு இஷ்டம் இல்லை...

அவள் தொலைத்த உயிர் மீண்டும் தேடி வரும் போது மறுக்க முடியுமா என்ன?

அடுத்த பாத சுவட்டை வைத்தாள், ஆனால் முன்னோக்கி அல்ல, பின்னோக்கி...

வேகமாக அவன் கார் அருகே வந்து கண்ணாடி ஜன்னலை தட்டினாள்...

கண் மூடி கார் சீட்டில் சாய்ந்து இருந்தவன், சட்டென கண்களை விரித்து கார் கண்ணாடியை இறக்கினான்...

அவளோ அவனை பார்த்துக் கொண்டே, தாலி கட்டுவது போல சைகை செய்தவள், கை முஷ்டியை மடக்கி அசைத்துக் காட்டி, அவனுக்கு புரிவதற்காக தலையையும் அசைத்தாள்...

அவன் புரிந்துக் கொண்டான்... ஆனாலும் நம்ப முடியவில்லை...

''நிஜமா தான் சொல்றியா? கல்யாணம் பண்ணிக்கலாமா?'' என்று கேட்டான்... அவளோ மீண்டும் அழுத்தமாக ஆம் என்று தலையாட்டினாள்...

''தேங்க் காட்'' என்று சொன்னவனோ, ஆழ்ந்த மூச்சை எடுத்து விட்டபடி, ''டீடெய்ல்ஸ் மெசேஜ்ல அனுப்புறேன்... நாளைக்கே கல்யாணம் பண்ணிக்கலாம்... உன் அம்மா வெளிய போற நேரமா பார்த்து எனக்கு அப்டேட் பண்ணு'' என்றான்...

அவளும் சம்மதமாக தலையாட்ட, அவனோ அவளை ஆழ்ந்து பார்த்துக் கொண்டே, ''தேங்க்ஸ்'' என்றான்... அதற்கு அவள் என்ன தான் பதில் சொல்வாள்... மௌனமாக தலையை அசைத்து விட்டு, நடக்க ஆரம்பிக்க, அவளை பக்கவாட்டு கண்ணாடியூடு பார்த்தவனுக்கு சின்ன ஏமாற்றம்...

ஆம் அவள் சம்மதம் சொன்னதால் சின்ன ஏமாற்றமும் உண்டாகி இருந்தது...

அவளுக்கு தன் மேல் காதல் இல்லை என்பது அவன் யூகம்...

'பணம் மற்றும் புகழுக்காக சம்மதம் சொல்லி

இருப்பாளோ?' என்று முதலில் யோசித்து மனதை குழப்பியவனோ, 'எதுவா இருந்தா என்ன? எனக்கு ஒரு சுயநலம் இருக்கிற போல, அவளுக்கும் இருக்கும்... அத குற்றம் சொல்ல எனக்கு தகுதி இல்ல' என்று நினைத்து அந்த குழப்பத்தை தள்ளி வைத்து விட்டு காரை கிளப்பினான்...

அவளை பொறுத்தவரை அவள் காதலின் வெற்றி இந்த திருமணம்...

அவனை பொறுத்தவரை அவன் காதலின் தோல்வி இந்த திருமணம்...

அத்தியாயம் 11

வீட்டுக்கு வந்த தேன்மொழிக்கோ இன்னும் பதட்டம் அடங்கவில்லை...

முதல் முறை தாயை மீறி ஒரு வேலை செய்ய போகின்றாள்...

சற்று பயமாக இருந்தது...

நாளைக்கே கல்யாணம்...

அவள் நினைத்து கூட பார்க்கவில்லை...

கண்ணாடி முன்னே நின்று ஆழ்ந்த மூச்சை எடுத்துக் கொண்டாள்.

அன்று அவளுக்கு தூக்கம் தொலைந்து விடும் என்று நன்றாகவே புரிந்தது...

இதனிடையே அடுத்த நாள் மகாலக்ஷ்மி வெளியேச் செல்லும் நேரத்தை அறிந்து, தேன்மொழி வம்சி கிருஷ்ணாவிடம் சொல்ல வேண்டும்...

அன்றிரவு கேட்டு விடலாம் என்று நினைத்துக் கொண்டே, மகாலக்ஷ்மிக்காக காத்துக் கொண்டு இருந்தாள்.

மகாலக்ஷ்மியும் வந்து குளித்து உடை மாற்றி அவள் சமைத்த உணவை அவளுடன் அமர்ந்து சாப்பிட தொடங்கினார்...

தேன்மொழிக்கு கண்கள் கரித்துக் கொண்டே வந்தன.

தன்னை இத்தனை வருடங்கள் தந்தை இல்லாமல் தனியாக கஷ்டப்பட்டு வளர்த்தவர் அவர்...

அவருக்கு துரோகம் செய்ய போகின்றோமோ என்று ஒரு குற்ற உணர்வு...

இருதலைக்கொள்ளி எறும்பாக தவித்துப் போனாள்.

தட்டு தடுமாறி அருகே இருந்த கரண்டியால் தட்டில் தட்டினாள்... சட்டென மகாலக்ஷ்மி ஏறிட்டுப் பார்த்தார்...

''நாளைக்கு கார்ட் கொடுக்க போறீங்களா?'' என்று கார்டை காட்டி சைகையால் கேட்டாள்...

அவரோ, ''ம்ம் போகணும்மா, இன்னைக்கே நிறைய வீட்டுக்கு நான் போகல... இன்னும் வசந்திக்கும் கார்ட் கொடுக்கல... அங்க போனா வேதவல்லி அம்மா ஏதாவது பேசுவாங்களு தயக்கமா இருக்கு, ஆனா எப்படியும் போக தானே வேணும்... காலைல எட்டு மணிக்கே கிளம்பிடலாம்னு நினைக்கிறேன்... எப்படியும் பன்னிரெண்டு மணிக்கு முதல் கார்ட் கொடுத்து முடிச்சிடணும்... இனி நேரமும் இல்ல'' என்று அவர் சொல்ல, அவளும் சரியென்ற ரீதியில் தலையாட்டினாள்...

அதனை தொடர்ந்து சாப்பிட்டு விட்டு அறைக்குள் வந்தவளோ வம்சி கிருஷ்ணாவுக்கு மெசேஜ் அனுப்பினாள்.

அவளது தகவலை பார்த்த வம்சி கிருஷ்ணாவோ, ''உன்னை பிக் அப் பண்ண சரியா 8.30க்கு வரேன்... இன்னும் கோவில் எதுனு நான் முடிவு பண்ணல, நாளைக்கு கோவில்ல தாலி கட்டிப்போம்.. ரெஜிஸ்டர் பண்ண நிறைய ஃபார்மாலிடீஸ் இருக்கு.. அதுக்கு நாளைக்கு நேரம் இல்ல... அது அப்புறம் பண்ணிக்கலாம், உன்னோட ட்ரெஸ் எல்லாம் எடுத்து வச்சு ரெடியா இரு...'' என்று அனுப்பினான்...

அவளும், ''ஓகே'' என்று பதில் அனுப்ப, ''என் மேல நம்பிக்கை இருக்கு தானே'' என்று அடுத்த கேள்வி அவனிடம் இருந்து வந்தது...

''எஸ்'' என்று பதில் அனுப்பியவளுக்கு முழுதாக சந்தோஷப்படவும் முடியவில்லை...

அவள் தான் பதறினாள்... வம்சி கிருஷ்ணா எதனை பற்றியும் அலட்டிக் கொள்ளாமல் இயல்பாக இருந்தான்...

தென்றலின் நினைவுகள் அவன் இதயத்தை அழுத்திக் கொண்டு இருந்தாலும், யாதவ் கிருஷ்ணாவுக்காக இதனை செய்ய துணிந்து விட்டான்...

முடிவெடுத்த பின்னர் அதனை பற்றி யோசிப்பது அவனுக்கு பழக்கம் இல்லை...

தேன்மொழியை திருமணம் செய்ய முடிவெடுத்து விட்டான்...

இப்போது அதில் உறுதியாக இருக்கின்றான்...

'யாரை துணைக்கு அழைத்துச் செல்லலாம்' என்று நினைத்துக் கொண்டே, சோஃபாவில் அமர்ந்து இருந்தவன் அருகே, 'ஹாய் டா' என்று சொன்னபடி வந்து அமர்ந்தான் கௌதம் கிருஷ்ணா...

'ஆடு சிக்கிடுச்சு' என்று நினைத்தபடி, 'நாளைக்கு நீ பிசியா?' என்று கேட்டான்...

''இல்லடா, நமக்கு ரெக்கார்டிங் இனி அடுத்த வாரம் தானே'' என்று அவன் பதிலளிக்க, ''அப்போ ஓகே... எந்த கோவில்ல நாளைக்கு கூட்டம் குறைவா இருக்கும்?'' என்று கேட்டான் வம்சி கிருஷ்ணா...

''என்னடா கோவிலுக்கு போக போறியா? அதிசயமா இருக்கு'' என்று சொன்ன கௌதம் கிருஷ்ணாவோ சிறிது யோசித்து விட்டு, ''ஆஹ் நான் சிட்டில இல்லாம கொஞ்சம் தள்ளி இருக்கிற பிள்ளையார் கோவிலுக்கு போவேன்... அங்கே பெருசா யாரும் இருக்க மாட்டாங்க'' என்றான்...

''குட், அங்க கல்யாணம் பண்ணலாமா?'' என்று கேட்டான் வம்சி கிருஷ்ணா...

''என்னது?'' என்று கௌதம் கிருஷ்ணா அதிர, ''இல்ல என் ஃப்ரெண்ட் ஒருத்தன் கல்யாணம் பண்ண யோசிச்சு இருக்கான்... நாம தான் பண்ணி வைக்க போறோம்'' என்றான்...

''என்னது நாமளா? எனக்கு தெரியாத உன் ஃப்ரெண்ட் யாரு? பண்ணுறதுனா நீ பண்ணி வை... வை மீ?'' என்று கேட்க, அவன் தோளில் கையை போட்ட வம்சி கிருஷ்ணாவோ, ''இப்படி சொல்லிட்டே இருந்தா அப்புறம் உனக்கும் கல்யாணம் நடக்காது... பார்த்து'' என்றான்...

அவனை முறைத்த கௌதம் கிருஷ்ணாவோ, ''எப்படி எல்லாம் என்னை மிரட்டுற... ஓகே ஃபைன்... திருட்டு கல்யாணம் தானே... பண்ணி வச்சுடலாம்... ஆனா ஒன்னு வம்சி, வர வர நீ ரொம்ப வித்தியாசமா இருக்க, மாஸ்டருக்கு அறையுற, இப்போ திருட்டு கல்யாணம் பண்ணி வைக்க போறேன்னு சொல்ற... ஒரே அட்வென்ச்சர் மோட்ல சுத்திட்டு இருக்க'' என்று சொல்லிக் கொண்டே எழுந்துக் கொள்ள, வம்சி கிருஷ்ணா சத்தமாக சிரித்துக் கொண்டான்...

அன்றைய இரவு தேன்மொழிக்கு மட்டும் தான் தூங்கா இரவாகி போனது...

காலையில் மகாலக்ஷ்மி கார்ட் எல்லாம் எடுத்துக் கொண்டே புறப்பட ஆயத்தமானார்...

தேன்மொழிக்கு மனம் கேட்கவில்லை...

கையில் இருந்த வளையலை சுவரில் தட்டி சத்தம் எழுப்பினாள்...

அவரும் திரும்பி பார்த்தார்...

அவரை நோக்கிச் சென்றவளோ, அவர் காலில் விழுந்து ஆசீர்வாதம் வாங்க, அவரோ, ''என்னாச்சும்மா திடீர்னு கால்ல விழுற?'' என்று கேட்டவர், அவள் நெற்றியில் முத்தம் பதித்து விலக, அவளால் பதில் சொல்ல முடியவில்லை... கண்ணீர் தாரை தாரையாக வழிந்தது...

''புகுந்த வீட்டுக்கு போறத நினைச்சு அழுறியா?'' என்று கேட்க, அவளோ குனிந்தபடி ஆம் என்கின்ற ரீதியில் தலையாட்டினாள்...

மகாலக்ஷ்மியோ, ''இதுக்கெல்லாம் அழலாமா?

ஆரம்பத்துல அப்படி தான் இருக்கும்'' என்று சொல்லி அவள் தலையை வருடி விட்டு வெளியேற, அவளுக்கு கண்ணீர் நிற்கவே இல்லை...

நேரத்தைப் பார்த்தாள், எட்டு மணி...

இன்னும் அரை மணி நேரத்தில் வந்து விடுவான்...

காலையிலேயே உடைகளை மகாலக்ஷமிக்கு தெரியாமல் அடுக்கி வைத்து இருந்தாள். அதனால் இப்போது ஆயத்தமாகும் வேலை மட்டும் தான்... அவசரமாக புடவை, நகை எல்லாம் அணிந்தாள்...

கல்யாண பெண் அளவுக்கு இல்லை என்றாலும் மோசமாக இல்லை...

நன்றாகவே ஆயத்தமானாள்...

எல்லாம் முடிய நேரத்தைப் பார்த்தாள்... நேரம் எட்டரையை நெருங்கிக் கொண்டு இருந்தது...

இதே சமயம் கௌதம் கிருஷ்ணாவுடன் வெளியே வந்தான் வம்சி கிருஷ்ணா...

வெண்ணிற காட்டன் குர்தா அணிந்து இருந்தான்...

வேஷ்டி அணிந்தால் கேள்வி வரும் என்று அவனுக்கு தெரியும்...

வெண்ணிற காட்டன் குர்தா அடிக்கடி அணிவான்... அதனால் யாரும் சந்தேகப்படவில்லை...

வாசலுக்கு வந்ததுமே, ''நீ கோவிலுக்கு போய் ரெண்டு மாலையும் தாலியும் வாங்கி வச்சிட்டு, ஐயர் கிட்ட கேட்டு வேற ஏதும் பண்ணனும்னாலும் பண்ணிடு... நான் மாப்பிள்ளை பொண்ணோட வரேன்'' என்றான்...

அவனை மேலிருந்து கீழ் பார்த்த கௌதம் கிருஷ்ணாவோ, ''உன் க்ரைம்ல எல்லாம் என்னை பார்ட்னர் ஆக்குறடா'' என்று சொல்லிக் கொண்டே, தனது காரை எடுத்துக் கொண்டே செல்ல, வம்சி கிருஷ்ணாவோ தனது காரில் தேன்மொழியின் வீட்டிற்கு புறப்பட்டு விட்டான்...

போகும் வழியிலேயே, ''ஐ ஆம் ஆன் தெ வே'' என்று தேன்மொழிக்கு மெசேஜ் அனுப்பி இருந்தான்...

அவளும் பெட்டியுடன் முன்னறையில் அவனை பார்த்துக் கொண்டே அமர்ந்து இருக்க, அவன் காரும் அவளது வாசலில் வந்து நின்றது...

அவளோ அவசரமாக எழுந்து வாசலுக்கு பெட்டியை தூக்கிக் கொண்டே வர, காரில் இருந்து இறங்கி அவளை நோக்கி வந்தவனோ பெட்டியை வாங்கிக் கொண்டே, ''உள்ளே ஏறு'' என்று சொல்லிக் கொண்டே சுற்றி பார்த்தான்... அவர்களின் நல்ல நேரத்துக்கு அவர்களது தெரு வெறிச்சோடி போய் இருந்தது...

அவளும் காரினுள் ஏறிக் கொள்ள, அவனும் அவளது உடைப் பெட்டியை காரின் டிக்கியில் வைத்து விட்டு, வேகமாக வந்து ட்ரைவர் சீட்டில் அமர்ந்தவன் காரை கிளப்பினான்...

தேன்மொழிக்கு பதட்டமாக இருந்தது...

ஆனால் வம்சி கிருஷ்ணா இயல்பாகவே வண்டி ஓட்டினான்...

அவளோ புடவை முந்தானையை திருகிக் கொண்டே, வெளியே பார்த்தபடி அமர்ந்து இருக்க, சற்று நேரத்தில் கோவிலும் வந்து விட்டது...

வம்சி கிருஷ்ணாவோ அருகே இருந்த மாஸ்க்கை எடுத்து போட்டுக் கொண்டவன், ''யாரும் பார்த்தா கல்யாணம் நடக்க முதல் விஷயம் வீட்டுக்கு போய்டும்'' என்று சொல்லிக் கொண்டே, அவளிடம் ஒன்றை நீட்ட அவளும் அதனை போட்டுக் கொண்டாள்.

இருவரும் ஒன்றாக இறங்கி கோவிலுக்குள் நுழைந்தார்கள்...

பெரிதாக பேசிக் கொள்ளவில்லை...

தேன்மொழிக்கோ பதட்டம்...

அங்கே சாமி சன்னிதானத்தில் கையில் மாலை மற்றும் தாலியுடன் நின்று இருந்த கௌதம் கிருஷ்ணாவோ நடந்து வந்த வம்சி கிருஷ்ணாவையும் தேன்மொழியையும் உற்றுப் பார்த்து விட்டு, அவர்களுக்கு பின்னால் யாரும் வருகிறார்களா? என்று தேடினான்...

யாரும் வரவில்லை...

அருகே வந்த வம்சி கிருஷ்ணாவிடம், ''எங்கடா மாப்பிள்ளை? இவங்க தான் பொண்ணா? இவங்கள பார்த்தா தேன்மொழி போல இருக்கே'' என்று சொல்லிக் கொண்டே இருக்க, வம்சி கிருஷ்ணாவோ மாஸ்க்கை கழட்டி குர்தாவின் பாக்கெட்டில் வைத்தவன், தேன்மொழியை பார்க்க அவளும் மாஸ்க்கை கழட்டினாள்...

கௌதம் கிருஷ்ணாவுக்கு தூக்கி வாரிப் போட்டது...

''இதுவா பொண்ணு? மூணு நாள்ல கல்யாணம்ல'' என்று சொன்ன கௌதம் கிருஷ்ணாவோ, ''சரி, மாப்பிள்ளை யாரு?'' என்று கேட்டான்...

''என்னை பார்த்தா உனக்கு மாப்பிள்ளையா தெரியலையா?'' என்று கேட்ட வம்சி கிருஷ்ணாவோ அங்கே இருந்த ஐயரிடம், ''கல்யாண சம்பிரதாயங்களை தொடங்கலாம் ஐயா'' என்று சொல்ல, அவரும் சம்மதமாக தலையை ஆட்டியபடி கௌதம் கிருஷ்ணாவின் கையில் இருந்த தாலி மற்றும் மாலையை வாங்கி தட்டில் வைத்துக் கொண்டே, மந்திரம் சொல்ல, கருவறைக்குள் சென்று விட்டார்...

இன்னும் கௌதம் கிருஷ்ணாவுக்கு அதிர்ச்சி அகலவே இல்லை...

''என்னடா சொல்ற?'' என்றான்...

''என்ன சொல்லணும்?'' என்று வம்சி கிருஷ்ணா கேட்க, ''உன் கிட்ட பேசணும், நீ கொஞ்சம் வா வம்சி'' என்று அவன் கையை பிடித்து சற்று தள்ளி அழைத்துச் சென்றவன், ''இதனால வீட்ல எவ்ளோ பிரச்சனை நடக்கும் தெரியுமா?'' என்று கேட்டான்...

வம்சி கிருஷ்ணாவோ, ''யாதவ்வுக்காக எந்த பிரச்சனையையும் நான் ஃபேஸ் பண்ண தயார்'' என்றான்...

''அதுக்குனு உன் வாழ்க்கையை அடமானம் வைப்பியா? அந்த பொண்ணுக்கு பேச முடியாது டா'' என்றான்... ''சோ வாட்?'' என்றான் வம்சி கிருஷ்ணா...

''ஓகே ஃபைன் அத விடு... உன் தென்றல் அப்போ அவ்வளவு தானா?'' என்று கேட்டான்...

அவனுக்கு எப்படியாவது இந்த கல்யாணத்தை நிறுத்தி விட வேண்டும் என்கின்ற முனைப்பு...

''அவ எப்போவுமே என் மனசுல இருப்பா...

எப்படியும் நான் அதுல இருந்து வெளியே வரணும்... அதுக்கப்புறம் தான் இவ கூட என் வாழ்க்கை ஆரம்பிக்கும்'' என்று சொன்னபடி சாமி கும்பிட்டுக் கொண்டு நின்ற தேன்மொழியை பார்த்து விட்டு கௌதம் கிருஷ்ணாவை பார்த்தான்...

''அந்த பொண்ணு சட்டுனு ஓகே சொன்னது உனக்கு தப்பா படலையா? எனக்கு அவ மேல இருந்த மரியாதை குறைஞ்சிடுச்சு'' என்றான்...

உடனே வம்சி கிருஷ்ணா, ''நானும் என் சுயநலத்துக்காக தான் கல்யாணம் பண்ணுறேன்... காதல் எல்லாம் இல்ல, அவளும் அப்படி ஏதும் சுயநலத்துக்காக கல்யாணம் பண்ண சம்மதிச்சு இருக்கலாம்... பட் ஐ டோன்ட் கெயார், அவ ஹார்ம் இல்ல... யாதவ்க்கு ரொம்ப சப்போர்ட் ஆஹ் இருப்பா... எனக்கு அது போதும்... கொஞ்ச நாள் கழிச்சு அவ மேல லவ் வரலாம், வராம போகலாம், வாட் எவர், வாழ ஆரம்பிச்சுடுவேன்'' என்றான்...

''என்னடா இவ்ளோ சிம்பிள் ஆஹ் பேசுற? உன்னை கல்யாணம் பண்ணிக்க ஆயிரம் பேர் லைன்ல இருக்காங்க... ஆனா நீ வாய் பேச முடியாத பொண்ண தேடி பிடிச்சு இருக்க... ஐ காண்ட் அக்செப்ட் டா'' என்றான்...

அவனை முறைத்துப் பார்த்த வம்சி கிருஷ்ணாவோ, ''இதையே வேறு யாரும் யாதவ்வுக்கு சொன்னா உன்னால தாங்கிக்கவே முடியாதுல... இந்த பொண்ணுக்கு மட்டும் ஏன்டா திரும்ப திரும்ப சொல்ற? அவளுக்கு வாய் பேச முடியாது தான்... அதுக்காக வாழவே கூடாதுனு சட்டம் இல்லையே...'' என்று ஆதங்கமாக கேட்டான்...

ஒரே கேள்வி தான் வாயடைத்து போய் விட்டான் கௌதம் கிருஷ்ணா...

''அப்போ இது தான் முடிவா?'' என்று கேட்டான்...

''200%'' என்று வம்சி கிருஷ்ணாவிடம் இருந்து பதில் வந்தது...

''ஓகே கோ எஹெட்'' என்று பெருமூச்சுடன் சொன்ன கௌதம் கிருஷ்ணாவோ அர்ச்சதையை கையில் எடுத்துக் கொண்டே நின்று இருக்க, ஐயரோ மாலையை இருவரிடமும் கொடுத்து மாற்ற சொன்னார்...

மாலை மாற்றிக் கொண்டார்கள்...

தான் ஆசைப்பட்டவனே கணவனாக கிடைக்கும் சந்தோஷத்தை தேன்மொழியால் அந்த கணத்தில் அனுபவிக்க முடியவே இல்லை...

இதுக்கு பிறகு நடக்க இருப்பவற்றை நினைத்து பயமாக இருந்தது...

முகத்தில் கலவரம்... கண்கள் கலங்கி இருந்தன...

இதே சமயம் வம்சி கிருஷ்ணாவோ மாலை மாற்றும் வரை திடமாக தான் இருந்தான்...

ஐயரோ, ''மாங்கல்யம் தந்துனானே மம ஜீவன ஹேதுனா

கண்டே பத்னாமி சுபாகே த்வம் சஞ்சீவ சரத சதம்'' என்று மந்திரத்தை சொல்லிக் கொண்டே தாலியை நீட்ட, அதனை வாங்கிய வம்சி கிருஷ்ணாவின் கரத்தில் ஒரு நடுக்கம்...

தென்றலை நினைத்து நடுக்கம்...

அவள் எழுத்துக்கள் அவன் கண் முன்னாடி வந்தன...

மனதில் ஒருத்தியை வைத்துக் கொண்டே இன்னொரு பெண்ணுக்கு தாலி கட்ட போகின்ற தவிப்பு...

தான் செய்ய போவது தவறு என்று தெரிந்தாலும் முடிவெடுத்த பின்னர் அவனுக்கு அதனை மீள் பரிசீலனை செய்யும் மனநிலை இல்லை...

தேன்மொழி இவ்வளவு தூரம் தன்னை நம்பி வந்த பின்னர் இப்போது இதனை பற்றி யோசித்த தன் மீதே கோபம்...

ஆழ்ந்த மூச்செடுத்துக் கொண்டே உணர்வுகளை அடக்கியவன், மங்கள நாணை தேன்மொழியின் கழுத்தருகே கொண்டு வந்து மூன்று முடிச்சு இட்டான்...

அவளுக்கோ கண்களில் இருந்து நிற்காமல் கண்ணீர் வழிந்தது...

அந்த கண்ணீர் சொல்லும் கதைகள் ஏராளம்...

அவன் மூன்று முடிச்சு இட்ட பின்னர் கழுத்தில் தொங்கிய தாலியை பார்த்து விட்டு, அவனை ஏறிட்டுப் பார்த்தாள்...

அவன் முகத்தில் உணர்ச்சிகள் துடைக்கப்பட்டு இருந்தன...

அவன் காதல் தோல்வி என்று சொன்னது நினைவில் வந்து போனது... அதனால் தான் முகம் இறுக்கமாக இருக்கின்றது என்று யூகித்துக் கொண்டாள்.

மீட்டெடுத்து விடலாம் என்ற நம்பிக்கை அவளுக்கு இருந்தது...

அவனோ ஒரு பெருமூச்சுடன் அவளை குனிந்து பார்த்துக் கொண்டே, தலையை மெதுவாக ஆட்டி விட்டு கௌதம் கிருஷ்ணாவை பார்த்தான்... அவன் அவர்களுக்கு அர்ச்சதை தூவி விட்டு, ‘‘அடுத்து என்ன? போருக்கு தானே போறோம்’’ என்று கேட்டான்...

அவன் கேட்ட தோரணையில் இறுக்கம் தளர்ந்து புன்னகைத்த வம்சி கிருஷ்ணாவோ, ‘‘தளபதி நீ இருக்கும் போது எனக்கு என்ன பயம்?’’ என்று கேட்டான்...

‘‘க்கும் இதுக்கு ஒண்ணும் குறைச்சல் இல்லை... இதுக்கும் எனக்கும் சம்பந்தம் இல்ல... இப்போவே சொல்லிட்டேன்...’’ என்று சொல்லிக் கொண்டே முன்னால் நடந்தான் கௌதம் கிருஷ்ணா...

ஐயருக்கு தட்சணையை வைத்து விட்டு, தனக்கு அருகே நின்ற தேன்மொழியை பார்த்த வம்சி கிருஷ்ணாவோ, ‘‘கிளம்பலாமா?’’ என்று கேட்க, அவளோ, சம்மதமாக தலையை ஆட்டியபடி அவனுடன் நடந்துச் சென்றாள்...

தன் கூட வருவது தனது தென்றல் என்று அறியாமல் அழுத்தமான மனதுடன் நடந்துச் செல்லும் கிறுக்கன் அவன்...

அவளை தேடி பிடிப்பதில் அவன் தோற்று விட்டாலும், அவர்களை சேர்த்து வைப்பதில் விதி வென்று விட்டது...

அவன் தன்னை தான் காதலிக்கிறான் என்று

அவளும் அறியவில்லை...

அவள் தன்னை தான் காதலிக்கிறாள் என்று அவனும் அறியவில்லை...

அறிந்த திருமணத்தின் நடுவே அவர்களின் அறியாத காதல் விதை போல புதைந்து இருக்க, அந்த விதை விருட்சமாகுமா? இல்லை புதைந்தே இருக்குமா? என்ற கேள்வியுடன் திருமண வாழ்க்கையில் அடியெடுத்து வைத்து விட்டார்கள் இருவரும்...

அத்தியாயம் 12

கௌதம் கிருஷ்ணா தனது காரில் ஏறிக் கொள்ள, வம்சி கிருஷ்ணாவும் தேன்மொழியும் அடுத்த காரில் ஏறிக் கொண்டார்கள்...

இருவரும் பெரிதாக பேசிக் கொள்ளவில்லை...

ஏதோ ஒரு உத்வேகத்தில் தேன்மொழி திருமணமும் முடித்து விட்டாள்.

ஆனால் இப்போது உதறல் எடுத்தது...

அன்னையிடம் என்ன சொல்வது என்று பயமாக இருந்தது...

காரை ஓட்டிக் கொண்டே, ‘‘உன் அம்மா வீட்ல இப்போ இருப்பாங்களா?’’ என்று கேட்டான்...

அவளோ நேரத்தைப் பார்த்தாள்...

இன்னும் பன்னிரண்டு மணியாகவில்லை...

இல்லை என்று தலையாட்டினாள்...

''சரி அப்போ உங்க அம்மா கிட்ட ஈவினிங் போகலாம்'' என்று சொல்லிக் கொண்டே தனது வீட்டுக்கு வண்டியை விட்டான்...

இந்த சந்தர்ப்பத்தில் மகாலக்ஷ்மி கல்யாண பத்திரிக்கையுடன் சென்றது என்னவோ வசந்தி வீட்டுக்கு தான்...

கையில் திருமண பத்திரிக்கையுடன் வீட்டினுள் நுழைந்தவரை குறு குறுவென பார்த்தார் வேதவல்லி, அவர் அருகே தான் கல்யாணியும் அமர்ந்து அவருடன் சேர்ந்து சீரியல் பார்த்துக் கொண்டு இருந்தாள்.

''இது எதுக்கு இங்க வந்து இருக்கு, கல்யாண பத்திரிக்கை கொடுக்க வந்து இருக்கு போல'' என்று வேதவல்லி முணு முணுத்துக் கொள்ள, அங்கே இருந்த கல்யாணியோ, ''ஆஹ் வாங்க ஆன்ட்டி'' என்றாள்.

''ம்ம் பொல்லாத ஆன்ட்டி, சும்மா இரு'' என்று அவளுக்கு கடிந்து விட, உள்ளே வந்த மகாலக்ஷ்மிக்கு தயக்கமாக இருந்தது...

வேறு வழி இல்லை, வேதவல்லியுடன் பேசி தான் ஆக வேண்டும்...

''வசந்தி இருக்காங்களாம்மா?'' என்று கேட்டார்...

அவரை ஒரு மார்க்கமாக பார்த்து விட்டு, ''என்ன விஷயம்?'' என்று கேட்டார்...

''பொண்ணுக்கு கல்யாணம் வச்சு இருக்கேன்'' என்று அவர் சொல்ல, ''ஓஹோ கேள்விப்பட்டேன்... அவளை யாரு கல்யாணம் பண்ணிக்க சம்மதிச்சா?'' என்று கேட்டார்...

அவரை உள்ளே அழைக்கவும் இல்லை, அமர சொல்லவும் இல்லை...

வாசலில் வைத்தே பேசிக் கொண்டு இருந்தார்...

''ஸ்கூல் மாஸ்டர் தான் மாப்பிள்ளை, பேர் ரஞ்சன்'' என்று பதிலளித்தவரை புருவம் உயர்த்தி பார்த்தவர், ''மாப்பிள்ளைக்கும் ஏதும் குறையோ?'' என்று கேட்டார்...

உடனே மகாலக்ஷ்மி ஆழ்ந்த மூச்செடுத்துக் கொண்டே இறுகிய முகத்துடன் இல்லை என்கின்ற ரீதியில் தலையாட்டினார்...

''அப்போ ஏதோ இடிக்குதே'' என்றார் வேதவல்லி, மகாலக்ஷ்மியை அவர் விடுவதாக இல்லை...

இனி இவரிடம் மறைத்து பயன் இல்லை என்று நினைத்த மகாலக்ஷ்மியோ, ''மாப்பிள்ளைக்கு ஏற்கனவே கல்யாணம் முடிஞ்சு குழந்தை இருக்கு, மூத்த சம்சாரம் இறந்துட்டா... தேன்மொழி இரண்டாம் தாரமா தான் போறா'' என்றார்...

''அதானே பார்த்தேன...'' என்று ஒரு வித கேலி குரலில் வேதவல்லி சொல்லிக் கொண்டு இருக்கும் போதே, ''வாங்க மகா'' என்று சொல்லிக் கொண்டே ஹாலுக்குள் வந்தார் வசந்தி...

வசந்தி வந்ததும் தான் மகாலக்ஷ்மிக்கு மூச்சே வந்தது...

''க்கும்'' என்று வேதவல்லி முகத்தை திருப்பிக் கொண்டே தொலைக்காட்சியை பார்க்க ஆரம்பித்து விட்டார்...

வசந்தியோ மகாலக்ஷ்மியிடம் தள்ளி இருந்த

இருக்கையை காட்டியவர், ‘‘இருங்க’’ என்று சொல்ல, அவரோ, ‘‘பொண்ணுக்கு கல்யாணம் வச்சு இருக்கேன், அது தான் பத்திரிக்கை வச்சுட்டு போக வந்தேன்’’ என்று சொல்லிக் கொண்டே, கையில் இருந்த பையில் இருந்து தட்டை எடுத்து அதில் வெற்றிலை பாக்குடன் பத்திரிக்கையையும் வைத்து நீட்ட, வசந்தியோ மென் புன்னகையுடன் அதனை பெற்றுக் கொண்டார்...

‘‘உட்காருங்க, தட்டை தரேன், அப்படியே காஃபியும் குடிச்சிட்டு போங்க’’ என்று சொல்லிக் கொண்டே உள்ளேச் செல்ல முயல, ‘‘ஐயோ வேணாம்’’ என்றார் மகாலக்ஷ்மி...

‘‘பச், காஃபி குடிச்சுட்டு போங்க மகா’’ என்று சொன்ன வசந்தி உள்ளேச் சென்று விட்டார்...

அவருக்கோ வேதவல்லி முன்னே அமர்ந்து இருப்பது என்னவோ போல இருந்தது...

வசந்தி உள்ளேச் சென்றதும், வேதவல்லி ஆரம்பித்து விட்டார்...

‘‘விலை போகாத மண்ணை கரை சேர்த்துட்ட போல’’ என்றார்.

மகாலக்ஷ்மிக்கு சுருக்கென்று தைத்தது...

பதில் சொல்லாமல் தலையை குனிந்தபடி அமர்ந்து இருக்க, ‘‘ஏய் உன்னை தான் கேக்கிறேன்... ரெண்டாம் தாரமா தானே போறா உன் பொண்ணு’’ என்றார்.

அவரும் தலையை குனிந்துக் கொண்டே ஆம் என்கின்ற ரீதியில் தலையாட்ட, ‘‘அவளை ரெண்டாம் தாரமா கட்டிக்கிறதே பெரிய விஷயம்... புகுந்த வீட்ல

பக்குவமா நடந்துக்க சொல்லு, அப்புறம் அறுத்து விட்டுட போறாங்க'' என்றார்...

மகாலக்ஷ்மிக்கோ, உள்ளே போன வசந்தி எப்போது வருவார் என்கின்ற தவிப்பாக இருந்தது...

அதுவரை வேதவல்லியின் வார்த்தைகளை கேட்க வேண்டுமே...

அவர் முன்னே அமர்ந்து இருப்பது நெருப்பில் நிற்கும் உணர்வை கொடுத்தது...

அவர் வாய் அடங்காது போலும்...

''கல்யாணத்தை சாதாரணமா தான் நடத்துற போல'' என்றார்...

அவரை பார்க்காமலே ஆம் என்று மகாலக்ஷ்மி தலையாட்ட, ''அது சரி உனக்கு வழி இருக்கணுமே.. விரலுக்கு ஏத்த போல தானே வீக்கம் இருக்கும்.. எங்க வீட்டு கல்யாணத்த பாரு, ஜாம் ஜாம்னு நடக்கும், என் பேரனும் பேத்தியும் கல்யாணம் பண்ணிக்கிறத பார்த்து ஊரே வாயில கை வைக்கும்'' என்று சொல்லிக் கொண்டே அவர் அருகே அமர்ந்து இருந்த கல்யாணியை பார்க்க, அவளோ, ''போங்க பாட்டி'' என்று வெட்கத்துடன் சொல்லிக் கொண்டாள்.

''கல்யாணம்னு சொன்னதும் வெட்கத்தை பாரு'' என்று அவளை பார்த்து சிரித்தபடி சொல்லி விட்டு இப்போது மகாலக்ஷ்மியை பார்த்தார்.

அவர் வேதவல்லியை இதுவரை நிமிர்ந்து பார்க்கவே இல்லை...

மேலும் தொடர்ந்த வேதவல்லியோ, ''நானும் உன் பொண்ணு அடிக்கடி வீட்டுக்கு வரும் போது

முதல் எல்லாம் பயந்து இருக்கிறேன்.. அப்புறம் நம்ம பேரனுங்க தான் விவரமானவங்க, இப்படி ஊமைச்சி பின்னால போக மாட்டானுங்கனு புரிஞ்சுது... அப்புறம் அத பத்தி நான் கண்டுக்கல... ரதியே இறங்கி வந்தாலும் அவனுங்கள அவ்ளோ சீக்கிரம் மயக்க முடியாது... அதுவும் மூத்தவன கேட்கவே வேணாம்... பொண்ணுங்கள நிமிர்ந்து கூட பார்க்க மாட்டான்... ஸ்ரீ ராமன்... ஊரே அவன கட்டிக்க போட்டி போடுது... ஆனா அவனுக்கு வர போற சீதா தேவி தான் என் பேத்தி கல்யாணி'' என்று வம்சி கிருஷ்ணாவின் பெருமை பாடியவரோ பெருமூச்சுடன், ''என்ன பண்ணுறது? உனக்கு இப்படி எல்லாம் பேச கொடுத்து வைக்கல... புள்ள குட்டி காரன் தான் உன் பொண்ணுக்கு மாப்பிள்ளையா வந்து இருக்கான்... போன பிறவில நீயும் உன் பொண்ணும் என்ன பாவத்தை செஞ்சு தொலைச்சீங்களோ தெரியல'' என்று சொன்னதுமே சட்டென்று எழுந்துக் கொண்டார் மகாலக்ஷ்மி...

அவருக்கோ அதற்கு மேல் தனது மகளை இப்படி மட்டம் தட்டி பேசிக் கொண்டு இருப்பதை கேட்கவே முடியவில்லை...

''எங்க போற?'' என்றார் வேதவல்லி...

''நேரமாகுதும்மா, நான் கிளம்புறேன்'' என்று சொல்லிக் கொண்டே வாசலை நோக்கிச் செல்லவும், வம்சி கிருஷ்ணா மற்றும் கௌதம் கிருஷ்ணாவின் கார்கள் வந்து நிற்கவும் நேரம் சரியாக இருந்தது...

''இதோ என் பேரனுங்க வந்துட்டானுங்க, கொஞ்ச நேரம் நில்லு, உன் பொண்ணு கல்யாணத்துக்கு ஏதாவது பணம் கொடுப்பானுங்க, வாங்கிட்டு போ,

நீ வந்ததே அதுக்கு தானே... ஊமைச்சியை பெத்தா இங்க வந்து பிச்சை தானே எடுக்கணும்... இந்த வீட்ல கட்டி கொடுக்கவா முடியும்?'' என்று அவர் உதித்த வார்த்தையில் மகாலக்ஷ்மி மொத்தமாக நொறுங்கி விட்டார்...

கண்கள் வேறு கலங்கி விட்டன...

ஏதோ பேச வாயை திறந்தவர் தன்னை கட்டுப்படுத்திக் கொண்டே வாயை மூடிக் கொண்டார்...

''நான் கிளம்புறேன்... வசந்தி கிட்ட சொல்லிடுங்க'' என்று அவரை பார்க்காமல் சொல்லிக் கொண்டே வாசலில் காலை வைக்கவும் வம்சி கிருஷ்ணா காரை திறந்துக் கொண்டே இறங்கவும் நேரம் சரியாக இருந்தது...

அவரை பார்த்த வம்சி கிருஷ்ணாவோ, ''ஓஹ் இங்க தான் நிக்கிறீங்களா?'' என்று கேட்டான். அவரோ, அவனை புரியாமல் பார்த்து, ''கல்யாண கார்ட் கொடுக்க வந்தேன்'' என்று சொல்லிக் கொண்டு இருக்கும் போதே காரின் அடுத்த பக்க கதவு திறக்கபபட்டது...

வம்சி கிருஷ்ணா பின்னால் திரும்பி காரில் இருந்து கழுத்தில் தாலியுடன் இறங்கிய தேன்மொழியை பார்த்தான்...

தேன்மொழி காரினுள் இருக்கும் போதே தாயை கண்டு விட்டாள்... பயத்துடன் தான் இறங்கினாள்...

இதயம் வேகமாக துடித்தது... பயத்தில் அழுது விடுவாள் போல இருந்தது...

ஆனால் இந்த கணத்தை கடந்து தானே ஆக வேண்டும்...

காரில் இருந்து இறங்கியவளை கண்டதுமே, அவள் கழுத்தில் தொங்கிய தாலியில் தான் மகாலக்ஷ்மியின் பார்வை படிந்தது...

அவர் கையில் இருந்த திருமண பத்திரிக்கைகள் அடங்கிய பை கீழே நழுவி விழ, அனைத்து பத்திரிக்கைகளும் நிலத்தில் சிதறின...

வாயில் இரு கைகளையும் அதிர்ச்சியாக வைத்துக் கொண்டார்...

அவருக்கோ உலகம் தலைகீழாக சுழல்வது போன்ற உணர்வு...

தேன்மொழியோ கால்கள் நடுங்க, நடந்து வந்து வம்சிக்கு பின்னால் நின்றுக் கொண்டாள்.

அவரை பார்க்கும் போதே அவள் கண்ணில் இருந்து கண்ணீர் தாரை தாரையாக வழிய, இரு கைகளையும் கூப்பி மன்னிப்பு வேண்டினாள்...

''என்னடி பண்ணி வச்சு இருக்க?'' என்று கண்ணீருடன் ஆதங்கமாக வந்தன மகாலக்ஷ்மியின் வார்த்தைகள்...

''என்ன காஃபி குடிக்காமலே கிளம்பிட்டீங்களா?'' என்று கேட்டுக் கொண்டே கையில் காஃபியுடன் வாசலுக்கு வந்த வசந்தியின் கையில் இருந்த காஃபி கப் கீழே விழுந்து உடைந்து சிதறியது...

''என்னடா இது?'' என்று வம்சி கிருஷ்ணாவை பார்த்து பதறி விட்டார்...

தேன்மொழி தான் நடுக்கத்தில் நின்றாள் தவிர அவன் சாதாரணமாக தான் நின்று இருந்தான்...

கௌதம் கிருஷ்ணாவோ, 'ஐயோ

ஆரம்பிச்சுட்டாங்களே, பக்கத்துல ஒளிஞ்சுக்கவும் இடம் இல்லையே' என்று நினைத்துக் கொண்டே, அங்கிருந்த தூணில் சாய்ந்து நின்று நடப்பதை வேடிக்கை பார்க்க தொடங்கினான்...

அவனாலும் என்ன தான் பண்ணி விட முடியும்...

அவர்களை பார்த்துக் கொண்டே அருகே கை கூப்பி நின்ற தேன்மொழியின் கையை பற்றி இறக்கி விட்ட வம்சி கிருஷ்ணாவோ, அவளது ஒற்றைக் கையை பற்றிக் கொண்டே, ''கல்யாணம் பண்ணிக்கிட்டோம்மா'' என்றான்...

அவன் இப்படி கையை பற்றுவான் என்று தேன்மொழியே எதிர்பார்க்கவில்லை...

அவனை பொறுத்தவரை இந்த கல்யாணம் யாதவ் கிருஷ்ணாவுக்காக நடந்ததாக யாருக்கும் தெரிய கூடாது என்று நினைத்து இருந்தான்...

அப்படி தெரிந்தால் தேன்மொழிக்கு வீட்டில் மதிப்பு இருக்காது என்று அவனுக்கு தெரியும்...

அதனாலேயே அவளை பிடித்து திருமணம் செய்த போல காட்ட முயன்றான்...

தேன்மொழிக்கோ அவன் கையை பற்றியது கூட அதிர்ச்சி தான்... அவனை அதே அதிர்ச்சியுடன் பக்க வாட்டாக திரும்பி பார்த்தாள்...

அவளுக்காக அவனே பேச வேண்டிய நிலை தான் இப்போது...

அவனே அவளுக்கு குரலாகி போனான்...

''லவ் பண்ணி தான் கல்யாணம் பண்ணிக்கிட்டோம்'' என்றான்...

அது தேன்மொழிக்கு இன்னுமே அதிர்ச்சி தான்...

அதே அதிர்ச்சியுடன் வாசலில் நின்ற வசந்தியையும் மகாலக்ஷ்மியையும் பார்த்தாள்.

இதே சமயம் உள்ளே இருந்த வேதவல்லியோ, ''என்னடி முன்னால ஏதோ சம்பவம் போல, ரெண்டு பேரும் கைல இருக்கிறது எல்லாம் கீழ போட்டுட்டு விறைச்சு போய் நிக்குறாளுங்க, வா என்னனு பார்ப்போம்'' என்று கல்யாணியிடம் சொல்லிக் கொண்டே, எழுந்தவர் வாசலுக்கு அவளுடன் நடந்துச் சென்றார்...

வாசலுக்குச் சென்று கையை பற்றிக் கொண்டே நின்ற வம்சி கிருஷ்ணாவையும் தேன்மொழியையும் பார்த்தவருக்கு தூக்கி வாரிப் போட்டது...

''ஐயோ ஐயோ ஐயோ, இப்படி பண்ணிட்டானே'' என்று நெஞ்சில் அடித்துக் கொண்டே சத்தமாக கத்த ஆரம்பித்து விட்டார்... அவர் கத்தியதில் வேலைக்காரர்களும் அவ்விடத்தில் கூடி விட்டார்கள்..

கல்யாணியை கேட்கவே வேண்டாம்...

அதிர்ச்சியின் உச்சம்... அழுகையாக வந்தது அவளுக்கு... அழுகையுடன் சேர்த்து ஆத்திரமும் வந்தது...

''மாமா என்ன பண்ணி இருக்கீங்க?'' என்று அழுதுக் கொண்டே கேட்க, வேதவல்லியோ வேகமாக வந்து அவர்கள் பற்றி இருந்த கையினை தட்டி விட்டவர், ''இதுக்கு நான் சம்மதிக்கவே மாட்டேன்... தாலியை கழட்டி எறிஞ்சிட்டு அவளை துரத்தி விடுடா'' என்று சொல்லிக் கொண்டே, ஆத்திரத்தில் தேன்மொழியின் கழுத்தில் கிடந்த தாலியை பற்றிக்

கொள்ள, தேன்மொழியோ பதறி விட்டாள்.

அவளோ அவர் கையை பற்றி தடுக்க முதல், அவர் கையை பற்றி தடுத்து இருந்தான் வம்சி கிருஷ்ணா...

''உங்க சம்மதத்தை யாரு கேட்டா? கையெடுங்க'' என்றான் அழுத்தமான குரலில்...

அவன் விழிகளில் அனல்...

அவனை அதிர்ந்து பார்த்துக் கொண்டே கையை எடுத்தவர், ''இந்த ஊமைச்சிக்காக என் பேத்தியை வேணாம்னு சொல்றியா?'' என்றார்... அவன் ஒரு அழுத்தமான பார்வையை பதிலாக கொடுத்தான்...

கல்யாணிக்கும் ஆத்திரம்...

அழுதபடியே வம்சி கிருஷ்ணா முன்னால் வந்தவள், ''என்னை ஏன் மாமா ஏமாத்துனீங்க? இவ கிட்ட என்ன இருக்குனு என்னை விட்டுட்டு இவளை கட்டிக்கிட்டிங்க? அவளால பேசவே முடியாது... எனக்கு வர்ற ஆத்திரத்துக்கு'' என்று கத்திக் கொண்டே, தேன்மொழியின் தலை முடியை எட்டி பிடித்து உலுக்கியவள், ''என்ன பண்ணி என் மாமாவை மயக்குன?'' என்று ஆக்ரோஷமாக சத்தம் போட, தேன்மொழிக்கோ வலிக்க ஆரம்பித்தது...

கண்களில் இருந்து தாரை தாரையாக கண்ணீர்...

முகம் வலியில் சுருங்கியது...

உடனே வம்சி கிருஷ்ணா, ''ஏய் கையை எடு கல்யாணி'' என்று அவள் கையை வேகமாக தட்டி விட்டவனோ, அவர்கள் இருவரிடத்திலும் இருந்து தேன்மொழியை காப்பாற்றும் தோரணையில் அவளுக்கு அரணாக அவளை தன் பின்னே மறைத்தபடி வந்து நின்றான்...

தனக்கு முன்னால் நின்ற கல்யாணியிடம், ‘‘இன்னொரு தடவை அவ மேல கை வைக்கிற வேலை வச்சுக்கிட்டா, உன்னை சாவடிச்சிடுவேன்’’ என்று ஒற்றை விரலை நீட்டி மிரட்டி விட்டு, ஆழ்ந்த மூச்சை எடுத்தவனோ தன்னை நிதானப்படுத்திக் கொண்டே, ‘‘இங்க பாரு கல்யாணி, உன்னை நான் கல்யாணம் பண்ணிக்கிறேன்னு எப்போவுமே சொன்னது இல்லை... உன்னை நான் ஏமாத்தவும் இல்லை... உன்ன நீயே தான் ஏமாத்திக்கிட்ட... உங்க இஷ்டத்துக்கு எல்லாம் என் வாழ்க்கையை அமைச்சுக்க முடியாது... என் இஷ்டத்துக்கு தான் என் வாழ்க்கை இருக்கும்... நான் எப்படி வாழணும், யார் கூட வாழணும்னு நான் தான் முடிவு பண்ணுவேன்...’’ என்றான் அழுத்தமாக...

‘‘ஊமை ஊரை கெடுக்கும்னு சும்மாவா சொன்னாங்க... உனக்கு கொஞ்சம் கூட அறிவே இல்லையா? இவ கிட்ட என்ன இருக்குனு கல்யாணம் பண்ணிக்கிட்ட... இப்போ கூட ஒண்ணும் கெட்டு போகல, அவளை அறுத்து விட்ரு’’ என்றார் வேதவல்லி ஆதங்கமாக...

அவனோ கண்களை மூடி திறந்துக் கொண்டே, ‘திரும்ப திரும்ப சொல்றேன்... அவ தான் என் பொண்டாட்டி... உங்க பேத்திக்கு வேற யாரையும் கல்யாணம் பண்ணி வைங்க, இந்த வீட்டுக்கு தான் மருமகளா அனுப்பணும்னா கௌதம் கூட இருக்கான்’ என்று சொல்லிக் கொண்டே அங்கே சுவரில் சாய்ந்து நின்ற கௌதம் கிருஷ்ணாவை பார்க்க, அவனோ பதறி விட்டான்...

‘‘டேய் இப்போ அவங்க ஏதும் உன் கிட்ட கேட்டாங்களா?’’ என்று அவன் அடித்துப் பிடித்துக்

கொண்டே பதில் சொல்ல, வம்சி கிருஷ்ணாவுக்கு அவன் பதட்டத்தை பார்த்ததும் சிரிப்பு... அடக்கிக் கொண்டே, நின்று இருந்தான்...

கௌதம் கிருஷ்ணா அவனை முறைத்து விட்டு அழுதுக் கொண்டு இருந்த கல்யாணியை பார்த்தவன், ''உனக்கு நல்ல மாப்பிள்ளை பார்த்துடலாம் கல்யாணி,.. அது தான் கல்யாணம் முடிஞ்சுதே... இதுக்கு அப்புறம் அழுது ஆர்ப்பாட்டம் பண்ணி பயன் இல்லை'' என்று சொல்ல, அவளோ, ''எனக்கு வேற மாப்பிள்ளை எல்லாம் வேணாம், மாமா தான் வேணும்'' என்று அழுதுக் கொண்டே சொன்னவள் அங்கே நிற்க முடியாமல், விறு விறுவென தனது வீட்டை நோக்கி ஓடிச் செல்ல, ''அடியேய் நில்லுடி'' என்று கத்திய வேதவல்லியோ, தனக்கு பின்னால் அதிர்ந்து நின்ற மகாலக்ஷ்மியை முறைத்து பார்த்தபடி, ''டியூஷனுக்கு அனுபுறேன்னு சொல்லி சொல்லி பொண்ண கூட்டி கொடுத்துட்டல்ல, பணக்காரனா பார்த்து வளைச்சு போட்டுட்டே... உன் பொண்ணு இங்க எப்படி வாழுறானு நானும் பார்க்கிறேன்'' என்று ஆத்திரத்துடன் சொல்லி விட்டு கல்யாணியை தேடி அவள் வீட்டுக்கு வேகமாக நடந்துச் சென்றார்...

பாரதூரமான வார்த்தைகள்...

மகாலக்ஷ்மிக்கு நெஞ்சே நொறுங்கி விட்டது...

தேன்மொழிக்கு அவர் வார்த்தைகளில் இதயம் இரண்டாக பிளந்த உணர்வு...

அவருக்கு மாறி திட்டி விடலாம் என்று வம்சி கிருஷ்ணாவுக்கு தோன்றினாலும், அதனால்

எப்படியும் பயன் இல்லை, இன்னும் தேன்மொழி மீது அவருக்கு வன்மம் கூடும் என்று அறிந்தவன் மௌனமாகி விட்டான்...

மகாலக்ஷ்மியோ கண்ணீருடன் தேன்மொழியை நோக்கி வந்தவர், ''என்னடி இது? சொல்லி இருக்கலாம்ல'' என்றார்...

அவளிடம் பதில் இல்லை...

கையை கூப்பி மன்னிப்பு வேண்டினாள்...

''வலிக்குது தேன்மொழி... இத்தனை வருஷம் நான் வளர்த்த வளர்ப்பு தப்பாய்டுச்சுனு நினைக்கும் போது வலிக்குது... மாப்பிள்ளை வீட்ல நான் இனி என்ன சொல்வேன்? சொந்த பந்தம் முகத்துல எப்படி முழிப்பேன்... என்னை விடு, நான் ஏதோ பண்ணிக்கிறேன்... ஆனா நீ இங்க சந்தோஷமா வாழ்ந்துட முடியுமா? வேதவல்லியம்மா உன்ன சந்தோஷமா வாழ விட்ருவாங்களா? எதுக்குடி இப்படி பண்ணுன?'' என்று தலையை பிடித்துக் கொண்டே, அழ ஆரம்பித்து விட்டார்...

தாய் மற்றும் மகள் இடையே நடக்கும் உரையாடலில் வம்சி கிருஷ்ணா இடையில் நுழைய விரும்பவில்லை... விலகி நின்றுக் கொண்டான்...

தேன்மொழிக்கு அவர் பேச பேச, குற்ற உணர்வு மேலிட்டது... அழுகை வந்தது... அவசரப்பட்டு விட்டோமோ என்று இப்போது யோசித்தாள்...

தன்னை வெளிப்படுத்த முடியாமல் அவஸ்த்தை பட்டாள்.

தன் குரலை பறித்த கடவுள் மேல் கோபமாக வந்தது...

சட்டென அவர் காலில் விழுந்து விட்டாள்.

அவரோ இரண்டடி விலகி நின்றுக் கொள்ள, அவளோ அவரை கண்ணீருடன் ஏறிட்டுப் பார்த்தாள்..

''வேணாம், என்னால உன்னை மன்னிக்கவும் முடியாது... ஆசீர்வாதம் பண்ணவும் முடியாது.... நீ இந்த வீட்ல என்ன பண்ண போறேன்னு எனக்கு தெரியல... அந்தம்மா என்ன பேசுனாங்கனு பார்த்த தானே... வாய் உள்ள பிள்ளை பிழைச்சுக்கும்... உனக்கு அது கூட இல்லை... உன்னை பேசியே சாவடிச்சிடுவாங்க தேன்மொழி... என்னவோ பண்ணிக்கோ... இனி என் முகத்துல முழிக்காதே'' என்று சொன்னவரோ, விறு விறுவென செல்ல, சட்டென எழுந்த தேன்மொழியோ அழுகையுடன் பின்னால் சென்று அவர் கையை பற்றி பிடித்தாள்.

கையை உதறி விட்டவரோ, ''போயிடு'' என்று கோபமாக சொல்லிக் கொண்டே, வேகமாகச் செல்ல, அவளோ விம்மியபடி அவர் முதுகை வெறித்துப் பார்த்தாள்.

வம்சி கிருஷ்ணாவோ, ''தேன்மொழி'' என்றான்...

சட்டென திரும்பினாள்.

''உள்ளே போகலாம் வா'' என்று சொன்னவனோ அங்கே நின்ற சாரதியிடம், ''என் கார் பின்னாடி தேன்மொழியோட பெட்டி இருக்கு, எடுத்துக் கொண்டு உள்ளே வை'' என்று சொல்ல, அவளுக்கு என்ன செய்வது என்று தெரியவில்லை...

அவன் சொன்னதை தான் இப்போது கேட்க வேண்டும்...

தாயை நினைத்து அழுகையாக வந்தது...

கண்களை புடவை முந்தானையால் துடைத்துக் கொண்டே, அவன் அருகே வந்து நின்றாள்.

இப்போது வசந்தியை பார்த்தான்...

''ஆரத்தி எல்லாம் எடுக்க மாட்டிங்களா?'' என்று கேட்டான்...

அவரோ அவனை முறைத்து விட்டு, ''கொஞ்சம் இரு'' என்று சொன்னவர் வேகமாக உள்ளேச் சென்று ஆரத்தி தட்டுடன் வந்தார்...

அவர்களை ஆரத்தி எடுத்து முடித்தவர் முகத்தில் புன்னகை கொஞ்சமும் இல்லை...

அப்படி ஒரு இறுக்கம்...

எப்போதுமே சிரித்துக் கொண்டே இருப்பவரை இப்படி பார்க்க பார்க்க கௌதம் கிருஷ்ணாவுக்கு ஒரு மாதிரி ஆகி விட்டது...

''கொஞ்சம் சிரிங்கம்மா'' என்றான்... பக்கவாட்டாக திரும்பி அவனை முறைத்து பார்த்தவர், ''இதுக்கு நீயும் தானே உடந்தை'' என்று கேட்டுக் கொண்டே, வம்சி கிருஷ்ணாவை பார்த்தவர், ''உள்ளே போ'' என்று சொல்லிக் கொண்டே தேன்மொழியை பார்க்க, அவளோ அவரை குற்ற உணர்வுடன் ஏறிட்டுப் பார்த்தாள்...

''உன் கிட்ட இத நான் எதிர் பார்க்கல தேன்மொழி'' என்று சொன்னவரோ விலகி நிற்க, அவர் ஒற்றை வார்த்தையில் தேன்மொழி மொத்தமாக உடைந்து விட்டாள்...

வேதவல்லி போல சத்தம் போடவில்லை, மகாலஷ்மி போல அழுது ஆர்ப்பாட்டம் செய்யவில்லை...

ஆனாலும் ஒற்றை வார்த்தையில் அவளை உருக்குலைத்து விட்டார்...

அவரை ஏக்கமாக பார்த்தவளுக்கு என்ன பதில் சொல்வது என்று தெரியவில்லை...

விம்மல் வந்தது... வம்சி கிருஷ்ணாவோ அவள் கையை பற்றியவன், ''உள்ளே வா'' என்று சொல்லிக் கொண்டே, அவளை உள்ளே அழைத்துச் செல்ல, அவளோ அவனுடன் கூட நடந்தாலும், அவள் விழிகள் வசந்தியை விட்டு அகலவில்லை...

அவரும் அவளை தான் அழுத்தமாக பார்த்துக் கொண்டே நின்று இருந்தார்...

அவள் விழியில் மன்னிப்பு, அவர் விழியில் ஏமாற்றம்...

அத்தியாயம் 13

தேன்மொழியை தனது அறைக்குள் அழைத்துச் சென்றான் வம்சி கிருஷ்ணா...

அங்கே ஏற்கனவே அவள் உடை பெட்டி வைக்கப்பட்டு இருக்க, அவனோ அங்கே இருந்த அலுமாரியை திறந்து காட்டியவன், ''இதுல உன் ட்ரெஸ் எல்லாம் வச்சுக்கோ'' என்றான்...

அவள் சம்மதமாக தலையாட்டினாள்...

அப்படியே அங்கே இருந்த குளியலறையை திறந்து காட்டியவன், ''பாத்ரூம் யூஸ் பண்ணிக்கோ'' என்றான்...

அதற்கும் தலையாட்டினாள்...

ஒரு ஓரமாக நின்றபடி அறையை சுற்றிப் பார்த்தாள்...

சுவர் எல்லாம் ஓவியங்கள்...

கலை ரசனை மிக்கவன் என்று எடுத்துக் காட்டியது...

ஓவியங்கள் அனைத்துமே இசைக் கருவிகள் தான்...

வீணை, தம்புரா, கிட்டார் என்று அழகாக வரையப்பட்டு இருந்தன...

பார்க்கவே ரம்மியமாக இருந்தது...

இசையிலேயே லயிக்கின்றான் என்று புரிந்தது...

அவனை போல தானே அவளும் இசை ரசனை மிக்கவள்...

அனைத்தையும் பார்க்க அவள் இதழ்கள் மெதுவாக விரிந்தன...

அவள் முக மாற்றத்தை பார்த்தவன், ''மியூசிக்ல இன்ட்ரெஸ்ட் இருக்கா?'' என்று கேட்டான்...

ஆம் என்று தலையாட்டினாள்...

''ம்ம் ஃபைன், உட்காரு, நான் கொஞ்சம் பேசணும்'' என்றபடி அங்கே இருந்த சோஃபாவை கைகளால் காட்டினான்...

அவளும் சென்று அமர்ந்தாள்.

அவள் இருந்த இருக்கையிலேயே ஒரு இடம் விட்டு தள்ளி அமர்ந்தான் வம்சி கிருஷ்ணா... அவளோ அவனை கேள்வியாக பார்க்க, ''நிறைய மனசு விட்டு பேசிடலாம் இப்போவே'' என்றான்...

அவளும் சம்மதமாக தலையாட்டினாள்...

''நீ எதுக்காக என்னை கல்யாணம் பண்ணிக்க சம்மதிச்சேன்னு எனக்கு தெரியல... நான்

தெரிஞ்சுக்கவும் விரும்பல... நான் என் தம்பிக்காக தான் உன்னை கல்யாணம் பண்ணிக்கிட்டேன்... அவன் என் கிட்ட லைஃப்ல எதுவும் கேட்டது இல்லை... அவன் கேட்ட முதலாவது விஷயம் நீ தான்... சோ அவனை நீ நல்லா பார்த்துக்கணும்... அவனுக்கு நிறைய கத்துக்கொடுக்கணும்... ஒரு நல்ல ஃப்ரெண்ட் ஆஹ் இருக்கணும்... இருப்பனு நம்புறேன்'' என்றான்...

அவளும் ஆமோதிப்பாக தலையாட்டினாள்...

''ம்ம் குட்... நான் அதிகமா ஸ்டூடியோல தான் இருப்பேன்... இல்லனா ரெக்கார்டிங் போய்டுவேன்... வாரத்துல ரெண்டு நாள் அப்பாவோட ஆஃபீஸுக்கும் போவேன்... சோ வீட்ல வீகென்ட்ஸ்ல தான் இருப்பேன்... பட் வெளிய தங்குற பழக்கம் இல்ல... சோ நைட் எப்படியும் வீட்டுக்கு வந்திடுவேன்... உனக்கு எதுனாலும் நைட் என் கிட்ட சொல்லிக்கலாம்'' என்றான்...

அவள் அதற்கும் சம்மதமாக தலையாட்டினாள்...

அவனோ பெருமூச்சுடன், ''கல்யாணம் பண்ண முதல் என்ன வாக்கு கொடுத்து கல்யாணம் பண்ணினேனோ அதே வாக்கு தான் இப்போவும் கொடுக்கிறேன்.. நீ தாராளமா வேலைக்கு போகலாம்.. ட்ரைவர் கிட்ட சொல்லி வைக்கிறேன், உன்னை அவனே ட்ராப் பண்ணி பிக் அப் பண்ணுவான்'' என்றான்...

அவசரமாக இல்லை என்று தலையாட்டியவளோ, நடந்து போவது போல சைகை செய்ய, அவனோ, தோள்களை உலுக்கியவன், ''ஓகே உன் இஷ்டம்...'' என்றான்...

மேலும் தொடர்ந்தவனோ, ‘‘இந்த வீட்ல இருக்கிறவங்கள நீ தான் ஹாண்டில் பண்ணிக்கணும்.. இந்த வீட்ல லைஃப் லோங் வாழ போற.. சோ அதுக்கு ஏத்த போல உன்னை நீ ப்ரிபெயார் பண்ணிக்கணும்.. எல்லாத்துக்கும் மேல எனக்கு சைன் லாங்குவேஜ் சொல்லி கொடுக்கணும்’’ என்றான்...

அவள் மெதுவாக புன்னகைத்தபடி தலையாட்டினாள்...

அவன் இசையை ரசித்து இருக்கிறாள்.

அவன் தோற்றத்தை ரசித்து இருக்கிறாள்...

இப்போது அவன் குணத்தையும் அவன் ஆளுமையையும் சேர்த்து ரசிக்கின்றாள்...

திருமணம் செய்து விட்டேன், என்னவோ போ என்று அவன் விடவில்லை...

அவளுக்காக எல்லாமே சொல்லிக் கொடுக்கின்றான்...

அவனை இமைக்காமல் பார்த்து இருந்தாள்.

‘‘இனி நம்மள பத்தி பேசலாமா?’’ என்றான்...

அதற்கும் அவள் சம்மதமாக தலையாட்ட, ‘‘வெல், நான் ஆல்ரெடி சொன்ன போல என் மனசுல ஒருத்தி இருக்கா, அவளை மனசுல வச்சிட்டு என்னால உன் கூட வாழ்க்கையை தொடங்க முடியாது... புரியும்னு நினைக்கிறேன்’’ என்றான்...

அவளும் ஆம் என்ற ரீதியில் தலையாட்ட, ‘‘எனக்கு கொஞ்சம் டைம் கொடு, எப்படியும் என்னை நான் இந்த பெயின்ல இருந்து மீட்டு

எடுத்துடுவேன்.. டைம் ஹீல்ஸ் எவெரிதிங்..'' என்று சொல்ல, அவளிடம் அதற்கும் சம்மதம் தான்...

'மனசால ரொம்ப கஷ்டப்படுறார் போல' என்று அவனுக்காக தான் பரிதாபப்பட்டாள்.

அவனும் பெருமூச்சுடன், ''என் கிட்ட உனக்கு ஏதும் சொல்லணுமா?'' என்று கேட்டான்...

அவள் இல்லை என்று தலையாட்டினாள்...

''ஓகே ஃபைன், அப்போ நீ ரெஸ்ட் எடு, யாதவ்வுக்கு இது ஸ்வீட் சர்ப்ரைஸ் ஆஹ் இருக்கும், அவன் ரியாக்ஷன் பார்க்க எனக்கு ஆசையா இருக்கு'' என்று பூரிப்புடன் சொல்ல, அவளும் மெதுவாக புன்னகைத்துக் கொண்டாள்.

அவர்களின் திருமண வாழ்க்கை ஸ்னேகத்துடன் ஆரம்பித்து இருந்தது...

அவனோ அதனை தொடர்ந்து தனது வேலையை பார்க்கச் சென்று விட, அவளோ உடையை மாற்றி விட்டு அந்த அறையையே சுற்றி வந்தாள்.

அவளது வம்சி கிருஷ்ணா இருக்கும் அறை...

இப்படி அவனுடன் ஒரே அறையில் இருக்கும் சந்தர்ப்பம் அமையும் என்று அவள் கனவில் கூட நினைத்துப் பார்க்கவே இல்லை...

தாயை நினைத்தும் வசந்தியை நினைத்தும் வலி மனதில் அழுத்திக் கொண்டு இருந்தாலும் அவளுக்கு இதமாக இருப்பது என்னவோ வம்சி கிருஷ்ணாவின் அருகாமை மட்டும் தான்...

இதே சமயம் தனது வீட்டுக்குச் சென்ற

கல்யாணியோ கதவை தாழிட்டு விட்டு சத்தமாக அழ ஆரம்பித்து விட்டாள்.

கோபத்தில் அறைக்குள் இருந்த பொருட்களை எல்லாம் போட்டு உடைத்தாள்...

அவளால் இந்த ஏமாற்றத்தை தாங்கவே முடியவில்லை...

அவள் தாய் ரதிதேவியும், மிருதுளாவும், வேதவல்லியும், ''கல்யாணி... கல்யாணி'' என்று கதவை தட்டிக் கொண்டு இருந்தார்கள்...

அவள் திறந்த பாடு இல்லை...

பதறி விட்டார்கள்...

ரதிதேவிக்கு ஆத்திரம்...

''பெருசா கல்யாணம் பண்ணி வைப்பேன்னு சொன்னீங்களேம்மா, இப்போ உங்க பேரன் பண்ணுனதை பார்த்தீங்களா??'' என்று வேதவல்லி மீது எரிந்து விழுந்தார்...

''நான் என்னம்மா பண்ணட்டும்'' என்று கண்ணீருடன் கேட்டவருக்கு மனம் எல்லாம் தேன்மொழி மீது ஆத்திரம்...

கடைசியாக தோட்டக்காரன் தான் கதவை உடைத்து திறந்து விட்டான்...

உள்ளே அவர்கள் நுழைந்த போது, நிலம் எல்லாம் பொருட்கள் நொறுங்கி சிதறி இருந்தன...

அவளோ ஆத்திரம் தீராமல் அனைத்தையும் உடைத்துக் கொண்டு இருந்தாள்.

''கல்யாணி நிறுத்து'' என்று எவ்வளவு சத்தம்

போட்டும் அவள் உடைப்பதை நிறுத்தவில்லை... இறுதியில் மூவரும் அவளை பிடித்து அமர்த்தி அவளை நிதானத்துக்கு கொண்டு வர பெரும்பாடு பட்டு விட்டார்கள்...

அவளோ ஆத்திரமாக வேதவல்லியை பார்த்தவள், ''ஏய் கிழவி, நீ தானே எனக்கு அவரை கட்டி கொடுக்கிறேன்னு ஆசை காட்டுன, உன்னால என் நிலைமையை பாரு, இதுல அவர் வேற ஒருத்தி கழுத்துல தாலி கட்டுனா முடியை வேற அறுத்துகிறதா சபதம் போட்ட, இப்போ உன்னை'' என்று ஆத்திரமாக சொல்லிக் கொண்டே, சுற்றி தேடி கத்தரிகோலை கையில் எடுத்துக் கொண்டாள்.

அவரை மரியாதையாக அழைப்பவளோ இப்போது அவருக்கு கொஞ்சம் கூட மரியாதை கொடுக்கவே இல்லை...

அவர் மீது அளவு கடந்த ஆத்திரம்...

அவள் கத்தரிகோலை தூக்கியதுமே அனைவரும் பதறி விட்டார்கள்...

மிருதுளாவோ, ''என்னடி பண்ணிட்டு இருக்க?'' என்று அவள் கையை பிடிக்க, அவளோ மிருதுளாவை உதறி தள்ளி விட்டபடி வேதவல்லியை நோக்கி ஆத்திரத்துடன் சென்றாள்.

ரதிதேவியோ, ''கல்யாணி, நிறுத்து'' என்று அவள் கையை பிடிக்க வர, அவர் கையை பிடித்து தடுத்தார் வேதவல்லி...

ரதிதேவி அவரை அதிர்ந்து பார்க்க, ''அவளை விடு, அவள் என் முடியை வெட்டட்டும்'' என்றார்...

அடுத்த கணமே, ‘‘இப்படி சொன்னா வெட்ட மாட்டேன்னு நினைச்சியா?’’ என்று கேட்டுக் கொண்டே, அவர் முடியை பிடித்து வெட்டி இருக்க, அவரோ கீழே விழுந்த தனது முடியை வெறித்துப் பார்த்தார்...

கல்யாணிக்கு அப்போதும் ஆத்திரம் அடங்கவே இல்லை...

‘‘எனக்கு என்ன பண்ணுறதுனு தெரியலையே’’ என்று சொல்லிக் கொண்டே தலையை பற்றிக் கொண்டே கட்டிலில் அமர்ந்து அழ ஆரம்பித்து விட்டாள்.

ரதிதேவியோ, ‘‘என்னடி பண்ணி வச்சு இருக்க?’’ என்று அவளுக்கு திட்டிக் கொண்டே வேதவல்லியை பார்க்க, அவர் விழிகளில் இப்போது வன்மம் மட்டுமே...

‘‘என்னை இந்த கோலத்துல தினமும் கண்ணாடில பார்க்கும் போது அந்த ஊமைச்சி மேல ஒரு வெறி வரும்... அவளை அந்த வீட்டை விட்டு விரட்டாம விட மாட்டேன்... அவளை விரட்டிட்டு என் பேத்தியை என் பேரனுக்கு கல்யாணம் பண்ணி கொடுப்பேன்... அது தான் எனக்கு வேணும்’’ என்று சொன்னவரோ அங்கிருந்து விறு விறுவென தனது வீட்டை நோக்கிச் செல்ல, அவரை அதிர்ந்து பார்த்த ரதிதேவியும் மிருதுளாவும் ஒருவரை ஒருவர் புரியாமல் பார்த்துக் கொண்டார்கள்...

வீட்டுக்கு நடந்து வந்த வேதவல்லிக்கோ மனம் உலையாக கொதித்துக் கொண்டு இருந்தது...

முடி இல்லாமல் அடி மேல் அடி வைத்து வீட்டினுள்

நுழைந்த வேதவல்லியை பார்த்த வசந்தியோ அதிர்ந்து வாயில் இரு கைகளையும் வைத்துக் கொள்ள, அவரோ வசந்தியை முறைத்து விட்டு அங்கிருந்த சோஃபாவில் அமர்ந்துக் கொண்டார்...

அவர் மனதில் அப்படி ஒரு ஆத்திரம்...

இதே சமயம் வசந்திக்கு என்ன செய்வது என்று தெரியவில்லை...

அதுவரை கணவரிடம் எப்படி சொல்வது என்று தெரியாமல் தடுமாறிக் கொண்டு இருந்த வசந்தியோ வேகமாக அறைக்குள் நுழைந்து கணவருக்கு அழைத்தார்...

குருமூர்த்தி தனது அலுவலகத்தில் அமர்ந்து இருந்தார்...

அவர் அலைபேசி அலற, அதனை எடுத்து காதில் வைத்தவர், ''சொல்லும்மா'' என்றார்...

''என்னங்க, பெரிய பிரச்சனை ஆயிடுச்சு'' என்று ஆரம்பித்த வசந்தியோ நடந்ததை ஆதியில் இருந்து அந்தம் வரை சொல்லி முடிக்க, அனைத்தையும் இறுக்கமான குரலில் கேட்டுக் கொண்டு இருந்த குருமூர்த்தியோ, ''உன் பையன் மூளையை எங்கயாவது கழட்டி வச்சுட்டானானு தெரியல... அடிச்சு திருத்த அவன் ஒன்னும் குழந்தை இல்லை... லவ் பண்ணி தான் கல்யாணம் பண்ணி இருக்கான்னு சொல்லும் போது நாம என்ன பண்ணிட முடியும்? ஏதோ நல்லா இருந்தா சரி... மகா தான் பாவம், மாப்பிள்ளை வீட்ல எப்படி முழிக்க போறானு தெரியல'' என்று விரக்தியாக சொல்லி விட்டு வைத்து விட்டார்...

அவர் வைத்ததுமே வசந்திக்கு மகாலக்ஷ்மியின் எண்ணம் தான்...

அவர்கள் நினைத்த போலவே மகாலக்ஷ்மியின் வாசலில் நின்று ''ஓடு காலியை என் தலையில கட்ட பார்த்து இருக்கீங்க'' என்று ஆரம்பித்து வாய்க்கு வந்ததெல்லாம் திட்டி விட்டுச் சென்று இருந்தனர் ரஞ்சனும் அவன் தாயும்.. ஊரே வேடிக்கை பார்த்தது..

மகாலக்ஷ்மிக்கு அவமானமாக இருந்தாலும் ஒன்றும் சொல்ல முடியாது...

மௌனமாக தலையை குனிந்தபடி நின்று இருந்தார்...

கண்களில் இருந்து கண்ணீர்...

மனம் ரணமாக வலித்தது...

மகளை நினைத்து ஏமாற்றம்...

அவள் இப்படி செய்ய கூடியவள் அல்ல என்று அவருக்கு தெரியும்...

இப்படி ஒரு விஷயத்தை அவர் தேன்மொழியிடம் இருந்து எதிர்பார்க்கவே இல்லை...

கஷ்டமாக இருந்தது...

இதனை கடந்து தான் ஆக வேண்டும்... வேறு என்ன செய்ய முடியும் அவரால்?

இதே சமயம் யாதவ் கிருஷ்ணாவும் வீட்டுக்கு வந்து விட்டான்...

வீடே அமைதியாக வெறிச்சோடி போய் இருந்தது...

வெட்டப்பட்ட முடியுடன் ஹாலில் அமர்ந்து

இருந்த வேதவல்லியை புருவம் சுருக்கி பார்த்து விட்டு தனது அறையை நோக்கி மாடிக்கு நடந்துச் சென்றான்.

அறையை திறந்து உடை எல்லாம் மாற்றி விட்டு சாப்பிடுவதற்காக வெளியேறியவனை மறித்தபடி வந்து நின்றான் வம்சி கிருஷ்ணா... அவனோ மென் சிரிப்புடன் வம்சி கிருஷ்ணாவை பார்த்து புருவத்தை ஏற்றி இறக்க, அவனோ, ''உனக்கு ஒரு சர்ப்ரைஸ் இருக்கு, ஸ்டடி ரூமுக்கு வா'' என்றான்... யாதவ் கிருஷ்ணாவும் அவனை தொடர்ந்து யோசனையுடன் பின்னேச் செல்ல, அவனது படிக்கும் அறையை திறந்து உள்ளே போகும்படி சைகை செய்தான் வம்சி கிருஷ்ணா...

யாதவ் கிருஷ்ணாவும் உள்ளே நுழைய, அங்கே நின்று அவனை பார்த்து புன்னகைத்துக் கொண்டு இருந்தது என்னவோ தேன்மொழி தான்... யாதவ் கிருஷ்ணாவின் கண்கள் அதிர்ச்சியில் விரிய சட்டென்று திரும்பி வம்சி கிருஷ்ணாவை பார்த்தான்..

அவனோ, ''நீ கேட்டதை நான் பண்ணுவேன்னு சொன்னேன்ல'' என்றான்...

யாதவ் கிருஷ்ணாவின் இதழ் முழுதும் புன்னகை... இப்போது மீண்டும் திரும்பி கண்களை கசக்கிக் கொண்டே தேன்மொழியை பார்த்தான்...

ஆம் அவளே தான்...

இப்போது அவன் விழிகள் அவள் கழுத்தில் இருந்த தாலியில் படிய, 'கல்யாணம் பண்ணிக்கிட்டிங்களா?' என்று சைகையில் அவளிடம் கேட்டாள்.

அவளும் ஆம் என்று சைகை செய்ய, அடுத்த

கணமே, அவன் இறுக அணைத்து இருந்தது அருகே நின்ற வம்சி கிருஷ்ணாவை தான்...

தான் ஆசைப்பட்ட ஒரு விஷயத்தை நிறைவேற்ற இந்த உலகில் தனக்காக ஒருத்தன் இருக்கின்றான் என்று நினைத்த யாதவ் கிருஷ்ணா நெகிழ்ந்தே விட்டான்...

விம்மலுடன் அழுகை...

அதீத சந்தோஷத்தில் வரும் அழுகை... அவனால் உணர்வுகளை இப்படி தானே காட்டிவிட முடியும்...

அவன் முதுகை வருடிய வம்சி கிருஷ்ணாவோ, அவன் தோள்களை பற்றி நிமிர்த்தி அவன் விழிகளுடன் விழிகளை கலக்க விட்டவன், ''ஆர் யூ ஹாப்பி?'' என்று கேட்டான்...

அவனோ கலங்கிய கண்களுடன் புன்னகைத்துக் கொண்டே தனது கையை உயர்த்தி, ''ஐ லவ் யூ'' என்கின்ற சைகையை காட்ட, வம்சி கிருஷ்ணாவும் சிரித்தபடி அதே சைகையை அவனுக்கு காட்ட, இருவரையும் இமைக்காமல் பார்த்து இருந்த தேன்மொழி நெகிழ்ந்தே விட்டாள்.

இப்படி ஒரு பாச பிணைப்பு அவர்களிடம் இருக்கும் என்று அவள் நினைத்து கூட பார்த்தது இல்லை...

யாதவ் கிருஷ்ணாவுடன் இருக்கும் போதெல்லாம் வம்சி கிருஷ்ணா அவனை கண்டுக் கொள்ளாத போல தான் உணர்ந்தாள்...

அவன் அப்போது அப்படி தானே இருந்தான்...

இப்போது அவர்கள் நெருக்கத்தை பார்த்தவள் விழிகள் என்னவோ யாதவ் கிருஷ்ணாவுடன் பேசிக்

கொண்டு இருந்த வம்சி கிருஷ்ணா மீது காதலுடன் படிந்து மீண்டது...

இதே சமயம், வெளியேச் சென்று வந்த கௌதம் கிருஷ்ணாவோ, 'என்னடா வீடு மயான அமைதியா இருக்கு? புயலுக்கு பின் அமைதி போல' என்று நினைத்துக் கொண்டே உள்ளே நுழைய, அவன் கண்களில் முதலில் தெரிந்தது என்னவோ ஹாலில் அமர்ந்து இருந்த வேதவல்லி தான்...

அவரை யோசனையுடன் பார்த்துக் கொண்டே, அவர் அருகே அமர்ந்தவன், ''ஹேய் பாட்டி, போட்ட சத்தத்துல என்னவோ ஏதோனு நினைச்சேன்... இதென்ன ஹெயார் ஸ்டைல் எல்லாம் மாத்தி ஸ்டைலிஷ் ஆஹ் இருக்கீங்க? இந்த வயசுல டயானா கட் ஆஹ்? செம்ம செம்ம, அடுத்து ஹெயார் கலர் பண்ணுனா, ஒரு இருபது வயசு குறைஞ்ச போல இருப்பீங்க'' என்று சொல்ல, அவனை திரும்பி அனல் தெறிக்க பார்த்தார் அவர்...

அவனோ அதனை எல்லாம் சட்டை செய்பவன் இல்லையே...

அவனோ, ''கோபப்பட்டாலும் கியூட் ஆஹ் இருக்கீங்க'' என்று சொல்லி அவர் கன்னத்தை கிள்ளி விட்டுச் செல்ல, அவருக்கு இருந்த கோபத்துக்கோ அவன் பேசிச் சென்றது ஆத்திரத்தை கூட்டியது... அடக்கிக் கொண்டார்...

கொட்டிவிடும் கோபங்களும் மறந்து விடும் கோபங்களும் நீர் ஊற்றிய நெருப்பை போல அணைந்து விடும்...

ஆனால் அடக்கிக் கொண்டே வன்மத்துடன்

வளரும் கோபம் எரிமலை போன்றது... வெடிக்க ஆரம்பித்தால் அந்த இடத்தையே அழித்து விடும்...

அப்படி தான் வேதவல்லியின் கோபமும் எரிமலையாக உள்ளுக்குள் குமுறிக் கொண்டு இருந்தது... அது வெடிக்கும் நாள் வெகு தூரத்திலும் இல்லை...

அத்தியாயம் 14

அன்று மதியம் வீட்டில் நின்ற வம்சி கிருஷ்ணாவே தேன்மொழியை சாப்பிட அழைத்துச் சென்றான்... யாதவ் கிருஷ்ணாவும் கூடச் சென்றான்...

மூவரையும் அங்கிருந்த இருக்கையில் உட்கார்ந்து இருந்தபடியே அழுத்தமாக பார்த்துக் கொண்டே இருந்தார் வேதவல்லி...

தேன்மொழிக்கோ அவரை பார்க்க பயம்...

குனிந்த தலை நிமிராமலே அவரை தாண்டிச் சென்றாள்.

மூவரும் சாப்பாட்டு மேசையில் அமர்ந்த சமயம், அங்கே வந்து அமர்ந்த கௌதம் கிருஷ்ணாவோ, ''நிறைய நாளைக்கு அப்புறம் சேர்ந்து சாப்பிடுறோம்ல'' என்றான்...

தேன்மொழிக்கோ அமர்ந்து இருக்கவே சங்கடமாக இருந்தது...

ஆனால் வம்சி கிருஷ்ணா, ''உட்காரு தேன்மொழி'' என்று அவளை வலுக்கட்டாயமாக அமர வைத்தான்..

அவர்கள் அமர்ந்து இருப்பதை பார்த்து விட்டு சமையலறைக்குள் சென்ற வசந்தியோ, ''பாக்கியா

எல்லா சாப்பாட்டையும் கொண்டு மேசைல வை'' என்று சொன்னார்...

பாக்கியாவும் அனைத்து உணவுகளையும் கொண்டு வந்து மேசையில் வைத்து விட்டுச் செல்ல, வசந்தி அங்கே வந்தார்...

சட்டென தேன்மொழி பதறி எழுந்துக் கொள்ள, ''இப்போ எதுக்கு பதறி பதறி எந்திரிக்கிற?'' என்று கேட்டான் வம்சி கிருஷ்ணா... என்ன சொல்வதென்று தெரியாமல் அவள் அப்படியே கையை பிசைந்துக் கொண்டு இருக்க, வசந்தி அவளை ஒரு கணம் பார்த்து விட்டு, யாதவ் கிருஷ்ணாவுக்கு மட்டும் உணவை தட்டில் எடுத்து வைத்தவர், அங்கே நிற்காமல் விறு விறுவென அறைக்குள் நுழைந்து விட்டார்...

வழக்கமாக கணவனும் மகன்மாரும் சாப்பிட வந்தாலே, அருகே நின்று பரிமாறுபவர் அவர்...

அதில் ஒரு சந்தோஷம் அவருக்கு... ஆனால் இன்று அவருக்கு யாரையும் பார்க்க பிடிக்கவே இல்லை...

ஏமாற்றம்...

அதுவும் தேன்மொழி மீது வைத்த நம்பிக்கையும் மரியாதையும் மொத்தமாக பொய்த்து போன உணர்வு..

அவர் முகத்தை திருப்பிக் கொண்டே செல்வதை தேன்மொழி ஏக்கமாக பார்க்க, ''உட்காருங்க தேன்மொழி'' என்று சொன்ன கௌதம் கிருஷ்ணாவோ ஒரு கணம் நிறுத்தி, 'இனி அண்ணினு கூப்பிடணும்ல, உட்காருங்க அண்ணி' என்றான்...

அவளோ தன்னை சுற்றி அமர்ந்து இருந்த

மூவரையும் சங்கடமாக பார்க்க, அவளை ஆழ்ந்து பார்த்த வம்சி கிருஷ்ணாவோ, ''இப்போ உட்கார போறியா? இல்லையா?'' என்று சற்று அதட்டலாகவே கேட்டான்.

அவள் மௌனமாக அவன் அருகே இருந்த இருக்கையில் அமர்ந்துக் கொள்ள, அவன் உணவை தனக்கு எடுத்து வைத்துக் கொண்டே, அவளை பார்த்தவன், ''எடுத்து வச்சு சாப்பிடு'' என்றான்...

அவளும் மௌனமாக உணவை எடுத்து வைத்து சாப்பிட தொடங்கினாள்...

உணவு அவள் தொண்டைக்குழிக்குள் இறங்கவே இல்லை...

சிக்கிக் கொண்டது...

என்ன தான் அவளுக்கு பிடித்தவனை அவள் திருமணம் செய்தாலும், வீட்டில் இருப்பவர்களின் பாராமுகத்தை அவளால் தாங்கிக் கொள்ளவே முடியவில்லை...

அவ்விடத்தில் இருந்து சாப்பிடாமல் எழவும் முடியாது... கஷ்டப்பட்டு சாப்பிட்டாள்.

அனைத்தையும் வேதவல்லியின் கண்கள் வன்மத்துடன் பார்த்துக் கொண்டு இருக்க, சாப்பிட்டு விட்டு கையை கழுவியவர்கள் அங்கிருந்து நகர்ந்தார்கள்...

இதுவரை தேன்மொழி வேதவல்லியை நிமிர்ந்து கூட பார்க்கவில்லை...

அவளுக்கு பயமாக இருந்தது...

தலையை குனிந்தபடியே அவரை தாண்டிச் சென்றாள்.

ஆனால் வம்சி கிருஷ்ணா இப்போது அவரை பார்த்தான்...

அவர் முடி வெட்டப்பட்டு இருப்பதை யோசனையுடன் பார்த்தவன், ''முடிக்கு என்னாச்சு?'' என்று கேட்டான்...

அவன் குரல் கேட்டு தான் சட்டென தேன்மொழி திரும்பி அவரை பார்த்தாள்.

அவரோ தேன்மொழியை பார்த்துக் கொண்டே, ''வேண்டுதல்'' என்று பல்லை கடித்துக் கொண்டே சொல்ல, அவர் பார்வையே அவளுக்கு உதறலைக் கொடுத்தது...

சட்டென்று தலையை குனிந்துக் கொண்டே மாடியேறியவளுக்கு அவர் முடி வெட்டப்பட்டு இருப்பது அதிர்ச்சி தான்...

வம்சி கிருஷ்ணாவோ, ''என்னவோ சரி இல்ல'' என்று மட்டும் சொல்லி விட்டு அங்கிருந்து நகர்ந்து விட்டான்...

அவன் அதற்கு பின்னர் ஸ்டூடி யோவினுள் நுழைந்துக் கொள்ள, தேன்மொழி யாதவ் கிருஷ்ணாவுடன் நேரம் செலவிட ஆரம்பித்து விட்டாள்.

நேரமும் நகர ஆரம்பிக்க, வசந்திக்கு மனம் கேட்கவில்லை... ரதிதேவிக்கு அலைபேசியில் அழைத்து கல்யாணியை பற்றி விசாரித்து இருந்தார்...

சாப்பிடாமல் அழுதுக் கொண்டே இருப்பதாக தான் ரதிதேவி கூறினார்...

'இப்போவும் அழுதுட்டு இருக்காளானு

தெரியலையே' என்று நினைத்துக் கொண்டே, அவள் வீட்டுக்குச் சென்றார்...

கணேசன் நேரத்துக்கே வந்து இருந்தார்...

வீட்டுக்குள் நுழைந்த வசந்தியை பார்த்தவர், ''உன் மகன் நல்லா பண்ணிட்டான்'' என்று சொல்ல, அவருக்கு ஒரு மாதிரி ஆகி விட்டது...

''மன்னிச்சிடுங்க அண்ணா'' என்றார் அவர்...

''நீ மன்னிப்பு கேட்டு என்னம்மா பண்ணுறது? அவள எப்படி தான் இதுல இருந்து மீட்டெடுக்க போறேன்னு தெரியல'' என்று பெருமூச்சுடன் சொன்னவர், ''ரூமுக்குள்ள தான் இருக்கா, போய் பாரு'' என்று சொன்னார்...

வசந்தியும் கல்யாணியின் அறையை திறந்துக் கொண்டே உள்ளே நுழைந்தார்...

கல்யாணி கட்டிலில் படுத்து அழுதுக் கொண்டு இருக்க, அவள் அருகே ரதிதேவியும் மிருதுளாவும் அமர்ந்து இருந்தார்கள்...

அவர்கள் எவ்வளவு சொல்லியும் அவளால் அழுகையை கட்டுப்படுத்த முடியவே இல்லை...

வசந்தியை கண்ட ரதிதேவியோ, ''வாங்க அண்ணி'' என்று சொல்ல, வசந்தியும் கட்டிலில் அமர்ந்து படுத்து அழுதுக் கொண்டே இருந்த கல்யாணியின் தோளில் கையை வைத்தார்...

தோள்களை உலுக்கி அவர் கையை உதறிக் கொண்டே எழுந்து அமர்ந்தவள், ''நீங்க என்ன சொன்னாலும் எனக்கு மனசு ஆறாது அத்தை... எனக்கு வம்சி மாமா தான் வேணும்'' என்றாள்.

உடனே வசந்தி, ''கல்யாணம் தான் முடிஞ்சு போச்சே, இனி என்ன பண்ணுறதும்மா? உனக்குனு ஒரு நல்ல மாப்பிள்ளை கிடைப்பான்'' என்றார்.

''கல்யாணம் முடிஞ்சிட்டா உடனே நான் விட்டு கொடுக்கணுமா? அதுக்கு வாய்ப்பே இல்லை... அந்த ஊமைச்சியை துரத்திட்டு நான் உங்க வீட்டுக்கு மூத்த மருமகளா வருவேன்... வேணும்னா இருந்து பாருங்க' என்று சொல்ல, வசந்திக்கு தூக்கி வாரிப் போட்டது...

என்ன தான் மகன் மீது கோபம் இருந்தாலும் மகன் வாழ்க்கையை அழிப்பதாக அவள் கூறும் போது அவரால் ரசிக்க முடியுமா என்ன?

இந்த நேரத்தில் என்ன பேசினாலும் அவளுக்கு புரியாது என்று வசந்திக்கு தெரியும்...

''முதல் சாப்பிடும்மா, இத பத்தி அப்புறம் பேசிக்கலாம்'' என்று சொல்ல, ''எனக்கு வேணாம்'' என்று சொல்லிக் கொண்டே மீண்டும் கட்டிலில் படுத்து அழ ஆரம்பித்து விட்டாள்.

வசந்தியோ ரதிதேவியை பார்க்க, ''நாளைக்கு சரி ஆயிடுவானு நம்புறேன் அண்ணி'' என்றார் அவர்...

''தனியா விட்டு போய்டாதீங்க'' என்று வசந்தி சொல்ல, ''நான் ஒன்னும் தற்கொலை பண்ணிக்க மாட்டேன்... அந்த ஊமைச்சியை தான் போட்டு தள்ளுவேன்'' என்று விம்மியபடி சொன்னாள்.

அவளை எப்படி சமாளிப்பது என்று யாருக்கும் தெரியவில்லை...

வசந்தியும் சற்று நேரம் அவளுக்கு ஆறுதலாக பேசி விட்டு கிளம்பி விட்டார்...

அடுத்து வீட்டுக்கு வந்த குருமூர்த்தியோ நேரே வந்து அமர்ந்தது என்னவோ வேதவல்லி அருகே தான்...

''கல்யாணி முடியை வெட்ட வந்த நேரம், நீங்க ஏன் ரதி கிட்ட தடுக்க வேணாம்னு சொன்னீங்க?'' என்று கேட்டார்...

அனைத்தும் ரதிதேவி மூலம் அவருக்கு தெரிந்து இருந்தது...

இப்போது இருக்கும் நிலையில் இதற்காக கல்யாணியை கடியவும் முடியாது...

அவரை திரும்பி பார்த்த வேதவல்லியோ, ''நான் எதுக்குடா தடுக்கணும்... உன் பையன் வேற பொண்ணு கழுத்துல தாலி கட்டுனா முடியை வெட்டி எறியுறேன்னு சொன்னேன்... அதனால தான் நான் முடியை வெட்ட சம்மதிச்சேன்'' என்றார்.

அவர் குரலில் இருக்கும் வன்மம் அவருக்கு புரியாமல் இல்லை...

போக போக சரியாகி விடும் என்று நம்பினார்...

உடனே அனைத்துக்கும் தீர்வை எதிர்பார்க்க முடியாது அல்லவா? காலம் தான் தீர்வு சொல்லும்...

வசந்தியோ ஓரமாக நின்று இருவரையும் பார்த்துக் கொண்டு இருக்க, ''வம்சியை கூப்பிடு வசந்தி, நான் அவன் கூட பேசணும், கார்டனுக்கு வர சொல்லிடு'' என்று சொல்லி விட்டு அவர் அறைக்குள் சென்று விட்டார்...

வசந்தியும் மாடி ஏறி வம்சி கிருஷ்ணாவின் அறையை தட்டினார்...

தேன்மொழி தான் திறந்தாள்.

‘‘வம்சி எங்க?’’ என்றார். அவளோ ஸ்டூடியோ இருக்கும் திசையில் பார்வையை திருப்பினாள்...

அவருக்கு புரிந்து விட்டது...

ஸ்டூடியோ அறையை நோக்கி நடந்தவர் கதவை தட்டினார்...

அவன் அனுமதி இன்றி யாரும் உள்ளேச் செல்ல கூடாது...

அதனால் கதவை தட்டினார்...

கதவை திறந்தவனோ, அவரை புருவம் சுருக்கி பார்க்க, ‘‘அப்பா உன் கூட பேசணுமாம், கீழ வா’’ என்று சொல்லி விட்டு அவர் விறு விறுவென செல்ல, அவனும் தனது ஷேர்ட்டின் கையை உயர்த்தி விட்டபடி அவரை பின் தொடர்ந்து கீழே இறங்கிக் கொண்டான்...

வசந்தியோ அவனை திரும்பி பார்த்தவர், ‘‘கார்டன்ல அப்பா நிக்குறார்’’ என்றார்... அவனும் அவரை தேடிச் சென்றான்.

வேதவல்லி முன்னே எதுவும் பேச முடியாது என்று தான் அவனை குருமூர்த்தி தனியாக அழைத்ததே...

பூங்காவில் நின்று பறவைகளை பார்த்துக் கொண்டே நின்று இருந்தார் குருமூர்த்தி...

அவர் அருகே வந்து பாக்கெட்டில் கையை விட்டபடி வந்து நின்ற வம்சி கிருஷ்ணாவை பக்க வாட்டாக திரும்பி பார்த்தவரோ, ‘‘மீடியாவுக்கு எப்படி நியூஸ் போச்சு?’’ என்று கேட்டார்...

‘‘நான் தான் கொடுத்தேன்’’ என்றான்... அவரை பார்க்கவில்லை, பறவைகளை பார்த்துக் கொண்டே பதில் சொன்னான்...

‘‘சினி ஃபீல்ட்ல இருக்கிற ஃப்ரெண்ட்ஸ் மற்றும் சொந்தக்காரங்க எல்லாரும் கால் பண்ணி விசாரிச்சாங்க’’ என்றார் குருமூர்த்தி...

இப்போது அவரை திரும்பி பார்த்தவனோ, ‘‘லவ் பண்ணி கல்யாணம் பண்ணிக்கிட்டான்னு சொல்லுங்க, இது என் வாழ்க்கை... அடுத்தவங்க என்ன நினைக்கிறாங்கனு எனக்கு அவசியம் இல்லையே’’ என்றான்...

‘‘ஆனா எனக்கு அவசியம் இருக்கு... இதுல என் ஸ்டேட்டஸும் இருக்கு... இதுக்கு மேல ஒண்ணும் பண்ண முடியாது தான்... ஆனா உன் மேல இருக்கிற வருத்தத்தை நான் சொல்லி தான் ஆகணும்... கல்யாணம் பண்ணிட்டியா? சந்தோஷமா இருனு சிரிச்சிட்டே கடந்து போற மனசு எனக்கு இல்லை... அதே நேரம், அந்த பொண்ண விட்டுட்டு வானு சொல்ற மோசமான மனசும் இல்லை’’ என்றார்...

அவனோ பெருமூச்சுடன் அவர் விழிகளை பார்த்தவன், ‘‘எனக்கு தெரியும்’’ என்றான்...

‘‘உன் மேல எனக்கு என்ன ஆதங்கம் தெரியுமா?’’ என்று கேட்க, அவன், ‘‘சொல்லுங்க’’ என்றான் தலையை அசைத்து...

‘‘லவ் பண்ணுனா, அத சொல்லி இருக்கலாம்... கல்யாணம் நிச்சயமான பொண்ண திடீர்னு கல்யாணம் பண்ணி அவங்க பக்கமும் நம்ம பக்கமும் அவமானம் தான் மிச்சம்’’ என்றார்...

அவனோ, ‘சொல்றது எனக்கு ஒண்ணும் பிரச்சனை இல்லை, சொல்லி இருந்தா கல்யாணம் பண்ண நீங்க தான் விட்டு இருப்பீங்களா? இல்ல பாட்டி தான் விட்டு இருப்பாங்களா? ஸ்டேட்டஸ் இல்லை, அந்த பொண்ணுக்கு குறை இருக்கு, அது இதுனு ஆயிரம் காரணம் சொல்லி பிரிக்க தான் பார்ப்பீங்க, அது தான் சொல்லல’ என்றான் அழுத்தமாக...

‘‘சரி விடு வம்சி, உனக்கு உன்னோட நியாயம், எனக்கு என்னோட நியாயம்... ஏதோ நல்லா இருந்தா சரி தான்’’ என்று சொல்லிக் கொண்டே, அவர் நகர்ந்து விட, அவனோ, அவர் முதுகை வெறித்துப் பார்த்து விட்டு மீண்டும் பறவைகளை பார்க்க தொடங்கி விட்டான்...

அன்று இரவு தேன்மொழியை கட்டிலில் படுக்க சொல்லி விட்டு அவன் சோஃபாவில் படுத்துக் கொண்டான்...

அவளுக்கோ அவன் சோஃபாவில் கஷ்டப்பட்டு படுப்பது போல தோன்றியது...

கட்டிலில் அமர்ந்துக் கொண்டே வளையல்களால் சத்தம் போட்டாள்.

சோஃபாவில் கண்களை மூடி படுத்தவனோ இப்போது கண்களை திறந்து பார்த்தான்.

கையால் கட்டிலை காட்டினாள்.

‘‘உனக்கு கஷ்டமா இருக்கும்’’ என்றான் அவன்... அவளோ இல்லை என்று தலையாட்ட, ‘‘ஓகே’’ என்று சொன்னவனோ, கட்டிலிலேயே மறு ஓரத்தில் அவளுக்கு முதுகு காட்டி படுத்துக் கொள்ள, அவள் இதழ்களோ மெதுவாக விரிந்துக் கொண்டது...

அவன் அருகாமையில் அவனை இன்னுமே பிடித்து போனது...

நாள் முழுதும் மனதை அழுத்தும் வலியின் நடுவே, அவன் மூலம் சின்ன சின்ன புன்னகைகள் மட்டும்... அதே புன்னகையுடன் படுத்தவள் எப்போது தூங்கினாள் என்று தெரியவே இல்லை...

அடுத்த நாள் அவள் எழுந்த நேரம் அவன் இடம் வெறுமையாக இருந்தது...

ரெக்கார்டிங் சென்று விட்டான் என்று யூகித்துக் கொண்டாள்.

குளித்து விட்டு வந்தவளுக்கு நேரம் செல்ல செல்ல அலுப்பாக இருந்தது...

யாதவ் கிருஷ்ணாவும் ஸ்கூலுக்குச் சென்று விட்டான்...

அவளோ ஸ்கூலுக்கு இரு வாரங்கள் விடுப்பு கொடுத்து இருந்தாள். இன்று உடனே ஸ்கூலுக்குச் சென்றால் ஆளுக்கொரு பேச்சு பேசுவார்கள் என்று அவளுக்கு தெரியும்... நேற்றே அவளது திருமண விஷயம் சமூக வலைத்தளங்களில் பிரபலமாகி விட்டதை அவளும் அறிந்தாள்.

நீண்ட நேரம் யோசித்து விட்டு நேரத்தைப் பார்த்தாள். தாமதமாகி விட்டது தான்... ஆனாலும் அவளுக்கு இன்று ஸ்கூலுக்குச் செல்வதை விட தாயை பார்க்கச் செல்ல வேண்டும் என்று மனம் பரபரத்தது...

அதற்காகவே புடவை அணிந்து ஆயத்தமானாள்...

ஸ்கூலுக்குச் சென்று ப்ரின்சிபாலிடம் பேசி

நாளையில் இருந்து லீவை ரத்து செய்து விட்டு வீட்டுக்குச் சென்று தாயை பார்த்து விட்டு வரவேண்டும் என்று நினைத்தபடியே கீழே இறங்கினாள்.

புடவை அணிந்து, தோளில் கைப்பையுடன் மாடியில் இருந்து இறங்கி வருவதை பார்த்த வேதவல்லியோ அவள் தன்னை தாண்டிச் செல்லும் கணம், ''மினுக்கிட்டு எங்க போற?'' என்று கேட்டார்...

அவர் பேசிய தோரணை மனதை பிசைந்தது... முதல் என்றால் பதில் சொல்லாமல் தவிர்த்து விடுவாள்...

இப்போது எப்படி தவிர்ப்பது... அவரை திரும்பி பார்த்தவள், ''ஸ்கூலுக்கு'' என்கின்ற தோரணையில் கையால் சைகை செய்ய, ''கையை அப்படி இப்படி ஆட்டுனா எனக்கெப்படி புரியும்? புரியுற போல சொல்லு'' என்றார்.

அவளுக்கோ ஒரு மாதிரி ஆகி விட்டது...

தனது குறையை அவர் கேள்வி செய்வது அவளுக்கு புரிந்தது...

அங்கே நின்று இருந்த வசந்தியை திரும்பி பார்த்தாள்.

அவள் பார்வையை கண்டு கொண்டவருக்கு சற்று மனம் இரங்கி இருக்க, ''ஸ்கூலுக்கு அத்தை'' என்றார் அவர்...

''ஓஹ், நீ அவளுக்கு சவுண்ட் சிஸ்டம் ஆஹ்? ஒழுங்கா பேச முடியாதவளுக்கு பெரிய பாடகன் கேக்குதோ?'' என்று கேட்டார்...

இருவரிடமும் மௌனம்...

மேலும் தொடர்ந்த வேதவல்லியோ, ''கல்யாணம் முடிஞ்ச பிறகு வீட்ல இருக்க வேண்டியது தானே... எதுக்கு ஸ்கூல்? அங்க போய் உன் நாடகத்தை நடத்தவா? இந்த வீட்டு பொண்ணுங்களுக்கு ஒரு கட்டுப்பாடு இருக்கு... உன் இஷ்டப்படி ஆடுறதுக்கு இது ஒண்ணும் உன் வீடு இல்லை'' என்றார்...

வசந்திக்கு தனது பழைய நினைவுகள் வந்து போயின... அவரும் முதல் சினிமாவில் பாடிக் கொண்டு இருந்தவர் தான்...

வேதவல்லி மோசமாக பேசி பேசியே சினிமாவில் பாடுவதை நிறுத்தி இருந்தார் வசந்தி...

குருமூர்த்திக்கு கூட அவர் ஏன் பாடுவதை நிறுத்தினார் என்று தெரியவில்லை... பல சந்தர்ப்பங்களில் அவர் கேட்டும் வசந்தி சரியான விடையை சொல்லவே இல்லை...

குருமூர்த்திக்காக வீட்டில் மட்டும் பாடினார்...

அதுவும் வேதவல்லிக்கு பிடிக்காது... ஆனால் கணவருக்கு பிடித்த இசையை கை விட வசந்தி தயாராக இல்லை...

அவர் பேச்சை பொறுத்துக் கொண்டே வீட்டில் குருமூர்த்திக்காக பாடுவார்...

அன்று வசந்திக்கு செய்ததை இன்று தேன்மொழிக்கு செய்ய தொடங்கி இருக்கின்றார் வேதவல்லி...

ஆனால் வேலைக்குச் செல்வதில் உறுதியாக இருந்த தேன்மொழியோ, வசந்தியை பார்த்து தலையை அசைத்து விடை பெற்றவள்

விறு விறுவென வெளியேறி விட்டாள்.

அவளுடன் பேசிக் கொண்டு இருந்த வேதவல்லிக்கு செருப்பால் அடித்த உணர்வு...

வசந்தி போல அடங்கி போகும் குணம் தேன்மொழிக்கு இல்லை என்று புரிந்தது...

''இங்க நான் பேசிட்டு இருக்கேன்... அவ விறு விறுனு போறா... இதெல்லாம் நீ கேக்க மாட்டியா?'' என்று வசந்தியிடம் கேட்க, அவரோ பெருமூச்சுடன் மௌனமாக நின்று இருக்க, அவரோ, ''வம்சி வரட்டும், அவன் கிட்ட சொல்லி இவ திமிருக்கு வைக்கிறேன் ஆப்பு... இந்த கல்யாணியை வேற இந்த பக்கம் காணோம்... அவ வந்தா எனக்கு ஒரு துணையா இருப்பா'' என்று வம்சி கிருஷ்ணாவின் குடும்பத்தை பிரிக்க துணை தேடிக் கொண்டு இருந்தார் அவர்...

இதே சமயம் ஸ்கூலுக்கு நடந்தே வந்து சேர்ந்து விட்டாள் தேன்மொழி... தன் கூட வேலை பார்க்கும் ஆசிரியர்கள் யாரையும் சந்திக்கவில்லை... சந்திக்க சங்கடமாக இருந்தது...

தயக்கத்துடன் ப்ரின்ஸிபாலின் அறைக்குள் நுழைய, அவளை அதிர்ந்து பார்த்தார் அவர்...

அவளோ அவர் முன்னே வந்து நின்று ''வணக்கம்'' தெரிவித்தாள்... அவரோ ஒரு தலையசைப்புடன் முன்னே இருந்த இருக்கையில் அமரும்படி சைகை செய்தார்...

அவளும் அமர்ந்தாள்.

''என்ன விஷயம்மா?'' என்று கேட்டார்...

அவளோ சைகை மூலம், ‘‘நாளைல இருந்து லீவை கேன்சல் செய்து விடுங்க சார்’’ என்று சொன்னாள்.

‘‘அப்போ தொடர்ந்து வேலைக்கு வர்ற ப்ளான் ஆஹ்?’’ என்று கேட்டார்... அவளோ அவரை புரியாமல் பார்க்க, ‘‘பெரிய இடத்து மருமக ஆகிட்டே... அது தான்’’ என்றார் இழுவையாக...

அவளோ பெருமூச்சுடன், ‘‘வேலைக்கு வருவேன் சார்’’ என்று சைகையில் சொன்னாள்... ப்ரின்சிபாலின் வாய் வரை பல கேள்விகள் வந்தன...

ஆனால் அவளுடைய ப்ரைவஸி கருதி, அவற்றை விழுங்கிக் கொண்டவர், ‘‘நாளைக்கு லீவை கேன்சல் பண்ணிடலாம்மா’’ என்றார்...

அவளும் சம்மதமாக தலையாட்டி விட்டு எழுந்துக் கொண்டவளுக்கு யாரையும் இன்று எதிர்கொள்ளும் தைரியம் இல்லை...

அங்கிருந்து கிளம்பி தனது வீட்டை நோக்கி நடந்தாள்...

வீட்டினை நெருங்க நெருங்க இதயம் வேகமாக துடித்தது...

எப்படி தாயை எதிர்கொள்வது என்று பயம்...

ஆனாலும் அவரை அப்படியே விட்டு விட அவள் மனம் இடம் கொடுக்கவில்லை...

அவர் செருப்பால் அடித்தாலும் பரவாயில்லை அவருடன் உறவாகி விட வேண்டும் என்கின்ற எண்ணம் தான்...

அவளுடைய ஒரே உறவு அவர் மட்டும் தானே...

அவளை இந்த அளவுக்கு படிக்க வைத்து சொந்த காலில் நிற்க வைத்து இருக்கின்றார்...

விட்டு விடுவாளா என்ன?

அவள் வீட்டையும் அடைந்து விட்டாள்.

பக்கத்து வீட்டு பெண்ணோ அவளை மதிலால் எட்டி பார்த்தவள், ''நேத்து மகா ஆன்ட்டியை ரொம்ப அசிங்கப்படுத்திட்டார் அந்த ரஞ்சன் சார் அக்கா, ஆனா எனக்கு நீங்க ரஞ்சன் சாரை கல்யாணம் பண்ணாதது ரொம்ப சந்தோஷம்... அவர் கூட எல்லாம் மனுஷன் வாழ முடியுமா?'' என்று சொல்லிக் கொண்டு இருக்கும் போதே, ''ஓடுகாலி கூட என்னடி பேச்சு'' என்று அந்த பெண்ணின் தாய் அதட்டினார்...

தேன்மொழிக்கு சுருக்கென்று தைத்தது...

யாருக்கும் தனது செயல் பிடிக்கவில்லை என்று தெரிந்தது... ஆனால் எல்லாமே அவள் எதிர்கொள்ள தானே வேண்டும்?

தனது தாய் திட்டியதுமே அந்த பெண்ணும் தனது வீட்டினுள் ஓடிச் சென்றாள்.

தேன்மொழியோ பெருமூச்சுடன் வீட்டினுள் நுழைந்தாள்.

முன்னறை வெறுமையாக இருந்தது...

சமையலறைக்குள் சத்தம் கேட்டது...

மெதுவாக நடந்துச் சென்றாள்.

அங்கே மகாலக்ஷ்மி சமைத்துக் கொண்டு இருந்தார்... சுவரில் சாய்ந்து நின்றுக் கொண்டே அவரை பார்த்தாள்.

அவள் வந்தது அவருக்கு தெரியும்... தன்னை பார்த்துக் கொண்டு நிற்கின்றாள் என்றும் தெரியும்...

ஆனால் திரும்பவில்லை...

அவளோ வளையலை சுவரில் தட்டி சத்தம் எழுப்பினாள்... அப்போதும் திரும்பவில்லை...

அவளுக்கு கண்கள் கரித்துக் கொண்டு வந்தன... திட்டி விட்டால் கூட அவள் தாங்கிக் கொள்வாள்... ஆனால் இந்த பாராமுகம் என்னவோ செய்தது...

அவர் பின்னால் வந்து நின்றவளோ அடுத்த கணமே, அவர் இடுப்பை கட்டிக் கொண்டே, அவர் கழுத்தில் முகம் புதைத்துக் கொண்டாள்...

அவள் மேனி விம்மலில் குலுங்கியது...

அவர் கழுத்து வளைவை அவள் கண்ணீர் நனைத்தது...

மகாலக்ஷ்மியின் கண்ணில் இருந்தும் கண்ணீர்...

ஒரு பெருமூச்சுடன், ''தப்பு என்னோடது தான்... உனக்கு குரல் மட்டும் தான் போச்சு... ஆனா உணர்வெல்லாம் அப்படியே இருக்குனு இந்த மரமண்டைக்கு புரியல... உன்னை கல்யாணம் பண்ணி கொடுத்தா போதும்னு நினைச்சேன் தவிர, உன் மனசுல என்ன இருக்குனு நான் அறிஞ்சுக்க முயற்சி பண்ணல'' என்று சொன்னார்...

அவர் பேச பேச அவள் மேனி இன்னும் அழுகையில் குலுங்கியது... குற்ற உணர்வில் அழுகையாக வந்தது...

''நேற்று ரஞ்சன் வந்து பேசிட்டு போகும் வரைக்கும் எனக்கு உன் மேல கோபம் இருந்திச்சு...

ஆனா அவன் பேசுன பேச்சை பார்த்ததுமே நீ பண்ணுனது தப்பில்லனு தோண ஆரம்பிச்சுடுச்சு... உன்னால அவன் கூட சந்தோஷமா வாழ்ந்து இருக்கவே முடியாது... எவ்ளோ அசிங்கமா உன்னையும் என்னையும் திட்டுனான் தெரியுமா? நீ காதலிச்சவன் கூடவே சந்தோஷமா வாழ்ந்திடும்மா'' என்று சொல்லிக் கொண்டே புடவை முந்தானையால் கண்களை துடைத்தபடி தன்னை அணைத்து இருந்த அவள் கையை விடுவித்துக் கொண்டே அவளை நோக்கி திரும்பினார்...

அவளுக்கு அவரிடம் என்ன சொல்வது என்று தெரியவே இல்லை...

வம்சி கிருஷ்ணா எதற்காக திருமணம் செய்து இருக்கின்றான் என்று அவருக்கு தெரியவில்லை... சொல்லவும் முடியாது...

காதல் திருமணம் என்று வம்சி கிருஷ்ணா சொன்னதை நம்பி விட்டார்...

ஆம் காதல் திருமணம் தான்... ஆனால் அவளுக்கு மட்டும் என்று அவருக்கு எப்படி அவளால் சொல்ல முடியும்?

அவளோ தனது கண்ணீரை துடைத்து விட்டே, சைகையால் மன்னிப்பு கேட்டாள்.

அவள் கையை பற்றி இறக்கி விட்டவர், ''நடந்தது நடந்து போச்சு... அப்படியே போய் தொலைனு என்னால உன்னை விட்டுட்டு இருக்க முடியல... நேற்று முழுக்க உன்னோட எண்ணம் தான்...'' என்று சொல்லிக் கொண்டே அவள் கன்னத்தை

வருடியவர், 'சந்தோஷமா இருக்கியா? அந்த வீட்ல உன்னை எப்படி பார்த்துகிறாங்க? வேதவல்லியம்மா வாய்க்கு வந்ததெல்லாம் பேசுவாங்களே..... அதெல்லாம் மனசுல வச்சுக்காதே' என்று அவருடைய கவலை எல்லாம் அவளிடம் கொட்டினார்...

''சந்தோஷமாக இருக்கின்றேன்'' என்பது மட்டும் தான் அவள் பதிலாக வந்தது...

அதற்கு மேல் சொல்லி அவர் மனதை கஷ்டப்படுத்த அவள் விரும்பவே இல்லை...

''நீ என்ன நடந்தாலும் என் கிட்ட சொல்ல மாட்டேன்னு எனக்கு தெரியும்'' என்று மகாலக்ஷ்மி விரக்தியாக சொல்ல, அவளோ, ''என்ன சாப்பாடு?'' என்று சைகையால் கேட்டுக் கொண்டே சமைத்து வைத்த உணவை ஆராய்ந்தாள்.

சாப்பிட்டு வரவில்லை அவள்... பசி வயிற்றைக் கிள்ளியது...

''ஏன்மா அங்கே சாப்பிடலையா?'' என்று அவர் கேட்டார்...

அவளோ வலுக்கட்டாயமாக சிரித்தவள், ''இல்ல சாப்பிட்டேன், சும்மா கேட்டேன்'' என்று சைகையில் பதில் சொன்னாள்.

சாப்பிடவில்லை என்றால் ஏன் சாப்பிடவில்லை என்று கேள்வி வரும்...

அதற்காக பொய் சொன்னாள்.

தாய்க்கு தெரியாதா மகளின் முக மாற்றம்...

சாப்பிடவில்லை என்று அப்பட்டமாக அவருக்கு தெரிந்தது...

''பரவாயில்ல, சாப்பிட்டு போம்மா, உனக்கு பிடிச்ச சாப்பாடு தான்'' என்று சொல்லிக் கொண்டே தட்டை எடுத்து சாப்பாட்டை போட்டு அவளிடம் நீட்டினார்...

அவள் மறுக்காமல் அதனை வாங்கியவள், அங்கே இருந்த இருக்கையில் அமர்ந்து சாப்பிட ஆரம்பித்து விட்டாள்.

வம்சி கிருஷ்ணா வீட்டில் அவளால் உரிமையாக சாப்பிட கூட முடியவில்லை...

வேதவல்லி ஏதாவது பேசி அவளை காயப்படுத்திக் கொண்டே இருக்கும் போது அவளால் எப்படி சாப்பிட்டு விட முடியும்?

அதனால் தான் காலையில் பசித்தாலும் சாப்பிடாமல் வந்து விட்டாள்.

மதியத்தையும் நெருங்கி விட்டது... இப்போது தான் சாப்பிடுகின்றாள்...

அவள் சாப்பிட்ட தோரணையே அவள் பசியில் இருக்கின்றாள் என்று மகாலக்ஷ்மிக்கு தோன்றியது... சுவரில் சாய்ந்து நின்று அவளை பரிதாபமாக பார்த்துக் கொண்டு நின்றார்...

அவரிடம் பெருமூச்சு மட்டுமே...

எது நடந்தாலும் அவள் சொல்ல மாட்டாள் என்று அவருக்கு தெரியும்...

அதனால் அவர் எதையும் துருவி துருவி கேட்கவில்லை... கேட்டாலும் அவள் சொல்ல மாட்டாள் என்று தெரியும்...

அவளும் சாப்பிட்டு விட்டு, தாயுடன்

பேசிக் கொண்டு இருக்க, ‘‘நேற்று சடங்கெல்லாம் நடந்திச்சா?’’ என்று கேட்டார் மகாலக்ஷ்மி...

சட்டென அவள் முகம் மாறி விட்டது...

ஆனாலும் ஆம் என்று தலையாட்டி சமாளித்தாள்...

அவளும் அவருடன் உரையாடி விட்டு வீட்டுக்கு கிளம்பி விட்டாள்.

அவள் கிளம்பும் வரை பார்த்துக் கொண்டு இருந்த பக்கத்து வீட்டு பெண்மணியோ, ‘‘என்ன மகா, மக கூட கொஞ்சி குலாவுற போல’’ என்றார்.

அவரோ, ‘‘என்னால அவளை ஒதுக்கி வைக்க முடியல’’ என்று பதில் சொல்ல, ‘‘அது சரி பெத்த மனம் பித்து பிள்ளை மனம் கல்லுனு சும்மாவா சொன்னாங்க? உன்னை அவ்ளோ அவமானப்படுத்துனவள நீ தூக்கி பிடிக்கிறது வேடிக்கையா இருக்கு’’ என்று சொன்னார்...

‘‘என் பொண்ணு தானே அவமானப்படுத்துனா... அது என்னோட போகட்டும்... இப்போ எதுக்கு நீ அதெல்லாம் பேசிட்டு இருக்க?’’ என்று சொன்ன மகாலக்ஷ்மிக்கும் கடுப்பாகி விட்டது...

அவர் இப்படி பேசியதும் பக்கத்து வீட்டு பெண்மணியால் அவமானம் தாங்க முடியவில்லை...

‘‘அது சரி, கோடீஸ்வர மாப்பிள்ளைனு சொன்னதுமே உன் பொண்ண போல உனக்கும் வெட்கம் கெட்டு போய் இருக்கும்... நீ நடத்து’’ என்று சொன்னதும் மகாலக்ஷ்மிக்கு சுருக்கென்று தைத்தது.

என்ன மாதிரியான வார்த்தைகள்...

மகாலக்ஷ்மியும் தேன்மொழியும் பணத்துக்காக

அலைவது போலவே பேசிக் கொண்டு இருக்கும் ஊராரின் வாயை எப்படி அவரால் அடைக்க முடியும்?

சுற்றி இருப்பவர்கள் பேசுவதை கேட்டுக் கொண்டே இருந்தால் சந்தோஷம் என்பதை புதைத்து விட வேண்டியது தான்...

அவரிடம் விளக்கம் சொல்லி பயன் இல்லை என்று புரிந்தது...

அடுத்தவரை காயப்படுத்தி சந்தோஷப்படும் மனிதர்களுக்கு என்ன சொன்னாலும் புரியாது...

ஒரு பெருமூச்சுடன் பதில் சொல்லாமல் வீட்டினுள் நுழைந்துக் கொண்டவருக்கு எப்படி தேன்மொழி அங்கே சமாளிக்க போகின்றாள் என்னும் தவிப்பு இருக்க தான் செய்தது...

வேதவல்லியின் வாயின் முன்னே பக்கத்து வீட்டு பெண்மணியின் வாயெல்லாம் ஒன்றும் இல்லை... இவர்கள் வார்த்தைகளையே தன்னால் தாங்க முடியவில்லையே, வேதவல்லியின் வார்த்தைகளை எப்படி தேன்மொழி தாங்கிக் கொள்வாள், அவளால் பதில் பேசவும் முடியாதே என்று தாயுள்ளம் தவித்து தான் போனது...

அத்தியாயம் 15

வம்சி கிருஷ்ணாவின் வீட்டை நோக்கி நடந்துச் சென்ற தேன்மொழிக்கு வீடு நெருங்க நெருங்க இதயம் வேகமாக துடிக்க ஆரம்பித்தது...

வேதவல்லி என்ன பேசுவாரோ? ஏது பேசுவாரோ? என்கின்ற பதட்டம் அவளிடம்...

தயக்கத்துடனேயே வீட்டினுள் காலை வைத்தாள்.

‘‘இந்தா வந்துட்டா உன் ஆசை மருமக’’ என்று அவளுக்கு திட்டிக் கொண்டே கையில் இருந்த தேநீரை அருந்தினார்...

அவளோ தலையை குனிந்துக் கொண்டே, அவரை கடந்துச் செல்ல முற்பட, ‘‘வேலைக்கு போறது... சாப்பிடுறது, தூங்குறதுனு இருக்கலாம்னு பார்க்கிறியா? வீட்லயும் வேலை பார்க்கணும், இங்க ஓசில யாருக்கும் சோறு போட முடியாது’’ என்றார் எரிச்சல் கலந்த குரலில்...

அவர் பேசியது தனது அறைக்குள் இருந்த வசந்திக்கும் கேட்டது...

அவர் பேச்சு வசந்திக்கு பழகி போன ஒன்று தானே... சலிப்பாக தலையை இரு பக்கமும் ஆட்டி விட்டு தனது வேலையை பார்க்க தொடங்கி விட்டார்...

தேன்மொழியோ அவர் பேசியதை அசை போட்டுக் கொண்டு தான் மாடியேறிச் சென்றாள்.

அவளுக்கும் வீட்டில் சும்மா இருப்பதில் இஷ்டம் இல்லை...

அவர் சொன்னாலும் சொல்லவில்லை என்றாலும் அவள் வீட்டு வேலைகளில் ஒத்தாசையாக இருக்க தான் தீர்மானித்து இருந்தாள்.

அப்போது தான் அவளால் வீட்டினரை நெருங்க முடியும் அல்லவா?

அறைக்குள் சென்று புடவையை மாற்றி சுடிதாரை அணிந்துக் கொண்டவள், கீழே இறங்கி வந்து

சமையலறைக்குள் நுழைய முற்பட, ‘‘ஏய் நில்லு’’ என்றார் வேதவல்லி...

அவளும் திரும்பி பார்த்தாள்.

‘‘மனசுல என்ன தான் நினைச்சிட்டு இருக்க? சுடிதார் போட்டு ஆடுறதுக்கு இது ஒண்ணும் உன் வீடு இல்லை...’’ என்றார்...

அவள் நின்றாலும் குற்றம் இருந்தாலும் குற்றம் என்று ஆகி விட்டது...

அதற்கு என்ன பதில் தான் சொல்வாள்?

பதில் சொல்லாமல் தலையை குனிந்தவள் சமையலறைக்குள் நுழைய, வேதவல்லிக்கு எரியும் நெருப்பில் எண்ணெய் ஊற்றும் உணர்வு தான்...

தேன்மொழியை பொறுத்தவரை, வீட்டு வேலைகளை சுடிதார் அணிந்துக் கொண்டே செய்வது அவளுக்கு இலகுவாக இருக்கும் என்று தோன்றியது... புடவை என்றால் எங்கே விலகுகின்றது என்று பார்த்து பார்த்து வேலை செய்வது அவளுக்கு கடினம்...

அதனாலேயே சுடிதாரை அணிந்துக் கொண்டு வந்திருந்தாள்.

‘‘நான் பேசிட்டே இருக்கேன்... ஊமைச்சி அப்படியே போறத பாரு’’ என்று வாய்க்குள் முணு முணுத்த வேதவல்லிக்கு ஆத்திரம் அடங்கிய பாடு இல்லை...

இதே சமயம் சமையலறைக்குள் நுழைந்த தேன்மொழியோ, வெங்காயம் வெட்டிக் கொண்டே நின்ற பாக்கியா அருகே வந்தவள், தான்

வெட்டுவதாக சைகையில் சொல்ல, ‘‘இல்லம்மா உங்களுக்கு எதுக்கு சிரமம்?’’ என்றாள் பாக்கியா...

தேன்மொழி விடுவதாக இல்லை, வலுக்கட்டாயமாக பறித்து எடுத்து வெங்காயத்தை வெட்ட ஆரம்பித்து விட்டாள்.

பாக்கியாவும் மென்மையாக புன்னகைத்தபடி வேறு வேலைகளை செய்ய ஆரம்பித்து இருந்தாள்.

இரவு உணவுக்கான ஆயத்தங்களை இருவரும் சேர்ந்து செய்துக் கொண்டு இருந்தார்கள்...

பாக்கியாவோ, ‘‘மதியம் சாப்பிட்டீங்களாம்மா? நான் பார்க்கவே இல்லையே’’ என்று சொல்ல, அவளோ, ‘‘ஆம்’’ என்கின்ற ரீதியில் தலையாட்ட, பாக்கியாவும் யோசனையுடன் தனது வேலையை பார்க்க தொடங்கினாள்...

வேதவல்லி தேன்மொழிக்கு திட்டுவதை நிறுத்தவே இல்லை...

ஹாலில் இருந்து கரித்துக் கொட்டிக் கொண்டே இருந்தார்...

‘இந்த காதும் கேட்காமல் இருந்து இருக்கலாமோ’ என்று தேன்மொழி நினைக்கும் அளவுக்கு அவர் வசவு வார்த்தைகள் இருந்தன...

இதே சமயம், கார் வரும் சத்தம் கேட்டது...

யார் வருகின்றார்கள் என்று தெரியவில்லை என்றாலும், வம்சி கிருஷ்ணா வருகின்றான் என்று தேன்மொழியின் உள் மனம் சொன்னது...

போய் பார்க்க ஆசையாக இருந்தது...

போய் பார்த்தால் வேதவல்லி இன்னும் வசை பாட ஆரம்பித்து விடுவார் என்பதால் ஆசையை அடக்கிக் கொண்டே நின்று இருந்தாள்.

அவள் நினைத்த போலவே வம்சி கிருஷ்ணா தான் வந்தான்...

கூடவே கௌதம் கிருஷ்ணாவும் வந்தான்...

வம்சி கிருஷ்ணா வீட்டின் வாசலில் காலை எடுத்து வைத்த அடுத்த கணமே, ''உன் பொண்டாட்டி என்ன நினைச்சிட்டு இருக்கா?'' என்று சீறினார் வேதவல்லி...

அவனோ அவரை புருவம் சுருக்கி பார்த்துக் கொண்டே, அவர் முன்னே இருந்த இருக்கையில் அமர்ந்தவன், ''என்னாச்சு?'' என்றான்...

கௌதம் கிருஷ்ணாவும், 'முதல் நாளே தொடங்கிடுச்சு' என்று நினைத்துக் கொண்டே ஓரமாக நின்று நடப்பதை வேடிக்கை பார்த்தான்...

அவருக்கு இருந்த கோபத்தில் எல்லாத்தையும் தன் முன்னே அமர்ந்து இருந்த வம்சி கிருஷ்ணாவிடம் கொட்ட ஆரம்பித்து விட்டார்...

''வேலைக்கு காலைலயே கிளம்பி போறா... நான் கேட்டதுக்கு ஒரு மரியாதை இல்லை... பதில் ஒழுங்கா சொல்றது இல்ல, விறு விறுனு போறா, திமிர் பிடிச்சவ, இதெல்லாம் நீ கேட்க மாட்டியா?'' என்றார்.

அவனிடம் சின்ன மௌனம்...

பெருமூச்சுடன், ''அப்புறம்'' என்றான்...

‘‘அப்புறம் என்ன? வீட்ல சுடிதார் போடுறா, புடவை கட்ட மாட்டேங்குறா... நீ அவளை அடக்கி வைக்க மாட்டியா? என்ன கேட்டாலும் பதில் இல்லை... திமிர் தான்... இந்த ஊமைச்சிக்கு எவ்வளவு கொழுப்பு பார்த்தியா?’’ என்றார்...

அவனோ பெருமூச்சுடன், ஷேர்ட் கையை மடித்தவன், ‘‘இப்ப நான் என்ன பண்ணனும்?’’ என்று கேட்டான்...

‘‘அவள கண்டிக்கணும், எப்படி நடந்துக்கணும்னு சொல்லணும்... பெரியவங்கள மதிக்க சொல்லணும்... அவ இனி வேலைக்கு போக கூடாது... வீட்ல புடவை தான் கட்டணும்... நீ இப்படி இருந்தா அவ உன்னையும் மதிக்க மாட்டா, அப்புறம் உன்னை ஆம்பிளையானு ஊர்ல கேப்பாங்க, சொல்லியும் கேட்கலைனா ஓங்கி ரெண்டு அறை விடு... அவ இஷ்டத்துக்கு ஆடுறதுக்கு இது ஒண்ணும் அவ வீடு இல்லனு சொல்லி வை’’ என்று ஆரம்பித்தவர் முடிந்தவரை அவளுக்கு திட்டி முடித்தார்...

அவளால் பேச முடியாது என்பதனை வார்த்தைக்கு வார்த்தை குத்திக் காட்டினார்...

இரு கைகளையும் உரசிக் கொண்டே, அவர் பேசுவதை கேட்டுக் கொண்டு அமர்ந்து இருந்தான் வம்சி கிருஷ்ணா...

அவர் பேசி முடித்ததும், ‘‘முடிஞ்சுதா?’’ என்று கேட்டான்...

‘‘நான் முடிச்சுட்டேன், நீ ஆரம்பி’’ என்றார் அவர்...

‘‘ஆரம்பிச்சா போச்சு’’ என்று சொல்லிக் கொண்டே, ‘‘தேன்மொழி’’ என்று அழைத்தான்...

அவளும் சமையலறையில் நின்று அவர் பேசுவதை கேட்டுக் கொண்டு தான் இருந்தாள்.

அவர் வார்த்தைகள் நெஞ்சில் ஊசியால் குத்துவது போல இருந்தன...

அடக்கிக் கொண்டே நின்று இருந்தாள்.

வம்சி கிருஷ்ணா அழைத்ததும் அவளுக்குள் உள்ளுக்குள் உதறல் எடுத்தது...

வம்சி கிருஷ்ணா மீது நம்பிக்கை இருந்தாலும், வேதவல்லி பேசிய பேச்சுக்கு அவன் மனம் மாறி விடுமோ என்று நினைத்தாள்...

அந்த பயம் தான் அவளுக்கு...

தயக்கத்துடன் ஹாலுக்குள் நுழைந்தாள்...

அவன் சோஃபாவில் அமர்ந்தவாறே அவளை பக்க வாட்டாக திரும்பி பார்த்தான்...

அவளும் அவனை தான் பார்த்திருந்தாள்...

''நீ வேலைக்கு போறது, வீட்ல சுடிதார் போடுறது, அவங்க கேட்கிற கேள்விக்கு பதில் சொல்லாம திமிரா இருந்ததுனு உன் மேல நிறைய கம்பளைண்ட்ஸ் வச்சு இருக்காங்க, இதெல்லாம் திருத்திக்கணும்னு ஆசைப்படுறாங்க'' என்றான்...

அவள் பதில் சொல்லவில்லை, சைகையால் பதில் சொல்லவும் முயற்சிக்கவில்லை, அவனும் அவளிடம் பதில் எல்லாம் எதிர்பார்க்கவும் இல்லை...

அவளை பார்த்துக் கொண்டே எழுந்தவன், ''பட் எனக்கு இதெல்லாம் திருத்திக்கிற விஷயமா தோணல'' என்று சொன்னதுமே, அது வரை

அவளுக்கு அவன் திட்டுவான் என்று ஆசைப்பட்ட வேதவல்லியின் முகம் இறுகி போனது...

''வேலைக்கு போகணும்னு ஆசைப்பட்டா நீ தாராளமா போகலாம்... அதுக்காக நீ யார் கிட்டயும் பெர்மிஷன் கேட்கணும்னு இல்லை... என் கிட்ட கூட நீ கேட்க வேண்டாம்'' என்று சொன்னதுமே அதுவரை சற்று கலவரமாக நின்று இருந்த தேன்மொழியின் முகத்தில் ஒரு நிம்மதி பரவியது... அதனை அவனும் அவதானித்து இருந்தான்...

''டேய் என்ன பேசுற?'' என்று வேதவல்லி பதற, அவரை திரும்பி பார்த்தவன், ''இன்னும் நான் முடிக்கல'' என்று சொல்லிக் கொண்டே மீண்டும் தேன்மொழியை பார்த்தவன், 'உனக்கு எது கன்ஃபெர்ட்டபிள் ஆஹ் இருக்கோ, அப்படி நீயே ட்ரெஸ் பண்ணிக்கலாம்... யாரு சொன்னாலும் அத நீ மாத்திக்கணும்னு அவசியம் இல்லை' என்று சொல்லிக் கொண்டே, அங்கே வேதவல்லியை பார்க்க, அவர் முகத்தில் எள்ளும் கொள்ளும் வெடித்தது...

கௌதம் கிருஷ்ணாவோ சிரிப்பை அடக்கிக் கொண்டே சுவரில் சாய்ந்து நின்று இருந்தான்...

மேலும் தொடர்ந்த வம்சி கிருஷ்ணாவோ வேதவல்லியை அழுத்தமாக பார்த்துக் கொண்டே, ''உன் மனசு கஷ்டப்படாம யார் பேசுறாங்களோ அவங்களுக்கு மட்டும் நீ பதில் சொன்னா போதும்... மீதி யாருக்கும் பதில் சொல்ல வேண்டிய அவசியம் இல்ல'' என்று சொல்லிக் கொண்டே இப்போது தேன்மொழியை திரும்பி பார்த்தவன், ''புரிஞ்சுதா?'' என்று கேட்டான். அவளுக்கு அப்படி ஒரு நிம்மதி...

அவன் மேல் இருக்கும் காதல் தினமும் மேலே மேலே சென்றுக் கொண்டு இருந்தது...

சம்மதமாக தலையாட்டியவள் அவனை ரசனையுடன் பார்த்தாள்.

வேதவல்லியோ, ''நான் என்ன சொல்லிட்டு இருக்கேன், நீ என்ன பேசிட்டு இருக்க?'' என்று அதட்டலாக கேட்டார். அவனோ அவரை இப்போது பார்த்தவன், ''பாட்டி, கல்யாணம் முடிஞ்சு ஒரு நாள் தான் ஆகுது... நீங்க சொன்னதெல்லாம் நம்பிட்டு அவ கூட நான் சண்டை பிடிப்பேன்னு நினைக்கிறது உங்களுக்கு புத்திசாலி தனம் இல்லனு காட்டுது... வில்லத்தனம் பண்ணுறதுனா கூட புத்திசாலி தனமா பண்ணனும்... அப்புறம் என்ன சொன்னீங்க? நான் ஆம்பிளையானு ஊர்ல கேட்பாங்கனு சொன்னீங்கல்ல? பொண்டாட்டியை அடக்கி வச்சா தான் ஆம்பிளைனு நீங்க நினைச்சிட்டு இருக்கீங்க... என்னை பொறுத்தவரை கட்டுன பொண்டாட்டியை அவளா வாழ விடணும்... அவன் தான் உண்மையான ஆம்பிளை'' என்றான்...

வேதவல்லியின் முகம் மேலும் இருண்டு போனது...

இதே சமயம் வசந்தியும் சத்தம் கேட்டு ஹாலுக்குள் வந்தவர் அவன் பேசுவதை கேட்டுக் கொண்டே நின்று இருந்தார்...

மகன் பேசுவதை கேட்டவருக்கு தன்னை அறியாமல் ஒரு பெருமிதம்... அவன் மேல் எத்தனை கோபங்கள் இருந்தாலும் அவன் சிந்தனை அவரை நெகிழ வைத்து விட்டது...

அவனும் அவன் தந்தை குருமூர்த்தி போல தான்...

என்ன ஒன்று குருமூர்த்தி தாயை மீறி பேச மாட்டார்... இவன் அந்த கட்டுப்பாட்டையும் உடைத்து பேசுகின்றான்...

அவன் பேசியதை கேட்டு சந்தோஷத்தில் அவர் இதழ்கள் பிரிய முற்பட்டாலும், வேதவல்லியின் முகத்தை பார்த்தவருக்கு தனது சந்தோஷத்தை கூட வெளியே காட்ட முடியாத நிலை... இதழ்களை இறுக மூடிக் கொண்டார்...

வேதவல்லியோ, ‘‘நீ சரி இல்லை வம்சி... புது பொண்டாட்டில்ல அப்படி தான் பேசுவ’’ என்றார் அவனை முறைத்துக் கொண்டே...

‘‘ஒரு சின்ன திருத்தம் பாட்டி, நான் எப்போவுமே இப்படி தான் பேசுவேன்... அண்ட் இன்னொரு விஷயம் சொல்ல விரும்புறேன்... இந்த வீட்ல உங்களுக்கு எவ்வளவு உரிமை இருக்கோ... அது அவளுக்கும் இருக்கு... உங்களுக்கும் இது புகுந்த வீடு தான்... அவளுக்கும் இது புகுந்த வீடு தான்... சோ இது என் வீடுனு நீங்க உரிமை கொண்டாடுற போல, அவளும் கொண்டாடலாம்...’’ என்றான்...

கௌதம் கிருஷ்ணாவினால் இதற்கு மேல் தன்னை கட்டுப்படுத்த முடியவே இல்லை...

‘‘அட்றா அட்றா அட்றா’’ என்று சொல்லி அவன் கைகளை தட்ட அவனை திரும்பி அனல் தெறிக்க பார்த்தார் வேதவல்லி...

அவனோ சட்டென்று எங்கோ பார்த்துக் கொண்டே விசிலடித்தவன் அங்கிருந்து நகர, வம்சி கிருஷ்ணாவோ தேன்மொழியை பார்த்து, ‘‘உன் கூட பேசணும் மேல வா’’ என்று சொல்லிக்

கொண்டே, மாடியேறிச் செல்ல, யாரையும் பார்க்காமல் தலையை குனிந்தபடி அவனை பின் தொடர்ந்துச் சென்றாள் தேன்மொழி...

வசந்தியும் அங்கே இருந்து நகர்ந்து விட்டார்...

வேதவல்லிக்கு உடம்பெல்லாம் எரிச்சல்...

தாங்கவே முடியவில்லை... அதுவும் அவன் பேசி விட்டுச் சென்றது செருப்பால் அடித்த போல இருந்தது... தேன்மொழிக்கு முன்னாலேயே அவரை அவமானப்படுத்தி விட்டான் அல்லவா?

மாடியேறிச் செல்லும் இருவரையும் வன்மத்துடன் பார்த்துக் கொண்டே இருந்தார்...

தேன்மொழியை பற்றி அவதூறு பேசியே வம்சி கிருஷ்ணாவை தேன்மொழிக்கு எதிராக திருப்பலாம் என்று தப்பு கணக்கு போட்டு விட்டார்...

அவன் அதற்கெல்லாம் அசர மாட்டான் என்று புரிந்தது...

இதனை விட வேறு ஏதும் செய்ய வேண்டும்... பெரிதாக செய்ய வேண்டும் என்று நினைத்தவரோ அருகே இருந்த தொலைபேசியை எடுத்து அழைத்தது என்னவோ கல்யாணிக்கு தான்...

அவளோ தனது அலைபேசியை எடுத்து காதில் வைத்தவள், ‘‘என்ன இப்போ?’’ என்று எரிந்து விழுந்தாள்.

இன்னுமே குரலில் கோபம், அழுகை, ஆதங்கம்...

‘‘இப்படியே எத்தனை நாள் இருக்கலாம்னு நினைக்கிற?’’ என்று கேட்டார் வேதவல்லி...

அவளோ, ''எனக்கு மனசே ஆறல, அந்த ஊமைச்சி யை ஏதாவது பண்ணனும்'' என்று சொன்னாள்.

வேதவல்லியோ, ''சொன்னா மட்டும் போதாதுடி... செய்யணும்... நீ அழுதுட்டே இரு, இங்க அவ கொஞ்ச மாசத்துல வயித்தை தள்ளிட்டு நிற்க போறா...'' என்றார்...

மறுமுனையில் மௌனம்... ''ஏதாவது பேசுடி'' என்று அதட்டினார் வேதவல்லி...

''அவங்களுக்கு சடங்கு எல்லாம் முடிஞ்சு இருக்கும்ல'' என்றாள் ஏமாற்றமான குரலில்...

''அதெல்லாம் எனக்கு தெரியாது? நான் என்ன அவங்க அறையை எட்டியா பார்த்தேன்?'' என்று கேட்டார்...

அவளிடம் மீண்டும் மௌனம்...

''அத பத்தி எல்லாம் நினைச்சு மனச குழப்பிக்காதே... வம்சி உனக்கு வேணுமா வேணாமா? அத தெளிவா சொல்லு'' என்றார்...

''எனக்கு வேணும்'' என்றாள் பெண்ணவள்...

''அப்போ அழுதிட்டு இருக்காம, அடுத்த வேலையை பார்க்கலாம்... நாளைக்கே வீட்டுக்கு வா'' என்று அவர் சொல்ல, அவளும், ''ம்ம்'' என்று சொல்லி விட்டு வைத்து விட்டாள்.

இதே சமயம் தேன்மொழி அறைக்குள் வந்ததும் கதவை தாழிட்ட வம்சி கிருஷ்ணாவோ, அங்கிருந்த சோஃபாவில் அமர்ந்துக் கொண்டே தன் முன்னே நின்றவளை ஏறிட்டுப் பார்த்தவன் ''குங்குமம் வைக்க பிடிக்காதா?'' என்று கேட்டான்...

எல்லாவற்றுக்கும் அவள் விருப்பத்தை தான் முன்னிறுத்தி பேசினான்...

''அப்படி எல்லாம் இல்லை'' என்கின்ற ரீதியில் மறுப்பாக தலையாட்டியவள், ''குங்குமம் இல்லை'' என்று இதழ்களை பிதுக்கி சைகையில் சொன்னாள்.

அது அவனுக்கும் தெரியும்...

''அப்போ என் கிட்ட கேட்டு இருக்கலாமே, இல்லனா நீயே வாங்கி இருக்கலாமே'' என்றான்...

அவளோ, ''நாளைக்கு வாங்குறேன்'' என்று சை கையால் சொன்னாள். அவனுக்கு புரியவில்லை... ஆனால் யூகித்துக் கொண்டே, ''நாளைக்கு வாங்குறேன்னு சொல்றியா?'' என்று கேட்டான்...

அவளும் ஆம் என்று தலையாட்ட, அவனோ, ''அதுக்கு அவசியமே இல்லை...'' என்று சொல்லிக் கொண்டே எழுந்தவன், பாக்கெட்டில் கையை விட்டு குங்கும சிமிழ் ஒன்றை எடுத்து தன் முன்னே நின்றவளிடம் நீட்டினான்...

அவன் நீட்டிய குங்கும சிமிழை விழி விரித்து ஆச்சரியமாக பார்த்தாள்.

தங்க நிறத்தில் மயில் வடிவ, கற்கள் பதிக்கப்பட்ட குங்கும சிமிழ்...

அழகாக இருந்தது...

அவளுக்கு ஆசையாகவும் இருந்தது... அவள் இதழ்கள் மெதுவாக விரிய, அவன் கையில் இருந்த குங்கும சிமிழை வாங்கி முகத்துக்கு நேரே கொண்டு வந்தவள், அதனை ரசித்து பார்த்தாள்.

அவன் கொடுத்த முதல் பரிசு அவளுக்கு...

அவனை இறுக அணைக்க வேண்டும் என்று அவள் கைகள் பரபரத்தன... அடக்கிக் கொண்டே, அவனை ஏறிட்டுப் பார்த்தாள்.

''உனக்கு பிடிச்சு இருக்கா?'' என்று கேட்டான்...

ஆமோதிப்பாக தலையாட்டினாள்...

''இன்னைக்கு கடை ஓப்பனிங் ஒண்ணுக்கு இன்வைட் பண்ணி இருந்தாங்க, ரெக்கார்டிங் முடிச்சிட்டு நானும் கௌதமும் போனோம்... ஏதாவது வாங்கணும்னு தோணிச்சு... இந்த குங்கும சிமிழ் ரொம்ப பிடிச்சு இருந்திச்சு... இத பார்த்ததும் உன் நினைவு தான் வந்திச்சு... வாங்கிட்டேன்... குங்குமம் எல்லாம் இதுல இருக்கு'' என்று சொல்லிக் கொண்டே, பாக்கெட்டில் இருந்த குங்குமம் இருக்கும் பையை எடுத்து அவளிடம் கொடுத்தவன், துவாலையை எடுத்துக் கொண்டே குளிப்பதற்காக குளியலறைக்குள் நுழைந்து விட்டான்... அவளோ குங்குமத்தை சிமிழினுள் நிரப்பியவள், அதனை எடுத்துக் கொண்டே கண்ணாடி முன்னே போய் நின்றாள்...

நெற்றியில் சின்ன கருப்பு பொட்டு மட்டும் தான்...

காலையில் பொட்டு வைக்கும் போதே அவள் குங்குமம் வாங்க வேண்டும் என்று யோசித்தாள்.

வசந்தியிடம் கேட்கலாமா என்று கூட யோசித்தாள்.

ஆனால் அவரே முகத்தை திருப்பிக் கொண்டுச் செல்லும் போது எப்படி கேட்பது என்று தயக்கம் இருந்தது...

இடையே வீட்டிற்குச் சென்று வந்ததில் இதனை மறந்தே விட்டாள்.

ஆனால் அவன் வாங்கிக் கொடுத்து இருந்தான்...

ஆசையாக குங்கும சிமிழை திறந்தவள், குங்குமத்தை எடுத்து நெற்றியில் வைத்தாள்.

குங்குமம் வைத்ததில் அவள் நெற்றி சிவக்க, வெட்கத்தில் அவள் கன்னங்களும் சிவந்தன...

இதழ்களில் தாராளமாக புன்னகை...

சற்று முன்னர் வேதவல்லி பேசியதில் உண்டான மன அழுத்தம் எங்கே சென்றது என்று கூட தெரியவில்லை...

குங்குமத்தை நெற்றியிலும் நெற்றி வகிட்டிலும் வைத்து விட்டு அங்கே சுவரில் மாட்டி இருந்த வம்சி கிருஷ்ணாவின் ஆளுயர புகைப்படத்தை பார்த்தாள்.

கோட் ஷூட் அணிந்து இருந்தான்...

நவநாகரீக தோற்றத்தில் இருந்தான்...

அப்படியே அந்த புகைப்படத்தை நோக்கிச் சென்றாள்.

கையை நீட்டி, அவனை வருடினாள்... நேரில் வருட முடியாது...

புகைப்படத்தில் அவனை வருடினாள்...

எத்தனையோ ஆசைகள்...

வெளிப்படுத்தாமலே இருக்கிறாள்.

மனைவியான பின்னும் தனது உரிமையை எடுக்க தயங்கி நிற்கின்றாள்...

நேரில் முத்தமிட ஆசை... ஆனால் வாய்ப்பில்லை... சுற்றி பார்த்தாள்... குளியலறையில்

நீர் சத்தம் கேட்டது…

அவன் இப்போதைக்கு வரப் போவது இல்லை என்று புரிந்தது…

அவனது காந்த விழிகள் மற்றும் கூரிய நாசியில் படிந்த அவள் விழிகள் இறுதியாக அவன் இதழ்களில் நிலைக்க, தன்னிதழை அவன் இதழில் பதித்து இருந்தாள்.

அவன் புகைப்படத்தை விட்டு விலகியவளுக்கு வெட்கம்… கன்னங்கள் மேலும் சிவந்து போயின…

ஏதோ அவனை நேரில் முத்தமிட்டு விட்ட போல உணர்வு…

இதழ்களில் இருந்து வெட்க சிரிப்பு அகலவே இல்லை…

அதே புன்னகையுடன் விலகி நின்று அவன் தோற்றத்தை ரசனையாகப் பார்த்தாள்.

அவள் குங்குமம் அவன் புகைப்படத்தின் நெற்றியில் அங்கும் இங்குமாக பூசப்பட்டு இருந்ததை அப்போது தான் கவனித்தாள்…

தூக்கி வாரிப் போட்டது அவளுக்கு… கண்ணாடியில் பார்த்து தனது நெற்றியில் இருக்கும் குங்குமத்தை சரி செய்தவள், அவன் புகைப்படத்தில் இருக்கும் குங்குமத்தை அழிக்க அதனை நோக்கிச் சென்ற நேரம், குளியலறை கதவும் திறக்கும் சத்தம் கேட்டது…

நெஞ்சில் நீர் மொத்தமாக வற்றிப் போனது அவளுக்கு…

அத்தியாயம் 16

வெளியே வந்தவனோ தனது புகைப்படத்தின் அருகே நின்ற தேன்மொழியை புருவம் சுருக்கி பார்க்க, அவளோ அவனை பார்க்காமல், சட்டென்று ஷாலினால் புகைப்படத்தை துடைத்தாள்.

அவன் எதுவும் பேசவில்லை, ஒரு ஆழ்ந்த பார்வையுடன் வெளியேறி விட்டான்.

அன்றைய நாள் அப்படியே கடந்து போக, அடுத்த நாள் காலையில் வம்சி கிருஷ்ணா வேலை விஷயமாக வெளியேச் சென்று விட, தேன்மொழி ஸ்கூலுக்கு புறப்பட்டு விட்டாள்.

யாதவ் கிருஷ்ணா காரில் தன்னுடன் வரும்படி அழைத்தும் மறுத்தவள் நடந்தே சென்றாள்.

இதே சமயம் கல்யாணி அவர்கள் வீட்டுக்கு வந்து சேர்ந்தாள்.

அவளைக் கண்டதும் தான் வேதவல்லிக்கு பூஸ்ட் குடித்த போல தெம்பு வந்தது...

''வாம்மா, வாம்மா'' என்றார்...

அவர் தலை முடியை பார்த்த கல்யாணிக்கு சற்று குற்ற உணர்வு தான்...

''அன்னைக்கு கோபத்துல இப்படி பண்ணிட்டேன் பாட்டி'' என்று சொல்லிக் கொண்டே, அவர் அருகே அமர, ''அத விடு, என்னை கண்ணாடில பார்க்கும் போது அவ மேல அப்படியே வெறி ஏறுது'' என்று வன்மம் நிறைந்த விழிகளால் எங்கோ வெறித்தபடி சொல்ல, கல்யாணியோ, ''எங்க அவ?'' என்று கேட்டாள்.

‘‘வேலைக்கு போய் இருக்கா’’ என்று சொன்னார்…

‘‘வேலைக்கா? கல்யாணம் பண்ணிட்டு என்ன வேலை?’’ என்று கேட்டாள் கல்யாணி…

‘‘அத ஏன் கேக்கிற? இத நான் கேட்க போய் நேற்று என்னாச்சு தெரியுமா?’’ என்று ஆரம்பித்து நேற்று நடந்ததை சொல்ல, ‘‘ஓஹோ, மாமா அவ கிட்ட அவ்வளோ மயங்கி இருக்காரா?’’ என்று கேட்க, வேதவல்லியோ, ‘‘அத பத்தி பேசாதே, கடுப்பா இருக்கு… அவ பத்தி என்ன சொன்னாலும் அவன் நம்ப போறது இல்ல… எப்படி பிரிக்கிறதுனு தெரியாம தான் உன்னை கூப்பிட்டேன்… இந்த ஊமைச்சிக்கு வந்த வாழ்வை பார்த்தியா?’’ என்றார் எரிச்சலாக…

அதே எரிச்சல் தான் கல்யாணிக்கும்…

‘‘பெரிய ப்லான் ஆஹ் போடணும் பாட்டி, எனக்கு இருக்கிற ஆத்திரத்துக்கு அவளை கொல்லணும் போல இருக்கு…’’ என்றாள்.

‘‘கொன்னுட்டு ஜெயிலுக்கு போக போறியா? நாம வேற ப்லான் போடுவோம்’’ என்று சொல்லிக் கொண்டே, விதம் விதமாக திட்டங்களை யோசிக்க ஆரம்பித்து விட்டார்கள்…

இதே சமயம் அன்று ஸ்கூலில் இருந்து வீட்டுக்கு வந்த தேன்மொழியோ குளித்து விட்டு கீழிறங்கிச் சென்றாள்…

பசித்தாலும் அங்கே அமர்ந்து இருக்கும் வேதவல்லி மற்றும் கல்யாணி முன்னே அமர்ந்து சாப்பிட தயக்கம்…

முதல் நாள் இரவும் சரி, காலையிலும் சரி வம்சி

கிருஷ்ணாவுடன் அமர்ந்து சாப்பிட்டாள்...

இப்போது அமர்ந்து சாப்பிட்டால் ஏதாவது சொல்லி விடுவார்களோ என்று பயந்துக் கொண்டே சமையலறைக்குள் நுழைந்தாள்.

அங்கே நின்று இருந்த பாக்கியாவோ, ''சாப்பிடாம வர்றீங்க, பசிக்கலையாம்மா?'' என்று கேட்க, அவளோ இல்லை என்று தலையாட்டிய கணம், ''பொய் சொல்லாம போய் சாப்பிடு'' என்று அதட்டலாக வந்தது ஓரமாக வேலை செய்துக் கொண்டு இருந்த வசந்தியின் குரல்... சட்டென குரல் வந்த திசையை திரும்பி பார்க்க, அவரோ அவளை அழுத்தமாக பார்த்தவர், ''பிரச்சனை ஒரு ஓரமாக இருக்கட்டும்... உன் மேல இன்னும் எனக்கு மனஸ்தாபம் இருக்கு தான்... போக போக அது சரி ஆய்டும்... ஆனா அவங்க இப்படி பேசுவாங்க, இவங்க இப்படி பேசுவாங்கனு சாப்பிடாம இருக்காதே... போய் சாப்பிடு'' என்றார்.

அவளும் சரியென்ற ரீதியில் தலையாட்டியவள், மீண்டும் வெளியேறிச் சென்று சாப்பிட அமர்ந்தாள்.

அங்கே ஏற்கனவே யாதவ் கிருஷ்ணா அமர்ந்து சாப்பிட்டுக் கொண்டு இருந்தான்...

அவள் எதிர்பார்த்த போலவே, 'கொட்டிக்கிறதுனா மட்டும், முதல் ஆளா வந்து உட்கார்ந்துக்கிறது' என்று வேதவல்லி சொல்ல, அவளோ அவரை பார்க்காமலே சாப்பாட்டை எடுத்து தட்டில் வைத்து சாப்பிட்டாள்.

'யார் என்ன பேசுனாலும் என் உடம்பை நான் தானே கவனிச்சுக்கணும்' என்று நினைத்துக் கொண்டாள் பெண்ணவள்...

அவளையே பார்த்துக் கொண்டு இருந்த

கல்யாணியின் மனதில் இன்னும் வன்மம் மேலோங்கி வளர ஆரம்பித்து இருந்தது...

இப்படி தான் அவள் நாட்கள் நகர ஆரம்பித்தன...

ஸ்கூலுக்குச் செல்வாள், வீட்டுக்கு வந்து வசந்திக்கு ஒத்தாசையாக இருப்பாள்...

இரவில் வம்சி கிருஷ்ணா ஏதும் கேட்டால் பதில் சொல்வாள்...

அவன் பாடலை இப்போதும் தொலைபேசியில் கேட்டுக் கொண்டே நிம்மதியாக உறங்குவாள்...

அவன் அருகே இருந்தாலும் அவனாக ஏதாவது பாடல் முணு முணுத்தால் தான் அவளுக்கு கேட்க சந்தர்ப்பம் அமையும்...

அவன் பாடுவது எல்லாம் தனது ஸ்டூடியோவில் தான்...

இதுவரை அவள் உள்ளேச் சென்றது இல்லை...

ஆனால் உள்ளேச் சென்று அதனை கேட்க ஆசை இருந்தது...

இப்படியே கொஞ்ச நாட்களில் வசந்தியும் பெரிதாக அலட்டிக் கொள்ளாமல் அவளுடன் பேச ஆரம்பித்து விட்டார்...

நெருக்கமாக பேசவில்லை என்றாலும், இயல்பாக பேசினார்...

வேதவல்லியின் வசவு வார்த்தைகள் அவளுக்கும் பழகி போய் விட்டன...

பாடசாலைக்குச் சென்று விட்டு வரும் போது அடிக்கடி தாயை பார்த்து விட்டு வருவாள்...

இதுவே அவளது தினசரி வாடிக்கையாகி போனது...

இப்படியே நாட்கள் நகர, முதலாம் தேதி நெருங்கி இருந்தது...

இதுவரை கடிதம் எழுதுவதை பற்றி அவள் நினைக்கவில்லை...

இப்போது எழுதி விட வேண்டும் போல இருந்தது...

அவன் படிக்கின்றானோ இல்லையோ எழுதி விட தீர்மானித்து இருந்தாள்.

எழுதுவதற்காக தனிமையும் அவளுக்கு கிடைத்து இருக்க, அறைக்குள் பேனா மற்றும் காகிதத்துடன் உட்கார்ந்து விட்டாள்.

இதழ்களில் புன்னகை, கன்னங்களில் சிவப்பு, மனதில் சந்தோஷமுமாக கடிதத்தை எழுத ஆரம்பித்து விட்டாள்.

அன்புள்ள வம்சி கிருஷ்ணாவுக்கு (என் ஆசை கணவருக்கு),

நான் நலம் அது போல நீங்களும் நலமாக வாழ இறைவனை வேண்டிக் கொள்கின்றேன...

என்னடா கடிதம் எழுத மாட்டேன் என்று சொல்லி விட்டு எழுதுகிறேன் என்று பார்க்கிறீர்களா? அதுவும் கணவர் என்று அழைத்து இருக்கின்றேன் என்று வியந்து போய் விட்டீர்களா?

ஆம் இப்போது நீங்கள் என் கணவர் தானே...

கணவர் மட்டும் அல்ல, என்னை ரட்சித்த ரட்சகரும் கூட...

இப்படி என் வாழ்க்கையில் மாற்றம் நடக்கும் என்று நான் நினைத்து கூட பார்த்ததே இல்லை...

இத்தனை நாள் என்னை வெளிப்படுத்த தயக்கம்... இப்போது நெஞ்சை நிமிர்த்திக் கொண்டே வெளிப்படுத்துகிறேன் நான் தான் உங்கள் தென்றல்...

திருமதி.தேன்மொழி வம்சி கிருஷ்ணா என்று...

இப்போதும் இந்த கடிதத்தை படிப்பீர்களா என்று தெரியாது...

ஆனால் என் சந்தோஷத்துக்காக எழுதிக் கொண்டு இருக்கின்றேன்...

போன மடலில் நான் அழுத அழுகைக்கு ஈடுகட்டும் விதமாக புன்னகையுடனும் வெட்கத்துடனும் இந்த மடலை எழுதிக் கொண்டு இருக்கின்றேன்...

உங்களுக்கு காதல் தோல்வி என்று நீங்கள் உரைத்து இருந்தீர்கள்...

அதன் வலி நானும் போன மாதம் உணர்ந்தேன்...

உங்களுக்கான நேரத்தை எடுத்துக் கொள்ளுங்கள், உங்களுக்காக என் உயிர்மூச்சு வரை காத்துக் கொண்டு இருப்பேன்...

நான் ரசித்த நிலவிலேயே என்னை கொண்டு உட்கார வைத்தால் எப்படி இருக்குமோ அப்படி ஒரு உணர்வு...

வாழ்க்கையில் என் குரலை கடவுள் என்னிடம் இருந்து பறித்துக் கொண்டாலும், உங்களை பொக்கிஷமாக என் கையில் கொடுத்து இருக்கின்றார்...

நான் கனவில் வாழ்ந்த வாழ்க்கையை நிஜத்தில் வாழ்வேன் என்று நினைத்துக் கூட பார்க்கவே இல்லை...

கடவுளுக்கு எனது நன்றிகள்...

என்னை காப்பாற்றி என்னை உங்கள் சரிபாதியாக்கிய உங்களுக்கு எனது முத்தங்கள்...

நீங்கள் முதன் முதலாக பரிசளித்த குங்கும சிமிழ் எனக்கு மிகவும் பிடித்து இருக்கின்றது...

உடனே உங்களை இறுக அணைத்து விடலாமா? என்று தோன்றியது... கைகளை கட்டுப்படுத்திக் கொண்டேன்...

ஆஹ் இன்னும் ஒன்று சொல்ல மறந்தே போனேன்...

இது நாள் வரை உங்கள் இசையில் மயங்கி தான் உங்களை காதலிக்க ஆரம்பித்து இருந்தேன்... ஆனால் இப்போது உங்கள் ஆளுமை, உங்கள் தெளிவான சிந்தனை, பெண்களுக்கு உங்களிடம் இருக்கும் மதிப்பு, என்று எல்லாமே என்னை கவர்ந்து இழுக்கிறது...

உங்களை அருகே வைத்துக் கொண்டு என் காதலை எத்தனை நாட்கள் என்னால் மறைக்க முடியும் என்று தெரியவே இல்லை...

விரைவாக நேரில் வெளிப்பட்டு விடுமோ என்று தோன்றுகின்றது...

ஆனால் உங்களுக்கான இடைவெளி கொடுத்து விலகி நிற்கின்றேன்...

இது நாள் வரை உங்களை சுற்றி வரும் தென்றலாக

இருந்த நான், இப்போது உங்கள் சுவாசத்தில் கலந்து உங்களுடன் இணைந்து விட்டேன்...

உங்களுடன் என் வாழ்க்கையை ஆரம்பிக்க காத்துக் கொண்டு இருக்கின்றேன்...

இப்படிக்கு

உங்கள் மனைவி

திருமதி. தேன்மொழி வம்சி கிருஷ்ணா (தென்றல்)

என்று எழுதி முடித்து அதனை மடித்து கைப்பையில் வைத்தவள் இதழ்கள் எல்லாம் புன்னகை...

மனதில் உள்ளதை எல்லாம் கொட்டி எழுதி விட்டாள்...

இதற்கு மேல் என்ன வேண்டும்?

அதே சந்தோஷத்துடன் அந்த நாளை கடத்தினாள் பெண்ணவள்...

அன்று வீட்டுக்கு வந்த வம்சி கிருஷ்ணாவின் விழிகளோ அங்கே இருந்த கேலண்டரில் படிந்தது...

முதலாம் தேதியை நெருங்கிக் கொண்டு இருந்தது...

அவன் நினைத்தும் கட்டுப்படுத்த முடியாமல் தென்றலின் நினைவுகள்...

திருமணமாகி விட்டது... இனி அவள் நினைவுகளை தவிர்க்க வேண்டும் என்று நினைத்து இருந்தான்...

தேன்மொழிக்கு துரோகம் செய்ய கூடாது என்று அவன் உள் மனம் உறுத்திக் கொண்டே இருக்க, தன்னை கட்டுப்படுத்திக் கொண்டே ஸ்டூடியோவினுள் நுழைந்து விட்டான்...

தேன்மொழியோ அடுத்த நாள் ஸ்கூலுக்குச் செல்லும் வழியில் கடிதத்தையும் அனுப்பி விட்டாள்.

முதலாம் தேதி காலையில் எழுந்தான் வம்சி கிருஷ்ணா...

அன்று அவன் வீட்டில் இருக்கும் நாள் தான்...

தேன்மொழியோ புடவை அணிந்து ஸ்கூலுக்குச்

செல்ல ஆயத்தமாகி இருந்தாள்.

அவனோ கேலண்டரை தான் முதலில் பார்த்தான்...

அவள் கடிதம் வந்து இருக்கின்றதா? என்று பார்க்க அவன் மனம் துடித்தது...

கஷ்டப்பட்டு அடக்கிக் கொண்டே குளிக்கச் சென்று விட்டான்...

வழக்கமாக அவன் முகத்தில் புன்னகை இருக்கும்...

இன்று இறுக்கமாக இருந்தது...

கண்ணாடியூடு அதனை பார்த்த தேன்மொழிக்கு ஒரு மாதிரி ஆகி விட்டது...

அவன் விம்பம் போல தான் அவள்... அவன் சிரித்தால் அவளும் சிரிப்பாள்...

அவன் சோகமாக இருந்தால் அவளால் சிரிக்கவே முடியாது...

யோசனையுடன் கீழே இறங்கி ஸ்கூலுக்கு கிளம்பி விட்டாள்.

வம்சி கிருஷ்ணா குளித்து விட்டு கீழே வந்தான்...

முதலாம் தேதி என்றால் வழமையாக அவனே சென்று கடிதங்களை எடுப்பான்...

இன்று கூர்க்கா கொண்டு வந்து கொடுத்து இருந்தான்...

ஒவ்வொரு கடிதங்களாக பார்த்தான்...

அவள் கடிதத்தை மனம் தேடியது...

அவனால் கட்டுப்படுத்த முடியவே இல்லை...

இருக்காது என்று நினைத்துக் கொண்டே தேடினான்...

ஆனால் அவன் கையில் அவள் கடிதம் வந்து சேர்ந்தது...

அதிர்ச்சி...

இனி எழுத மாட்டேன் என்று சொல்லி விட்டு எழுதி இருக்கிறாள்...

என்ன எழுதி இருக்கின்றாள் என்று அவன் மனம் தடுமாறியது...

வாசிப்பதா வேண்டாமா? என்று தடுமாற்றம்...

எடுத்துக் கொண்டே அறைக்குள் நுழைந்தான்.

கடிதத்தை மேசையில் வைத்துக் கொண்டே நீண்ட நேரம் யோசித்தான்...

வாசிப்பதற்காக கடித உறையையும் பிரித்து கடிதத்தையும் கையில் எடுத்து விட்டான்...

அதனை பிரிக்க முற்பட்ட நேரம், அவன் கண்ணில் பட்டது என்னவோ மேசையில் இருந்த குங்கும சிமிழ் தான்...

தேன்மொழியின் நினைவு அவனுக்கு வந்து போனது...

இந்த கடிதத்தை படித்து மனதை அலைபாய விட்டால் அவளுக்கு துரோகம் செய்த போல ஆகி விடுமோ என்கின்ற எண்ணம் அவனுக்கு தோன்றியது…

அவன் அவசரப்பட்டு விட்டான் தான்…

ஆனால் இனி எதனையும் மாற்ற முடியாது… தன்னை நம்பி வந்த பெண்ணுக்கு அவன் துரோகம் செய்ய தயார் இல்லை…

அந்த கடிதத்தை படித்தால் அவன் மனம் அலைபாயும் என்று அவனுக்கு உறுதியாக தெரியும்…

அடுத்த கணமே கடிதத்தை மடித்து கடித உறையில் போட்டவன், அதனை எடுத்துக் கொண்டே குளியலறைக்குள் சென்றான்…

அதனை அங்கே இருக்கும் கழிவு கலத்தினுள் கிழித்து போட்டவன் அதனை நீரினால் ஃப்லாஷ் செய்தான்…

அது நீரினுள் உள்ளே இழுபட்டுச் செல்வதை பார்த்தவனுக்கு மனதில் அழுத்தமான வலி…

மறக்க நினைக்கின்றான்… முடியவில்லை…

இப்போது மறந்தாக வேண்டிய கட்டாயம்…

அவளது ஏனைய கடிதங்களும் தன்னிடம் இருப்பது நினைவுக்கு வந்தது…

அவள் நினைவை அழிக்க முதல், அவளது நினைவு பொக்கிஷங்களை அழிக்க நினைத்தான்…

நினைத்ததை செய்ய துணிந்து விட்டான்…

தனது அலுமாரியை திறந்து அனைத்து கடிதங்களையும் எடுத்து வந்து குளியலறையின் கழிவு கலத்தினுள் கிழித்து போட்டவன் அனைத்தையும் நீரினால் ஃப்லாஷ் செய்தான்…

அனைத்தையும் அழித்து விட்டான்…

அவள் நினைவை அழிக்க முடியவில்லை…

தன்னை நினைத்தே வெறுப்பாக இருந்தது…

நேரில் பார்த்தது இல்லை, அணைத்தது இல்லை, முத்தமிட்டது இல்லை…

ஏன் அவள் உண்மையான பெயர் கூட தெரியாது…

யாரோ ஒரு ரசிகை என்று அவனால் கடந்து விட முடியவில்லை…

வலித்தன, அவள் நினைவுகள் வலித்தன, அவள் எழுத்துக்கள் வலித்தன…

தன்னிடம் அவள் வந்து சேர்ந்து விட்டாள் என்று அறியாமலே கவலை பட்டுக் கொண்டு இருந்தான்…

அவனுக்கு யார் இப்போது சொல்லி புரிய வைப்பார்கள்?

அதற்கு மேல் அவனால் அங்கே இருக்க முடியவில்லை…

தனது வலிக்கு மருந்து போடச் சென்று விட்டான்…

ஆம் அவன் இசை தானே அவன் வலிக்கு மருந்து…

ஸ்டூடியோவினுள் நுழைந்து விட்டான்…

பியானோவின் முன்னே அமர்ந்தவன், அதனை வாசித்துக் கொண்டே பாட ஆரம்பித்து விட்டான்…

தனது வலி தீர பாடினான்...

காலையில் இருந்து சாப்பிடவும் இல்லை...

நேரமும் பதினொரு மணியை நெருங்கி விட்டது...

'இவ்வளவு நேரம் எங்க அவன காணோம்... ஸ்டூடியோக்கு போய் கூப்பிட்டாலும் அவனுக்கு பிடிக்காது, இந்த கௌதமையும் காணோம்... எங்க போனானோ தெரியல... அவன் கிட்டயாவது வம்சி கொஞ்சம் பேசுவான்' என்று நினைத்துக் கொண்டே, வம்சி கிருஷ்ணாவை வேறு வழி இல்லாமல் தேடிச் சென்றார்...

அவன் பாடிக் கொண்டு இருந்தது அவர் காதில் விழுந்தது...

நிறுத்தாமல் பாடினான்...

பொறுத்து பொறுத்து பார்த்தார்...

அதற்கு மேல் பொறுமை இழந்து போக, கதவை தட்டினார்...

சட்டென அவன் பாடல் நின்றது...

''லீவ் மீ அலோன்'' என்றான் கர்ஜிக்கும் குரலில்...

அவருக்கோ, 'இவனுக்கு என்னாச்சு இன்னைக்கு?' என்று யோசித்துக் கொண்டே கீழே இறங்கியவருக்கு அவன் சாப்பிடவில்லை என்ற எண்ணத்தில் மனம் பிசைந்துக் கொண்டு இருந்தது...

கல்யாணியோ, ''என்ன அத்தை, இன்னும் மாமாவை காணோம்... நான் வந்ததுல இருந்து பார்க்கிறேன்'' என்றாள்.

வசந்தியும், ‘‘ஸ்டூடியோவுலயே இருக்கான்மா, கூப்பிட்டா திட்டுறான்’’ என்று சொல்லிக் கொண்டே தனது வேலையை பார்க்க போய்விட, கல்யாணி அருகே அமர்ந்து இருந்த வேதவல்லியோ, ‘‘நீ போய் கூப்பிட்டு பாரேன் மா’’ என்றார்...

‘‘க்கும், ஒரு தடவை அவர் ஸ்டூடியோ உள்ளே போனேன்னு காதுல ரத்தம் வர்ற அளவுக்கு திட்டினார்... அத்தை கூட வெளியே நின்னு கதவை தட்டுவாங்க தவிர உள்ளே போக மாட்டாங்க... கௌதம் மாமா மட்டும் உள்ளே போவார்... அதுவும் வம்சி மாமா கூப்பிட்டால் தான் போவார்... அது அவர் தனக்குனு ஒதுக்குற நேரமாம்... அந்த நேரத்துல யாரும் டிஸ்டர்ப் பண்ணுனா அந்நியனா மாறிடுவார்’’ என்று சொன்னாள்.

‘‘பரவாயில்லையே என் பேரனை பத்தி இவ்ளோ தெரிஞ்சு வச்சு இருக்கியே’’ என்று வேதவல்லி சொல்ல, ‘‘தெரிஞ்சு என்ன பயன்?’’ என்று பெருமூச்சு ஒன்றை விட்டுக் கொண்டாள்.

இப்படியே அவர்கள் பேசிக் கொண்டே இருக்க, கல்யாணி அன்று அவர்கள் வீட்டில் தான் சாப்பிட்டாள்...

மிருதுளாவோ, ‘‘அவ அங்கேயே செட்டில் ஆயிட்டாளா?’’ என்று ரதிதேவியிடம் புலம்பியும் பயன் இல்லை...

அவளை அவர்களால் கட்டுப்படுத்தவே முடியவில்லை...

ரதிதேவியோ கணேசனிடம், ‘‘அவ போக்கு எனக்கு சரியா படலைங்க, சீக்கிரம் மாப்பிள்ளை பாருங்க’’ என்று கூறி விட, அவருக்கும் அது சரியாக

பட, மாப்பிள்ளை பார்க்கும் படலத்திலும் இறங்கி விட்டார்...

வீட்டில் தனக்கு மாப்பிள்ளை பார்த்துக் கொண்டு இருப்பதை கல்யாணி இது வரை அறியவே இல்லை...

இதே சமயம் தேன்மொழியும் ஸ்கூலில் இருந்து வந்து இருந்தாள்.

வழக்கம் போல வேதவல்லியின் வசவை கேட்டும் கேட்காமல் மாடியேறிச் சென்றவளோ, குளித்து உடை மாற்றி சாப்பிடுவதற்காக இறங்கிய சமயம், யாதவ் கிருஷ்ணாவும் கீழே இறங்கிக் கொண்டு இருந்தான்...

அவனுடன் சைகை மொழியால் சிரித்து பேசிக் கொண்டே அவள் இறங்க, அவள் புன்னகையை கடுப்பாக பார்த்த வேதவல்லியோ, ‘‘ரெண்டு ஊமைங்களும் கையை ஆட்டி ஆட்டி பேசிக்கிறத பாரேன்’’ என்று கல்யாணியிடம் முணுமுணுத்துக் கொண்டு இருக்க, தேன்மொழியும் வந்து இருக்கையில் அமர்ந்து விட்டாள்.

அவள் சாப்பாட்டு தட்டில் உணவை எடுத்து வைத்த சமயம், ‘‘புருஷன் காலைல இருந்து சாப்பிடாம இருக்கான்... இது கொட்டிக்கிறத பாரேன்’’ என்றார்...

அவளுக்கோ சுருக்கென்று தைத்தது...

வம்சி கிருஷ்ணா காலையில் இருந்து சாப்பிடவில்லையா? என்று நினைத்துக் கொண்டே சட்டென திரும்பி அவர்களை பார்த்தாள்.

கல்யாணியோ, ‘‘மாமா காலைல இருந்து சாப்பிடல, நீ போய் அழைச்சுட்டு வரலாமே, அத்தை கூப்பிட்டும் வரல, நீ கூப்பிட்டா வருவார்னு

நினைக்கிறேன், கதவை தட்டாம திறந்துட்டே உள்ள போய்டு... அவருக்கு கதவை தட்டுனா பிடிக்காது'' என்றாள்.

இதமாக பேசினாள்...

அன்று தனது தலைமுடியை பிடித்து உலுக்கிய கல்யாணியா இது? என்று தேன்மொழிக்கே ஆச்சரியமாக இருந்தது...

ஆனாலும் சின்ன தயக்கம்...

''என்ன தேன்மொழி? மாமா சாப்பிடலைனா உனக்கு பரவாயில்லையா?'' என்று கேட்டாள் கல்யாணி...

தேன்மொழி சட்டென எழுந்துக் கொண்டே, சாப்பிடாமல் மாடியேறிச் சென்றாள்.

அவள் மேலே சென்றதுமே, ''விட்டா நீயே அவங்கள இன்னும் சேர்த்து வச்சிடுவ போல'' என்று வேதவல்லி கல்யாணிக்கு கடிய, ''ஐயோ பாட்டி, இப்போ உள்ளே போவா மாமா திட்டுவார்... முதல் ரெண்டு பேருக்கும் மனஸ்தாபத்தை உண்டாக்கணும்... புரியுதா?'' என்றாள்.

அவளை ஆச்சரியமாக பார்த்த வேதவல்லியோ, ''அட நான் கூட உன்னை சந்தோஷ் சுப்பிரமணியம் ஹாசினினு நினைச்சேன்... நீ பலே கில்லாடி தான்டி, உனக்குள்ள ஒரு நீலாம்பரி இருக்கானு இன்னைக்கு தான் தெரிஞ்சுகிட்டேன்'' என்று மெச்சினார்...

இதே சமயம் தேன்மொழியோ, வம்சி கிருஷ்ணாவின் ஸ்டூடியோவை நெருங்க நெருங்க அவன் குரல் அவளுக்கு தெளிவாக கேட்டது...

குரலில் ஒரு வலி... அதனை அவள் உணர்ந்தாள்.

ஸ்டூடியோவின் வாசலில் நின்றவள், அவன் குரலில் தன்னை மறந்து தான் போனாள். சற்று நேரம் அப்படியே கண்களை மூடி கதவில் சாய்ந்து நின்றவள், சட்டென தன்னிலை அடைந்து தலையை உலுக்கிக் கொண்டே கதவை தட்ட போனாள்.

கல்யாணி சொன்னது நினைவுக்கு வந்து போனது...

அடுத்த கணமே, கதவின் குமிழில் கையை வைத்து கதவை திறந்து இருந்தாள்.

அங்கே பியானோ முன்னே அமர்ந்து பாடிக் கொண்டு இருந்த வம்சி கிருஷ்ணாவோ சட்டென பாடுவதை நிறுத்தி விட்டு வாசலில் நின்ற தேன்மொழியை வெறித்துப் பார்த்தான்...

அவன் கண்கள் சிவந்து இருந்தன... கண்களில் அனல்... ஏசி யிலும் வியர்த்து இருந்தான்...

அவன் தோற்றமே வித்தியாசமாக இருந்தது...

அவனுக்கு கோபம்... தன் மீதே கோபம்...

அந்த கோபத்தை யாரிடம் காட்டுவது என்று தெரியவே இல்லை...

அவனுக்கு இப்போது கிடைத்தது என்னவோ தேன்மொழி தான்...

''கதவை தட்டிட்டு வர்ற மேனர்ஸ் இல்லையா? உனக்கு இடம் தந்தா என்ன வேணும்னாலும் பண்ணுவியா?'' என்று கேட்டு விட்டான்...

தூக்கி வாரிப் போட்டது தேன்மொழிக்கு...

அவன் கோபத்தை இன்று தான் பார்க்கிறாள்...

ஒரே வார்த்தையில் நொறுங்கி விட்டாள்.

சட்டென்று கதவை மூடிக் கொண்டவளுக்கு கண்ணீர் நிற்காமல் வழிந்தது...

அவன் சத்தமாக திட்டியது கல்யாணிக்கு வேதவல்லிக்கும் கூட கேட்டது...

ஒருவரை ஒருவர் பார்த்து சிரித்துக் கொண்டார்கள்...

அவளுக்கோ இன்னும் நிலை கொள்ள முடியவில்லை...

அவன் சிறிதாக கோபப்பட்டால் கூட அவளால் தாங்க முடியவில்லை...

கண்களை ஷாலினால் துடைத்துக் கொண்டே கீழே இறங்கி வர, அங்கே நின்ற வசந்திக்கும் அவளுக்கு திட்டு விழுந்தது கேட்டது...

கீழே இறங்கி வந்தவளிடம், ''எதுக்கு அவனை கூப்பிட்ட? ஸ்டூடியோ கதவை தட்டாம திறந்தா அவனுக்கு கோபம் வரும்... நானே தட்டிட்டு தான் திறப்பேன்'' என்றார்...

அவளுக்கோ அதிர்ச்சி... கல்யாணி சொன்னது ஏதோ இவர் சொல்வது ஏதோ...

கல்யாணி தன்னை ஏமாற்றி இருக்கின்றாள் என்று புரிந்தது...

அதற்காக அவளிடம் சண்டை போட தெம்பில்லை.

அவன் திட்டியது கஷ்டமாக இருந்தது...

வசந்தியை பார்த்து, ''அவர் சாப்பிடல'' என்று சைகையில் சொன்னாள்.

அவரோ, ''அவனுக்கு மனசு ஓகே ஆனதும்

சாப்பிடுவான்... என்ன பிரச்சனைனு எனக்கு தெரியல'' என்று சொல்லிக் கொண்டே தனது அறைக்குள் செல்ல, அவளோ யோசனையுடன் தான் சாப்பிட எடுத்து வைத்த தட்டை பார்த்தாள்.

சாப்பாடு இறங்குமா? என்று தெரியவே இல்லை...

தட்டை எடுத்துக் கொண்டே சாப்பிடாமல் சமையலறைக்குள் சென்றாள்.

அங்கே பாக்கியா, ''பசிக்கலையாம்மா?'' என்று கேட்க, அவளோ இல்லை என்று தலையை ஆட்டி விட்டு தட்டை கழுவ போனவள் கண்ணில் கழுவ வேண்டிய பாத்திரங்கள் தென்பட்டன...

பாக்கியாவும் சமையலறைக்குள் இருந்து வெளியேறி இருக்க, பாத்திரங்களை கழுவலாம் என்று நினைத்த தேன்மொழியோ, அங்கிருந்த பாத்திரத்தை தூக்கினாள்.

அவள் நினைவோ வம்சி கிருஷ்ணாவை சுற்றி இருக்க, அவளால் நிதர்சனத்தை கிரகிக்க முடியவே இல்லை...

பாத்திரத்தை தூக்கியவள், அருகே இருந்த கொதித்த நீர் இருந்த குவளையை கவனிக்கவில்லை...

அது சட்டென்று தட்டுப்பட, அவள் அதனை இடது கையால் பிடிக்க முற்பட, அதற்குள் இருந்த கொதிநீரோ அவள் கையில் ஊற்றுபட்டது...

தாங்க முடியாத வலி...

கையில் இருந்த பாத்திரத்தை கீழே போட்டு விட்டாள்.

குவளையும் கீழே விழுந்து நொறுங்கியது...

எல்லாரும் சமயலறைக்குள் ஓடி வந்தார்கள்...

வேதவல்லியோ, 'தேவைதான்' என்று நினைத்துக் கொண்டே, ''வேலை செய்யும் போது அவதானம் இல்லனா இப்படி தான்'' என்று சொல்லி விட்டு கல்யாணியுடன் வெளியேறி விட்டார்...

வசந்தியோ, ''என்னம்மா இது? பார்த்து பண்ண மாட்டியா?'' என்று கேட்டுக் கொண்டே, அவள் கையை பிடித்து குளிர் நீரில் வைத்தார்...

ஆனாலும் அவள் உள்ளங்கை பொங்கி விட்டது...

இடது கை வேறு...

அவனுக்காக அவள் மடல் எழுதும் கை அது...

அவளுக்கோ கையில் எரிச்சல்... வலியில் முகம் சுருங்கியது...

''வா, ஆயில்மெண்ட் போட்டு விடுறேன்'' என்று சொல்லிக் கொண்டே, அவளை முன்னறைக்கு அழைத்துச் சென்றவர், அவளை அங்கே இருந்த நாற்காலியில் அமர சொல்லி விட்டு அறைக்குள் சென்று ஆயில்மென்டை எடுத்து வந்தார்...

இதே சமயம், சற்று நேரம் ஸ்டூடியோவினுள் கண் மூடி அமர்ந்து இருந்த வம்சி கிருஷ்ணாவுக்கோ தான் அவசரப்பட்டு தேன்மொழிக்கு திட்டி விட்டோமோ என்று தோன்றியது...

'ச்ச, என் மேல இருக்கிற கோபத்தை அவ மேல காட்டிட்டேன்' என்று நினைத்துக் கொண்டே, வெளியேறி வந்தவன் கண்ணில் ஹாலில் தனது

கையையே பார்த்துக் கொண்டு அமர்ந்து இருந்த தேன்மொழி தென்பட்டாள்.

அவளை பார்த்துக் கொண்டே கீழிறங்கி வந்தான்...

அவளோ கையை பார்த்துக் கொண்டே அமர்ந்து இருந்தாள்.

சற்று தள்ளி இருந்த கல்யாணியும் வேதவல்லியும் தங்களுக்குள் சிரித்துக் கொண்டே இருந்தார்கள்...

அவள் அருகே வம்சி கிருஷ்ணா வந்த சமயம், ஆயில்மென்டை எடுத்துக் கொண்டே வசந்தியும் வந்து அவள் முன்னே இருக்கையில் அமர, ''என்னாச்சு?'' என்று கேட்டான் வம்சி கிருஷ்ணா... அப்போது தான் தேன்மொழி அவனை ஏறிட்டுப் பார்த்தாள்.

அவள் கண்கள் அவனை பார்த்ததும் கலங்கி போக, மீண்டும் தலையை குனிந்துக் கொண்டாள்.

''கைல சூடு தண்ணி ஊத்திடுச்சு...'' என்று வசந்தி சொல்லிக் கொண்டே, ஆயில்மென்டை திறக்க, ''கொடுங்க நான் போட்டு விடுறேன்'' என்று சொல்லிக் கொண்டே, அவன் அதனை வாங்கி எடுக்க, வசந்தி மென் புன்னகையுடன் எழுந்துக் கொள்ள, வம்சி கிருஷ்ணா அந்த இருக்கையில் அமர்ந்துக் கொண்டான்...

இதனை பார்த்ததுமே வேதவல்லி மற்றும் கல்யாணியின் முகங்கள் சுருங்கி போக, தேன்மொழி நிமிரவே இல்லை.. அவனோ அவள் கையை பற்றி ஆயில்மென்டை தனது விரல்களால் மெதுவாக பூச, அவள் அப்போதும் நிமிரவில்லை...

அவளை பார்த்துக் கொண்டே, ‘‘வலிக்குதா?’’ என்று கேட்டான்...

அவளோ மெதுவாக நிமிர, அவள் கண்ணில் இருந்து சட்டென்று இரு கண்ணீர் துளிகள் உருண்டு விழுந்தன...

‘‘இது வலிக்கிறத விட, நான் திட்டுனது வலிக்குதா?’’ என்று அவள் விழிகளை பார்த்துக் கொண்டே கேட்டான்...

அவள் மீண்டும் தலையை குனிந்துக் கொள்ள, ‘‘சாரி, ஏதோ ஒரு கோபத்தை உன் மேல காட்டிட்டேன்’’ என்றான்...

அவள் ‘‘பரவாயில்லை’’ என்கின்ற ரீதியில் குனிந்தபடியே சொல்ல, ‘‘என்ன பார்த்து சொல்லு’’ என்றான்...

இப்போது அவனை நிமிர்ந்து பார்த்தவள், ‘‘பரவாயில்லை’’ என்கின்ற ரீதியில் தலையாட்ட, அவனோ மென்மையாக புன்னகைத்தவன், ‘‘இனி பார்த்து வேலை பார்க்கணும்... எப்படி பொங்கி இருக்குனு பாரு’’ என்று சொல்லிக் கொண்டே, அந்த ஆயில்மென்டை அவளிடம் நீட்டியவன், ‘‘நைட்டுக்கும் ஆயில்மெண்ட் போடணும்... நானே போட்டு விடுறேன்’’ என்று சொல்ல, அவள் இதழ்கள் மெலிதாக விரிந்துக் கொண்டன...

இதனை பார்த்துக் கொண்டு இருந்த கல்யாணிக்கு வயிற்றில் புகைச்சல் கிளம்ப, ‘‘இதெல்லாம் என்னால பார்க்க முடியாது’’ என்று வேதவல்லியிடம் சொல்லி விட்டு விறு விறுவென வெளியேறி இருக்க, வேதவல்லியோ, ‘‘புது துடைப்பம் நல்லா தான் கூட்டும்’’ என்று ஜாடை பேசினார்...

''பழசானாலும் நல்லா கூட்டும், இது வித்தியாசமான துடைப்பம்'' என்று அவருக்கு கேலி பேசி விட்டு எழுந்த வம்சி கிருஷ்ணாவோ தேன்மொழியை பார்த்து, ''சாப்பிட்டியா?'' என்று கேட்டான்... அவளோ இல்லை என்று தலையாட்ட, ''சரி வா சாப்பிடலாம்'' என்று சொல்லிக் கொண்டே, அவளையும், அங்கே சாப்பிட்ட பாதியில் வந்து நின்று தேன்மொழியை பார்த்துக் கொண்டே நின்று இருந்த யாதவ் கிருஷ்ணாவையும் அழைத்துக் கொண்டே சாப்பிட அமர்ந்து விட்டான்...

அத்தியாயம் 17

அன்று மாலை பால்கனியில் தனியே நின்று நிறைய நேரம் யோசித்தான் வம்சி கிருஷ்ணா...

தென்றலை மறக்க வேண்டும் என்றால் தேன்மொழியை நெருங்க வேண்டும்...

தேன்மொழியை நன்றாக கவனித்துக் கொண்டான் தவிர, அவளை புரிந்துக் கொள்ளவும், காதலிக்கவும் அவன் இதுவரை எந்த முயற்சியும் எடுக்கவே இல்லை...

கொஞ்சம் முயற்சித்தால் தானே அவனால் தேன்மொழியுடன் வாழ்க்கையை ஆரம்பிக்க முடியும்.

இன்று முதல் அதற்கான முயற்சியை எடுக்க நினைத்தவன், அறைக்குள் நுழைந்தான்...

தேன்மொழி சோஃபாவில் கண்களை மூடிக் கொண்டே அமர்ந்து இருந்தாள்.

அவளது இரு காதுகளிலும் ஹெட் செட் போடப்பட்டு இருந்தது...

காயம் பட்ட இடது உள்ளங்கையை காற்றுப்பட மடியில் விரித்து வைத்து இருந்தவளது வலது கை பாடலை ஒலிபரப்பாக்கிக் கொண்டு இருந்த அலைபேசியை பற்றி இருந்தது..

மெல்லிய தேகம்...

சுடிதார் அணிந்து இருந்தாள்.

நிர்மலமான முகம்...

இன்று தான் அவளை ஆழ்ந்து கவனிக்கிறான்...

அவள் அருகே வந்து நின்றவன், ''தேன்மொழி'' என்று அழைத்தான்...

அவளிடம் அசைவு இல்லை...

அப்படியே கண் மூடி மோன நிலையில் இருந்தாள்...

அவள் கேட்டுக் கொண்டு இருப்பது என்னவோ அவன் பாடல் தான்...

அவனுக்கு அது அப்போது தெரியவே இல்லை...

தான் அழைத்தது அவளுக்கு கேட்டு இருக்காது என்று தெரியும்...

சற்றே குனிந்து, அலைபேசியில் இணைக்கப்பட்டு இருந்த ஹெட் செட்டின் இணைப்பை இழுத்து விட்டான்...

அடுத்த கணமே, அலைபேசியின் ஸ்பீக்கரில் அவன் பாடல் சத்தமாக ஒலித்தது...

''தாரமே தாரமே வா...

எந்தன் சுவாசமே சுவாசமே...

நீ... உயிரே வா...''

என்று அவன் பாடிய பாடல் தான்...

அவளோ பதறி விட்டாள்.

அவனை பார்த்துக் கொண்டே, அலைபேசியில் பாடலை அணைக்க முயன்றாள்...

அவன் விழிகளில் ஆச்சரியம்...

அவன் இதழ்களுக்குள் அவள் பதட்டத்தை பார்த்து மெல்லிய கீற்று போன்ற புன்னகை...

அவளை பார்த்துக் கொண்டே, அவள் முன்னால் இருந்த இருக்கையில் அமர்ந்தான்...

அவளுக்கோ அவசரத்துக்கு பாடலை நிறுத்த முடியவில்லை...

காயம் பட்ட கை வலித்தாலும் பரவாயில்லை என்று வலியை தாங்கிக் கொண்டே, கஷ்டப்பட்டு பாடலை அணைத்ததும் தான் அவளுக்கு மூச்சே வந்தது...

ஆனால் பாடல் தொடர்ந்து ஒலித்தது...

அவளது அலைபேசியில் அல்ல, நேரில்...

ஆம் அவன் மீதி வரிகளை அவளை பார்த்துக் கொண்டே பாடினான்...

''ஆயுள் ரேகை முழுவதுமாய்...

தேயும் முன்னாலே...

ஆளும் வரை வாழ்ந்திடலாம்...

காதலின் உள்ளே...

இந்த உலகம் தூளாய்...

உடைந்து போனாலும்...

அதன் ஒரு துகளில்...

உன்னை கரை சேர்ப்பேன்...

தாரமே தாரமே வா...

வாழ்வின் வாசமே வாசமே...

நீ... தானே... தாரமே தாரமே வா...

எந்தன்... சுவாசமே சுவாசமே...

நீ... உயிரே வா... ஆ ஆ...''

அவளை பார்த்துக் கொண்டே பாடினான்...

அவளுக்காகவே எழுதிய வரிகள் என்று அவள் உணர்ந்த தருணம் அது...

அவளுடைய பல நாள் கனவு இது...

அவன் தனக்காக மட்டும் ஒரு தடவை பாட வேண்டும் என்று...

அவள் கேட்காமலே நிறைவேற்றி விட்டான்...

அதுவரை அவனை பார்க்காமல் இருந்தவள் அவன் பாடியதும் சட்டென்று ஏறிட்டுப் பார்த்தாள்.

இமைக்காமல் பார்த்தாள்...

பாடிக் கொண்டு இருந்தவனை அணைத்து விட கைகள் பரபரத்தன...

கட்டுப்படுத்திக் கொண்டாள்.

இருவரின் பார்வைகளும் மெல்லிய உரசலுடன் முத்தமிட்டுக் கொண்டன...

அவனை பார்த்துக் கொண்டு இருந்தவளது கண்கள் நெகிழ்வில் கலங்கின...

கண்ணீர் கீழே விழுந்து விடாமல் உள்ளே இழுத்துக் கொண்டாள்.

அவனோ அவளை பார்த்துக் கொண்டே பாடலை பாடி முடித்தவன், ''என் பாட்டு பிடிக்குமா?'' என்று கேட்டான்...

என்ன ஒரு அபத்தமான கேள்வி இது? என்று யோசித்தவளோ, தலையை ஆம் என்கின்ற ரீதியில் வேகமாக ஆட்ட, அவனோ இதழ் பிரித்து சத்தமாக சிரித்தவன், ''நான் வீட்ல இருக்கும் போது ஃபோன்ல பாட்டு கேட்கணும்னு இல்ல, என் கிட்ட கேளு, உனக்காக பாடுறேன்'' என்றான்...

ஏற்கனவே அவன் மீது மயக்கத்தில் இருப்பவள், அவனது இந்த வார்த்தைகளில் மொத்தமாக விழுந்து விட, இதழ் பிரித்து சிரித்துக் கொண்டே சம்மதமாக தலையாட்டினாள்.

வம்சி கிருஷ்ணாவும் சிரித்துக் கொண்டே, ''பதிலுக்கு நீ எனக்கு ஒன்னு பண்ணனும்'' என்றான்...

புருவங்களை உயர்த்தி அவனை கேள்வியாக பார்த்தாள்...

''எனக்கு சைன் லாங்குவேஜ் சொல்லி கொடுக்கணும்'' என்றான் அவளை ஆழ்ந்து பார்த்துக் கொண்டே... அவளும் சம்மதமாக தலையாட்ட, ''அப்போ வா, யாதவ்வுடன் சேர்ந்து எனக்கு சொல்லி கொடுத்தா, கத்துப்பேன்'' என்று கண் சிமிட்டி சொல்ல, அவன் ஒற்றைக் கண் சிமிட்டலில் அவள் இதயம் இன்னும் வேகமாக துடிக்க ஆரம்பித்தது...

இதழ் பிரித்து மூச்சை வெளியே விட்டு

தன்னை ஆசுவாசப்படுத்திக் கொண்டே, எழுந்துக் கொண்டாள்.

அவன் முன்னால் வெளியேறிச் செல்ல, அவனை பின் தொடர்ந்து யாதவ் கிருஷ்ணாவின் அறைக்குள் நுழைந்தாள்.

அவர்களைக் கண்ட யாதவ் கிருஷ்ணாவோ, இதழ் பிரித்து புன்னகைக்க, தேன்மொழியோ தாங்கள் வந்த விஷயத்தை சைகையால் அவனிடம் சொன்னாள்.

அவனுக்கோ ரெட்டிப்பு மகிழ்ச்சி...

வம்சி கிருஷ்ணா அருகே வந்து அவன் கையை பிடித்து இழுத்து வந்து அங்கிருந்த நாற்காலியில் அமர வைத்தவன், ‘‘தொடங்கலாமா?’’ என்று சைகையால் கேட்க, வம்சி கிருஷ்ணாவும் ஆம் என்கிற ரீதியில் தலையாட்டினான்...

இடது கை பழக்கம் உள்ளே தேன்மொழிக்கோ இப்போது வலது கையால் வெண்ணிற பலகையில் எழுத வேண்டிய நிலை, எழுதிக் காட்டியே நிறைய கற்றுக் கொடுத்தாள்.

அவனும் கைகளை அசைத்து கற்றுக் கொண்டான்...

மொழி என்பது நம் உணர்வுகளை வெளிபடுத்தும் ஊடகம் தானே...

உணர்வுகளை புரிந்துக் கொண்டாலே மொழி அவசியம் இல்லை என்று ஆகி விடுகின்றது... இப்போதெல்லாம் யாதவ் கிருஷ்ணாவின் உணர்வுகளையும் தேன்மொழியின் உணர்வுகளையும் புரிந்துக் கொள்ள தொடங்கி இருக்கின்றான் வம்சி கிருஷ்ணா...

ஆனாலும் அவர்களுக்காக சைகை மொழி கற்றுக் கொண்டான்...

கற்றுக் கொண்ட சந்தர்ப்பத்தில், இடை நடுவே, ''ஆஹ் எனக்கு யாதவ் அன்னைக்கு ஒன்னு சொல்லி கொடுத்தான்'' என்று சொன்ன வம்சி கிருஷ்ணாவோ நடு விரலையும் மோதிர விரலையும் மடித்து கையை தூக்கி காட்ட, சட்டென்று தேன்மொழியின் கன்னங்கள் சிவந்து போயின...

கன்ன சிவப்பை கட்டுப்படுத்த கஷ்டப்பட்டாள்...

பெருமூச்சை எடுத்து தன்னை நிலைப்படுத்த படாத பாடு பட்டாள்.

இதனை அறியாத வம்சி கிருஷ்ணாவோ, ''இதுக்கு பேர் ஐ லவ் யூ தானே'' என்று கேட்க, அவளும், கஷ்டப்பட்டு இதழில் தோன்றிய புன்னகையை மறைத்துக் கொண்டே, ''ஆம்'' என்று தலையாட்ட, அவன், ''ஓகே'' என்ற வார்த்தையுடன் முடித்துக் கொண்டான்...

இப்படியே அவர்கள் நாட்களும் நகர்ந்தன...

வம்சி கிருஷ்ணா அவளுடனும் யாதவ் கிருஷ்ணாவுடனும் அடிக்கடி நேரம் செலவிடுவான்...

வேதவல்லியும் சரி கல்யாணியும் சரி திட்டங்களை மட்டுமே போட்டுக் கொண்டு இருந்தார்கள்...

அகப்படாமல் செயற்படுத்துவது அவர்களுக்கு மிகுந்த கஷ்டமான விஷயம் அல்லவா?

''பாட்டி, லேட் ஆனாலும் பரவாயில்ல, ஒரே ப்லான்ல அவ வீட்டை விட்டு போற போல பண்ணனும்'' என்று கல்யாணி சொன்னாள்...

இப்படியே இருக்க, அடுத்த முதலாம் தேதியும் வந்து விட்டது... தேன்மொழி வம்சி கிருஷ்ணாவுக்கு அன்றைய மாதம் கடிதம் எழுதவில்லை...

கையில் காயம் இருந்ததால் எழுதவும் முடியவில்லை...

விட்டு விட்டாள்.

முதலாம் தேதி என்று சொன்னதும் வழக்கம் போல வம்சி கிருஷ்ணாவின் இதயம் வேகமாக துடித்தது...

அவன் அடக்க நினைத்தும், அடங்காத எதிர்பார்ப்பு..

கூர்க்கா கொண்டு வந்த கடிதங்களை வெறித்துப் பார்த்தான்...

அதனுள் தென்றலின் மடல் இருக்கின்றதா என்று தேடிப் பார்க்க மனம் சொன்னது...

கைகள் தன்னை அறியாமல் அந்த கடிதங்களை அலச தொடங்க, அவன் கண் முன்னே ஸ்கூலுக்கு கிளம்பிச் செல்லும் தேன்மொழி தென்பட்டாள்...

கண்களை மூடி திறந்தவனோ அதனை அலசாமல் அப்படியே வைத்து விட்டு அங்கிருந்து நகர்ந்து விட்டான்.

அன்று அவனுக்கு ஒரு தொலைக்காட்சி பேட்டி இருந்தது...

காலையிலேயே பேட்டி கொடுக்க கௌதம் கிருஷ்ணாவுடன் கிளம்பி விட்டான்...

இருவரும் செல்லும் வழியில், ‘‘அந்த ஆங்கெர் கொஞ்சம் தாறு மாறா கேள்வி கேட்பார்’’ என்றான் கௌதம் கிருஷ்ணா...

''ஐ க்னோ'' என்றான் வம்சி கிருஷ்ணா...

''கண்டிப்பா தேன்மொழியை பத்தி கேட்பாருனு தோணுது'' என்று சொல்ல, ''ம்ம் பார்க்கலாம்'' என்று முடித்துக் கொண்டான்.

அவர்களும் அன்று மாலை பேட்டியை முடித்து விட்டு திரும்பி விட்டார்கள்...

அதனை பற்றி வம்சி கிருஷ்ணா அலட்டிக் கொள்ளவில்லை...

ஒரு வாரம் கழித்து அந்த பேட்டி தொலைக்காட்சியில் ஒளிபரப்பானது...

அந்த நேரம் வம்சி கிருஷ்ணா வெளியேச் சென்று விட்டான்...

கௌதம் கிருஷ்ணா தான் வீட்டில் இருந்தான்...

அன்று மாலை வம்சி கிருஷ்ணா மற்றும் கௌதம் கிருஷ்ணாவின் பேட்டி தொலைக்காட்சியில் ஒளிபரப்பாக ஆரம்பித்தது...

வேதவல்லியோ, ''கௌதம் சீக்கிரம் வா, உங்க ரெண்டு பேரோட பேட்டியும் தொடங்கிடுச்சு'' என்று சொன்னார்...

கல்யாணியும் வசந்தியும் கூட ஆர்வமாக வந்து உட்கார்ந்து விட்டார்கள்...

சமையலறைக்குள் நின்று இருந்த தேன்மொழிக்கும் ஆர்வம்...

கட்டுப்படுத்த முடியவில்லை...

வெளியே வந்தவள், ஓரமாக தள்ளி இருந்த நாற்காலியில் அமர்ந்துக் கொண்டாள்.

அவர்கள் நடுவே சென்று அமரும் அளவுக்கு அவள் இயல்பாகவில்லை...

வம்சி கிருஷ்ணா இருந்தால் மட்டுமே அவள் சற்று இயல்பாக உணர்வாள்.

அவள் ஓரமாக அமர்ந்து இருப்பதை பார்த்த கௌதம் கிருஷ்ணாவோ, ''அண்ணி இங்க வந்து இருங்க'' என்று சொல்லி அங்கே வெற்றிடமாக இருந்த இருக்கையை காட்ட, ''ஆமா இவ இங்க வரலனு தான் எல்லாரும் அழுதாங்களாக்கும்' என்றார் வேதவல்லி...

தேன்மொழியோ தான் இங்கேயே இருப்பதாக சைகையில் சொல்ல, கௌதம் கிருஷ்ணாவும் அவளை கஷ்டப்படுத்தவில்லை...

பேட்டியும் ஆரம்பமானது...

இசை சம்பந்தமான கேள்விகளுக்கு எல்லாம் வம்சி கிருஷ்ணாவும் கௌதம் கிருஷ்ணாவும் பதில் சொல்லி முடித்து இருக்க, ''வம்சி சார் உங்க கிட்ட பர்சனல் கேள்வி ஒன்னு கேக்கலாமா?'' என்று கேட்டார் பேட்டி எடுப்பவர்...

''ஷோர்'' என்றான் அவன்...

''நீங்க திடீர்னு யாரும் எதிர்பார்க்காம கல்யாணம் பண்ணிக்கிட்டிங்க... காதல் கல்யாணம்னு சொன்னீங்க, ஊமை பொண்ணு வேற... இதுல ஏதும் உள் நோக்கம் இருக்கா?'' என்று கேட்டார்...

''காதல்ல என்ன உள்நோக்கம் இருந்துட போகுது?'' என்று அவன் மாறி கேட்டான்...

''அதாவது, ஊமை பொண்ணுக்கு நான் வாழ்க்கை

கொடுத்து இருக்கேன்... அப்படி இப்படினு உங்கள பற்றிய நினைப்பை உயர்த்தலாம்ல'' என்று குத்தலாக கேட்டார்...

உடனே வேதவல்லி, ''இவளால அவனுக்கு எவ்ளோ அவமானம் பார்த்தியா? விளக்குமாத்துக்கு பட்டு குஞ்சம் கேக்குதாம்'' என்றார்...

சுர்ரென்று தைத்தது தேன்மொழிக்கு...

வசந்திக்கு அந்த பழமொழி நாராசமாக இருந்தது...

வேதவல்லியை எதிர்த்து பேச தைரியம் இல்லை... வாயை மூடிக் கொண்டார்... கல்யாணி விழுந்து விழுந்து சிரித்தாள்.

''பாட்டி என்ன பேச்சு பேசுறீங்க?'' என்று அவரை அதட்டியது என்னவோ கௌதம் கிருஷ்ணா தான்...

''உண்மையை தானே டா சொன்னேன்...'' என்றார் அவர்...

''உங்கள திருத்தவே முடியாது, வாயை மூடிட்டு இன்டெர்வியூவை பாருங்க...'' என்று கடுப்பாக சொன்னான் கௌதம் கிருஷ்ணா...

அனைவரின் பார்வையும் இப்போது டி வியின் பக்கம் திரும்பினாலும், தேன்மொழிக்கு எதிலும் மனம் லயிக்கவே இல்லை...

வேதவல்லி பேசுவதை அவள் கண்டு கொள்ள மாட்டாள்...

ஆனால் பேட்டி எடுப்பவரும் கூட அதே தோரணையில் பேசிக் கொண்டு இருக்க, அவளுக்கு மனம் வலிக்க ஆரம்பித்து விட்டது...

அவளது தன்னம்பிக்கையை எல்லாம் சுற்றி இருப்பவர்கள் மொத்தமாக குலைத்துக் கொண்டு இருந்தார்கள்...

வாய் பேச முடியாவிட்டாலும், அதற்காக அவள் தாழ்வு மனப்பான்மையுடன் இருந்தது இல்லை...

''என்னால் முடியும்'' என்கின்ற தன்னம்பிக்கை உடையவள் தான்...

அதனை இப்போது எல்லாரும் சேர்த்து நொறுக்கிக் கொண்டே இருக்க, ''என் ஆசைக்காக கல்யாணம் பண்ணிக்கிட்டேன்... அவருக்கு நான் பொருத்தம் இல்லையோ, என்னை விட கல்யாணியை கல்யாணம் பண்ணி இருந்தா சந்தோஷமா இருந்து இருப்பாரோ, ஊமையை கட்டிட்டோம்னு அவருக்கும் உள்ளுக்குள்ள ஏமாற்றம் இருக்குமோ'' என்று எத்தனையோ கேள்விகள் அவள் மனதை போட்டு குடைந்துக் கொண்டு இருந்தன...

இதே சமயம், வம்சி கிருஷ்ணாவோ கேட்ட கேள்விக்கு அழகான பதில் ஒன்றை கூறி இருந்தான்...

''என்னோட முதல் கேள்வி, வாய் பேச முடியலைனா அத ஏன் பரிதாபமாவோ குறையாகவோ பார்க்கிறீங்க? நான் என் மனைவியை அப்படி பார்க்கிறது இல்லை... அப்படி நான் பார்க்கிறேன்னா தான் என் ஸ்டேட்டஸ் ஐ உயர்த்த கல்யாணம் பண்ணிக்கிட்ட போல இருக்கும்... அவளும் எல்லார் போலவும் சாதாரண பொண்ணு தான்... மொழி என்கிறது நம்ம உணர்வுகளை வெளிப்படுத்துற ஒரு விஷயம்... அத வார்த்தை மூலம் தான் வெளிப்படுத்தணும்னு இல்லை... எப்படி

வேணும்னாலும் வெளிப்படுத்தலாம்... இந்த மொழி தாமதமா தானே உருவாச்சு... அதுக்கு முதல் எப்படி மனுஷன் பேசிட்டு இருந்தாங்க? சோ இத கண்டிப்பா குறையா பார்க்காதீங்க... அது தான் நான் இந்த பேட்டியை பார்த்துகிட்டு இருக்கிற எல்லார் கிட்டயும் கேட்கிற ஒரே வேண்டுகோள்...'' என்றான்...

அப்போதும் பேட்டி எடுப்பவர் நிறுத்தவில்லை...

''அதெல்லாம் ஓகே சார், ஆனா நீங்க புகழ் பெற்ற பாடகர்... அவங்களால பேச முடியாது... ரொம்ப முரணான விஷயமா உங்களுக்கு தோணலையா? உங்களுக்கு அவங்க தகுதி இல்லனு தோணலையா?'' என்று கேட்க, ''இல்லையே தோணலையே'' என்றான் அவன் சாதாரணமாக...

''வெல் அத விடுவோம்... நீங்களும் உங்க மனைவியும் எப்படி பேசிக்கிறீங்க? உங்களுக்கு சைன் லாங்க்வேஜ் தெரியுமா?'' என்று கேட்டார்...

கொஞ்சம் தனி மனித வாழ்க்கை சம்பந்தமான கேள்வி தான்...

கேள்வி கேட்பவர்கள் அடுத்தவர்களது அந்தரங்கத்தை அலசுவதில் வின்னர்கள் தானே...

வம்சி கிருஷ்ணா, நாடியை நீவிக் கொண்டே இதழ் பிரித்து சிரித்தவன், ''இயற்கையின் மொழிகள் புரிந்துவிடில் மனிதரின் மொழிகள் தேவையில்லை, இதயத்தின் மொழிகள் புரிந்துவிடில் மனிதர்க்கு மொழியே தேவையில்லை'' என்று பாட்டாகவே பாடி விட்டான்...

''வாவ் பாட்டாவே பாடிட்டிங்களா?'' என்று கேட்டார் பேட்டி எடுப்பவர்...

கல்யாணியோ, ''இந்த பேட்டி பார்க்க தானா வேணும்?'' என்று சொல்லிக் கொண்டே எழுந்தவள் விறு விறுவென வெளியேற, ''ஏய் கல்யாணி கொஞ்சம் நில்லு'' என்று வேதவல்லி கத்தியது காற்றில் கரைந்து போனது...

அவரோ, ''உன் அண்ணன் ரொம்ப தான் பண்ணுறான்'' என்று முணுமுணுக்க, கௌதம் கிருஷ்ணா சத்தமாக சிரித்துக் கொண்டான்...

வசந்தியோ தனது மகனை பெருமையாக தொலைக்காட்சியில் பார்த்து இருந்தார்...

தேன்மொழிக்கு அவன் பதில்கள் இதயத்தை இதமாக்கினாலும் மொத்தமாக சந்தோஷப்பட முடியவே இல்லை... ''அவருக்கு நான் பொருத்தம் இல்லையோ, அவசரப்பட்டு அவர் வாழ்க்கையை என் சுயநலத்துக்காக கெடுத்துட்டேனோ?'' என்று பல கேள்விகள்...

மௌனமாக எழுந்து மாடியேறி விட்டாள்.

அறைக்குள் நுழைந்த பின்னரும் அதை தான் நினைத்துக் கொண்டு இருந்தாள்.

அன்று இரவு வம்சி கிருஷ்ணாவும் குளித்து விட்டு அறைக்குள் வந்திருக்க, தேன்மொழிக்கோ அவனிடம் வெளிப்படையாக பேசினால் இதமாக இருக்கும் என்று தோன்றியது...

சோஃபாவில் அமர்ந்து அலைபேசியை பார்த்துக் கொண்டே இருந்தவன் முன்னே வந்து நின்றவள், வளையல்களை அசைத்து சத்தம் எழுப்பினாள்...

சட்டென்று ஏறிட்டுப் பார்த்தவன், ஒற்றை

புருவத்தை உயர்த்த, அவளோ, ''நான் ஒன்னு கேக்கவா?'' என்று சைகையில் கேட்டாள்.

வம்சி கிருஷ்ணாவும் இப்போது சைகை மொழி நன்கு படித்து இருந்தான்...

அதனால் அவனுக்கு அவள் பேசியது புரிந்தது...

''கேளு'' என்றான்...

''எனக்கு தெரியும் நான் உங்களுக்கு பொருத்தம் இல்லனு, என்னை கல்யாணம் பண்ணிகிட்டதுக்கு வருத்தப்படுறீங்களா?'' என்று சைகையில் கேட்டான்.

அவளை ஆழ்ந்து பார்த்தவன், ''இன்டெர்வியூ பார்த்து குழம்பிட்டியா? யார் என்ன பேசுனா என்ன? இது நம்ம வாழ்க்கை, நாம தான் வாழணும், அடுத்தவங்க யாருமே நமக்காக வாழ போறது இல்லை... அவங்க பேசிட்டு அவங்க வேலையை பார்க்க போயிடுவாங்க... இதெல்லாம் காதுல போட்டுக்க கூடாது... புரியுதா?'' என்றான்...

வெகு நிதானமாக அவளுக்கு பதில் சொன்னான்...

அவளுக்கு இன்னுமே மனசு ஆறவில்லை...

''யாதவ்வுக்காக தானே என்னை கல்யாணம் பண்ணிக்கிட்டீங்க... அதனால தான் மனசு குழப்பமாவே இருக்கு, உங்க வாழ்க்கையை நான் கெடுத்துட்டேனா?'' என்று சைகை மொழியில் கேட்டாள். அவள் கண்கள் வேறு கலங்கி இருந்தன..

அவனோ அவளை பார்த்துக் கொண்டே எழுந்தவன், அவளை நோக்கி இரு அடிகள் வைத்து நெருங்கி நின்றுக் கொண்டான்...

அவனுக்கு அவள் மேல் முழுமையான காதல் எல்லாம் இன்னும் தோன்றவில்லை...

ஆனால் மனைவி என்கின்ற உரிமை உணர்வு இப்போது தான் தோன்றி இருந்தது...

அவளுக்கு நம்பிக்கை கொடுக்க வேண்டிய நிலையில் அவன்...

அவள் குழப்பங்களை தீர்க்க வேண்டிய பொறுப்பு அவனுக்கு...

அவள் கேள்விக்கு அவன் வார்த்தைகளால் பதில் சொல்லவில்லை... கைகள் இரண்டையும் அணிந்து இருந்த ஷார்ட்ஸின் பாக்கெட்டில் வைத்துக் கொண்டே, ஒரு அடி வைத்து அவளை நெருங்கியவன், சட்டென அவள் கன்னத்தை பார்த்துக் கொண்டே குனிந்தான்...

அவன் நிமிர்ந்த கணம், அவள் விழிகள் அதிர்ச்சியில் விரிந்து இருக்க, அவள் கன்னம் சிவந்து போய் இருந்தது...

வெட்கத்தினாலா? அல்லது அவன் மீசை முடி கொடுத்த காயத்தினாலா என்றுதான் தெரியவில்லை.

அவனோ இப்போது அதிர்ந்து விழி விரித்தபடி நின்று இருந்தவளை பார்த்தவன், ‘‘மனச போட்டு குழப்பிக்காம தூங்கு’’ என்று சொல்லிக் கொண்டே நகர, சட்டென வளையல்களை அசைத்து அவனை அழைத்தாள்.

அவனும் திரும்பி பார்த்தான்...

‘‘இனி எப்படி தூங்குறது?’’ என்று சைகையால் கேட்டாள்.

அவனோ இதழ்களுக்குள் சிரித்தபடி, ‘‘அது உன் பிரச்சனை’’ என்று சொல்லிக் கொண்டே சென்று,

அவளுக்கு முதுகு காட்டி படுத்து விட, அவளுக்கோ மூச்சு விடவே சிரமமாக இருந்தது...

ஒற்றை இதழ் ஒற்றலில் அவளை இம்சித்தே விட்டான் அல்லவா?

கையை உயர்த்தி தனது கன்னத்தை மெதுவாக வருடினாள்.

இதழ்களுக்குள் வெட்க புன்னகை...

கண்களை மூடி திறந்தவளுக்கு அடி வயிற்றில் பட்டாம் பூச்சி பறந்தது...

அதே உணர்வுடன் வந்து கட்டிலில் படுத்தவளுக்கு தூக்கம் தான் வர மறுத்து விட்டது...

அவனை பக்கவாட்டாக திரும்பி பார்க்க, அவனோ தூங்கி இருந்தான்...

பெண்ணவள் தான் வெட்கம் தாங்க முடியாமல் முகத்தை இரு கைகளாலும் மூடிக் கொண்டாள்.

கன்னத்தில் இதழ் பதித்து காரிகையின் மனதை கலைத்தே விட்டான் காளையவன்...

அத்தியாயம் 18

அடுத்த நாள் காலையில் எழுந்த தேன்மொழிக்கு இன்னுமே கன்னச் சிவப்பு அடங்கவில்லை...

தன்னை அறியாமலே இதழின் ஓரத்தில் மெல்லிய புன்னகை படர்ந்து இருந்தது...

அவள் ஸ்கூலுக்கு கிளம்ப முன்னர் சாப்பிட அமர்ந்த நேரம், ''என்னம்மா இன்னைக்கு முகம் பிரகாசமா இருக்கு?'' என்று வசந்தி கேட்க, அதற்கு மெல்லிய

புன்னகையை உதித்துக் கொண்டே சாப்பிட்டவள் கண்கள் அவள் அருகே அமர்ந்து சாப்பிட்டுக் கொண்டு இருந்த வம்சி கிருஷ்ணாவில் படிந்து மீள, அவனோ அவளை கடைக்கண்ணால் பார்த்து விட்டு அடக்கப்பட்ட புன்னகையுடன் சாப்பிட ஆரம்பித்து விட்டான்.

ஸ்கூலுக்குச் சென்றவளுக்கு மனம் புத்துணர்வில் திளைத்தது…

நேற்றுவரை இருந்த அந்த தடுமாற்றம் அவன் ஒற்றை முத்தத்தில் மறைந்து விட்டது…

அவன் என்னவன் என்கின்ற உரிமை உணர்வும் தோன்ற ஆரம்பித்து விட்டது…

அன்று ஸ்கூலில் இருந்து மகாலக்ஷ்மியை பார்க்க தனது வீட்டை நோக்கி நடந்துச் சென்றாள் தேன்மொழி…

அவள் தெரு முனையில் வரும் போதே பெரிய சத்தம்…

வாசலில் ஒருவன் நின்று சத்தம் போட்டு விட்டு தனது பைக்கில் வேகமாக புறப்பட்டு இருந்தான்…

பதறிய தேன்மொழியோ, வேகமாக வீட்டை நோக்கி நடந்து உள்ளேச் செல்ல, அங்கே வீட்டின் வாசலில் கண்ணில் வழிந்த கண்ணீரை துடைத்துக் கொண்டே மகாலக்ஷ்மி நின்று இருக்க, அருகே நிர்மலா நின்று இருந்தார்…

தேன்மொழியோ அவர்களை கேள்வியாக பார்க்க, மாகாலக்ஷ்மியோ ‘‘அது ஒண்ணும் இல்லம்மா, நீ உள்ளே வா’’ என்று சொல்லிக் கொண்டே உள்ளே

நுழைய, ''மகா, இதுக்கு மேல எதுக்கு மறைக்கணும், அவ தான் பணக்கார மருமகள் ஆச்சே... காசு கேட்டா அவ கொடுத்துட போறா'' என்று சொல்லிக் கொண்டே, அவருடன் கூட நடந்தார் நிர்மலா...

தேன்மொழியோ அவர்களை தொடர்ந்து வேகமாக உள்ளே நுழைந்து, மகாலக்ஷ்மியின் தோளில் கையை வைத்து தன்னை நோக்கி திருப்பியவள், ''என்னாச்சு?'' என்று சைகையில் கேட்டாள்.

மகாலக்ஷ்மியோ, ''அது ஒன்னும் இல்லம்மா'' என்று சொல்ல, ''மகா, அவ கிட்ட எதுக்கு மறைக்கிற? நான் சொல்றேன் கேளு, உன் கல்யாணத்துக்கு உங்கம்மா கந்துவட்டிக்கு கடன் வாங்கி இருக்காங்க, பத்திரிக்கை அடிக்கிறது தொடக்கம் எல்லாத்துக்கும் செலவு பண்ணியாச்சு... கல்யாணம் நடக்கலனா பந்தி போடுறவங்க, மண்டபக்காரங்க பணத்தை திரும்ப கொடுக்கணும்ல, ஆனா கொடுக்கல, அப்போ தர்றோம் இப்போ தர்றோம்னு சொன்னாங்க, ஆனா பணம் வந்த பாடு இல்லை... ஆனா இங்க வாங்குன வட்டி குட்டி போட்டு இப்போ மூணு லட்சத்துல வந்து நிக்குது... அந்த பெரிய தொகைக்கு உங்கம்மா எங்க போவா? எங்கேயோ இருந்து ஐம்பதாயிரம் கொடுத்து தான் இப்போ வந்து சத்தம் போட்டவனோட வாய அடைச்சா... உனக்கென்ன, பணக்காரனா வளைச்சு போட்டுட்டு சொகுசா இருக்கிற... உன்னால உன் அம்மாவுக்கு அவமானம்னு பார்த்தா, இப்போ நடு தெருவில நிற்க விட்டுட்ட, ஹ்ம்ம், நீ கொடுத்து வச்சது இவ்ளோ தான் மகா'' என்று பெருமூச்சுடன் சொல்ல, தேன்மொழிக்கு தூக்கி வாரிப் போட்டது...

''அண்ணி வேணாம், அப்படி சொல்லாதீங்க, அவ பாவம்'' என்று மகாலக்ஷ்மி மகளுக்காக பேச, ''நீ தான் மெச்சிக்கணும்... எப்படி கமுக்கமா இருந்து ஓடி போனா... பார்த்த தானே'' என்றார் நிர்மலா...

தேன்மொழிக்கு இதயத்தில் ஊசியால் குத்தும் உணர்வு...

கலங்கிய கண்களுடன் மகாலக்ஷ்மியை பார்த்துக் கொண்டே, அவர் கையை பிடித்தவள், அவரை இழுத்துக் கொண்டே அறையின் உள்ளே நுழைய, ''எனக்கு எல்லாம் தெரியும், இங்கயே பேசலாம்'' என்று நிர்மலா சத்தம் போட்டார்...

தேன்மொழி கண்டுக் கொள்ளவே இல்லை...

மகாலக்ஷ்மியுடன் அறைக்குள் நுழைந்து விட்டாள்.

''திமிரை பாரு'' என்று முணு முணுத்தார் நிர்மலா...

உள்ளே வந்தவளோ, மகாலக்ஷ்மி முன்னே போய் நின்று, ''அத்தை சொல்றது உண்மையா?'' என்று சைகையால் கேட்டாள். அவரோ ஆமோதிப்பாக தலையாட்டியவர், ''அன்னைக்கு வசந்தி கொடுத்துட்டு போன பணம் இருந்திச்சு... அத கொடுத்து தான் அவன் வாய அடைச்சேன்'' என்றார்.

தேன்மொழிக்கு இப்போது தான் வசந்தி திருமணத்துக்காக கொடுத்துச் சென்ற பணத்தின் நினைவு வந்தது...

அதனை திரும்ப கொடுக்க வேண்டும் என்று நினைத்து இருந்தவளோ, இடையில் நடந்த கலவரங்கள் நடுவே இதனை மறந்தே விட்டாள்.

வசந்தி கொடுத்த பணத்தை மகாலக்ஷ்மி

தேவைக்கு பயன்படுத்தியது அவளுக்கு கொஞ்சமும் பிடிக்கவில்லை...

ஆனால் தாயிடம் இதனை கேட்க முடியாது...

அவர் இருந்த நிலைக்கு அவரால் என்ன தான் பண்ணி இருக்க முடியும்?

ஆழ்ந்த மூச்செடுத்தவள், ''அத விடுங்க, ஏன் இதெல்லாம் என் கிட்ட சொல்லல?'' என்று சை கையில் கேட்டாள்.

அவரோ, ''நீ இருந்த நிலைமைக்கு இத எப்படிம்மா சொல்லுவேன்? எப்படியாவது கடனை அடைச்சுடலாம், நீ மனச போட்டு குழப்பிக்காதே'' என்று மகளுக்காக சொன்னார்.

தனக்காக தான் சொல்கின்றார் என்று அவளுக்கு தெரியாதா என்ன?

''இன்னும் எவ்வளவு கொடுக்கணும்? ரெண்டரை லட்சமா?'' என்று விரல்களை அசைத்து கேட்டவளிடம், ''ம்ம் இன்னும் ஒரு மாசத்துக்குள்ள கொடுக்கணும்'' என்றார் அவர்...

மனதுக்குள் கணக்கு போட்டாள்.

வசந்திக்கு கொடுக்க வேண்டிய பணத்துடன் சேர்த்து மூன்று லட்சம் தேவைப்பட்டது...

எங்கே போவது? யாரிடம் கேட்பது? தலை சுற்றிக் கொண்டே வந்தது...

வம்சி கிருஷ்ணாவிடமோ அவன் வீட்டினரிடமோ கேட்க அவளுக்கு கொஞ்சமும் விருப்பமில்லை...

வார்த்தைக்கு வார்த்தை பணத்துக்காக தான் திருமணம் செய்ததாக எல்லாரும் பேசும் போது

அவளால் எப்படி இந்த உதவியை கேட்டு விட முடியும்?

என்ன செய்வது என்று தெரியவில்லை...

ஆனால் எப்படியாவது கடனை அடைத்து விட வேண்டும்...

அவள் தான் கடனை அடைத்தாக வேண்டும்...

எப்படியோ கடனை அடைத்து விடலாம் என்று நம்பினாள்...

வேறு வழி இல்லையே... தன்னை தானே நம்பி தானே ஆக வேண்டும்...

''பார்த்துக்கலாம்மா'' என்று மட்டும் சைகையால் சொன்னபடி வெளியேற, அவள் பின்னால் வந்த மகாலக்ஷ்மியோ, ''சாப்பிடுறியாம்மா?'' என்று கேட்டார்...

அவளும் சம்மதமாக தலையாட்ட, நிர்மலாவும், ''என்ன அம்மாவும் பொண்ணும் ரகசியம் பேசி முடிச்சுட்டிங்களா?'' என்று கேட்டுக் கொண்டே தேன்மொழி அருகே அமர்ந்தார்...

மகாலக்ஷ்மியும் தேன்மொழிக்கு சாப்பாடு எடுத்து வர உள்ளேச் செல்ல, நிர்மலாவோ, ''தேனு நான் ஒன்னு கேட்கட்டுமா?'' என்றார்.

அவளும் அவரை புருவம் சுருக்கி பார்க்க, ''எப்படி உன் புருஷனை வளைச்சு போட்ட? சும்மா சொல்ல கூடாது... புளியங்கொம்பா தான் புடிச்சு இருக்க... வயித்துல ஏதாவது புழு பூச்சி இருக்கா?'' என்று கேட்டார்...

அவளுக்கோ அவர் கேள்விகள் எதனையும்

சகித்துக் கொள்ள முடியவில்லை…

கடைசி கேள்விக்கு மட்டும், ‘‘இல்லை’’ என்று தலையாட்டிக் கொண்டு இருக்கும் போதே தட்டுடன் மகாலக்ஷ்மி வர, அதனை வாங்கி சாப்பிட்டவள், விரைவாகவே கிளம்பி விட்டாள்.

அவள் வீட்டில் நின்றால் நிர்மலா வாய்க்கு வந்தது எல்லாம் பேசுவார் என்று அவளுக்கும் தெரியும்…

வம்சி கிருஷ்ணாவின் வீட்டுக்கு வந்தவளுக்கு பணத்தின் எண்ணம் தான்… எப்படி பணத்தை புரட்டி எடுப்பது என்று தெரியவே இல்லை…

தனது அலைபேசியை எடுத்து தன்னுடன் வேலை பார்க்கும் நண்பி மீராவுக்கு குறுஞ்செய்தி அனுப்பினாள்.

‘‘மீரா எனக்கு அவசரமா மூணு லட்சம் வேணும்… எங்க எடுக்கலாம்?’’ என்று கேட்டாள்.

அவளோ, ‘‘உன் புருஷன் கிட்ட இல்லாத பணமா தேன்மொழி?’’ என்று பதில் அனுப்பி இருக்க, தேன்மொழிக்கு எரிச்சலாக இருந்தது…

எதனை கேட்டாலும் அவனிடத்திலேயே எல்லாரும் வந்து நின்றார்கள்…

அவள் எது வேண்டாம் என்று நினைக்கின்றாளோ அதனையே எல்லாரும் சொல்கின்றார்கள்…

‘‘இது என் தனிப்பட்ட தேவைக்கு மீரா, அவர் கிட்ட கேட்க முடியாது’’ என்று பதில் அனுப்பி இருக்க, ‘‘அவ்வளோ பணத்துக்கு நான் எங்கடி போவேன்? எனக்கு தெரிஞ்ச ஒரு வட்டிக் கடைக்காரர் இருக்கார், அவர் கிட்ட கேட்டு பார்ப்போமா?’’ என்று கேட்டாள்.

தேன்மொழிக்கோ, ''மறுபடியும் வட்டியா?'' என்று தான் தோன்றியது...

வட்டிக்கு வாங்குவது சரி, அதனை எப்படி அடைப்பது?

ஸ்கூலில் வரும் பணத்தில் அடைப்பது என்பது வாய்ப்பே இல்லை...

''யோசிச்சு சொல்றேன்'' என்று பதில் அனுப்பியவளுக்கு தலை விண் விண்ணென்று வலித்தது...

நகைகளை அடகு வைக்கலாம் என்றால், அவளிடம் சொல்லிக் கொள்ளும் அளவுக்கு நகைகளும் இல்லை...

தவிப்பாக இருந்தது...

எனக்கு பிரச்சனை இல்லை, அது தாயின் பிரச்சனை என்று அவளால் மகாலக்ஷ்மியை தனித்து விட முடியாது... அவளை சின்ன வயதில் இருந்து கஷ்டத்தின் மத்தியில் படிக்க வைத்து உயர்த்தியவர் அவர்... அவள் மீது அளவு கடந்த பாசம் உள்ளவர்... அவளுக்கும் மகாலக்ஷ்மி என்றால் உயிர்... எப்படி தனது தாயை அவளால் அநாதரவாக விட்டு விட முடியும்?

அவளுக்கு என்று தனியாக சொத்தும் இல்லை...

இருப்பதும் வாடகை வீட்டில் தான்...

அவள் உழைப்பு வாடகைக்கே சரியாக போய் விடும்...

இப்படிப்பட்ட நிலையில் மூன்று லட்சத்தை அவள் எங்கனம் அடைக்க முடியும்?

யோசனையுடன் நடந்து வந்து தனது அறையுடன் ஒட்டி இருக்கும் பால்கனியில் வந்து நின்று வெளியே வெறித்துப் பார்த்தாள்.

எவ்வளவு நேரம் அப்படியே நின்றாள் என்று தெரியவில்லை, ''தேன்மொழி'' என்கின்ற சத்தம் கேட்டு தான் அவள் நிதானத்துக்கு வந்தாள்.

அறைக்குள் இருந்து வம்சி கிருஷ்ணா தான் அழைத்து இருந்தான்...

அவள் அறைக்குள் மீண்டும் நுழைந்த கணம், அவனோ ஷேர்ட்டை கழட்டிக் கொண்டு நின்று இருந்தான்...

அவன் வெற்று முதுகு அவளுக்கு அப்பட்டமாக தெரிந்தது... அவன் முதுகில் வாள் வடிவ டாட்டூ...

யாதவ் கிருஷ்ணா வரைந்த வாள் போலவே இருந்தது...

சட்டென்று அடுத்த பக்கம் திரும்பிக் கொண்டாள்.

அவனோ ஷேர்ட்டை மாற்றி டீ ஷேர்ட்டை போட்டுக் கொண்டே, அவளை நோக்கி திரும்பியவன், ''அந்த பக்கம் யாரை பார்த்துட்டு நிக்கிற?'' என்று கேட்டான்...

இப்போது சட்டென்று அவனை நோக்கி திரும்பியவள் அவன் விழிகளை நோக்க அவனோ பெருமூச்சுடன், ''இன்னைக்கு நானும் யாதவ்வும் கௌதமும் டின்னருக்கு வெளிய போகலாம்னு இருக்கோம்... நீயும் வா'' என்றான்.

அவள் வெளியேச் செல்லும் மனநிலையிலா இருக்கின்றாள்?

ஆனால் மறுக்க தோன்றவில்லை...

சம்மதமாக தலையாட்டினாள்...

அவனோ அவளை ஆழ்ந்து பார்த்துக் கொண்டே, ''ஏன் உன் முகம் இவ்ளோ டல்லா இருக்கு?'' என்று கேட்க, அவளோ ஒன்றும் இல்லை என்கின்ற ரீதியில் தலையாட்ட, ''என்ன பிரச்சனைனாலும் என் கிட்ட சொல்லு'' என்று சொன்னவன் வெளியேறி விட்டான்...

அவன் வெளியேறியதும் தான் அவளுக்கு மூச்சே வந்தது...

வெளியில் சென்று சாப்பிடும் மன நிலையில் அவள் இல்லை...

ஆனால் அவன் சொன்னதற்காக குளித்து ஆயத்தமானாள்...

இருக்கும் புடவைகளில் அழகான காட்டன் புடவையை நேர்த்தியாக உடுத்திக் கொண்டாள்.

காட்டன் புடவை அணியும் போது சின்ன சுருக்கம் இருந்தால் கூட அப்பட்டமாக தெரியும்...

ஆனால் அவள் அவ்வளவு நேர்த்தியாக அணிந்து இருந்தாள்.

எப்போதுமே கை வேலைகள் அவளுக்கு நேர்த்தியாக வரும்...

அவள் புடவையில் எடுத்த மடிப்புகளை பார்க்கவே விசிறி போல அழகாக இருந்தது...

நெற்றியில் குங்குமம், கழுத்தில் தாலி, கையில் வளையல், காதில் தோடு, இவ்வளவு தான் அவளது ஆபரணங்கள்... ஆனால் எதுவும் தங்கம் இல்லை...

அப்படிப் பட்ட சாதாரண தோற்றத்திலேயே அழகியாக இருந்தாள்.

அவள் ஆயத்தமாகி முடிய, அவள் அறைக் கதவு தட்டப்பட்டது...

வழக்கமாக அறையை தாழிட்டு விட்டு தான் ஆயத்தமாவாள். அதற்கான அவகாசமும் வம்சி கிருஷ்ணா கொடுப்பான்...

அவள் அறைக் கதவை திறந்த சமயம், வாசலில் நின்ற வம்சி கிருஷ்ணாவோ அவளை மேலிருந்து கீழ் பார்த்து விட்டு, ''ரொம்ப நீட் ஆஹ் ட்ரெஸ் பண்ணி இருக்க, ஐ லைக் தட்'' என்று சொன்னபடி உள்ளே நுழைய, அவள் கன்னங்கள் மீண்டும் வெட்கத்தில் சிவந்து போயின...

அடிக்கடி இப்படி பேசி பேசியே அவளை வெட்கப்பட வைத்துக் கொண்டு இருக்கின்றானே...

''நான் ரெடி ஆகிட்டு வந்திடுறேன்'' என்று சொல்லிக் கொண்டே, அவன் குளியலறைக்குள் நுழைந்து விட, கீழே இறங்கலாமா? இல்லையா? என்று தடுமாறிக் கொண்டு இருந்தாள்.

கீழே இறங்கினால் வேதவல்லி ஏதாவது பேச ஆரம்பித்து விடுவார் என்கின்ற பயத்திலேயே அங்கும் இங்கும் சுற்றித் திரிந்தவள், இறுதியாக யாதவ் கிருஷ்ணாவுடன் பேசியே நேரத்தைக் கடத்த ஆரம்பித்து விட்டாள்.

கௌதம் கிருஷ்ணாவும் வம்சி கிருஷ்ணாவும் ஒரே நேரத்தில் ஆயத்தமாகி வர, அவர்கள் நால்வரும் ஒன்றாக கீழே இறங்கிச் சென்றார்கள்...

வம்சி கிருஷ்ணா நீல நிற ஷேர்ட் அணிந்து இருந்தான்...

தேன்மொழியும் நீல நிற புடவை தான் அணிந்து இருந்தாள்.

அந்த நீல நிற ஷேர்ட்டை அவனுக்கு பொருத்தம் என்று அணிந்தானா? இல்லை அவளுக்கு பொருத்தம் என்று அணிந்தானா? என்பது அவனுக்கு மட்டுமே தெரிந்த ரகசியம்...

வேதவல்லிக்கு ஏற்கனவே விஷயம் காதில் விழுந்து இருக்க, ''பிச்சைக்காரிக்கு வந்த வாழ்வை பார்த்தியா?'' என்று அருகே அமர்ந்து இருந்த கல்யாணியிடம் சொன்னார்.

சட்டென வம்சி கிருஷ்ணா அவரை திரும்பி பார்த்து உறுத்து விழிக்க, ''நாடகத்தை சொன்னேன்பா'' என்று சொல்லிக் கொண்டே டி வியை பார்க்க, ''சீரியலை பத்தி பேசுன போல தெரியலையே'' என்று ஆரம்பித்து ஏதோ பேச வந்தவனின் கையை பற்றி இருந்தாள் தேன்மொழி...

அவளை திரும்பி பார்த்தான். கண்களால் பேச வேண்டாம் என்று இறைஞ்சினாள்...

அவனோ பெருமூச்சுடன் முன்னே செல்ல, அவளும் அவனை பற்றி இருந்த கையை விட்டுக் கொண்டே பின்னால் நடந்தாள்...

வெளியே நடந்துச் செல்பவர்களை வெறித்துப் பார்த்த வேதவல்லியோ, ''பார்த்தியா பொண்டாட்டியை சொன்னதும் அவனுக்கு சுர்ரென்று கோபம் வருது.... அவ கையை பிடிச்சதும் பேசாம விட்டுட்டான்... ஊமைச்சி நல்லா

மயக்கி வச்சு இருக்கா'' என்றார் கல்யாணியிடம் கடுப்பாக...

அவளோ, ''ஒரே கலர்ல ட்ரெஸ் பண்ணி இருக்காங்க பாட்டி, எனக்கு வயிறு அப்படியே பத்தி எரியுது.... நாம இத்தனை நாள் ஒன்னும் கிழிக்கல.... லூசு போல பேசிட்டே தான் இருக்கோம்.... ஏதாவது பெருசா பண்ணனும்'' என்றாள்.

''பெருசா பண்ணுறது பிரச்சனை இல்லடி... நாம சிக்காம பண்ணனும்... அதான் முக்கியம்'' என்று சொல்ல, கல்யாணியோ, ''என் கிட்ட ஒரு நல்ல ஐடியா இருக்கு... ஆனா அதுக்கு சந்தர்ப்பம் அமையுமானு தெரியல'' என்று மீண்டும் நிறைவேற்ற முடியாத திட்டங்களை தீட்ட ஆரம்பித்து விட்டார்கள்...

இதே சமயம் வெளியே வந்த கௌதம் கிருஷ்ணாவோ, ''பாட்டி கிட்ட ரெண்டு கேள்வி கேட்டு இருக்கணும் வம்சி'' என்று சொல்லிக் கொண்டே, யாதவ் கிருஷ்ணாவுடன் நடந்து வர, ''எனக்கும் கேட்கணும் போல தான் இருந்திச்சு... விட்டா தானே'' என்று சொல்லிக் கொண்டே, சற்று திரும்பி பின்னால் வந்த தேன்மொழியை அழுத்தமாக பார்த்துக் கொண்டே, காரில் ஏறிக் கொண்டான்...

அவன் பார்த்த பார்வையில் தலையை குனிந்துக் கொண்டாள் தேன்மொழி...

அவனை தொடர்ந்து மீதி மூவரும் காரில் ஏறினார்கள்... வம்சி கிருஷ்ணா தான் வண்டி ஓட்டினான்...

அவன் அருகே தேன்மொழி...

பின்னால் யாதவ் கிருஷ்ணாவும் கௌதம் கிருஷ்ணாவும் அமர்ந்து இருந்தார்கள்...

அவர்கள் பேசிக் கொண்டே வந்தால் யாதவ் கிருஷ்ணர் தனித்து உணர்வான் என்று நினைத்த கௌதம் கிருஷ்ணாவோ அவனுடன் சைகையால் பேசிக் கொண்டே வர, அவர்களை ரியர் வியூ கண்ணாடியூடு பார்த்து விட்டு, தனக்கு அருகே அமர்ந்தபடி முன்னால் வரும் வாகனங்களை யோசனையுடன் பார்த்துக் கொண்டே அமர்ந்து இருந்த தேன்மொழியை பார்த்தான்...

அவளுக்கு பணம் மட்டுமே இப்போதைய யோசனையாக இருந்தது...

''ஆர் யூ ஓகே?'' என்று கேட்டான்...

சட்டென நிதானத்துக்கு வந்தவளோ, ''ஆம்'' என்கின்ற ரீதியில் தலையாட்ட, ''உன் மைண்ட்ல ஏதோ டிஸ்டெர்பன்ஸ் இருக்குனு தோணுது.... அது உன் முகத்துல அப்படியே தெரியுது'' என்று சொன்னான்...

அவளிடம் மௌனம்...

''உனக்கு இஷ்டம்னா என் கிட்ட சொல்லு'' என்று மட்டும் சொல்லி விட்டு முடித்து விட்டான்...

அவளுக்கு சொல்ல இஷ்டம் இல்லை...

சொன்னால் பண உதவிக்கு தான் சொல்கின்றாள் என்று அவன் நினைத்து விடுவானோ என்று பயந்தாள்.

தனக்குள்ளேயே தனது கஷ்டத்தை புதைத்துக் கொண்டாள்.

அவர்கள் வண்டி ஒரு பெரிய ஹோட்டல் வளாகத்தினுள் நுழைந்தது...

ஏழு நட்சத்திர ஹோட்டல் அது...

பிரபலங்கள் மட்டுமே அதிகமாக வரும் பிரசித்தி பெற்ற ஹோட்டல்...

வம்சி கிருஷ்ணாவும் கௌதம் கிருஷ்ணாவும் அடிக்கடி வந்து இருக்கின்றார்கள்...

யாதவ் கிருஷ்ணாவும் கூட தாய் தந்தையுடன் ஓரிரெண்டு தடவைகள் வந்து இருக்கின்றான்...

ஆனால் தேன்மொழிக்கு இதெல்லாம் புதிது...

ஒரு பிரம்மாண்ட பார்வையுடனேயே காரில் இருந்து இறங்கிக் கொண்டாள்.

வம்சி கிருஷ்ணா முன்னேச் செல்ல அவனை தொடர்ந்து மூவரும் சென்றார்கள்...

வம்சி கிருஷ்ணாவை கண்டதுமே, அவனை நோக்கி வந்த ஹோட்டலின் மேனேஜர், ''நீங்க சொன்ன போல ரூஃப் டாப் ரிசர்வ் பண்ணி இருக்கோம் சார்'' என்றார்....

அவனும், ஒரு தலையசைப்புடன் லிஃப்ட்டில் ஏறிக் கொள்ள, அவனை தொடர்ந்து மீதி மூவரும் ஏறிக் கொண்டார்கள்...

யாதவ் கிருஷ்ணாவோ, ''இந்த ஹோட்டல் சாப்பாடு சூப்பரா இருக்கும்'' என்று சைகையில் தேன்மொழியிடம் சொல்ல, அவளும் மெதுவாக சிரித்துக் கொண்டே, ''ஹோட்டலே பார்க்க சூப்பரா இருக்கு'' என்று கையசைத்து சொன்னாள்.

அவர்கள் பேசிக் கொண்டு இருந்த தருணத்தில் அவர்கள் செல்ல வேண்டிய ஹோட்டலின் இறுதி தளமும் வந்து விட்டது...

இன்னும் மொத்தமாக இருளவில்லை...

மிதமான சூரிய வெளிச்சம் இருந்தது...

அந்த தளத்தின் அலங்காரங்களை பார்த்த தேன்மொழி பிரமித்து போனாள்.

முழுக்க முழுக்க இயற்கை ரோஜாப் பூக்களினால் அலங்கரிக்கப்பட்டு இருந்தது...

மின் விளக்குகள் கண்களை கவர்ந்தன...

இங்கிருந்து பார்த்தால் அருகே இருக்கும் கடற்கரை கண்ணுக்கு தெரிந்தது...

அங்கே சூரியன் தன்னை கடலுக்குள் மறைத்துக் கொண்டு இருந்த தருணம் அது...

பார்க்கவே ரம்மியமாக இருந்தது...

கௌதம் கிருஷ்ணாவோ தொலைபேசியை எடுத்து அதனை புகைப்படம் எடுத்தவன், ''செமயா இருக்குல்ல'' என்று சொல்லிக் கொண்டே, ஏனையவர்களுடன் சேர்ந்து சுய புகைப்படங்களையும் எடுத்துக் கொண்டான்...

தேன்மொழிக்கு ஒரு வித இதமான உணர்வு...

இயற்கையை சுற்றியே அவள் விழிகளும் மனமும் அலைய ஆரம்பித்து விட்டன...

சற்று முன்னர் இருந்த அழுத்தம் குறைந்த உணர்வு...

''நேச்சர் இஸ் ஹீலிங்'' என்று சும்மாவா சொன்னார்கள்...

கௌதம் கிருஷ்ணாவோ, ''ஒரே கலர்ல வந்து இருக்கீங்க, ஜோடியா நில்லுங்க, ஒரு ஃபோட்டோ க்ளிக் பண்ணிடுறேன்... கல்யாண ஃபோட்டோவும்

அரை குறையா தான் எடுத்து இருக்கோம்'' என்று சொன்னான்...

வம்சி கிருஷ்ணாவோ சற்று தள்ளி நின்ற தேன்மொழியை பார்த்தான்...

அவளும் வந்து அவன் அருகே நின்றாள்.

இடைவெளி விட்டு தான் நின்றாள். இருவருக்கும் இடையே ஒருத்தர் நிற்கும் அளவுக்கு இடைவெளி...

கௌதம் கிருஷ்ணாவோ, ''நடுவுல ட்ரெயின் போற அளவுக்கு கேப் இருக்கு'' என்று சிரித்தபடி சொல்ல, பெருமூச்சுடன், அவள் தோளில் கையை போட்டு தன்னுடன் நெருக்கிக் கொண்டான் வம்சி கிருஷ்ணா..

தூக்கி வாரிப் போட்டது அவளுக்கு...

அவளது ஒரு தோள்ப்பட்டையில் அவன் கரம் பதிந்து இருக்க, அடுத்த தோள்பட்டை அவன் மார்பில் உரிமையுடன் உறவாடியது...

கூச்சத்தில் நெளிந்தாள்...

சட்டென ஏறிட்டுப் பார்த்தாள்.

கௌதம் கிருஷ்ணாவோ, ''இது தான் செமயா இருக்கு'' என்று சொல்லிக் கொண்டே, அவர்களை புகைப்படம் எடுத்து தள்ள, வம்சி கிருஷ்ணாவோ பக்கவாட்டாக திரும்பி, தனது தோள்பட்டைக்கும் கீழே நின்று தன்னை ஏறிட்டுப் பார்த்துக் கொண்டு இருந்தவளை பார்த்தவன், ''என்னையே பார்த்துட்டு இருந்தா என்ன அர்த்தம்? ஃபோட்டோவும் இப்படி தான் வரும்'' என்றான்...

அவளோ சட்டென முகத்தை முன்னால் திருப்பிக்

கொள்ள, அவனும் அடக்கப்பட்ட சிரிப்புடன் முகத்தை முன்னால் திருப்பிக் கொண்டான்...

ஆனால் கௌதம் கிருஷ்ணாவோ அவர்களின் ஒவ்வொரு அசைவையும் படம் பிடித்து இருந்தான்...

அதனை தொடர்ந்து அவர்கள் சாப்பிட உட்கார்ந்தார்கள்...

நால்வர் இருக்க கூடிய மேசையில் வம்சி கிருஷ்ணாவும் தேன்மொழியும் ஒரு பக்கமும், கௌதம் கிருஷ்ணாவும் யாதவ் கிருஷ்ணாவும் ஒரு பக்கமும் இருந்தார்கள்...

தேன்மொழியோ அங்கே மேசையில் இருந்த அலங்காரங்களை ரசித்துப் பார்த்துக் கொண்டே இருக்க, வம்சி கிருஷ்ணாவோ அவளை நோக்கி குனிந்தவன், ‘‘இப்போ தான் முகம் கொஞ்சம் சிரிச்ச போல இருக்கு’’ என்றான்...

இப்போது அவள் தாராளமாக சிரித்துக் கொண்டே, தனக்கு முன்னால் இருந்த ரோஜா இதழ்களை அவனை பார்க்காமலே மெதுவாக வருடிக் கொண்டாள்.

அவர்களுக்கான மெனு கார்டும் வந்தது...

ஆளாளுக்கு பிடித்ததை ஆர்டர் செய்தார்கள்...

தேன்மொழிக்கு எதனை ஆர்டர் செய்வது என்று தெரியவில்லை...

தடுமாறினாள்...

வம்சி கிருஷ்ணாவோ, ‘‘ஏதாவது ஆர்டர் பண்ணிடு’’ என்றான்...

அவளோ, ‘‘நீங்க ஆர்டர் பண்ணுனதையே

பண்ணிடுங்க'' என்று சைகையில் சொல்ல, கௌதம் கிருஷ்ணாவோ, ''கல்லானாலும் கணவன், புல்லானாலும் புருஷனாம்'' என்றான்...

வம்சி கிருஷ்ணா சிரித்துக் கொண்டே, ''அவ ஒண்ணும் அப்படி இருக்க மாட்டா, அவளுக்குனு ஆசை தனியா இருக்கு... தன்மானம் நிறையவே இருக்கு... தனி அடையாளம் வேணும்னு ஆசைப்படுறவ அவ...'' என்று சொல்லிக் கொண்டே, அவளை பார்க்க, தன்னை சரியாக கணித்துக் கொண்டவனை ஆச்சரியமாக பார்த்து புன்னகைத்துக் கொண்டாள். அவள் விழிகளுடன் விழிகளை கலக்க விட்டவன், ''நான் சொன்னதும் கரெக்ட் தானே'' என்று கேட்க, அவளும் மென் புன்னகையுடன் ஆமோதிப்பாக தலையாட்டினாள்.

அதனை தொடர்ந்து எல்லாரும் சிரித்து பேசி அரை மணி நேரத்தை கடத்தி இருந்தார்கள்... யாதவ் கிருஷ்ணா இப்படியான சந்தர்ப்பத்துக்காக தானே ஏங்கினான்...

இப்போது அவனை சுற்றி இருக்கும் அனைவருக்கும் சைகை மொழி தெரியும்...

அவனுடன் இயல்பாக பேசினார்கள்... சந்தோஷமாக பேசினார்கள்...

அவனும் மனம் விட்டு நிறைய பேசினான்...

வம்சி கிருஷ்ணாவையும் தேன்மொழியையும் கைகளால் காட்டி, ''சூப்பர் ஜோடி'' என்று சைகையால் சொன்னான்...

தேன்மொழிக்கு வெட்கம்...

வம்சி கிருஷ்ணா சிரித்துக் கொண்டே,

''நிஜமா தான் சொல்றியா?'' என்று சைகையால் கேட்க, அவனும் சிரித்தபடி ஆமோதிப்பாக தலையாட்டினான்...

இதனிடையே அவர்களுக்கான உணவும் வந்து விட்டது...

தேன்மொழிக்கு மற்றவர்கள் அளவுக்கு அந்த உணவில் ஈடுபாடு வரவில்லை...

பழைய சோறே இதனை விட சுவையாக இருக்கும் என்று தோன்றியது..

ஆனால் அதனை சொல்லி அவர்கள் மனதை கஷ்டப்படுத்த விரும்பாமல் கஷ்டப்பட்டு சாப்பிட்டு முடித்தாள்.

அனைவரும் சாப்பிட்டு முடித்ததுமே, ''டேய் ரொம்ப ஓவராவே சாப்பிட்டேன்... இங்கேயே ரெண்டு நடை நடந்துட்டு வரலாம்'' என்று சொன்ன கௌதம் கிருஷ்ணா எழுந்துக் கொள்ள, வம்சி எழுந்தவன், ''ஆமாடா, அளவுக்கு அதிகமாவே சாப்பிட்டாச்சு'' என்று சொல்லி விட்டு தேன்மொழியையும் யாதவ் கிருஷ்ணாவையும் பார்த்தவன், ''வர்றீங்களா?'' என்று கேட்டான்...

அவர்களோ இல்லை என்று தலையாட்ட, ''ஓகே'' என்று சொல்லிக் கொண்டே, கௌதம் கிருஷ்ணாவின் தோளில் கையை போட்டவன் நடக்க ஆரம்பித்து விட்டான்...

இருவரும் பேசிக் கொண்டே நடந்தார்கள்...

கௌதம் கிருஷ்ணாவோ, ''ஐ அம் ரியலி ஹாப்பி'' என்றான்...

''ஏன்?'' என்று கேட்டான் வம்சி கிருஷ்ணா...

''யாதவ்வுக்காக தானே கல்யாணம் பண்ணுன, சந்தோஷமா இருப்பியா இல்லையானு ஒரு சின்ன சந்தேகம் இருந்திச்சு... இப்போ எல்லாம் தீர்ந்திடுச்சு'' என்று சொல்ல, வம்சி கிருஷ்ணா ஒரு கணம் திரும்பி அங்கே யாதவ் கிருஷ்ணாவுடன் பேசிக் கொண்டு இருந்த தேன்மொழியை பார்த்து விட்டு மீண்டும் கௌதம் கிருஷ்ணாவை பார்த்தவன், ''ஃப்ராங்க் ஆஹ் சொல்லணும்னா, தென்றலோட நினைவுல இருந்து வெளிய வரணும்னு தான் இவ கூட மனசு விட்டு பழக ஆரம்பிச்சேன்... ஆனா இப்போ நிஜமாவே அவளை பிடிச்சு போச்சு...'' என்றான்...

கௌதம் கிருஷ்ணாவோ, ''உனக்கு பிடிச்சு இருக்குனு நீ பார்க்கிற பார்வையிலேயே தெரியுது'' என்று சொல்ல, சத்தமாக சிரித்தவன், ''அவ கிட்ட எனக்கு ரொம்ப பிடிச்சதே அந்த நிமிர்வு தான்... யார் என்ன சொன்னாலும், அவ ரொம்ப ஸ்ட்ரோங் ஆஹ் இருப்பா... பாட்டியையே அலற விடுறவளா பார்த்துக்கோ... யாதவ் கூட ரொம்ப கெயாரிங் ஆஹ் இருக்கா, அவ கிட்ட நிறைய தன்னம்பிக்கை இருக்கு. அவ ரொம்ப சைலன்ட்னு நான் தப்பு கணக்கு போட்டுட்டேன்... அவ மனசால ரொம்ப துறு துறு... பேச முடியாததால சைலன்ட் ஆஹ் இருக்கா'' என்றான்...

''அடடா, டேய் இந்த அளவுக்கு உன் கிட்ட எதிர்பார்க்கல டா, சரி இன்னொன்னு கேக்கிறேன், கோச்சுக்க மாட்டியே'' என்றான்...

''கோச்சுக்க எல்லாம் மாட்டேன் கேளு'' என்றான் வம்சி கிருஷ்ணா...

''தென்றல் பத்தி'' என்று இழுவையாக கேட்டான்...

இதழ்களை பிதுக்கியவன், ''தேன்மொழி இருக்கும் போது தென்றல் பத்தி நினைக்கிறது துரோகம்னு தோணுது... எல்லாரும் காதலிச்சவங்கள கல்யாணம் பண்ணுறது இல்லைல.. கல்யாணம் பண்ணுனவங்கள லவ் பண்ண ஸ்டார்ட் பண்ணிட்டா லைஃப் அழகா ஆய்டும்... நானும் அதுக்கு தான் ட்ரை பண்ணிட்டு இருக்கேன்... இப்போ தென்றலை மறந்துட்டேன், தேன்மொழியை தான் காதலிக்கிறேன்னு பொய் சொல்ல மாட்டேன்... கண்டிப்பா தென்றலோட நினைவுகள் மனசுல இருக்கும்..., இப்போ நீ தென்றல்னு சொன்னதும் என் ஹார்ட் வேகமாக பீட் பண்ணிச்சு... எப்போ தென்றல் பெயரை கேட்டா என் ஹார்ட் நார்மல் ஆஹ் பிஹேவ் பண்ணுதோ, அன்னைக்கு நான் தேன்மொழி கிட்ட என் லவ்வை சொல்லுவேன், எனக்கு அது கொஞ்சம் டைம் வேணும்'' என்றான்...

அவனை பிரமிப்பாக பார்த்தவன், ''செம தெளிவுடா நீ'' என்று சொல்லிக் கொண்டான்...

இதே சமயம், அவர்களது பில் அவர்களின் மேசையில் வைக்கப்பட்டது...

தேன்மொழி இயல்பாக எடுத்து பார்த்தாள்.

கண்கள் அதிர்ந்து விரிந்தன...

'என்னது முப்பதாயிரமா?' என்று யோசித்துக் கொண்டே, மூன்றுக்கு அருகே இருக்கும் பூஜ்ஜியங்களை எண்ணினாள்...

நான்கு அல்ல, ஐந்து பூஜ்ஜியங்கள் இருந்தன...

அதிர்ச்சியில் வாயில் கையை வைத்தவள், ‘மூணு லட்சமா?’ என்று யோசிக்க, அந்த இடத்துக்கு கௌதம் கிருஷ்ணாவும் வம்சி கிருஷ்ணாவும் சிரித்து பேசிக் கொண்டே வந்து விட்டார்கள்…

சட்டென பில்லை தூக்கி காட்டியவள், ‘‘ஒரு பூஜ்ஜியம் அதிகமா போட்டு இருக்காங்கனு நினைக்கிறேன்’’ என்று சைகையால் சொல்ல, சத்தமாக சிரித்த கௌதம் கிருஷ்ணாவோ, ‘‘வாங்க போய் சண்டை போடலாம்’’ என்றான்…

வம்சி கிருஷ்ணாவோ இதழ் பிரித்து சிரித்துக் கொண்டே, ‘‘டேய் சும்மா இருடா’’ என்று கௌதம் கிருஷ்ணாவிடம் சொல்லி விட்டு, பின் பாக்கெட்டில் இருந்த பர்ஸை எடுத்து, அதில் இருந்த டெபிட் கார்ட் ஒன்றையும் எடுத்து பில் வைக்கப்பட்டு இருந்த கவரில் வைத்தவன், ‘‘சரியா தான் போட்டு இருக்காங்க, இது செவன் ஸ்டார் ஹோட்டல்…. வெளிய வாங்குற வாட்டர் பாட்டில் இங்க பல மடங்கு விலைல விற்பாங்க, இந்த ஸ்பெஷல் டெக்கரேஷன் அண்ட் ரிசெர்வேஷனுக்கு ஒன்னரை லட்சம்…. நம்ம சாப்பாடு ஒருத்தருக்கு இருபத்தைந்தாயிரம்… நாலு பேருக்கும் ஒரு லட்சம்… இந்த சர்வீஸ் ஃபீ அது இதுனு எல்லாம் போட்டு மூணு லட்சத்துக்கு நமக்கு துண்டு போட்டாங்க’’ என்று சொல்லிக் கொண்டே, அந்த கவரை அங்கே நின்ற வெய்ட்டரிடம் நீட்ட, அவனும், ‘‘தேங்க் யூ சார், இன்னும் ஃபிப்ட்டின் மினிட்ஸ்ல கார்டை கொண்டு வந்து தரேன்’’ என்று சொல்லிக் கொண்டே பில் போடுவதற்காக அங்கிருந்து வெளியேறி இருந்தான்…

இதே சமயம் வம்சி கிருஷ்ணா சொன்னதை

கேட்டு வாயில் கையை வைத்த தேன்மொழியோ, ''இருபத்தைந்தாயிரத்துக்கு அந்த சாப்பாட்டுல என்ன இருக்கு?'' என்று கேட்டு விட்டாள் சைகையில்...

வம்சி கிருஷ்ணாவோ, அவள் அருகே அமர்ந்தவன், ''வாஸ்தவமான கேள்வி தான்... ஆனா என் கிட்ட தான் பதில் இல்ல, ரோட் சைட்ல நின்னு தோசை சாப்பிட ஆசை தான்... ஆனா அது நிறைவேற வாய்ப்பே இல்லை... அது ஏன்னு உனக்கும் புரியும்'' என்றான்...

அவளோ, ஆமோதிப்பாக பெருமூச்சுடன் தலையாட்டினாள்...

அதனை தொடர்ந்து அந்த இடத்தை சுற்றிப் பார்த்தாள்.

'இதுக்கு மூணு லட்சமா?' என்று அவளால் நினைக்காமல் இருக்கவே முடியவில்லை...

அந்த மூன்று லட்சத்துக்காக நகைகளை அடகு வைக்கும் கற்பனை வரை சென்று இருந்தாள்.

ஆனால் இவனோ ஒரு நேரத்து உணவுக்காக இந்த பணத்தை செலவு செய்கின்றான்...

அவளால் என்ன தான் செய்ய முடியும்... அவள் கேட்டால் மூன்று லட்சம் என்ன? முப்பது லட்சமே உடனே கொடுப்பான்... ஆனால் அவளுக்கு தான் அவனிடம் கையேந்த விருப்பம் இல்லை...

அவளிடம் இருந்து ஒரு பெருமூச்சு மட்டுமே... பில் போட்டு முடியும் வரை அங்கே தான் அவர்கள் இருக்க வேண்டிய கட்டாயம்... நால்வருக்கும் அங்கேயே இருக்கவும் பிடித்து இருந்தது...

வம்சி கிருஷ்ணாவோ அப்படியே திரும்பி

பார்த்தான்... கடற்கரை காட்சி ரம்மியமாக இருந்தது... நிலவு வேறு இப்போது வானத்தில் பிரகாசித்துக் கொண்டு இருந்தது... நிலவின் ஒளியில் கடல் நீர் தக தகவென மின்னிக் கொண்டு இருக்க, எழுந்துச் சென்று அங்கே இருந்த ஹாண்ட் ரெயிலை இரு கைகளாலும் பற்றிக் கொண்டே, கடற்கரையை பார்த்தான்.

அவன் இதழ்கள் ரசனையுடன் விரிந்தன...

முகத்தில் காற்று பட, விளக்க முடியாத அந்த மெல்லிய உணர்வுடன் இரவின் அழகை ரசித்துக் கொண்டே நின்று இருந்தான்...

இதே சமயம் கௌதம் கிருஷ்ணாவும் யாதவ் கிருஷ்ணாவும் சுற்றி சுற்றி புகைப்படங்களை சேர்ந்தே எடுக்க ஆரம்பித்து இருக்க, தேன்மொழியின் விழிகள் இப்போது அங்கே நின்று இருந்த வம்சி கிருஷ்ணாவில் படிந்தது...

அவன் மேல் இருக்கும் அவள் காதல் தினமும் அதிகரித்ததே தவிர குறையவே இல்லை...

இன்று அவனை இன்னும் பிடித்து போய் விட்டது...

மெதுவாக எழுந்தவள், அவன் அருகே வந்து நின்றுக் கொண்டாள்.

அவளும் ஹாண்ட் ரெயிலை பற்றி இருந்தாள்.

இருவரின் கைகளும் நூலளவு இடைவெளியில் பிரிந்து நின்றன...

நிலவை ரசித்து விட்டு, அருகே நின்று இருந்த தேன்மொழியை பார்த்தவன், ‘‘இந்த இடம் பிடிச்சு இருக்கா?’’ என்று கேட்டான்...

அவளும் அவனை பார்த்தவள், ‘‘இல்லை, இந்த கணம் பிடிச்சு இருக்கு... உங்க எல்லார் கூடவும் இருக்கிறது பிடிச்சு இருக்கு’’ என்று சைகையால் சொல்ல, அவனோ மெதுவாக சிரித்தவன், ‘‘உனக்கு இப்போ ஏதும் வேணுமா?’’ என்று கேட்டான்...

அவளோ, ‘‘எனக்காக ஒரு பாட்டு’’ என்று தயக்கமாக சைகை மொழியில் கேட்டாள்.

அவனோ பெருமூச்சுடன் மீண்டும் நிலவை பார்த்தவன், ‘‘என் கிட்ட தயக்கமா எல்லாம் கேட்க தேவல... உரிமையாவே கேட்கலாம்’’ என்று சொல்லிக் கொண்டே,

‘‘இணையே

என் உயிர் துணையே

உன் இமை திறந்தால்

நான் உறைவது ஏனடி’’

என்று பாட ஆரம்பித்து இருந்தான்...

அவன் இசையையும் குரலையும் கேட்டாலே அவள் மெய் மறந்து விடுவாள் அல்லவா? இன்றும் மெய் மறந்து விட்டாள்.

அதுவும் இவ்வளவு நெருக்கத்தில் நின்று பாடுகின்றான்...

அவளால் தன்னை கட்டுப்படுத்தவே முடியவில்லை...

அவன் பாடினாலே அணைத்து விட கைகள் பரபரக்கும், இன்றும் அதே உணர்வு...

அடக்கி அடக்கி பார்த்தவளோ, ஒரு கட்டத்தில் கட்டுப்படுத்த முடியாமல், அவன் இசையில்

லயித்தபடி, ஹாண்ட் ரெயிலில் இருந்த அவன் கரத்தின் மேல் தனது கரத்தை வைத்து விட்டாள்...

அவன் அதிரவில்லை, ஆச்சரியபடவில்லை, இயல்பாக நின்று இருந்தான்...

அவன் உணர்வின் மாற்றம் அவளை விலக செய்து விடும் என்று அவனுக்கு தெரியும்...

அவள் விலகலை அவன் விரும்பவே இல்லை...

அப்படியே தனது கையை மறுபக்கம் திருப்ப, இப்போது இருவரின் உள்ளங்கைகளை ஒன்றாக உரசின...

அவளுக்கு இது எல்லாம் கிரகிக்கும் நிலை இல்லை...

அவன் இசையில் மயங்கிக் கொண்டே, அப்படியே நிலவை பார்த்தபடி நின்று இருந்தாள்.

அவனோ தனது ஐந்து விரல்களையும் அவள் விரல்களுடன் கோர்த்துக் கொள்ள, அவளும் தனது விரல்களை அவன் விரல்களுடன் கோர்த்துக் கொண்டாள்.

அவர்களின் பிணைந்த கரங்களுடன் சேர்த்து, அவன் கையில் இருந்த வாட்சும், அவள் கையில் இருந்த வளையல்களும் முத்தமிட்டுக் கொண்டன...

அவன் குரலை கேட்க கேட்க மெய் மறந்து கண்களை மூடிக் கொண்டே அவன் தோளிலேயே தலை சாய்த்து விட்டாள்.

அவனோ பாடிக் கொண்டே, அவளை குனிந்து பார்த்தான்...

கண்களை மூடி இருந்தவளுக்கு அவன் தன்னை பார்ப்பது தெரியவில்லை...

அவன் இதழ்களுக்குள் மெல்லிய புன்னகை...

பாடலையும் பாடி முடித்து இருந்தவன், ''தேன்மொழி'' என்றான்... சட்டென நினைவுக்கு வந்தவளோ கண்களை திறந்தாள்...

அவன் தோளில் தலை சாய்த்து அவன் கரத்துடன் கரம் கோர்த்து நிற்கின்றாள்...

பதறி விட்டாள். சட்டென தலையை பதட்டத்துடன் நிமிர்த்தியவள், அவன் கரத்தில் இருந்து தனது கரத்தை உருவ முயல, அவனோ அவள் கரத்தை பற்றிப் பிடித்தவன், ''இப்போ என்ன?'' என்று கேட்டான்...

இதே சமயம் அவர்களுக்கு பின்னால் நின்று இருந்த கௌதம் கிருஷ்ணாவும் யாதவ் கிருஷ்ணாவும் சிரிக்க, சட்டென வம்சி கிருஷ்ணாவும் தேன்மொழியும் திரும்பி பார்த்தார்கள்...

கௌதம் கிருஷ்ணாவோ, ''இப்போ பதறி என்ன பயன்? நாங்க எல்லாம் ஃபோட்டோ எடுத்துட்டோம்'' என்று சொல்லிக் கொண்டே, தொலைபேசியை தூக்கி காட்டினான்...

வம்சி கிருஷ்ணாவும் தேன்மொழியும் கைகளை கோர்த்து இருக்க, வம்சி கிருஷ்ணாவின் தோளில் தேன்மொழி சாய்ந்து இருக்க, அவர்களுக்கு முன்னே நிலவு அழகாக காட்சி கொடுக்க, ஓவியமாக இருந்தது அந்த புகைப்படம்...

தேன்மொழி சங்கடமாக வம்சி கிருஷ்ணாவை பார்க்க, அவனோ கௌதம் கிருஷ்ணாவை சிரித்தபடி

பார்த்தவன், ''அத வாட்ஸ் அப் பண்ணிடு'' என்றான்...

தேன்மொழிக்கோ அங்கே நிற்கவே முடியவில்லை.

இப்படியா அவன் மேல் சாய்வது? என்று தனக்கு தானே கடிந்துக் கொள்ள, இப்போது வம்சி கிருஷ்ணா திரும்பி தன்னை சங்கடமாக பார்த்துக் கொண்டே நின்று இருந்தவளைப் பார்த்தான்...

அவளோ அவன் பற்றி இருந்த கரத்தை தனது கண்களால் காட்ட, அவனும் அவளை பார்த்து சிரித்துக் கொண்டே, அவள் கரத்தை விடுவிக்க, தேன்மொழியிடம் இருந்து பெருமூச்சு மட்டுமே...

அவளால் யாரையும் நிமிர்ந்து பார்க்க முடியவில்லை... தான் செய்த செயலை நினைக்க நினைக்க வெட்கமாக வந்தது... இதே சமயம் வம்சி கிருஷ்ணாவின் டெபிட் கார்டும் வந்து சேர, அனைவரும் அங்கிருந்து கிளம்பி இருந்தார்கள்...

தேன்மொழி தலை நிமிரவே இல்லை... ஏன் இப்படி நடந்துக் கொண்டோம்? என்று தன்னை தானே மனதுக்குள் கடிந்துக் கொண்டே வம்சி கிருஷ்ணா அருகே நடந்து வந்தாள்.

பாடியே அவளை மயக்கி விட்டான் அந்த மாயக்கண்ணன்...

அவளும் மயங்கி விட்டாள்...

அத்தியாயம் 19

அன்று வீட்டுக்கு வந்ததுமே, ''நானும் கௌதம் கிருஷ்ணாவும் நாளைக்கு ஒரு கான்செர்ட்காக சிங்கப்பூர் போறோம், தெரியும் தானே'' என்றான்...

அவன் போன வாரமே சொல்லி இருந்தான் தான்.

ஆனால் இவ்வளவு சீக்கிரமாக இந்த வாரம் வந்து விடும் என்று அவள் எதிர்பார்க்கவே இல்லை...

ஒரு வாரத்தில் திரும்பி விடுவான், என்றாலும் அவளுக்கு அவன் போகின்றான் என்று சொன்னதும் கண்கள் கரித்துக் கொண்டு வந்தன...

அழுதால் சின்ன பிள்ளை தனமாக இருக்கும் என்று அழுகையை கட்டுப்படுத்திக் கொண்டே, ''தெரியும்'' என்கின்ற ரீதியில் தலையாட்டினாள்.

அவனோ, ''ஒரு வாரத்துல வந்திடுவேன்... எதுனாலும் அம்மா கிட்ட சொல்லிடு... எனக்கும் மெசேஜ் பண்ணிடு... புரியுதா?'' என்று கேட்க, அவளும் சம்மதமாக தலையாட்டினாள்... அவன் வேதவல்லியையும் கல்யாணியையும் பற்றி தான் சொல்கின்றான் என்று அவளுக்கும் புரிந்தது...

அன்றிரவு படுத்தவளுக்கு மறுபடியும் மனதில் ஒரு வெறுமை...

அதுவரை இருந்த சந்தோஷம் மறைந்து, மனதில் அழுத்தம் ஆரம்பமாகி விட்டது...

ஒரு வாரம் அவனை விட்டு இருக்க வேண்டுமே என்கின்ற தவிப்புடன் சேர்த்து மூன்று லட்சத்துக்கு எங்கே போவது என்கின்ற யோசனை வேறு...

அவள் புரண்டு புரண்டு படுக்க, ''இன்னும் தூங்கலையா?'' என்று ஒரு சத்தம்...

வம்சி கிருஷ்ணா தான் அவளை திரும்பி பார்த்துக் கொண்டே கேட்க, அவளோ பட்டென்று கண்களை மூடிக் கொண்டாள்.

ஆனாலும் அவளுக்கு தூக்கம் வரவே இல்லை...

அவனும் மென் சிரிப்புடன் கண்களை மூடி இருந்தான்...

அடுத்த நாள் காலையில் ஸ்கூலுக்குச் சென்றவள், நேரே சென்றது என்னவோ தனது நண்பி மீராவிடம் தான்...

அவளும் விஷேட தேவையுடைய மாணவர்களுக்கு தான் கற்பிக்கின்றாள்...

ஆனால் அவளால் பேச முடியும்...

சைகை மொழியும் தெரியும்...

அவளிடம் நேரே வந்த தேன்மொழியோ, ‘‘நேற்று நான் கேட்டது என்னாச்சு?’’ என்று சை கையில் கேட்க, அவளோ, ‘‘உன் புருஷன் கிட்ட ஒரு தடவை கேட்டு பார்க்கலாமே தேன்மொழி, எதுக்கு அடுத்தவங்க கிட்ட கையேந்தணும்?’’ என்று கேட்டாள்.

தேன்மொழியோ, அழுத்தமாக இல்லை என்று தலையாட்ட, ‘‘ரொம்ப பிடிவாதம் உனக்கு தேன்மொழி, எனக்கு தெரிஞ்ச வட்டிக்கு கொடுக்கிற அண்ணன் ஒருத்தர் இருக்கார்... அவர் கிட்ட தான் கேக்கணும்’’ என்றாள்.

தேன்மொழியோ, ‘‘என்னால உடனே எல்லாம் பணம் திரும்ப கொடுக்க முடியாது... கொஞ்சம் கொஞ்சமா தான் கொடுப்பேன்’’ என்று கையசைத்து சொல்ல, ‘‘எனக்கு தெரிஞ்சவர் தான்... இரும்புக் கடை வச்சு இருக்கார்... அதோட இந்த வேலையும் பண்ணிட்டு இருக்கார்... பேசிப் பார்க்கலாம்’’ என்று சொல்ல, அவளுக்கும் வேறு வழி தெரியவில்லை...

சம்மதமாக தலையாட்டினாள்...

அன்று ஸ்கூல் முடிய, வசந்திக்கு தாமதமாக வருவதாக குறுஞ்செய்தி அனுப்பி விட்டு மீராவுடன் வட்டிக் கடையை நோக்கிச் சென்றாள்.

கடை முதலாளி ஜெயராஜ், கந்து வட்டிக்கு கொடுப்பவன்... பார்க்கவே பயம் வரும் தோற்றம்...

கடையின் கல்லாபெட்டியின் முன்னே அமர்ந்துக் கொண்டே, தனக்கு முன்னே நின்றவனிடம் பேசிக் கொண்டு இருந்தான்...

தேன்மொழிக்கு அவனை பார்த்ததுமே கொஞ்சம் பயமாக இருந்தது...

தயக்கமாக மீராவை பார்த்தாள்.

ஆனால் இவ்வளவு தூரம் வந்து விட்டாள்.

திரும்பிப் போகவும் முடியாது...

மீராவோ, ''பேசி பார்க்கலாம்'' என்று சொல்லிக் கொண்டே, ''அண்ணா எப்படி இருக்கீங்க?'' என்று கேட்டாள்.

அவனும், ''வாம்மா மீரா, நல்லா இருக்கேன்... நீ எப்படி இருக்க?'' என்று கேட்டுக் கொண்டே தேன்மொழியை புருவம் சுருக்கி பார்த்தான்...

மீராவோ, ''இது என் ஃப்ரெண்ட் அண்ணா, தேன்மொழி... என் கூட தான் ஸ்கூல்ல டீச் பண்ணுறா... வாய் பேச முடியாது'' என்று சொல்ல, ''ஓஹோ என்ன விஷயம்??'' என்று கேட்டான் ஜெயராஜ்.

இதே சமயம் ஜெயராஜ்ஜுடன் பேசிக் கொண்டு

இருந்தவனோ, சட்டென இருவரையும் திரும்பி பார்த்தான்...

அவன் பெயர் பிரதீப்...

அவன் மகனும் இந்த பாடசாலையில் தான் கல்வி கற்கின்றான்...

'இது நம்ம மீரா டீச்சரும், தேன்மொழி டீச்சரும் தானே' என்று அவன் யோசித்துக் கொண்டே, அவர்களை பார்க்க, ஜெயராஜ்ஜுடன் பேசிக் கொண்டு இருந்த தேன்மொழியும் மீராவும் அவனை கவனிக்கவே இல்லை...

மீராவோ, ''இவளுக்கு அவசரமா மூணு லட்சம் தேவைப்படுது அண்ணா'' என்றாள்.

உடனே அவன், 'வட்டி சம்பந்தமா எல்லாம் சொல்லிட்டியா? நேரத்துக்கு பணம் தரலைனா நான் பொல்லாதவன் ஆயிடுவேன்' என்று ஆரம்பத்திலேயே தேன்மொழியை பயம் காட்ட, 'அது சம்பந்தமா தான் அண்ணா நான் பேச வந்து இருக்கேன்... அவளுக்கு உடனே எல்லாம் பணம் கொடுக்க முடியாது, கொஞ்சம் கொஞ்சமா தான் கொடுப்பா, அதனால கை மாத்தா பணம் கிடைக்குமா?' என்று அவள் முடிக்கவில்லை, ''என்னம்மா விளையாடுறியா? நான் என்ன உன் சொந்தக்காரனா கை மாத்தா கொடுக்கிறதுக்கு? தெரிஞ்ச பொண்ணாச்சே, பாவம்னு நிற்க வச்சு பேசிட்டு இருந்தா ரொம்ப ஓவரா தான் போற'' என்று அதட்டினான்...

அவன் குரலோ மிகவும் பெரிது...

சுற்றி நின்றவர்கள் திரும்பிப் பார்த்தார்கள்...

அவன் சத்தம் போட்டதால் தேன்மொழிக்கு அசிங்கமாகி விட்டது...

மீராவை சுரண்டியவள், 'போகலாம்' என்று சைகை செய்தாள்.

ஜெயராஜ் திட்டுவதை நிறுத்திய பாடும் இல்லை, ''சீக்கிரம் இடத்தை காலி பண்ணுங்க, இல்லனா அசிங்கமாய்டும்'' என்று சொன்னான்...

மீராவுக்கும் சங்கடமாகி விட்டது...

ஒன்றும் சொல்லாமல் அங்கே இருந்த நகர முற்பட, ''கொஞ்சம் சும்மா இரு ஜெயராஜ், எனக்கு தெரிஞ்சவங்க தான்'' என்று சொன்ன பிரதீப்போ, ''டீச்சர்'' என்று அழைத்தான்...

தேன்மொழியும் மீராவும் ஒன்றாக திரும்பி பார்த்தார்கள்...

அவனை முதலில் அடையாளம் கண்டுக் கொண்ட மீராவோ, ''சார் நீங்க ரித்தேஷோட அப்பா தானே?'' என்று கேட்க, ஆம் என்கின்ற ரீதியில் தலையாட்டியவனோ தேன்மொழியை பார்த்து, ''மூணு லட்சத்துக்கு இங்க வரணும்னு இல்லையே... வம்சி சார் கிட்ட இல்லாத பணமா?'' என்று கேட்டு விட்டான்...

அவள் எந்த கேள்வியை வெறுக்கின்றாளோ அதே கேள்வி...

உடனே மீரா, ''நானும் அது தான் சார் சொன்னேன், அவர் கிட்ட கேட்க முடியாதுனு சொல்லிட்டு இருக்கா'' என்றாள்.

அவனோ, ''சரி விடுங்க, நான் கொடுக்கிறேன்... எனக்கு நீங்க எப்போ முடியுமோ அப்போ

கொடுங்க'' என்று சொல்ல, தேன்மொழி அவசரமாக வேண்டாம் என்கின்ற ரீதியில் தலையாட்டினாள்...

உடனே பிரதீப், ''என் கிட்ட வாங்க தயக்கமா இருந்தா ஜெயராஜ் கிட்ட சொல்லியே கொடுக்க சொல்றேன்'' என்று சொல்லிக் கொண்டே ஜெயராஜ்ஜை பார்க்க, ''சரி தான்'' என்று அவன் முணு முணுத்துக் கொண்டே, மூன்று லட்சத்தை பணம் எண்ணும் இயந்திரத்தில் எண்ணி அவளிடம் நீட்டினான்...

அவளும் அதனை யோசனையுடன் பார்த்துக் கொண்டே நிற்க, மீராவோ, ''வாங்கு தேன்மொழி, வேற வழி இல்ல'' என்று சொன்னவளோ பிரதீப்பை பார்த்து, ''திரும்ப கொடுக்க லேட் ஆகும், பரவாயில்லையா சார்?'' என்று கேட்டாள்.

தேன்மொழியும் பிரதீப்பின் பதிலை எதிர்பார்த்து நிற்க, அவனோ, ''அது ஒண்ணும் பிரச்சனை இல்லை... எப்போவுமே எனக்கு உங்க மேல நம்பிக்கையும் மரியாதையும் இருக்கு... என் பையன போல எத்தனையோ பேர் வாழ்க்கைல நல்ல வழியை காட்டி இருக்கீங்க... அதோட ஒப்பிடும் போது நான் பண்ணுறது எல்லாம் ஒன்னுமே இல்ல'' என்று சொல்ல, தேன்மொழியும் பணத்தை வாங்கி பையில் வைத்தவள், பிரதீப்பிடம் சைகையால் நன்றி சொல்லி விட்டு மீராவுடன் நடக்க தொடங்கி விட்டாள்.

தேன்மொழியை பிரதீப் யோசனையுடன் பார்த்துக் கொண்டே நிற்க, ''என்னப்பா, மூணு லட்சத்தை அப்படியே தூக்கி கொடுக்க சொல்லிட்டே... திரும்ப வரும்னு நம்புறியா?'' என்று கேட்க, அவனோ, ''திரும்ப வந்தாலும் வரலைனாலும் எனக்கு அத பத்தி

கவலை இல்லை... வம்சி சார் எனக்கு பண்ணுன உதவிகளோட ஒப்பிடும் போது இது ஒண்ணும் இல்ல, நான் இப்போ கச்சேரி எல்லாம் போய் நல்லா வாழ காரணமே வம்சி கிருஷ்ணா சார் தான்'' என்றான்...

ஆம் அவன் வேறு யாருமல்ல, வம்சி கிருஷ்ணாவுக்கு நெருங்கிய இசையமைப்பாளரிடம் வேலை பார்க்கும் மிருதங்க வித்துவான் தான்...

அவனுக்கு வாய்ப்பு எடுத்து கொடுத்ததே வம்சி கிருஷ்ணா தான்...

அந்த நன்றி இப்போது வரைக்கும் பிரதீப்புக்கு இருக்கின்றது...

அவன் சொன்னதை கேட்டு அதிர்ந்த ஜெயராஜ்ஜோ, ''வம்சி கிருஷ்ணா-னா பாட்டு பாடுவாரே அவரா?'' என்று கேட்டான்.

பிரதீப் ஆமோதிக்க தலையாட்ட, ''அவருக்கும் இந்த பொண்ணுங்களுக்கும் என்ன சம்பந்தம்?'' என்று கேட்டான்.

''வாய் பேச முடியாத பொண்ணு தான் அவரோட சம்சாரம்'' என்று அவன் தலையில் குண்டை தூக்கி போட, ''என்னப்பா சொல்ற, நான் வேற அந்த பொண்ணுக்கு தாறு மாறா திட்டிட்டேனே... ஒன்னும் பிரச்சனை ஆகிடாதே'' என்றான் ஜெயராஜ் பதட்டமாக...

''அத திட்ட முதல் யோசிச்சு இருக்கணும்'' என்று பிரதீப் சொல்ல, ''நான் என்னப்பா பண்ணுறது? இந்த சினிமா டி வி எல்லாம் பார்க்கிறதே இல்லை... கடன் கொடுத்தவனுங்க பின்னாடி செல்லவே நேரம் சரியா இருக்கு... ஒரு தடவை ரேடியோல

குரல் நல்லா இருக்குதே யார்னு நம்ம பசங்க கிட்ட விசாரிச்சேன்... அப்படி தான் வம்சி கிருஷ்ணா என்கிற பெயரே எனக்கு தெரிய வந்தது...'' என்று சொல்ல, பிரதீப்போ பெருமூச்சுடன் தனது தொலைபேசியை எடுத்துக் கொண்டே சற்று தள்ளி நடந்து போனான்...

அடுத்து அவன் அழைத்தது என்னவோ வம்சி கிருஷ்ணாவுக்கு தான்...

வம்சி கிருஷ்ணா சிங்கப்பூருக்கு புறப்பட தயாராக இருந்த சமயம் அது...

அலைபேசியை எடுத்து காதில் வைத்தவன், ''சொல்லு பிரதீப்'' என்று சொல்ல, அவனோ, ''சார் ஒரு முக்கியமான விஷயம்'' என்றான்...

''ம்ம் சொல்லு'' என்றான் வம்சி கிருஷ்ணா...

''உங்க வைஃப் கூட ஏதும் பிரச்சனையா சார்?'' என்று தயங்கி தயங்கி கேட்டான் பிரதீப்...

வம்சி கிருஷ்ணாவோ புருவம் சுருக்கி யோசித்தவன், ''தேன்மொழி கூட ஒரு பிரச்சனையும் இல்லையே... என்னாச்சு?'' என்று கேட்க, பிரதீப் நடந்த அனைத்தையும் சொல்லி முடித்தான்...

வம்சி கிருஷ்ணாவின் முகம் இறுகியது...

யாரோ ஒருவனிடம் பணம் கேட்டு அவமானப்பட்டு இருக்கின்றாள்... தன்னிடம் ஒரு வார்த்தை பணத்தை பற்றி பேசவில்லை என்கின்ற ஆத்திரம்...

நேற்று தன்னிடம் ஏதும் சொல்ல வேண்டுமா? என்று அத்தனை தடவை கேட்டான்...

வாயையே அவள் திறக்கவில்லையே... கை பற்றி

தோள் சாய்ந்து நிற்கும் அளவுக்கு உரிமை எடுத்துக் கொண்டவளுக்கு இதனை சொல்ல என்ன தயக்கம் என்கின்ற கடுப்பு...

தேன்மொழி மேல் அடக்க முடியாத கோபம் உண்டானது... ஆழ்ந்த மூச்சை எடுத்துக் கொண்டே, ''உன்னோட பேங்க் டீடெய்ல்ஸ்க்கு மூணு லட்சம் போட்டு விடுறேன்... செட்டில் பண்ண வேண்டியவனுக்கு செட்டில் பண்ணிடு... அவளுக்கு கொடுத்தது என்னோட பணமாவே இருக்கட்டும்'' என்று சொல்லி விட்டு அலைபேசியை வைத்தவனுக்கு ஆத்திரம் மட்டும் அடங்கவே இல்லை...

அங்கிருந்த நீர் பாட்டிலில் இருந்த நீரை அருந்தி ஆத்திரத்தை அடக்கிக் கொண்டான்...

இதே சமயம் தேன்மொழியோ நேரத்தைப் பார்த்தாள்.

மணி நான்கை நெருங்கி இருந்தது...

பணத்தை மகாலக்ஷ்மியிடம் கொடுத்து விட்டு வருவதற்கு நேரம் போதவில்லை...

வம்சி கிருஷ்ணா சற்று நேரத்தில் ஃப்லைட்டுக்கு கிளம்பி விடுவான்...

பணத்தை அடுத்த நாள் மகாலக்ஷ்மியிடம் கொடுத்து விடலாம் என்று நினைத்துக் கொண்டே, வேகமாக வம்சி கிருஷ்ணாவை வழியனுப்ப வீட்டை நோக்கி நடந்தாள்.

வம்சி கிருஷ்ணாவின் உடைமைகளும் கௌதம் கிருஷ்ணாவின் உடைமைகளும் காரில் ஏற்றப் பட்டுக் கொண்டு இருந்தன...

வேகமாக வீட்டினுள் நுழைந்தாள்.

''புருஷன் வெளியூர் போக போறான்... ஆடி திரிஞ்சிட்டு வர்ற நேரத்தைப் பாரு'' என்று வேதவல்லி வழக்கம் போல தனது வசவை தொடங்க, அவளோ அவர் கதையை காதில் வாங்காமல் வேகமாக மாடி ஏறினாள்.

குருமூர்த்திக்கு அலுவலகத்தில் முக்கிய சந்திப்பு இருப்பதால், அலைபேசியில் தான் கௌதம் கிருஷ்ணாவிடமும் வம்சி கிருஷ்ணாவிடமும் பேசி இருந்தார்...

அவர்கள் வெளிநாடு செல்வது ஒன்றும் முதல் தடவை அல்லவே...

ஆனாலும் வழக்கமாக முடிந்தவரை வழியனுப்ப வந்து விடுவார்... ஓரிரெண்டு நாட்கள் அவரால் வர முடியாமல் போய் இருக்கின்றது...

அந்த ஓரிரெண்டு நாட்களில் இதுவும் ஒன்று...

யாதவ் கிருஷ்ணாவோ வசந்தியின் அருகே வாசலில் நின்று இருக்க, வேதவல்லியும் கல்யாணியும் கூட நின்று இருந்தார்கள்...

ஆனால் இன்னும் வம்சி கிருஷ்ணாவும் கௌதம் கிருஷ்ணாவும் கீழிறங்கி வரவில்லை...

அதே சமயம் வம்சி கிருஷ்ணாவுடன் பேசுவதற்காக அறைக்குள் வேகமாக நுழைந்தாள் தேன்மொழி...

அவள் அறைக்குள் நுழையும் சமயம் கௌதம் கிருஷ்ணா தனது அறைக்குள் இருந்து வெளியேறி படியிறங்கி இருக்க, வம்சி கிருஷ்ணாவோ தனது அறைக்குள் நின்று ஹாண்ட் லக்கேஜ்ஜை

தோள்களில் போட்டுக் கொண்டே, தலையை கோதிக் கொண்டு வெளியேற ஆயத்தமானான்...

அவளை ஏன் என்றும் கவனிக்கவில்லை...

மனம் உலையாக கொதித்துக் கொண்டு இருந்தது அவனுக்கு...

முன்னே நின்றவளை பார்க்காமல் அவளை தாண்டிச் செல்ல முயல, அவளோ வளையல்களை அசைத்து தான் வந்து இருப்பதை உணர்த்த முயன்றாள்...

சத்தம் கேட்டது... ஆனாலும் அவன் திரும்பிப் பார்க்கவில்லை...

கதவை திறந்துக் கொண்டே வெளியேறி இருந்தான்...

அவன் நடவடிக்கையில் தூக்கி வாரிப் போட்டது அவளுக்கு...

'நான் லேட்டா வந்ததுக்கு கோவிச்சுக்கிட்டாரோ' என்று நினைத்தவள், சட்டென வெளியேறியவனின் கையை எட்டி பற்றிப் பிடிக்க, அவளை பார்க்காமலே, ''கையை எடு'' என்று அவன் சீறினான்...

அதிர்ந்து விட்டாள் பெண்ணவள்... சட்டென்று அவன் கையில் இருந்து கையை எடுத்தவளோ அவன் முதுகை அதிர்ந்து பார்க்க, அவன் கர்ஜித்த சத்தம் கீழே நின்று இருந்தவர்களுக்கும் கேட்டது...

சட்டென்று அனைவரும் மேலே ஏறிட்டுப் பார்த்தார்கள்...

அவனுக்கோ தன் மீதே எரிச்சல்...

''பச்'' என்று தலையை கோதிக் கொண்டே விறு

விறுவென வேகமாக கீழே இறங்கினான்...

அவள் மீது கோபத்தை காட்ட கூடாது என்பதற்காக தான் அவளை தவிர்த்தான்...

ஆனால் முடியவில்லை... வெடித்து விட்டான்...

பெண்ணவளுக்கோ அதிர்ச்சி...

கண்ணில் இருந்து கண்ணீர் வழிந்தது...

எதற்காக அவன் தன் மேல் கோபமாக இருக்கின்றான் என்றும் தெரியவில்லை... விஷயத்தை சொல்லி விட்டு சண்டை போட்டு இருந்தால் கூட அவள் நிம்மதியாக இருந்து இருப்பாள்...

எதற்கென்று தெரியாமல் தவித்தவள் வேகமாக அவனை தொடர்ந்து கீழே இறங்கினாள்.

வம்சி கிருஷ்ணாவுக்கு அருகே வந்த கௌதம் கிருஷ்ணாவோ, ''டேய் என்னடா ஆச்சு? அது தான் நாம கிளம்ப முதல் வந்துட்டாங்களே'' என்று கேட்க, அவனோ, கௌதம் கிருஷ்ணாவை அழுத்தமாக பார்த்தவன், ''அது எல்லாம் காரணம் இல்ல, வழியனுப்ப வரலனா கூட நான் கோபப்பட மாட்டேன்...'' என்று சொல்லிக் கொண்டே நடந்தான்.

சத்தமாகவே சொன்னான்...

தேன்மொழி காதில் விழட்டும் என்று சொன்னான்...

அவளுக்கும் அவன் எதிர்பார்த்த போல அது கேட்டது...

'நான் லேட்டா வந்ததுக்கு அவர் கோபப்படலையா? அப்போ எதுக்கு கோபப்பட்டார்?' என்று புரியாமல் தவித்துக் கொண்டே, அவர்களை பின் தொடர்ந்து வாசல் வரை வந்து விட்டாள்.

''போற நேரத்துல அவனை கடுப்பாக்குறத பாரு'' என்று வேதவல்லி மீண்டும் ஆரம்பிக்க, அவரை ஆழ்ந்து பார்த்த வம்சி கிருஷ்ணாவோ, ''நீங்களும் தான் பேசி பேசியே கடுப்பாக்கிட்டு இருக்கீங்க'' என்று சொன்னான்...

சட்டென வாயை இறுக மூடிக் கொண்டார் வேதவல்லி...

வசந்தியை பார்த்து தலையசைத்து விட்டு யாதவ் கிருஷ்ணாவை பார்த்தவன், ''என்ன வேணும்னு மெசேஜ் பண்ணு'' என்றான் சைகை மொழியில்...

அவனும் தலையாட்டி சிரித்துக் கொண்டே, வம்சி கிருஷ்ணாவையும் கௌதம் கிருஷ்ணாவையும் அணைத்து வழி அனுப்ப, அவர்களும் வேதவல்லி, கல்யாணி மற்றும் அங்கே நின்ற வேலைக்காரர்கள் என்று அனைவரிடமும் சொல்லி விட்டு புறப்பட ஆயத்தமானார்கள்...

கௌதம் கிருஷ்ணாவோ, ''வர்றோம் அண்ணி'' என்று தேன்மொழியை பார்த்து சொல்ல, அவளோ கலங்கிய கண்களுடன் தலையாட்டி விடை கொடுத்தாலும், அவள் விழிகள் என்னவோ தன்னை நோக்காத வம்சி கிருஷ்ணாவில் தான் படிந்தது...

அவளை திரும்பி கூட பார்க்கவில்லை...

காரில் ஏறிக் கொண்டான்...

இந்த கோபம் எதற்கென்று தெரியாமல் தவித்துப் போனாள்...

ஒரு தடவையாவது தன்னை பார்க்கமாட்டானா?

என்கின்ற ஏக்கம்... கதவு நிலையில் சாய்ந்து அவனையே பார்த்துக் கொண்டு நின்று இருந்தாள்.

விம்மலுடன் அழுகை வந்தது...

அடக்கிக் கொண்டாள்.

அவன் முகம் இறுக்கமாக இருந்தது...

முன்னால் பார்த்தபடி அமர்ந்து இருந்தான்...

இரக்கம் இல்லாதவன்... அவளை கொஞ்சம் கூட திரும்பி பார்க்கவில்லை...

அவன் ஒற்றை பார்வை வீச்சு அவளை இதமாக்கி இருக்கும்... உன்னை இதமாக்க நான் தயாராக இல்லை என்கின்ற தோரணையில் தான் அமர்ந்து இருந்தான்...

காரும் புறப்பட்டு விட்டது...

உடைந்து விட்டாள்.

மொத்தமாக உடைந்து விட்டாள்.

அதற்கு மேல் அங்கே அவளால் நிற்கவே முடியவில்லை...

இன்று காலை வரை நன்றாக இருந்தவனுக்கு இப்போது என்ன ஆனது என்று தான் அவளுக்கு தெரியவில்லை...

அவன் இசையை ரசித்து இருக்கின்றாள்...

அவன் அக்கறையை உணர்ந்து இருக்கின்றாள்...

அவனது உறுதியான ஆளுமையை மனதுக்குள் சிலாகித்து இருக்கின்றாள்...

முதல் முறை அவன் கோபத்தை எதிர் கொள்கின்றாள்...

தாங்கிக் கொள்ளவே முடியவில்லை…

அனலாக தகிப்பவனை எப்படி குளிர்விப்பது என்றும் தெரியவே இல்லை…

அவன் நேசம் எந்த அளவுக்கு மென்மையானதோ அவன் கோபம் அதே அளவுக்கு வன்மையானது…

இதே சமயம் கல்யாணிக்கும் வேதவல்லிக்கும் உள்ளுக்குள் குதூகலம்…

‘‘பார்த்தியா ஏதோ உள் நாட்டு பிரச்சனை போல’’ என்று வேதவல்லி சொல்ல, கல்யாணியோ, ‘‘ஆமா பாட்டி, என்னை பார்த்தே வம்சி மாமா தலையாட்டினார்… ஆனா அவளை பார்க்கவே இல்லை’’ என்று சிரித்தபடி சொல்ல, ‘‘இது தான் சந்தர்ப்பம்னு நாம போட்ட திட்டங்களில ஒண்ண நிறைவேத்துறோம்’’ என்று சொல்ல, ‘‘டன் பாட்டி’’ என்றாள் கல்யாணி…

இதே சமயம் நொறுங்கிய மனதுடன் அறைக்குள் அமர்ந்து இருந்த தேன்மொழியோ, கையில் இருந்த தொலைபேசியில் அவனுக்கு குறுஞ்செய்தி அனுப்பினாள்…

‘‘என்ன தப்பு பண்ணுனேன்னு தெரியல… எந்த தப்பு பண்ணி இருந்தாலும் மன்னிச்சுக்கோங்க’’ என்று அனுப்ப, அதனை பார்த்தவனோ, பதில் அனுப்பாமல் அலைபேசியை பாக்கெட்டில் போட்டான்…

அவளோ கட்டிலில் படுத்து அலைபேசியில் அவன் பதிலை எதிர்பார்த்து காத்துக் கொண்டே இருந்தவள் அப்படியே தூங்கிப் போனாள். அவனும் விமானம் ஏறி தனது பயணத்தை தொடங்கி இருந்தான்…

அத்தியாயம் 20

அடுத்த நாள் காலையில் எழுந்த தேன்மொழி தனக்கு அருகே கிடந்த அலைபேசியை எடுத்துப் பார்த்தாள்.

அவனிடம் இருந்து பதில் இல்லை...

மனம் சோர்ந்து போனால் உடலில் பலம் ஏது?

எழுந்து நடக்கவே அவளுக்கு சலிப்பாக இருந்தது...

ஆனால் வேலைக்குச் செல்ல வேண்டும்...

முக்கியமாக பணத்தை தாயிடம் கொடுக்க வேண்டும்...

அனைத்தையும் கட்டிலில் படுத்தபடி யோசித்தவள், பெருமூச்சுடன் எழுந்து குளியலறைக்குள் நுழைந்துக் கொண்டாள்.

குளித்து விட்டு வந்தவளுக்கு மனம் கேட்கவில்லை...

ஓடிச் சென்று அலைபேசியை பார்த்தாள்.

அவன் பதில் அனுப்ப மாட்டானா என்கின்ற ஏக்கம் அவளுக்கு...

அவன் பதில் அனுப்பவே இல்லை...

கண்களை மூடி திறந்தவள், அலைபேசியை கைப்பையில் வைத்து விட்டு அதற்குள் இருந்த பணத்தையும் சரி பார்த்தாள்.

அதில் ஐம்பதாயிரம் வசந்திக்கு கொடுக்க வேண்டும்...

ஐம்பதாயிரத்தை எடுத்து அலுமாரிக்குள் வைத்து விட்டு, இரண்டரை லட்சத்துடன் கீழிறங்கிச் சென்றாள்.

யாதவ் கிருஷ்ணாவோ ஸ்கூலுக்கு கிளம்பி விட்டான்...

வசந்தியோ, ''நான் கோவிலுக்கு போயிட்டு வர்றேனுங்க'' என்று ஹாலில் நண்பர் ஒருத்தருடன் பேசிக் கொண்டு இருந்த குருமூர்த்தியிடம் சொல்லி விட்டு கோவிலுக்கு அப்போது தான் கிளம்பி இருந்தார்...

குருமூர்த்தியும் அவர் நண்பரும் பேசிக் கொண்டு இருக்க, சற்று தள்ளி இருந்த வேதவல்லியும் கல்யாணியும் ரகசியம் பேசிக் கொண்டு இருந்தார்கள்...

கல்யாணியோ, ''பாட்டி, அவ பணத்துக்கு கஷ்டப்பட்டவ, சோ அத வச்சு தான் அவளை கவுக்கணும்'' என்றாள்.

வேதவல்லியோ, ''நாம நேற்று ப்லான் போட்ட போல, என்னோட தங்க வளையலை அவ ஹாண்ட் பேக்ல வச்சிடுவோம்... அப்புறம் வளையலை காணோம்னு நான் சத்தம் போட்டு அவ ஹாண்ட் பேக்கை செக் பண்ண வைச்சுடலாம்... இந்த நேரம் தான் சரியான நேரம்... குருமூர்த்தியை தவிர யாரும் இல்லை... அவ சார்பா பேசுற எல்லாருமே போய்ட்டாங்க, சோ இன்னைக்கே இத பண்ணிடலாம்'' என்று சொல்லிக் கொண்டு இருக்கும் போதே அவ்விடத்தில் வந்த தேன்மொழியோ தனது கைப்பையை அங்கிருந்த மேசையில் வைத்து விட்டு சாப்பிடுவதற்காக சமையலறைக்குள் நுழைந்தாள்.

வழக்கமாக ஹாலுடன் ஒட்டி இருக்கும் சாப்பாட்டு மேசையில் அமர்ந்து தான் சாப்பிடுவாள்...

இன்று குருமூர்த்தியின் நண்பர் அங்கே இருக்கும் போது அது அவளுக்கு சரியாக படவில்லை...

உள்ளே நுழைந்து விட்டாள்.

கைப்பையை வழக்கமாக ஹாலில் இருக்கும் மேசையில் தான் வைத்துச் செல்வாள்... அதே போல வைத்து விட்டுச் சென்று விட்டாள்.

இந்த நேரத்தை தான் வேதவல்லியும் கல்யாணியும் எதிர்பார்த்து இருந்தார்கள்...

அவள் கைப்பையை வைத்து விட்டு உணவை எடுத்து வர உள்ளேச் செல்லும் கணத்தில் இதனை செய்யலாம் என்று நினைத்து இருக்க, அவர்கள் அதிஷ்டமோ என்னவோ, அவள் உள்ளேயே அமர்ந்து சாப்பிட வேண்டிய நிலை...

அதனால் அவர்களுக்கு நேரம் நிறையவே கிடைத்தது...

வேதவல்லியோ தனது காப்பை கழட்டிக் கொண்டே, கல்யாணியை பார்க்க, அவளோ, ‘‘ஐயோ பாட்டி, மாமா இங்க தான் இருக்கார்... இப்போ எப்படி வைக்க முடியும்? அவர் போகட்டும்’’ என்று சொன்னாள்.

‘‘அதுக்குள்ள அவ சாப்பாட்டு தட்டை தூக்கிட்டு வந்திடுவாடி’’ என்று சொன்னவரிடம், ‘‘சாப்பிட்டு முடிய கழுவ போவா தானே, அப்போ பார்த்துக்கலாம்’’ என்று சொன்னாள் கல்யாணி.

இதே சமயம் குருமூர்த்தியிடம் பேசிக் கொண்டு

இருந்த அவர் நண்பரோ, ''இதுல ரெண்டரை லட்சம் இருக்கு மூர்த்தி... அன்னைக்கு அவசரத்துக்கு பணம் கொடுத்ததுக்கு ரொம்ப நன்றி'' என்று சொல்லி பணத்தை அவர் முன்னே இருந்த டீ பாயில் வைக்க, குருமூர்த்தியோ, ''எதுக்கு நன்றி எல்லாம், நாம என்ன அப்படியா பழகி இருக்கோம்?'' என்று கேட்டார்...

அவர் நண்பரும், ''அப்போ நான் கிளம்புறேன்'' என்று சொல்லிக் கொண்டே எழுந்தவர், ''புது போர்ட்ஸ் எல்லாம் வாங்கி இருக்கேன்னு சொன்ன தானே... அத பார்க்கலாமா?'' என்று கேட்க, அவரோ, ''ம்ம் கார்டன்ல இருக்கு... உனக்கு போர்ட்ஸ் பிடிக்கும்ல'' என்று சொல்லிக் கொண்டே, அவர் தோளில் கையை போட்டுக் கொண்டே நடந்துச் செல்ல, அங்கே டீபாயில் பணம் அப்படியே இருந்தது...

இரண்டரை லட்சம் எல்லாம் அவருக்கு பெரிய பணம் அல்ல, வீட்டில் இருப்பவர்கள் மேல் நம்பிக்கையும் இருந்தது... மேசையில் வைத்து விட்டுச் சென்று இருந்தார்...

அவர் கிளம்பியதும் தான் கல்யாணிக்கும் வேதவல்லிக்கும் நிம்மதியாக இருந்தது...

''அவ என்ன பண்ணுறானு போய் பாருடி... இன்னும் சாப்பாட்டை எடுத்துட்டு வெளியே வரல'' என்றார் வேதவல்லி...

கல்யாணியும் நீரை அருந்த செல்வது போல சமையலறைக்குள் செல்ல, அங்கே சமையல் கட்டில் சாய்ந்து நின்று சாப்பிட்டுக் கொண்டு இருந்தாள் தேன்மொழி...

கல்யாணியும் நீரை அருந்தி விட்டு வெளியேறியவள், வேதவல்லி அருகே வந்து, ‘‘அவ சாப்பிட்டுட்டு இருக்கா, நமக்கு டைம் இருக்கு, சீக்கிரம் காப்பை கொடுங்க, அவ ஹாண்ட் பேக்ல வச்சுடலாம்’’ என்று சொல்லிக் கொண்டே, அவரிடம் இருந்து காப்பை வாங்கியவள் வேகமாக சென்று கைப்பையை திறந்தாள்.

அதனுள் பணக் கட்டை பார்த்தவளுக்கு தூக்கி வாரிப் போட, ‘‘பாட்டி இங்க வாங்க’’ என்று அழைத்தாள்...

அவரும் வேகமாக அவள் அருகே செல்ல, ‘‘இங்க பாருங்க பணம்’’ என்று காட்டினாள்.

வேதவல்லி அதிர்ந்து வாயில் கையை வைத்தவர், ‘‘எதுக்குடி இவ்ளோ பணம் வச்சு இருக்கா?’’ என்று யோசித்துக் கொண்டே, சுற்றும் முற்றும் பார்த்தவர் விழிகள் அங்கே டீபாயில் இருந்த பணத்தில் படிந்தது.

சட்டென அவருக்கு யோசனை தோன்ற, கல்யாணியின் கையில் இருந்த காப்பை பறித்து எடுத்து தனது கையில் போட்டுக் கொண்டார்...

‘‘பாட்டி’’ என்றாள் அவள் அதிர்ச்சியாக...

‘‘இத விட சூப்பர் ஐடியா சொல்றேன் கேளு, இந்த காப்பை வச்சா, எப்போ தொலைஞ்சுது, அவ எடுக்கும் வரைக்கும் என்ன பண்ணிட்டு இருந்தனு ஆயிரத்து எட்டு கேள்வி வரும்... ஆனா இந்த பணம் தான், அந்த பணம்னு சொல்லிட்டோம்னா... கேள்வியே வராது’’ என்று விழிகளால் டீபாயில் இருந்த பணத்தை காட்டி சொல்ல, ‘‘பாட்டி செம்ம ஐடியா’’ என்றாள் அவள்...

மேலும் தொடர்ந்த வேதவல்லியோ, ‘‘அவ பணம் எடுத்த நேரம் பார்த்துட்டோம்னு நாம சாட்சி சொல்லிடலாம்…’’ என்று கண் சிமிட்டி சொல்ல, கல்யாணியோ, ‘‘செம ஐடியா’’ என்று சொன்னாள். உடனே டீப்பாயை நோக்கிச் சென்ற வேதவல்லி, டீபாயில் இருந்த பணத்தை எடுத்துக் கொண்டே, கல்யாணியையும் அழைத்துக் கொண்டே வேகமாக தனது அறைக்குள் செல்ல, அந்த காட்சி, அப்போது அங்கே வந்த பாக்கியாவின் கண்ணில் பட்டது…

அவர்கள் வீட்டு பணம் என்பதால் அவள் அதனை பெரிதாக அலட்டிக் கொள்ளாமல் வீட்டை பெருக்க ஆரம்பித்து விட்டாள்.

சிறிது நேரம் கழித்து அவர்கள் வெளியே வர, தேன்மொழியும் சாப்பிட்டு விட்டு வெளியே வந்தாள்.

அவர்களோ ஓரமாக நின்று அவளையே பார்த்துக் கொண்டு இருக்க, தேன்மொழி தனது கைப்பையை எடுத்து தோளில் போட்டாள்.

அதே கணம், குருமூர்த்தியும் தனது நண்பனை அனுப்பி விட்டு வீட்டினுள் நுழைய, இது தான் சந்தர்ப்பம் என்று அறிந்த வேதவல்லியோ, ‘‘நீ பணத்தை எடுத்ததை நான் பார்த்துட்டேன் தேன்மொழி’’ என்றார்…

தூக்கி வாரிப் போட்டது அவளுக்கு…

‘பணமா?’ என்று நினைத்துக் கொண்டே அவரை புருவம் சுருக்கி பார்க்க, குருமூர்த்தியோ அவர்களை பார்த்து விட்டு சட்டென திரும்பி டீப்பாயில் வைத்து விட்டு போன பணம் இருக்கின்றதா? என்று பார்த்தார்…

பணம் அங்கே இல்லை…

அவருக்கும் அதிர்ச்சி தான்...

''இங்க இருந்த பணம் எங்க?'' என்றார் அடுத்த கணமே...

சட்டென தேன்மொழி அதிர்ந்து குருமூர்த்தியை பார்த்தாள்.

வேதவல்லியோ, ''இவ தான் எடுத்து தன்னோட ஹாண்ட் பேக்ல வச்சுக்கிட்டா, நானும் கல்யாணியும் பார்த்தோம்... சொல்லு கல்யாணி'' என்று சொல்ல, அவளும், ''ஆமா மாமா, நாங்க ரெண்டு பேரும் ரூமுக்கு போயிட்டு வர்ற நேரம் பார்த்துட்டோம்'' என்றாள் முகத்தை பாவமாக வைத்துக் கொண்டே...

இதனிடையே அனைத்தையும் அறிந்த பாக்கியாவோ அவர்கள் முன்னே வாயை திறக்க பயந்துக் கொண்டே ஓரமாக நின்று இருக்க, தேன்மொழியோ குருமூர்த்தியை பார்த்து அழுத்தமாக இல்லை என்று தலையாட்டினாள்...

குருமூர்த்தி அவளை புருவம் சுருக்கி பார்க்க, வேதவல்லியோ, ''அப்போ உன் ஹாண்ட் பேக் ஐ காட்டு'' என்றார்...

தேன்மொழிக்கோ அதிர்ச்சி...

அவள் பையில் பணம் இருக்கின்றது தான்...

ஆனால் கைப்பையை திறந்து காட்டினால் அது குருமூர்த்தியின் பணம் என்று சொல்லி விடுவார்கள் என்று அவளுக்கு தெரியும்...

இல்லை என்று தலையாட்டினாள்...

''தப்பு பண்ணாதவனா திறந்து காட்ட வேண்டியது தானே'' என்றாள் கல்யாணி...

குருமூர்த்தியோ தேன்மொழியை அழுத்தமாக பார்த்துக் கொண்டே நிற்க, தேன்மொழிக்கு என்ன செய்வது என்று தெரியவில்லை...

''நான் பணம் எடுக்கல'' என்று சைகையில் குருமூர்த்தியிடம் சொன்னாள்.

அவருக்கு பெரிதாக சைகை மொழி தெரியாது... வேலை வேலை என்று அலைபவர் வீட்டில் நேரம் செலவு செய்தால் தானே...

ஆனால் யூகிக்கும் அளவுக்கு தெரியும்...

அவள் அசைவை வைத்து யூகித்துக் கொண்டவர், ''எனக்கு உன் மேல நம்பிக்கை இருக்கு.... அடுத்தவங்க வாயை அடைக்கணும்னா ஹாண்ட் பேக்கை திறந்து காட்டிட்டு போய்கிட்டே இரும்மா, இல்லனா வாய்க்கு வந்தது எல்லாம் பேசிட்டே இருப்பாங்க'' என்றார் வேதவல்லியை பார்த்துக் கொண்டே...

''நான் எதுக்குடா பொய் சொல்ல போறேன்?'' என்று அவர் இதழ்களை சுளித்துக் கொள்ள, தேன்மொழி அருகே வந்த கல்யாணியோ, ''பையை திறந்து காட்டு'' என்றாள்.

தேன்மொழி பையை இறுக பற்றிக் கொண்டே இல்லை என்றாள்.

பாக்கியாவுக்கு தேன்மொழியின் பையில் பணம் இருப்பது தெரியாது...

அதனால், ' பையை இவங்க திறந்து காட்டுனா பிரச்சனை முடிஞ்சிடுமே' என்று தான் நினைத்து இருந்தாள்.

கல்யாணியோ பொறுமை இழந்து தேன்மொழியின் பையை இழுத்து எடுக்க, தேன்மொழியும் அதனை இறுக பற்றிக் கொண்டாள்.

குருமூர்த்தியோ, ''எதுக்கு இவ்ளோ பிரச்சனை? உன் மேல விழுந்த பழியை துடைக்கணும்னா பையை திறந்து காட்டிடும்மா'' என்றார்...

அவரை பார்த்துக் கொண்டு முகத்தை கலவரமாக வைத்தபடி நின்ற தேன்மொழி அசந்த நேரமாக பார்த்து, அவளிடம் இருந்து பையை பறித்து எடுத்தாள் கல்யாணி... அவள் இழுத்து வேகமாக கைப்பையின் ஜிப்பை திறக்க, அதற்குள் இருந்த கட்டுப் பணம் கீழே விழுந்தது...

குருமூர்த்திக்கோ அதிர்ச்சி...

தேன்மொழியை அதிர்ந்து பார்த்தார்... உடனே தேன்மொழி, ''அது என் பணம்'' என்று சைகையில் சொல்லும் போதே பொய்யான பழியை நினைத்து இதயம் கனத்தது... கண்களில் கண்ணீர்...

'இங்கயும் பணம் இருக்கே... என்ன தான் ஆச்சு?' என்று நினைத்த பாக்கியாவுக்கு இம்மையும் புரியவில்லை மறுமையும் புரியவில்லை...

'நமக்கெதுக்கு பெரிய இடத்து பொல்லாப்பு' என்று எண்ணியபடியே சமையலறைக்குள் நுழைந்து விட்டாள்.

வேதவல்லியின் வாய் சும்மா இருக்குமா என்ன?

''நாய குளிப்பாட்டி நடு வீட்ல வச்சா அது வால கிளப்பிட்டு எதையோ தின்ன போகுமாம்... அப்படி தான் இருக்கு இங்கயும்... பிச்சைக்காரியை கூட்டி

வந்தா என்ன பண்ணுவா? பணத்தை பார்த்ததும் ஆசை வந்து இருக்கும்... அதான் கை வச்சுட்டா'' என்றார்...

அவர் பேசிய பேச்சில் தேன்மொழிக்கு மூச்செடுக்க கஷ்டமாக இருந்தது... ஆழ்ந்து மூச்செடுத்துக் கொண்டே, குருமூர்த்தியை பார்த்தவள்... ''அது என் பணம்'' என்று மீண்டும் சை கையில் சொன்னாள்...

குருமூர்த்தியின் பார்வையோ அவள் மீது நம்பிக்கை இல்லாமல் படிந்தது...

ஒரே பார்வை... உடைந்தே விட்டாள்.

அவள் கைப்பையை திறந்து காட்ட மறுத்ததினால் அந்த சந்தர்ப்பமே அவளுக்கு எதிராக மொத்தமாக திரும்பி இருந்தது...

''பார்த்தீங்களா மாமா, நாங்க சொன்னோம்ல'' என்றாள் கல்யாணி...

குருமூர்த்தியோ, ''அது அவ பணம்னு சொல்றா'' என்று சொல்ல, ''அவ்வா அவ்வா அவ்வா'' என்று தனது வாயில் அடித்த வேதவல்லியோ, ''கேக்கிறவன் கேனையனா இருந்தா எலி கூட ஏரோபிளேன் ஓட்டுமாம்... ரெண்டு கண்ணால பார்த்தோம்டா, இப்போ எப்படி பொய் சொல்றா பாரேன், இப்போ அழுது ட்ராமா வேற பண்ணுறா'' என்றார் அவர்...

அவளுக்கோ மனதில் அழுத்தமான வலி...

அவள் என்ன சொன்னாலும் யாரும் நம்ப போவது இல்லை...

கீழே கிடந்த பணத்தையும் அதன் அருகே

கல்யாணி தூக்கிப் போட்டு இருந்த கைப்பையையும் பார்த்தவளோ குனிந்து இரண்டையும் எடுத்துக் கொண்டே, அந்த பணத்தை தூக்கி காட்டியவள், ''சத்தியமா இது என் பணம் தான்... உங்க பணத்தை நான் எடுக்கவே இல்லை'' என்றாள் சைகையில்...

குருமூர்த்தியோ அவளை அழுந்த பார்த்துக் கொண்டே, ''பணம் வேணும்னா கேட்டு இருக்கலாமேம்மா'' என்றார்...

ஒரே கேள்வி தான்...

மொத்தமாக நொறுங்கி விட்டாள்...

அவரை விழி விரித்து பார்த்தவளுக்கு கண்ணில் இருந்து தாரை தாரையாக கண்ணீர்...

வேதவல்லியும் கல்யாணியும் அத்தனை வார்த்தைகள் பேசியும் அவள் அதனை பொருட்படுத்தவே இல்லை...

ஆனால் குருமூர்த்தி இப்படி சொன்னதுமே அவளால் நிலை கொள்ள முடியவில்லை...

கால்கள் நடுங்கியது...

பாவம் ஒரு பக்கம், பழி இன்னொரு பக்கம் என்பது போல, அவளும் செய்யாத தப்புக்கு பழியை சுமந்துக் கொண்டே நின்றாள்.

அதுவும் பண விஷயத்தில் அவள் மீது பழியை தூக்கி போட்டு இருக்கின்றார்கள்...

வம்சி கிருஷ்ணாவிடம் கூட அவள் பணம் கேட்காமல் வெளியே பணம் வாங்கியவள் அவள்...

அப்படி பட்ட தன்மானம் உள்ளவளுக்கு திருட்டுப் பட்டம்...

ஜீரணிக்கவே முடியவில்லை அவளால்...

அவளால் அந்த வீட்டில் இன்னும் ஒரு நிமிடம் கூட இருக்க முடியாது என்று தான் தோன்றியது...

செய்யாத தப்புக்கு பழியை சுமந்துக் கொண்டே, அவளால் எப்படி அவர்கள் முன்னால் நடமாட முடியும்?

இதே சமயம் கல்யாணியோ, ''அது தான் கையும் களவுமா பிடிபட்டாச்சே... இனிமேல் இந்த வீட்ல இருக்க தானா வேணும்?'' என்று கேட்டாள்.

வேதவல்லியோ, ''க்கும், அவ போய்ட்டாலும், வம்சியை மயக்கி இங்க வந்ததே இந்த சொத்துக்காக தானே.... இந்த கொஞ்ச பணம் மேலயே ஆசைப்பட்டவ, கோடிக்கணக்கான பணத்தை விட்டுட்டு போவாளா? இங்கேயே இருந்து மொத்த சொத்தையும் தன்னோட பேருக்கு மாத்தி எடுப்பா... நான் என் வாழ்க்கைல இப்படி ஒரு நன்றி இல்லாத பணத்தாசை பிடிச்சவள பார்த்ததே இல்ல'' என்று ஆரம்பித்து வாய்க்கு வந்தது எல்லாம் பேசினார்...

அவளால் என்ன பதில் சொல்லி விட முடியும்... அவளுக்காக பேச அங்கே யாரும் இல்லை...

குருமூர்த்தி வேறு அவளை சந்தேகமாக பார்க்க ஆரம்பித்து விட்டார்...

கூசிப் போனாள்.

அவரை நோக்கி அடி மேல் அடி வைத்து வந்தவளோ, அவரிடம் கையில் இருந்த பணத்தை நீட்ட, அவரோ அதனை வாங்கிக் கொண்டே, ''உனக்கு பணம் தேவைனா சொல்லு, நான்

கொடுக்கிறேன்... ஆனா இப்படி பண்ணுறது அசிங்கமா இருக்கு'' என்றார்.

ஒற்றை கையை நீட்டி, பேச வேண்டாம் என்று சொன்னவளோ, இப்போதும், ''அது என்னோட பணம், உங்களுக்கு நான் கொடுத்து இருக்கேன்'' என்று சைகையில் சொன்னவள் விறு விறுவென கைப்பையுடன் வெளியேறி இருந்தாள்.

அவரோ அவள் முதுகை வெறித்துப் பார்த்தார்...

வெளியேறியவளுக்கு கண்ணீர் மட்டும் நிற்கவே இல்லை...

புடவை முந்தானையால் துடைத்துக் கொண்டே நடந்தவளுக்கு ஸ்கூலுக்குச் செல்லும் மனநிலையே இல்லை...

பெருமூச்சுடன் அவள் இப்போது நடந்துச் சென்றது என்னவோ அவள் வீட்டுக்கு தான்...

மகாலக்ஷ்மியை அணைத்து அழ வேண்டும் போல இருந்தது...

ஆனால் நடந்ததை சொல்ல அவள் தயாராக இல்லை... அப்படி சொன்னால் அவர் மனம் என்ன பாடு படும் என்று அவளுக்கும் தெரியும்...

ஏற்கனவே வம்சி கிருஷ்ணாவின் பாராமுகத்தில் தத்தளித்துக் கொண்டு இருந்தவளுக்கு இப்போது பணமும் கையை விட்டுச் சென்று, திருட்டு பட்டமும் வந்து சேர்ந்து விட்டது...

அவள் சென்றதுமே வேதவல்லியோ, ''திரும்பி வருவாளா அவ?'' என்று கல்யாணியிடம் கேட்க, ''தெரியலையே, அவ ட்ரெஸ் எதுவும் எடுத்து போகலையே'' என்றாள்.

''அவ வீட்ல இருக்கும் தானே, அப்படியே போனா சனியன் தொலைஞ்சுதுனு நிம்மதியா இருக்கலாம்'' என்று சொல்லிக் கொண்டார்...

குருமூர்த்தியோ பதில் ஒன்றும் பேசவில்லை, கையில் இருந்த பணத்தை எடுத்துக் கொண்டே அறைக்குள் நுழைந்து விட்டார்...

அவர் சென்றதுமே, ''அவ வரலைனா தான் நம்ம மிஷன் சக்ஸஸ்'' என்று கல்யாணி சொல்ல, ''வந்தா பார்த்துக்கலாம், வார்த்தைக்கு வார்த்தை திருடினு சொன்னா அவளாலேயே தாங்க முடியாம கிளம்பிடுவா'' என்று திட்டம் வேறு போட்டார்...

இதே சமயம் தன்னுடைய வாசலுக்கு வந்த தேன்மொழியோ மீண்டும் அலைபேசியை எடுத்து பார்த்தாள்.

அவனிடம் இருந்து பதில் இல்லை...

இந்த நேரத்தில் அவனிடம் இதனை சொல்லவும் அவளுக்கும் விருப்பம் இல்லை...

அது அவனை தொந்தரவு செய்வது போல இருக்கும் என்று அவளும் உணர்ந்தாள்.

அதனை தொடர்ந்து வீட்டினுள் நுழைய, தையல் மெஷினில் இருந்து உடைகளை தைத்துக் கொண்டு இருந்த மகாலக்ஷ்மியோ அவளை ஏறிட்டுப் பார்த்துக் கொண்டே, ''நீ இன்னைக்கு ஸ்கூல் போகலையா?'' என்று கேட்டார்...

''இல்லை'' என்கின்ற ரீதியில் தலையாட்டிக் கொண்டே, அவரை நோக்கி வந்தாள் பெண்ணவள்...

அவரும் அவளை புருவம் சுருக்கி பார்க்க, ''அவர் வெளியூர் போய்ட்டார்... ஒரு வாரம் அப்புறம்

தான் வருவார்... நான் அது வரைக்கும் இங்கேயே இருக்கவா?'' என்று சைகையில் கேட்க, சட்டென அதிர்ந்து போன மகாலக்ஷ்மி...

தேன்மொழிக்கு வம்சி கிருஷ்ணா வந்த பிறகும் கூட அந்த வீட்டுக்குச் செல்ல இஷ்டம் இல்லை... ஆனால் அதனை மகாலக்ஷ்மியிடம் சொல்ல முடியாது என்று தான் தற்காலிகமாக நிற்க போவதாக கூறினாள்.

அவள் சொன்னதில் பயந்த மகாலக்ஷ்மியோ, ''ஏன் என்னாச்சு? அங்க ஏதும் பிரச்சனையா?'' என்று கேட்க, அவளோ இல்லை என்று தலையாட்டினாள்...

''பொய் சொல்லாதே தேன்மொழி, கண்ணெல்லாம் ஏன் அப்போ சிவந்து போய் இருக்கு, வேதவல்லியம்மா ஏதும் சொன்னாங்களா?'' என்று கேட்டார்...

அதற்கும் இல்லை என்று அழுத்தமாக தலையாட்டும் போது அவள் கண்கள் கலங்கி போனது...

''நான் உங்கள அணைச்சுக்கட்டுமா?'' என்று சைகையால் கேட்டாள்.

அவளுக்கு ஏதோ பிரச்சனை என்று அவருக்கு அப்பட்டமாக தெரிந்தது...

''தேன்மொழி'' என்று அவளை ஆழ்ந்து பார்த்துக் கொண்டே அவர் சொல்லி முடிக்கவில்லை...

அவரை இறுக அணைத்த பெண்ணவளின் மேனி அழுகையில் குலுங்கியது...

அவள் வேதனைக்கு அந்த அணைப்பு மட்டுமே இப்போது ஆறுதலாக இருந்தது...

''என்னாச்சும்மா?'' என்று கேட்டார் மகாலக்ஷ்மி...

சொல்வதற்கு வாயை திறக்க மாட்டாள் என்று அவருக்கு நன்றாக தெரிந்தாலும், சொல்லி விட மாட்டாளா? என்கின்ற நப்பாசையில் தாயுள்ளம் அவளிடம் கேள்வியை கேட்டது...

அவளது மௌனமாக அழுகை மட்டுமே அவர் கேள்விகளுக்கு பதிலாகி போனது...

அத்தியாயம் 21

இதே சமயம் கோவிலுக்கு போய் விட்டு வீட்டுக்கு வந்து இருந்தார் வசந்தி...

அவர் வீட்டினுள் கால் வைத்ததும் வைக்காததுமாக, ''உன் திருட்டு மருமக என்ன பண்ணி இருக்கா தெரியுமா? இதுக்கு தான் பிச்சைக்கார வீட்ல கல்யாணம் பண்ண கூடாதுனு சொல்றது... பணத்தை காணாதவ பணத்தை கண்டா இப்படி தான்'' என்று வேதவல்லி ஆரம்பித்து விட்டார்...

வசந்திக்கு இம்மையும் புரியவில்லை, மறுமையும் புரியவில்லை...

அவரை யோசனையாக புருவம் சுருக்கி பார்த்தவர், ''என்ன அத்தை ஆச்சு?'' என்று கேட்க, ''அத என் வாயால வேற சொல்லணுமா? கல்யாணி நீயே சொல்லு'' என்றார்...

கல்யாணியும், ''இங்க மாமா பணம் வச்சிட்டு போய் இருந்தார்... அத தேன்மொழி எடுத்ததை நாங்க எங்க ரெண்டு கண்ணால பார்த்தோம்... அப்புறம் ஹாண்ட் பேக்கை திறந்து காட்ட சொன்னா மாட்டேன்னு சொல்லிட்டா... நான் ஹாண்ட் பேக்கை

திறந்து காட்டி, அவ திருடி தான்னு மாமா கிட்ட நிரூபிச்சேன்... அப்புறம் பணத்தை கொடுத்துட்டு ஸ்கூலுக்கு கிளம்பிட்டா'' என்றாள்...

வசந்திக்கு அதிர்ச்சி...

''பணத்தை எடுத்தாளா? அதுக்கு வாய்ப்பே இல்லையே... அவ அப்படி பட்ட பொண்ணு இல்லையே'' என்றார் உடனடியாக...

வேதவல்லியோ, ''நீ தான் உன் மருமகளை மெச்சிக்கணும்... எங்களை நம்பலைனா உன் புருஷன் கிட்டயே கேட்டு பாரு'' என்று சொல்ல, அவரும் வேகமாக அறைக்குள் குருமூர்த்தியை தேடி நுழைந்தார்...

அவரோ அலுவலகம் செல்வதற்காக ஆயத்தமாகிக் கொண்டே இருக்க, அவர் அருகே வந்து நின்றவரோ, ''தேன்மொழி பத்தி அத்தை ஏதோ எல்லாம் சொல்றாங்க, என்னங்க ஆச்சு?'' என்று கேட்டார்...

குருமூர்த்தியோ பெருமூச்சுடன், 'வம்சி கல்யாணம் பண்ணி வந்தப்போ, நான் பெருசா அலட்டிக்கல.... ஆனா எதுக்கு இந்த பொண்ண கல்யாணம் பண்ணிக்கிட்டான்னு இப்போ தோணுது' என்றார்...

''என்னங்க சொல்றீங்க?'' என்று அதிர்ந்து கேட்டார் வசந்தி...

''அம்மா சொன்னது உண்மை தான்... அவ ஹாண்ட் பேக்ல இருந்த பணத்தை நானே பார்த்தேன்... ஆனா கடைசி வரை அவ எடுத்தேன்னு ஒத்துக்கவே இல்லை... என் பணம்னு சொல்லி தான் பணத்தை திரும்ப கொடுத்தா... எனக்கு ரொம்ப டிஸ்ஸபாய்ண்ட் ஆயிடுச்சு... வம்சி வந்ததும் தான் இத பத்தி

பேசணும்... அவனுக்கு இப்போ தெரிய வேணாம்... கான்சேர்ட்ல அவன் ஃபோகஸ் மிஸ் ஆய்டும்... வந்ததும் சொல்லிக்கலாம்...'' என்றார்...

இன்னுமே வசந்தியால் நம்ப முடியவில்லை...

''இல்லங்க, இதுல ஏதோ இருக்குனு தோணுது... எனக்கு தேன்மொழியை பத்தி நல்லாவே தெரியும்... அவ பணத்துக்கு ஆசைப்படுற பொண்ணு இல்லை... யாதவ்வுக்கு க்ளாஸ் எடுக்கும் போது கூட ஒரு பைசா என் கிட்ட இருந்து வாங்க மாட்டா'' என்றார்...

''எல்லாமே நடிப்பா இருக்கும் வசந்தி... கல்யாணத்தை ரெண்டு நாள்ல வச்சுக்கிட்டு வம்சியை கல்யாணம் பண்ணுனவ அவ... அப்போவே எனக்கு அவ மேல இருந்த மதிப்பு குறைஞ்சு போய்டுச்சு... இப்போ பண விஷயம் வேற'' என்று சொல்லிக் கொண்டே பெருமூச்சு விட்ட குருமூர்த்தியோ, ''யாரையும் ஈஸியா நம்பிடாதே... உள்ளுக்குள்ள ஒன்னு வச்சிட்டு வெளியே ஒரு விதமா நடப்பாங்க... அவ பணம் வேணும்னா என் கிட்ட கேட்டு இருக்கலாம்... நான் கொடுத்து இருப்பேன்... ரெண்டு லட்சம் எல்லாம் ஒரு பணமா? நீயே சொல்லு, ஆனா இப்படி பண்ணுனதை என்னால ஜீரணிக்கவே முடியல'' என்றார்...

வசந்திக்கு இன்னும் அவர் சொன்னதை ஏற்றுக் கொள்ளவே முடியவில்லை...

''எதுக்கும் அவ வந்ததும் நான் அவ கிட்ட பேசி பார்க்கிறேன்... என்னால இன்னுமே நீங்க சொன்னதை ஏத்துக்க முடியல'' என்றார் வசந்தி...

குருமூர்த்தியோ, ''பேசி பாரு, அதுல ஒண்ணும் இல்லை... ஆனா மறுபடி மறுபடி என் பணம்னு அவ

சொல்லிட்டே இருந்தா எனக்கு கடுப்பாயிடும்...'' என்று சொன்னவரோ, அலைபேசியை எடுத்துக் கொண்டே வெளியேற, வசந்தியோ யோசனையுடன் அங்கிருந்த இருக்கையில் தொய்ந்து அமர்ந்தார்...

அன்று மதியம் தாண்டியும் தேன்மொழி வீட்டுக்கு வரவில்லை...

வசந்தி அவளுக்காக தான் காத்துக் கொண்டு இருந்தார்...

ஸ்கூல் விட்டு வந்த யாதவ் கிருஷ்ணாவோ, ''இன்னைக்கு ஏன் அண்ணி ஸ்கூலுக்கு வரல?'' என்று தாயிடம் சைகையில் கேட்க, அவருக்கோ அதிர்ச்சி...

''தேன்மொழி ஸ்கூலுக்கு வரலையா?'' என்று அவர் சைகையில் மீண்டும் கேட்டார்...

''இல்லை'' என்றான் அவன் அழுத்தமாக தலையை ஆட்டி...

அவரோ யோசனையுடன், ''அவங்க வீட்டுக்கு போய் இருக்கா போல, நான் பேசுறேன்'' என்று மகனை சமாளித்து விட்டு, அலைபேசியை எடுத்தவர், ''தேன்மொழி எங்க இருக்க?'' என்று குறுஞ்செய்தி அனுப்பினார்..

அவளோ தனது அறைக்குள் கட்டிலில் யோசனையுடன் படுத்துக் கொண்டு இருந்தாள்.

குறுஞ்செய்தி வந்த சத்தத்தில் அருகே கிடந்த அலைபேசியை எடுத்து பார்த்தவளோ, ''அம்மா வீட்ல இருக்கேன்... எனக்கு கொஞ்சம் தனிமை தேவைப்படுது அத்தை... தோணுற நேரம் அங்கே வரேன்'' என்று நீளமாக பதில் அனுப்பினாள்.

அவருக்கு எப்படியும் விஷயம் தெரிந்து இருக்கும் என்று அவள் யூகித்துக் கொண்டாள்.

அவள் பதிலில் இருந்தே அவளுக்கு ஏதோ அழுத்தம் என்று அவருக்கு புரிந்தது...

''நான் ஒண்ணும் தப்பா நினைக்கலம்மா, நீ வீட்டுக்கு வா பேசிக்கலாம்'' என்று அவர் அனுப்ப, அவளோ, ''இல்ல அத்தை மன்னிச்சிடுங்க, என்னால அங்க வர முடியாது, செய்யாத தப்புக்கு பழியை சுமக்க நான் தயாரா இல்ல, எனக்கு பேச தான் முடியாது... ஆனா எனக்கும் மனசு இருக்கு, உணர்வு இருக்கு... இப்போவும் சொல்றேன்... அது என்னோட பணம், என் வீட்டு கடனை அடைக்க, நான் கடன் வாங்குன பணம் அது...'' என்று பதில் அனுப்பி இருந்தாள்...

முதல் முறை இவ்வளவு பேசுகிறாள்... வசந்திக்கே ஆச்சரியமாக இருந்தது...

குட்ட குட்ட குனிந்துக் கொண்டே இருந்தால் மண்ணுக்குள் புதைத்து விடுவார்கள் என்று உணர்ந்து விட்டாள் தேன்மொழி... பேச முடியவில்லை என்றாலும் தன் பக்க நியாயத்தை சொல்லியாக வேண்டிய நிலையில் அவள்...

வசந்திக்கு இப்போது யார் சொல்வது உண்மை? யார் சொல்வது பொய் என்கின்ற தடுமாற்றம்...

அவளுடன் அலைபேசி குறுஞ்செய்தியில் பேசி பயன் இல்லை என்று தோன்றியது... நேரில் பேச வேண்டும்...

அன்று மாலையே அவளை தேடிச் செல்ல வேண்டும் என்று முடிவு செய்து விட்டார்...

இதே சமயம் யாதவ் கிருஷ்ணாவோ, ''அண்ணி எங்க?'' என்று வசந்தியிடம் சைகை மொழியில் கேட்டுக் கொண்டே இருந்தான்...

அவளை தேடும் ஜீவன்களில் அவனும் ஒருவன்...

''அவ அம்மாவை பார்க்கணும் போல இருக்குனு போய் இருக்கா, சீக்கிரம் வந்திடுவா'' என்று வசந்தி சொல்ல, ''என் கிட்ட ஏன் சொல்லாம போனாங்க'' என்று அடுத்த கேள்வி அவனிடம் இருந்து...

என்ன பதில் சொல்வது என்று தெரியவில்லை...

''அவசரமா போய் இருக்கா யாதவ், நீ ஒன்னும் கவலைப்படாதே... ஈவினிங், நாம போய் தேன்மொழியை பார்த்துட்டு வரலாம்'' என்று சைகையில் சொன்னதும், அவனும் சந்தோஷமாக தலையாட்டினான்...

இதே சமயம் முதல் நாள் கான்சேர்ட்டை முடித்து விட்டு ஹோட்டல் அறையை நோக்கி வம்சி கிருஷ்ணாவும் கௌதம் கிருஷ்ணாவும் நடந்துச் சென்றார்கள்...

''வம்சி, அண்ணி கூட பேசுனியா?'' என்று கேட்டான் கௌதம் கிருஷ்ணா...

வம்சி கிருஷ்ணாவோ அவனை ஆழ்ந்து பார்த்துக் கொண்டே, ''அவ பண்ணுன வேலைக்கு பேசுறது ஒன்னு தான் குறைச்சல்'' என்றான்...

''என்னடா ஆச்சு?'' என்று கௌதம் கிருஷ்ணா கேட்க, அவனோ, ''அவளுக்கு பணம் தேவைப்படுதுனா என் கிட்ட கேட்கலாம்ல, வட்டி கடைல போய் கேட்டு அசிங்கப்பட்டு இருக்கா,

அப்புறம் பிரதீப் தான் மூணு லட்சம் கொடுத்து விட்டு இருக்கான். அவன் கால் பண்ணி தேன்மொழி கூட பிரச்சனையானு கேக்கிறான்... எவ்ளோ ஆத்திரம் வரும்னு யோசிச்சு பாரு'' என்றான்...

கௌதம் கிருஷ்ணாவோ, ''எனக்கு புரியுது வம்சி, ஆனா உன் கிட்ட கேக்கிறதுக்கு அவ தன்மானம் விடலனு தோணுது'' என்றான்...

''அப்போ அடுத்தவன் கிட்ட போய் நின்னு அசிங்கப்படுத்துறது பரவாயில்லையா??'' என்று கழுத்து நரம்புகள் புடைக்க திட்டினான்...

''ரிலாக்ஸ் டா, நீ அவ கூட பேசி பாரு, இப்படி கோச்சுக்கிட்டு இருந்தா என்ன ஆகுறது?'' என்று கேட்டான்...

''ஊருக்கு போய் பேசிக்கிறேன்... எதுக்காக கோபமா இருக்கேன்னு தெரியாம அவ தலையை போட்டு பிச்சுக்கட்டும்'' என்று சொல்லிக் கொண்டே தனது அறை கதவை திறக்க, ''புதுசா பழி வாங்குறடா'' என்று சிரித்துக் கொண்டே சொன்ன கௌதம் கிருஷ்ணா தனது அறைக்குள் நுழைந்துக் கொண்டான்.

இதே சமயம், தேன்மொழிக்கோ உணவு இறங்கவே இல்லை... மகாலக்ஷ்மிக்காக கஷ்டப்பட்டு சாப்பிட்டாள்...

வம்சி கிருஷ்ணாவின் நினைவு ஒரு பக்கம், தன் மேல் விழுந்த பழி ஒரு பக்கம்... கஷ்டப்பட்டு கடன் வாங்கிய பணம் கை விட்டு போன வலி இன்னொரு பக்கம் என்று இருக்கும் போது அவளால் எப்படி நிம்மதியாக இருக்க முடியும்?

அடிக்கடி அலைபேசியை எடுத்து பார்த்தாள்.

அவன் பதில் வரவே இல்லை...

மனதில் ஏமாற்றம்...

அவள் உணர்வுகளை அவள் வெளிப்படுத்தும் இடம் கடிதம் தானே...

சந்தோஷமோ, துக்கமோ, கோபமோ, காதலோ, எல்லாமே அவனுக்கு எழுதும் கடிதத்தில் கொட்டி எழுதுவாளே...

இப்போது அவள் எழுத இருக்கும் இந்த கடிதத்தை அவனுக்கு அனுப்புவது இல்லை என்று முடிவெடுத்தவளோ மனதில் இருப்பதை எல்லாம் கொட்டி விட தீர்மானித்தாள்...

காகிதத்தையும் பேனாவையும் எடுத்துக் கொண்டே, அறைக்குள் இருக்கும் நாற்காலியில் அமர்ந்து விட்டாள்.

அவனுக்கான மடலை வரைய ஆரம்பித்து விட்டாள்.

அன்புள்ள வம்சி கிருஷ்ணாவுக்கு,

நீங்கள் நலமாக இருக்க இறைவனை வேண்டிக் கொள்கின்றேன்...

நான் நலம் என்று சொல்ல மாட்டேன்...

மனதால் மொத்தமாக உடைந்து போய் இருக்கின்றேன்...

உங்களை நான் பணத்துக்காக திருமணம் செய்துக் கொள்ளவில்லை...

உங்கள் மீது எனக்கு அப்படி ஒரு காதல், பைத்தியக்காரத்தனமான காதல்... அந்த காதலை

ஆதாரமாக வைத்து தான் உங்களை மணந்துக் கொண்டேன்...

சின்ன வயதாக இருக்கும் போது எனக்கு ரெண்டு விஷயங்கள் ரொம்ப பிடிக்கும்...

ஒன்று என்னுடைய அப்பா, அடுத்தது இசை...

நான் ரொம்ப நன்றாக பாடுவேன் தெரியுமா?

பாட்டு போட்டியில் முதலாம் இடம் பெற்று சந்தோஷமாக வந்தேன்...

என் சந்தோஷம் நிலைக்க கூடாது என்று கடவுள் நினைத்து விட்டார் போலும்... எனக்கு பிடித்த இரண்டையும் என்னிடம் இருந்து எடுத்துக் கொண்டார்...

என் அப்பாவும் என்னை விட்டு போய் விட்டார்...

என் குரலும் என்னை விட்டு போய் விட்டது...

அன்று வரை இசையோடு லயித்த எனக்கு அதன் பின்னர் என் மௌனமே இசையானது... ஆனால் இசையின் தேடல் அன்றுடன் நின்று விடவில்லை...

குரலை தானே கடவுள் பறித்துக் கொண்டார்...

என் கேட்கும் திறன் அப்படியே இருந்தது...

என் இசையின் தாகம், இசையின் தேடல் என்று அனைத்துக்கும் தீர்வானது உங்கள் குரல்...

முதல் தடவை உங்கள் குரலை கேட்டதில் இருந்தே எனக்குள் ஒரு மயக்கம்...

அன்றே என் முதல் மடலை உங்களுக்கு எழுத ஆரம்பித்தேன்...

இன்று வரை எழுதிக் கொண்டு இருக்கின்றேன்...

போன முறை எனது இடது கையில் சூடு நீர் ஊற்றுபட்டதால் என்னால் என்னுடைய மடலை தீட்ட முடியவில்லை...

அது மட்டும் அல்லாமல், உங்களுடன் நேரில் சற்று நெருங்கி இருந்ததால் மடல் எழுதும் தேவையும் எனக்கு இருக்கவில்லை...

இப்போது மொத்தமாக விலகிய உணர்வு...

உங்கள் பாராமுகம் என்னை வதைக்கின்றது...

அதில் இருந்து மீள முதல் திருடி என்னும் பட்டம்...

அந்த பணம் சத்தியமாக என்னுடையது...

அம்மா பெற்ற கடனை அடைக்க நான் தெரிந்தவரிடம் பெற்றுக் கொண்ட பணம்...

உங்களிடம் ஏன் பணம் கேட்கவில்லை என்று உங்களுக்கு தோன்றலாம்...

உங்களை பணத்துக்காக தான் திருமணம் செய்துக் கொண்டேன் என்று வார்த்தைக்கு வார்த்தை அனைவரும் சொல்லும் போது, எப்படி அந்த பணத்தை உங்களிடம் என்னால் பெற்றுக் கொள்ள முடியும்?

அதில் எனக்கு கொஞ்சமும் உடன்பாடு இல்லை...

என் காதல் உங்களுக்காக தான், உங்கள் இசைக்காக தான்...

அதில் எப்போதும் பணம் இடையில் வரவே கூடாது...

பாட்டி பேசியது, கல்யாணி பேசியதை கூட என்னால் கடந்து விட முடியும்... ஆனால் மாமா பேசிய வார்த்தை, ''பணம் தேவைனா கேட்டு இருக்கலாமே'', இந்த வார்த்தையில் மொத்தமாக நொறுங்கி விட்டேன்...

நான் திருடி இல்லை என்று அந்த கணத்தில் கத்த வேண்டும் போல இருந்தது...

ஆனால் என்னால் தான் அதனை செய்ய முடியாதே...

கடவுள் அந்த வாய்ப்பை எனக்கு கொடுக்கவே இல்லையே...

என் குரலில் தான் உயிர்ப்பு இல்லை... என்னிடம் உயிர்ப்பு இருக்கின்றது...

என்னால் அதற்கு மேல் அந்த வீட்டில் எப்படி இருக்க முடியும்? செய்யாத தவறுக்கு பழி வார்த்தைகளை சுமக்கும் போது உண்டாகும் வலி கொடியது...

என்னை நிரூபிக்கவும் முடியாத நிலை எனக்கு...

இப்போது எல்லோரும் என்னை சந்தேகப்படுகிறார்கள்... நீங்களும் என்னை சந்தேகப்பட்டு விடுவீர்களா என்று பயமாக இருக்கின்றது... என்னை வெறுத்து விடுவீர்களோ என்று பதட்டமாக இருக்கிறது...

மறுபடியும் சொல்கின்றேன் எனக்கு உங்கள் பணத்தில் எந்த ஈடுபாடும் இல்லை...

எனக்கு தேவை உங்கள் காதல், உங்கள் இசை, நீங்கள்...

இவ்வளவு தான்...

மிகவும் கஷ்டமாக இருக்கின்றது...

மனதில் அப்படி ஒரு வலி...

எத்தனையோ கஷ்டங்களை தாண்டி நான் வந்தாலும் இந்த திருடி என்கின்ற பட்டத்தை என்னால் ஜீரணிக்க முடியவில்லை...

அதனால் தான் வீட்டை விட்டு நானே கிளம்பி வந்து விட்டேன்... யாதவ் கிருஷ்ணாவை நினைத்து தான் மனதில் அழுத்தம்... நான் இல்லை என்றால் அவன் நொறுங்கி விடுவான்... ஆனால் எனக்கும் என்ன செய்வது என்று தெரியவே இல்லை...

நீங்களும் என்னை சந்தேகப்பட்டு என்னை வெளியே அனுப்ப முதல் நானாகவே வந்து விட்டேன்...

என்னால் உங்கள் வெறுப்பை தாங்க முடியாது... நொறுங்கி விடுவேன்...

என் குரலுக்கு இணையாக எனக்கு கிடைத்த பொக்கிஷம் நீங்கள்...

உங்களையும் தவற விட்டு விடுவேனோ என்று பயமாக இருக்கின்றது...

நீங்கள் எதற்காக என் மேல் கோபமாக இருக்கின்றீர்கள் என்றும் தெரியாது...

இந்த விஷயத்தில் நீங்கள் எப்படி எதிர்வினை ஆற்றுவீர்கள் என்றும் தெரியாது...

இந்த பிரச்சனையின் முடிவு என்னவென்றும் எனக்கு தெரியாது...

நான் நிரபராதி என்று நிரூபித்தால் கூட என்னால் உங்கள் வீட்டிற்கு இப்போது இருக்கும்

மனநிலையுடன் வர முடியுமா என்று தெரியவில்லை...

காலம் தான் அனைத்துக்கும் மருந்து... காலம் என்னை மாற்றினால் மீண்டும் உங்கள் வீட்டுக்கு வருவேன்...

உங்களுக்கு என் மேல் நம்பிக்கை இருந்தால் மட்டுமே அதற்கு வாய்ப்புகள் உண்டு...

நீங்களும் சந்தேகப்பட்டு என்னை ஒதுக்கி வைத்து விட்டீர்கள் என்றால் நான் என்னை நிரபராதி என்று நிரூபித்தும் பயன் இல்லை...

அடுத்தவர்களுக்கு நான் நிரூபிக்கலாம், ஆனால் உங்களுக்கும் நான் நிரூபிக்க வேண்டிய நிலையில் இருக்கின்றேன் என்றால் கணவன் மனைவி என்கின்ற உறவுக்கு அர்த்தமே இல்லை...

கணவன் மனைவிக்குள் காதலை விட முக்கியமானது நம்பிக்கை தான்...

அந்த நம்பிக்கை என்னிடத்தில் இல்லை என்றால், அதன் பின்னர் நாம் வாழ போகும் வாழ்க்கையே அர்த்தமற்றதாகி விடும்...

நம்பிக்கை இல்லாமல் நெருங்கி இருப்பதை விட, விலகி இருப்பதே மேல்...

அதன் பிறகு இந்த பிரிவு நிரந்தரமாகி விடும் என்று தோன்றுகின்றது...

என்ன நடக்கும் என்று தெரியாமல் தவித்துக் கொண்டு இருக்கின்றேன்...

என் கடைசி நம்பிக்கை நீங்கள் மட்டும் தான்...

என் மேல் இருக்கும் உங்கள் நம்பிக்கை தான் நமது மீதி வாழ்க்கையை தீர்மானிக்கும்...

உங்கள் அருகே இருந்து உங்கள் கரம் கோர்த்து, உங்கள் மார்பில் தலை சாய்த்து உங்கள் பாடலை கேட்பேனா? இல்லை வழக்கம் போல என்னுடைய கையடக்க தொலைபேசியில் தூர இருந்து உங்கள் குரலை கேட்பேனா? என்று தீர்மானிக்க போவது உங்கள் முடிவு தான்...

நான் ஆசைப்பட்டது எல்லாம் என்னிடமிருந்து கடவுள் பறித்து இருக்கின்றார்...

உங்களை மட்டுமாவது என்னிடம் விட்டு வைக்க கடவுளிடம் இறைஞ்சி கேட்கின்றேன்...

எனக்கு அழுகையாக வருகின்றது...

நிஜமாகவே இந்த வலியை என்னால் தாங்கிக் கொள்ள முடியவில்லை...

என்னை நம்புவீர்களா? என்னை விட்டு போய் விட மாட்டீர்கள் தானே?

நீங்கள் இந்த கடிதத்தை படிக்கமாட்டீர்கள் என்று தெரிந்தும் பைத்தியக்காரி போல கேள்விகள் கேட்டுக் கொண்டு இருக்கின்றேன்...

என்னால் உங்களை விட்டு பிரிய முடியுமா என்று தெரியவில்லை...

இந்த ஒரு வார பிரிவே நெருஞ்சி முள் போல இதயத்தில் குத்திக் கொண்டு இருக்கின்றது...

உங்கள் குழந்தைகளை நான் சுமக்க வேண்டும்... உங்களை போலவே நிறைய குழந்தைகள் வேண்டும்..

அவர்களின் இசையையும் நான் கேட்க வேண்டும்... என் மௌனம் உங்கள் இசையாக வேண்டும்...

வயதான பின்பும் கரம் கோர்த்து உங்களுடன் நடை பயில வேண்டும்... உங்கள் இசையை கேட்டுக் கொண்டே என் உயிர் மூச்சு நிற்க வேண்டும்...

இப்படி எத்தனையோ ஆசைகள் என்னுள்... அனைத்தும் வழக்கம் போல நிறைவேறாத ஆசைகளாகி விடுமோ என்று பயமாக இருக்கின்றது...

என் ஆசைகள் எல்லாம் நிறைவேறி விடும் தானே? நிறைவேற வேண்டும் என்கின்ற வேண்டுதலுடன் இந்த மடலை முடித்துக் கொள்கின்றேன்...

இப்படிக்கு உங்கள் மனைவி

தேன்மொழி வம்சி கிருஷ்ணா (என்றும் உங்களை வருடிச் செல்லும் தென்றல்)

என்று கடிதத்தை எழுதி முடித்தவளோ கண்களில் கசிந்த நீரை துடைத்து விட்டு, அதனை நோட் புக்கினுள் வைத்தாள்.

அந்த கணம் அவர்கள் வாசலில் கார் சத்தம் கேட்டது...

''தேன்மொழி வசந்தி வந்து இருக்காங்க'' என்று மகாலக்ஷ்மி அழைக்க, நோட் புக்கை மேசையில் வைத்து விட்டு வெளியேறி முன்னறைக்குள் சென்றாள்.

அங்கே அவளுடன் பேசுவதற்காக யாதவ் கிருஷ்ணாவும் வசந்தியும் வந்து இருந்தார்கள்...

அத்தியாயம் 22

அவர்களை பார்த்துக் கொண்டே சுவரில் சாய்ந்து நின்றாள்.

தலை குனியவில்லை அவள், குனிய வேண்டிய அவசியமும் இல்லை அவளுக்கு...

மகாலக்ஷ்மியோ, ''உட்காருங்க'' என்று சொல்ல, யாதவ் கிருஷ்ணாவும் வசந்தியும் தேன்மொழியை பார்த்துக் கொண்டே அங்கிருந்த நாற்காலியில் அமர்ந்தார்கள்...

மகாலக்ஷ்மியோ, ''காஃபி சாப்பிடுறீங்களா?'' என்று கேட்டார்...

அவர்கள் பேசுவதற்கு தடையாக அவர் இருக்க விரும்பவில்லை... அதனாலேயே வந்ததும் இந்த கேள்வியை கேட்டு விட்டு அங்கிருந்து நகர நினைத்து இருந்தார்...

வசந்தியும் ஆழ்ந்த மூச்சை எடுத்துக் கொண்டே சம்மதமாக தலையாட்ட, மகாலக்ஷ்மியும் அவர்களுக்கு காஃபி தயாரிப்பதற்காக சமையலறைக்குள் சென்று இருந்தார்...

யாதவ் கிருஷ்ணாவும் அங்கே இருந்த புகைப்படங்களை பார்த்துக் கொண்டே நடக்க ஆரம்பித்து இருந்தான்...

இப்போது அவர்களுக்கு பேசுவதற்கான அவகாசம் கிடைத்து இருக்க, ''தேன்மொழி, கோவில் போய்ட்டு வந்ததும் தான் எல்லாமே கேள்விப்பட்டேன்... எனக்கு உன் மேல நம்பிக்கை இருக்கு... வீட்டுக்கு வா, நாம பேசி ஒரு முடிவுக்கு வரலாம்...'' என்றார் வசந்தி...

அவளோ அழுத்தமாக இல்லை என்று தலையாட்டியவள், ''செய்யாத தப்புக்கு நான் பழி ஏத்துக்கிட்டு அங்கே இருக்க முடியாது'' என்றாள் சைகை மொழியில்.

வசந்தியோ, ''இங்க நீ வந்தா மட்டும் உன் மேல விழுந்த பழி இல்லனு ஆகிடுமா? அங்கே வந்து போராட வேண்டியது தானே'' என்றார்...

அவளோ, ''சாட்சி எல்லாம் எனக்கு எதிரா இருக்கு, ஆனா என் மனசாட்சிக்கு தெரியும் நான் தப்பு பண்ணலனு, வாழ்க்கைல போராடியே களைச்சு போய்ட்டேன் அத்தை'' என்று சைகையால் சொன்னவளது கண்களில் இருந்து இரு சொட்டு கண்ணீர் விழ, அவளை பரிதாபமாக பார்த்துக் கொண்டே அமர்ந்து இருந்தார் வசந்தி...

கண்களை துடைத்து விட்டு மேலும் தொடர்ந்தவளோ, ''உங்க பையன நான் பணத்து க்காக கல்யாணம் பண்ணிக்கல, காதலில் தான் கல்யாணம் பண்ணிக்கிட்டேன்...'' என்று கையசைத்து சொல்லிக் கொண்டவளுக்கு விம்மலுடன் அழுகை வர கஷ்டப்பட்டு கட்டுப்படுத்திக் கொண்டாள்.

வசந்தியோ, ''எனக்கு சாட்சி எல்லாம் தாண்டி உன் மேல நம்பிக்கை இருக்கு, எல்லாரையும் விடு, யாதவ்வை பற்றி யோசிச்சு பாரு, இன்னைக்கு ஒரு நாள் நீ இல்லனு சொன்னதுமே என்ன பாடு பட்டான் தெரியுமா?'' என்று கேட்டார்...

தேன்மொழியோ, ''எனக்கு புரியுது... அவனுக்கு க்ளாஸ் எடுக்க நான் கண்டிப்பா வரேன்... எனக்கு ஒரு வாரம் மட்டும் டைம் கொடுங்க, என் மனசு கொஞ்சம் நிதானம் ஆகணும்... ஆனா இப்போ

இருக்கிற மனநிலைல உங்க மருமகளா அங்க வந்து வாழ முடியுமானு தெரியல'' என்று சைகை மொழியில் சொன்னவளோ இரு கரங்களையும் கூப்பி இறைஞ்சினாள்...

''வம்சி கிட்ட சொன்னியா?'' என்று கேட்டார்...

அவள் இல்லை என்று தலையாட்டினாள்...

எழுந்து அவள் அருகே வந்து, அவள் கையை பற்றி இறக்கி விட்ட வசந்தியோ, ''சரி உனக்கான டைமை நீ எடுத்துக்கோ... வம்சி வரட்டும் இது சம்பந்தமா பேசி, தீர விசாரிச்சுடலாம்... எனக்கு இப்போவும் உன் மேல நம்பிக்கை இருக்கு'' என்று சொல்ல, அவளோ கலங்கிய கண்களால் நன்றி சொன்னாள்.

அவர்கள் பேசிக் கொண்டு இருக்கும் போதே கையில் காஃபியுடன் வந்து விட்டார் மகாலக்ஷ்மி...

உடனே வசந்தியும் யாதவ் கிருஷ்ணாவும் வந்து நாற்காலியில் அமர்ந்துக் கொள்ள, அவர்களுக்கு காஃபி பரிமாறப்பட்டது...

வசந்தியோ மகாலக்ஷ்மியிடம், ''தேன்மொழி ஏதும் சொன்னாளா?'' என்று கேட்க, அவரோ பெருமூச்சுடன் இல்லை என்று தலையாட்டியவர், ''நான் வருத்தப்படுவேன்னு எதுவுமே சொல்லல, கேட்டாலும் சொல்ல மாட்டேங்குறா, அவளுக்கு எப்போ சொல்ல தோணுதோ சொல்லட்டும்'' என்றார்.

அவர் குரலிலும் ஒரு தழுதழுப்பு...

உடனே வசந்தி தேன்மொழியை பார்க்க, அவளும் இல்லை என்கின்ற ரீதியில் தலையாட்டினாள்...

இப்போது வசந்தி மகாலக்ஷ்மியை பார்த்தவர்,

''சில கஷ்டங்கள் வர தான் செய்யும் மகா, அவ நல்ல மனசுக்கு எல்லாமே சீக்கிரம் சரி ஆகிடும்... வம்சி வந்துட்டா நிறைய பிரச்சனை முடிஞ்சிடும்... அவனுக்கு எப்படி எத ஹாண்டில் பண்ணணும்னு தெரியும்'' என்றார்.

மகாலக்ஷ்மியோ, ''உங்க மேல நம்பிக்கை இருக்கு.... அதனால தான் நான் அமைதியா இருக்கேன்'' என்று சொன்னவருக்கு கண்கள் கலங்கி போக, வசந்தியிடம் பெருமூச்சு மட்டுமே பதிலாக...

காஃபியை குடித்து முடித்ததுமே, ''அண்ணி, நம்ம கூட வர்றாங்க தானே'' என்று சைகையில் கேட்டான் யாதவ் கிருஷ்ணா...

வசந்தி பதில் சொல்ல முதலே, அவன் முன்னே போய் நின்ற தேன்மொழியோ, ''எனக்கு அம்மா கூட கொஞ்ச நாள் இருக்கணும் போல இருக்கு யாதவ், சீக்கிரம் வந்திடுறேன்'' என்றாள்...

வேறு ஏதும் சொன்னால் அடம்பிடித்து இருப்பான்.. தாயுடன் இருக்க வேண்டும் என்று அவள் சொன்னதை புரிந்துக் கொண்டவனோ, ''சீக்கிரம் வந்துடுங்க'' என்று சைகையால் சொல்லி விட்டு புறப்பட, தேன்மொழியோ காரில் ஏறியவர்களை கதவு நிலையில் சாய்ந்து நின்று பார்த்தாள்.

அதுவரை இருந்த அழுத்தத்தில் கொஞ்சம் குறைந்த உணர்வு...

வசந்தி தன்னை நம்புகிறார் என்பதே அவளுக்கு பெரிய விடுதலையாக இருந்தது...

ஆனால் அவள் எண்ணம் முழுதும் சுற்றி வந்தது என்னவோ வம்சி கிருஷ்ணாவை தான்... மீண்டும்

அறைக்குள் வந்து தனது அலைபேசியை எடுத்துப் பார்த்தாள்.

அவன் இன்னுமே பதில் அனுப்பவில்லை...

ஒரு பெருமூச்சு மட்டுமே அவளிடம்...

மகாலக்ஷ்மியும் துருவி துருவி ஒன்றும் கேட்கவில்லை...

அவளுக்கான இடைவெளியை கொடுத்து விலகி தான் நின்றார்...

இதே சமயம் வீட்டுக்கு வந்த வசந்தியோ, அன்று இரவு குருமூர்த்தியிடம், ''தேன்மொழி தப்பு பண்ணுன போல தெரியலைங்க'' என்றார்.

அவரோ, ''ஆனா சாட்சி எல்லாம் தேன்மொழிக்கு எதிரா தானே இருக்கு'' என்றார்...

இதற்கு வசந்தியிடம் பதில் ஏது...

மௌனமாகி விட்டார்...

அடுத்த நாள் இருந்து தேன்மொழி தனது வீட்டில் இருந்தே ஸ்கூலுக்குச் செல்ல ஆரம்பித்து விட்டாள்...

பக்கத்து வீட்டு பெண்மணி சும்மா இருப்பாரா என்ன?.

''என்ன மகா, பொண்ணு வாழா வெட்டியா வந்துட்டா போல'' என்று ஆரம்பிக்க மகாலக்ஷ்மிக்கு ஆத்திரம்...

''மாப்பிள்ளை வெளிநாட்டுக்கு போய் இருக்காருனு கொஞ்ச நாள் தங்கிட்டு போக வந்தா, நீ சந்தோஷப்படுற அளவுக்கு ஒண்ணும்

நடந்துடல'' என்று சொல்லிக் கொண்டே வீட்டினுள் நுழைந்துக் கொண்டார்...

அக்கம் பக்கத்தினரின் வார்த்தைகளுக்கு பயந்து, பெண்ணை புகுந்த வீட்டிலேயே கஷ்டங்களை அனுபவித்துக் கொண்டு வாழ சொல்லும் தாய் அல்ல மகாலக்ஷ்மி...

ஊரார் என்ன பேசினாலும் தனது மகளை அரவணைத்துக் கொள்ள அவர் தயாராக தான் இருக்கின்றார்...

நாட்களும் கடந்து ஒரு வாரம் வேகமாக முடிந்து விட்டது...

அன்று காலையில் எழுந்த தேன்மொழியோ காலண்டரை பார்த்தாள்.

அவன் வந்து இறங்கும் நாள்...

இதயம் வேகமாக துடித்தது...

அவன் என்ன சொல்வானோ என்கின்ற பதட்டம்...

அவன் வேறு அவளுடன் பேசுவது இல்லை...

அவள் மனம் எதிர்மறையாகவே யோசித்தது...

தலையை உலுக்கி தன்னை நிலைப்படுத்திக் கொண்டே, ஸ்கூலுக்குச் செல்ல ஆயத்தமானாள்...

சாப்பிடவும் மனமில்லை, பெயருக்கு ரெண்டு இட்லிகளை வாயில் போட்டவள், விரைவாகவே கிளம்பி விட்டாள்.

இதே சமயம் விமானத்தில் பிசினஸ் க்ளாசில் பயணம் செய்துக் கொண்டு இருந்தான் வம்சி கிருஷ்ணா...

அவனை தேடி வந்து இருந்தான் அவனது நெருங்கிய நண்பனும், இசையமைப்பாளருமான ஜெய்...

''மச்சி எனக்கு ஒரு ஃபேவர் பண்ண முடியுமா?'' என்று கேட்டான் ஜெய்...

''சொல்லுடா'' என்று வம்சி கிருஷ்ணா சொல்ல, அவனோ, ''என்னோட ஆல்பம் ஒண்ணுக்கு உன் அம்மாவோட வாய்ஸ் வேணும்'' என்றான்...

வம்சி கிருஷ்ணாவோ அவனை புருவம் சுருக்கி பார்த்து விட்டு அருகே அமர்ந்து இருந்த கௌதம் கிருஷ்ணாவை பார்த்தான்...

அவனும் ஜெய் பேசுவதை தான் கேட்டுக் கொண்டு இருந்தான்.

''அம்மா இப்போ வெளியில பாடுறது இல்லையே'' என்றான் கௌதம் கிருஷ்ணா...

''அது நானும் கேள்விப்பட்டேன்... இவ்ளோ சூப்பரான வாய்ஸ்ஸை வச்சிட்டு ஏன் பாடுறது இல்ல? அவங்க பழைய பாட்டெல்லாம் கேட்டேன்... ப்பா, அப்படியே மொர்சல் ஆயிட்டேன்'' என்றான் ஜெய்...

வம்சி கிருஷ்ணாவோ, ''அது ஏன்னு எங்களுக்கும் தெரியல... கேட்டாலே இஷ்டம் இல்லனு சொல்லிடுவாங்க... அவங்க வெளியே பாடுறத நிறுத்தியே பல வருஷம் ஆயிடுச்சு...'' என்றான்...

''ப்ளீஸ் வம்சி, எனக்காக ஒரு தடவை கேட்டு பாரேன்'' என்று சொல்ல, வம்சி கிருஷ்ணாவோ சிறிது நேரம் யோசித்து விட்டு, ''கேட்டு பார்க்கிறேன்

ஜெய்... அதிகமா இல்லனு தான் சொல்வாங்க, உன் மன ஆறுதலுக்காக கேட்டு பார்க்கிறேன்'' என்றான்...

ஜெய்யும், ''தேங்க்ஸ் டா'' என்று சொல்லி விட்டு விடை பெற்று இருந்தான்...

விமான நிலையமும் வந்து விட்டது...

இருவரும் வீட்டில் இருந்து அவர்களை ஏற்றிச் செல்ல வந்த காரில் ஏறிக் கொண்டார்கள்...

''என்னடா, வீட்டுக்கு போய் மறுபடியும் சண்டையா?'' என்று கௌதம் கிருஷ்ணா கேட்க, ''ச்ச இல்லடா, அவ பாவம்... கண்டிப்பா யோசிச்சிட்டு இருப்பா... நிதானமா பேசலாம்'' என்றான் வம்சி கிருஷ்ணா...

''அன்னைக்கு பழி எல்லாம் வாங்குனியே... இன்னைக்கு இப்படி பேசுற?'' என்று கௌதம் கிருஷ்ணா கேட்க, ''அன்னைக்கு கோபம் இருந்திச்சு, இப்போ கம்மி ஆயிடுச்சு... நீ சொல்றதும் சரி தான்... அதே நேரம் என் மேலயும் தப்பு இருக்கு... அவ என் கிட்ட அவ பிரச்சனையை சொல்ற அளவுக்கு நான் அவ கிட்ட நடந்துக்கலனு தோணுது... இன்னைக்கு அவ கிட்ட நிறைய பேசணும்'' என்று சொன்னவன் அறியவில்லை அவள் பேசுவதற்காக வீட்டில் இருக்கவே மாட்டாள் என்று...

வீட்டுக்கும் வந்து விட்டான்.

குருமூர்த்தி அன்று அவனிடம் பேசுவதற்காகவே வீட்டில் நின்று இருந்தார்...

கௌதம் கிருஷ்ணாவும் வம்சி கிருஷ்ணாவும் வீட்டினுள் காலடி எடுத்து வைத்த அடுத்த கணமே

ஹாலினுள் இருந்த வேதவல்லியோ, ''உன் பொண்டாட்டி'' என்று ஆரம்பிக்க, ''அம்மா'' என்கின்ற அதட்டல் அங்கிருந்த குருமூர்த்தியிடம்...

வாயை கப்பென்று மூடிக் கொண்டார் வேதவல்லி...

''என்ன பொண்டாட்டி?'' என்று கேள்வியாக கேட்டான் வம்சி கிருஷ்ணா...

''நீ குளிச்சிட்டு வாப்பா பேசலாம்'' என்று குருமூர்த்தி சொல்ல, அவனோ, ''ம்ம் தேன்மொழி ஸ்கூல் போயிட்டாளா?'' என்று அங்கே நின்று இருந்த வசந்தியை பார்த்து கேட்க, அவரோ பதில் சொல்லாமல் அவனையே பார்த்துக் கொண்டு நின்று இருந்தார்...

அனைவரையும் புருவம் சுருக்கி யோசனையாக பார்த்த வம்சி கிருஷ்ணாவும் கௌதம் கிருஷ்ணாவுடன் மாடியேறி விட்டார்கள்...

இருவரும் குளித்து விட்டு ஒன்றாக கீழே இறங்கினார்கள்...

குருமூர்த்தியோ, ''சாப்பிட்டு வாப்பா பேசலாம்'' என்றார் வம்சி கிருஷ்ணாவை பார்த்து...

''நான் ஃப்லைட்ல சாப்பிட்டேன்... சொல்லுங்க என்ன விஷயம்?'' என்று கேட்டுக் கொண்டே, அவருக்கு முன்னே இருந்த சோஃபாவில் அவன் அமர்ந்து விட, ''எனக்கு பசிக்குது'' என்று சொன்ன கௌதம் கிருஷ்ணாவோ சாப்பிட அமர்ந்து விட்டான்.

குருமூர்த்தி வாயை திறக்க முதலே, 'எத சொல்ல சொல்ற? உன் திருட்டு பொண்டாட்டி பண்ணிட்டு போன அசிங்கத்தை சொல்ல சொல்றியா?' என்று

வேதவல்லி கேட்க, சட்டென அவரை திரும்பி அழுத்தமாக பார்த்தவன், ''வாட்?'' என்றான்...

''அவங்க சொல்றது உண்மை தான், நீ போய் அடுத்த நாள் என்னாச்சு தெரியுமா?'' என்று ஆரம்பித்து குருமூர்த்தி நடந்தது எல்லாமே சொல்லி முடித்தார்...

அவனுக்கு கோபத்தில் கழுத்து நரம்புகளும் புடைத்து விட்டன...

அவர் சொல்லி முடிக்க முதல், ''இனாஃப்'' என்று கையை நீட்டி சொல்லிக் கொண்டே எழுந்தவனோ, இடையில் இரு கைகளையும் வைத்து இதழ் குவித்து ஊதியபடி, ''ஓஹ் மை காட், உங்களுக்கு கொஞ்சம் கூட சென்ஸ் இல்லையா? இப்படி தான் ஒருத்தி என்ன சொல்ல வர்றானு விசாரிக்காம நடந்துப்பீங்களா? உங்க பணம் எங்க போச்சுனு எனக்கு தெரியல... ஆனா அவ உங்க கிட்ட கொடுத்தது அவளோட பணம்... அவளுக்கு பணம் தேவைப்பட்ட நேரத்துல கூட என் கிட்ட அவ கேட்கவே இல்லை... வட்டிக் கடைக்கு போய் வாங்கி இருக்கா... பிரதீப் தான் அந்த பணத்தை கொடுத்து விட்டான்... அவளால மாறி பேச முடியல என்கிறதுக்காக என்ன வேணும்னாலும் பேசிடுவீங்களா?'' என்று சொல்லிக் கொண்டே அங்கே ஓரமாக நின்று இருந்த வசந்தியை பார்த்தான்.

அவருக்கு இது வரை இருந்த அழுத்தம் நீங்கி, மனதில் ஒரு நிம்மதி... பெருமூச்சு ஒன்றை விட்டுக் கொண்டார்...

''அம்மா இதெல்லாம் நீங்க கேட்க மாட்டிங்களா? தேன்மொழியை பத்தி இவருக்கு தான் தெரியல, உங்களுக்கு கூடவா தெரியாது?'' என்று கேட்டான்.

வசந்தியோ, ‘‘அந்த நேரம் கோவிலுக்கு போய் இருந்தேன் வம்சி... அவ வீட்டுக்கு நானும் யாதவ்வும் அவளை திரும்ப அழைச்சு வர போனோம்... வர முடியாதுனு சொல்லிட்டா’’ என்றார்...

‘‘அவ எப்படி வருவா? இவ்ளோ தூரம் அசிங்கப்படுத்தி இருக்காங்க... எனக்கு வர்ற கோபத்துக்கு’’ என்று சொல்லிக் கொண்டே தனது தலையை அழுந்த கோதினான்...

குருமூர்த்திக்கோ அதிர்ச்சி...

முதல் முறையாக, செய்யாத தப்புக்கு ஒரு பெண் மீது குற்றம் சுமத்தி விட்டோமோ என்கின்ற குற்ற உணர்வு...

‘‘நான் ஒண்ணும் வேணும்னு பண்ணல, இன்ஃபாக்ட் அவளுக்கு நான் திட்ட கூட இல்லை, பணம் வேணும்னா என் கிட்ட கேட்டு இருக்கலாமேனு தான் சொன்னேன்... வீட்டை விட்டு போக கூட நான் சொல்லல, அம்மாவும் கல்யாணியும் அவ பணத்தை எடுத்ததை பார்த்தேன்னு சொன்னாங்க... எப்படி நம்பாம இருக்க சொல்ற?’’ என்று கேட்டார்...

இப்போது வேதவல்லிக்கு சிக்கிக் கொள்வோமோ என்கின்ற பயத்தில் வியர்த்து வடிந்தது...

புடவை முந்தானையால் வியர்வையை துடைத்துக் கொண்டார்...

கல்யாணி வேறு இந்நேரம் அவர் அருகே துணைக்கு இல்லை...

இப்போது வம்சி கிருஷ்ணா திரும்பி வேதவல்லியைப் பார்த்தவன், ‘‘இவங்களோடது

எல்லாம் ஒரு சாட்சினு நம்புறீங்களா?'' என்று குருமூர்த்தியிடம் கேட்டான்...

அவரோ, ''அப்போ நான் பொய் சொல்றேன்னு சொல்றியா? அவ பணத்தை எடுத்ததை என் ரெண்டு கண்ணால பார்த்தேன்... உன் பொண்டாட்டியை காப்பாத்த நீ கட்டுக் கதை சொல்ற'' என்று இப்போது அவன் மீதும் பழி விழுந்தது...

'ஓஹோ நான் இப்போ கட்டுக் கதை சொல்றேனா?' என்று அவன் கடுப்பாக கேட்க, சாப்பிட்ட பாதியில் நடப்பதை பார்த்துக் கொண்டு இருந்த கௌதம் கிருஷ்ணாவுக்கே பொறுக்கவில்லை...

'பாட்டி, அவன் ஒண்ணும் கட்டுக்கதை சொல்லல, அவன் சிங்கப்பூர் போகும் போது தேன்மொழி கிட்ட கோபமா இருக்க காரணமே இது தான்... தன் கிட்ட பணம் கேட்காம வட்டிக்கடைல போய் கேட்ட கோபம் தான் அது... விட்டா இஷ்டத்துக்கு பேசிட்டு இருக்கீங்க' என்றான்...

''ஓஹ் நீயும் உன் அண்ணன் கூட கூட்டா?'' என்றார் அவர்...

எங்கே சிக்கி விடுவோமோ என்கின்ற பதட்டத்தில் அனைவர் மீதும் பழியை தூக்கிப் போட்டார்...

அங்கே சமையலறைக்குள் நின்ற பாக்கியாவுக்கும் அவர்கள் பேசியது தெளிவாக கேட்டது...

'அடி ஆத்தி, இந்த பாட்டி எப்படி எல்லாம் திட்டம் போட்டு இருக்கு, சரியான க்ரிமினல் போல, நாம பார்த்ததை இப்போ சொல்றதா? வேணாமா? செ ான்னா நமக்கு பிரச்சனை வருமோ? இது அவங்க குடும்ப விஷயம்... நமக்கெதுக்கு வம்பு... கம்முனு இருப்போம்' என்று நினைத்துக் கொண்டாள்.

வம்சி கிருஷ்ணாவோ வேதவல்லியை உறுத்து விழித்தவன், ''தேன்மொழியை அழைச்சிட்டு வந்து, உங்க கிட்ட மீதி விஷயத்தை பேசிக்கிறேன்'' என்று சொன்னபடி தனது கார்க் கீயை எடுத்துக் கொண்டே வெளியேறி விட்டான்.

'என்னது? ஊமைச்சியை கூட்டி வர போறானாமா?' என்று நினைத்த வேதவல்லிக்கு உதறல் தான்...

குருமூர்த்தியோ பெருமூச்சுடன் வேதவல்லியை பார்த்தவர், ''அம்மா, அன்னைக்கு நீங்க சொன்னது உண்மை தானா?'' என்று கேட்டார்...

வேதவல்லியோ, ''அவன் சொன்னதை கேட்டு என்னையே சந்தேகப்படுறியே'' என்று கேட்டபடி வராத கண்ணீரை துடைத்துக் கொள்ள, ''பச், இப்போ எதுக்கு கண்ணை கசக்கிட்டு இருக்கீங்க, சரி விடுங்க, அந்த பணம் எங்க போனாலும் பரவாயில்லை, அத பத்தி இனி பேச வேணாம்'' என்று சொல்லி விட்டு அங்கிருந்து அகன்று தனது வேலைகளை பார்க்கச் சென்று விட்டார்...

கௌதம் கிருஷ்ணாவோ தனக்கு சற்று தள்ளி நின்ற வசந்தியை பார்த்தவன், ''எனக்கென்னவோ இந்த பாட்டி மேல சந்தேகமா இருக்கு, பணத்தை அவங்களே எடுத்து வச்சிட்டு தேன்மொழி மேல பழி போடுறாங்கனு தோணுது... ஷீ இஸ் டேஞ்சரெஸ் பாட்டி'' என்றான் அவன்...

''ஆதாரம் இல்லாம சந்தேகப்படாத கௌதம்... பார்த்துக்கலாம்... நீ முதல் சாப்பிடு'' என்றார் வசந்தி...

''சரி அத விடுங்க, உங்கள பாட சொல்லி ஜெய் கேட்டான்'' என்று கௌதம் கிருஷ்ணா சொல்ல,

அவரோ, ''நான் தான் பாடுறத விட்டேன்ல... அப்புறம் என்ன?'' என்றார் அவர்...

''அது தான் ஏன்? எத்தனையோ சிங்கர்ஸ் சாகும் வரைக்கும் பாடுறாங்க... நீங்க ஏன் இப்படி இருக்கீங்க? உங்க வாய்ஸ் எவ்ளோ செமயா இருக்கும் தெரியுமா? வம்சி கூட ஒரு டூயட் பாடுங்க, அப்புறம் இந்த இன்டர்நெட்டே உங்கள பத்தி தான் பேசும்... ரெண்டு பேரோட வாய்ஸ்ஸும் சூப்பரா மேட்ச் ஆகும்...'' என்று அவன் சொல்ல, வசந்தி மெதுவாக புன்னகைத்து விட்டு, ''பாட இஷ்டம் இல்லனா விடேன்டா'' என்றார்...

''என்னவோ போங்க'' என்று சலிப்பாக சொல்லிக் கொண்டே கௌதம் கிருஷ்ணா சாப்பிட ஆரம்பித்து விட்டான்...

இதே சமயம் வம்சி கிருஷ்ணாவின் காரானது தேன்மொழியின் வீட்டின் முன்னே நின்றது...

அவனும் காரில் இருந்து இறங்கி அவர்கள் வீட்டின் உள்ளே நுழைய, அவனைக் கண்ட பக்கத்து வீட்டு பெண்மணியோ, 'மகா சொன்னது உண்மை தான் போலவே' என்று நினைத்துக் கொண்டார்...

கார் சத்தம் கேட்டு வாசலுக்கு வந்த மகாலக்ஷ்மியோ அங்கே நின்ற வம்சி கிருஷ்ணாவை மென் புன்னகையுடன் பார்த்தவர், ''வாங்க மாப்பிள்ளை, தேன்மொழி ஸ்கூல் போய் இருக்கா'' என்று சொன்னார்...

அவன் அப்போது தான் நேரத்தைப் பார்த்தான்...

'ச்ச, வர்ற அவசரத்துல நேரத்தை பார்க்கமலே கிளம்பிட்டேன்' என்று நினைத்துக் கொண்டே,

''வர்றதுக்கு லேட் ஆகுமா?'' என்று கேட்டான்...

அவரும் அங்கே இருந்த சுவர் கடிகாரத்தை பார்த்துக் கொண்டே, ''இல்ல இன்னும் அரை மணி நேரத்துல வந்திடுவா, நீங்க உட்காருங்க, நான் காஃபி போட்டு கொண்டு வரேன்'' என்று சொல்ல, அவனோ, ''காஃபி எல்லாம் வேணாம், தண்ணி மட்டும் போதும்'' என்று சொல்லிக் கொண்டே அங்கிருந்த இருக்கையில் அமர்ந்தான்...

இன்று தான் நிதானமாக வீட்டை சுற்றிப் பார்க்கின்றான்...

சுவரில் அங்கும் இங்கும் சில வெடிப்புகள்...

வீடு சற்று மோசமாக தான் இருந்தது...

''வாடகைக்கா இருக்கீங்க?'' என்று சத்தமாக கேட்டான்...

''ஆமா மாப்பிள்ளை'' என்றார் அவர் சமையலறைக்குள் இருந்து...

அவனும் பெருமூச்சுடன் கண்களை சுழல விட, அங்கே சுவரில் தேன்மொழியின் சிறிய வயது படங்கள் மாட்டப்பட்டு இருந்தன...

எழுந்துச் சென்று அவற்றின் முன்னே நின்று ஒவ்வொன்றாக பார்த்தான்...

அழகாக இருந்தாள்.

அவனை அறியாமல் இதழில் மெல்லிய புன்னகை...

அவன் விழிகளோ இப்போது அவள் பரிசு வாங்கும் புகைப்படத்தில் படிந்தது...

பின்னால், ''பாடல் போட்டி'' என்று பதாகை இருந்தது...

அவள் முன்னால் நின்று பரிசை வாங்கிக் கொண்டு இருந்தாள்.

மகாலக்ஷ்மியும் நீர்க் குவளையுடன் அவ்விடத்தில் வந்து சேர, ''தேங்க்ஸ்'' என்று சொல்லிக் கொண்டே, குவளையை வாங்கியவன், ''இது தேன்மொழி தானே?'' என்று கேட்டான்...

மகாலக்ஷ்மிக்கு கண்கள் கலங்கி விட்டன...

அவரோ அவனை கலங்கிய விழிகளுடன் ஏறிட்டுப் பார்த்தவர், ''ம்ம் அவ தான்... அவ கடைசியா பாடுன பாட்டு தான் அது... முதல் பரிசே அவளுக்கு தான்... எவ்ளோ அழகா பாடுவா தெரியுமா? இந்த ஃபோட்டோல இருக்கிற சிரிப்பு அவ கிட்ட இருக்கவே கூடாதுனு கடவுள் நினைச்சுட்டார் போல, அன்னைக்கு நடந்த ஆக்சிடென்ட்ல தான் அவ அப்பாவும் எங்களை விட்டு போய்ட்டார்... அவ குரலும் போய்டுச்சு'' என்றார்...

வம்சி கிருஷ்ணாவுக்கு என்னவோ போல இருந்தது...

ஒருத்தருக்கு பிறப்பிலேயே பேசும் திறன் இல்லை என்றால் வரும் வலியை விட, அந்த திறனை இடையில் தொலைத்து விடும் போது வரும் வலி அதிகம்...

அதுவும் அவள் பாட ஆசைப்பட்டு இருக்கின்றாள்...

அவள் மனம் என்ன பாடு பட்டு இருக்கும் என்று அவனால் உணர முடிந்தது...

அவனும் பாடகன் அல்லவா? அவள் இடத்தில் தன்னை வைத்து அவனால் பார்க்கவே முடியவில்லை...

சட்டென தலையை உலுக்கி தன்னை சமநிலைப்படுத்தியவன், ''டாக்டர்ஸ் கிட்ட காட்டலையா?'' என்று கேட்டான்...

''போகாத இடம் இல்லை மாப்பிள்ளை... அவர் சேர்த்து வச்ச பணம் எல்லாமே அதற்கே செலவாகிடுச்சு... அவ உயிரை காப்பாத்துனதே பெருசுனு சொன்னாங்க..... என் பொண்ணு அதுக்கப்புறம் மௌனமாகிட்டா...'' என்று சொன்னவர் கண்ணில் இருந்து கண்ணீர் வழிய, அவனுக்கு அவரை பார்க்கவே பாவமாகி விட்டது...

''நீங்க கவலைப்படாதீங்க அத்தை, நான் அவளை நல்லா பார்த்துப்பேன்'' என்று சொன்னவனோ வீட்டை சுற்றி கண்களை சுழல விட, ''வீட்டை சுற்றி பார்க்கிறதுனா பாருங்க மாப்பிள்ளை'' என்றார் மகாலக்ஷ்மி...

அவனுக்கும் அப்படியே சும்மா இருக்க சலிப்பாக இருந்தது... ஆமோதிப்பாக தலையாட்டியவன், மென் புன்னகையுடன் கையில் இருந்த நீர் குவளையை அங்கிருந்த மேசையில் வைத்து விட்டு, வீட்டை சுற்றிப் பார்த்துக் கொண்டே நடந்தான்...

அவள் அறைக்குள் நுழைந்தவன் விழிகளோ அறையின் நேர்த்தியை ரசனையுடன் பார்த்தன...

பெரிதாக பொருட்கள் இல்லை...

அழகாக நேர்த்தியாக இருந்தது... அங்கே ஒரு மேசையும் நாற்காலியும் இருந்தன...

அப்படியே நடந்து வந்து அந்த மேசையில் அமர்ந்தான்...

விசில் அடித்துக் கொண்டே, ‘‘ரூமை சூப்பரா வச்சு இருக்கா’’ என்று சொன்னபடி மேசையில் இருந்த நோட் புக்கை பார்த்தான்...

அவன் கரமோ மெதுவாக நோட் புக்கை திறந்த கணம், அவன் விழிகள் சட்டென விரிந்துக் கொண்டன...

அவன் இத்தனை நாட்கள் தேடிக் கொண்டு இருந்த எழுத்துக்கள் அவை... அதே அதிர்ச்சியுடன் நோட் புக்கை கையில் எடுத்து ஒவ்வொரு பக்கமாக புரட்டினான்...

ஆம் அவன் தென்றலின் எழுத்துக்கள்...

அவன் வேகமாக புரட்டியதில், நோட் புக்கினுள் அவள் வைத்து விட்டுச் சென்ற கடிதம் கீழே விழுந்தது...

சட்டென அதனை குனிந்து எடுத்தான்...

இதயம் வேகமாக துடிக்க தொடங்கியது... அதிர்ச்சியுடன் எழுந்துக் கொண்டான்...

என்ன உணர்வென்று தெரியவில்லை...

ஆனால் படபடப்பு...

கையில் இருந்த கடிதத்தை மெதுவாக திறந்த போதே அவன் கரம் நடுங்கியது...

இறுதியாக திறந்து விட்டான்...

அவள் அவனுக்காக வரைந்த மடல்...

''அன்புள்ள வம்சி கிருஷ்ணாவுக்கு'' என்று ஆரம்பிக்கப்பட்டு இருந்தது...

ஒவ்வொரு வரியாக படித்தான்...

ஆழ்ந்து படித்தான்...

இடையில் எழுத்துக்கள் மங்கின...

அவன் விழிநீர் எழுத்துக்களை மறைத்து இருந்தன...

அவளுக்கான அவன் கண்ணில் இருந்து இரண்டாம் தடவை கண்ணீர்... காதல் எவ்வளவு பொல்லாதது, அவனையும் மீண்டும் மீண்டும் அழ வைக்கின்றதே...

அவள் எழுத்துக்கள் அவன் இதயத்தை ஏதோ செய்தன...

கண்களை மூடி திறந்து விழிநீரை கண்ணில் இருந்து அகற்றியவன் மீண்டும் அவள் மடலை வாசித்தான்...

அவள் மடலை வாசித்து முடித்து விட்டு இறுதியாக அவள் பெயரை ஆழ்ந்து பார்த்தான்...

''இப்படிக்கு தேன்மொழி வம்சி கிருஷ்ணா''

இதழ்களில் மெல்லிய புன்னகை...

அவன் யாருக்காக காத்துக் கொண்டு இருந்தானோ, அவளே அவன் மனைவியாகி விட்டாள்.

இதனை அறியாமல் முட்டாளாக இத்தனை நாட்கள் இருந்து இருக்கின்றான்...

தான் கேட்டதுமே அவள் திருமணத்துக்கு சம்மதித்த காரணம் இப்போது புரிந்தது...

''இடியட் வம்சி'' என்று தனக்கு தானே திட்டிக் கொண்டே இருக்க, வளையல் சத்தம் கேட்டது...

பக்கவாட்டாக திரும்பி அறை வாசலைப் பார்த்தான்...

அங்கே தேன்மொழி நின்று இருந்தாள்.

அவள் கண்கள் கலங்கி இருந்தன...

அவளுக்கோ அவனை அணைத்து வலி தீர அழ வேண்டும் போன்ற உணர்வு...

ஆனால் அதற்கு அவளுக்கு தைரியம் இல்லை...

அவன் தன்னை பற்றி என்ன நினைத்து இருக்கின்றான் என்று பயம்...

அவனை நோக்கி அடி மேல் அடி வைத்து வந்தாள்.

அவள் பார்வை அவன் கையில் இருந்த காகிதத்தில் ஒரு கணம் படிந்து மீண்டது...

அவனோ அவளை இமைக்காமல் பார்த்து இருந்தான்...

மனதில் எத்தனையோ உணர்வுகள்...

அவனால் பேச கூட முடியவில்லை...

குரல் இருந்தும் வார்த்தைகள் வர மறுத்தன... அவளை பார்க்கும் போதே விழிகள் கலங்கி விட்டன...

அவன் முன்னே வந்து நின்றவள் கையை அசைத்து, ''என்ன சந்தேகப்படுறீங்களா?'' என்று கேட்டாள்.

அவனோ, ''ஹேய் என்னடி பேசுற?'' என்று சொல்லும் போதே அவன் குரல் மொத்தமாக

உடைந்து விட்டது... அடுத்த கணமே, அவளை காற்றுப் புகாத அளவுக்கு இறுக அணைத்து இருந்தான்...

பெண்ணவளோ அதிர்ந்து விட்டாள்.

அவள் அணைக்க நினைத்தாள், ஆனால் அவன் அணைத்தே விட்டான்...

அவள் கலங்கிய கண்ணில் இருந்து கண்ணீர் வழிந்தது...

அவன் இத்தனை நாள் தொலைத்ததாக எண்ணிய பொக்கிஷம் அவன் கையிலேயே இருந்து இருக்கின்றது...

இன்று அந்த பொக்கிஷத்தை கண்டுக் கொண்டான்...

தென்றலை அணைக்கவே முடியாதா? என்ற அவன் ஏக்கம் இன்று தீர்ந்து விட்டது...

அவன் தென்றலை அணைத்து விட்டான்...

அத்தியாயம் 23

அவன் ஏன் தன்னை அணைத்து இருக்கின்றான் என்று அவளுக்கு தெரியவில்லை, ஆனால் அந்த அணைப்பு தேவைப்பட்டது...

அவள் கரங்களோ தன்னை அறியாமல் மேலெழுந்து அவன் முதுகை கட்டிக் கொள்ள, அவனோ சற்று பிரிந்து அவள் தோள்களை பற்றி அவள் முகத்தை இரு கைகளாலும் தாங்கிக் கொண்டான்...

அவர்களின் விழிகள் பேசிக் கொண்டன...

அவன் விழிகள் கலங்கி இருந்தன...

அவள் விழிகளும் கலங்கி இருந்தன...

ஆனால் அவன் கண்ணீர் அவளுக்கு புதிது...

அவனை புரியாமல் பார்த்தாள் பெண்ணவள்...

அவள் விழிகளுடன் விழிகளை கலக்க விட்டவனோ, ‘‘என்னை ரொம்ப சுத்தல்ல விட்டுட்டே’’ என்று சொல்ல, அவளால் அவன் சொல்வதை புரிந்துக் கொள்ள முடியவில்லை...

அவனை புருவம் சுருக்கிப் பார்த்தாள்...

அவளுக்கு கிரகிக்க அவன் நேரமே கொடுக்கவில்லை...

அடுத்த கணமே, அவள் நெற்றியில் முத்தம் பதித்தான்...

மூச்சடைத்தது அவளுக்கு...

அவன் மீசை தாடியின் குறுகுறுப்பில் சிலையாகிப் போனாள்.

அத்துடன் அவன் நிறுத்தவில்லையே...

அவளை இம்சிக்க வேண்டும் என்று நினைத்து விட்டானோ என்னவோ...

சற்று குனிந்து அவள் வலது கன்னத்தில் இதழ் பதித்தான்...

வாயை பிரித்து காற்றை வெளியேற்றினாள்.

அடுத்து அவன் இதழ்கள் அவளது இடது கன்னத்தில் பதிந்தது...

அவன் என்ன செய்துக் கொண்டு இருக்கின்றான் என்று அவளுக்கு புரியவே இல்லை...

மேலும் தனது முத்த ஊர்வலத்தை தொடர்ந்தான்...

நாசி தீண்டினான்...

இதழ்களை நெருங்கி விட்டான்...

பெண்ணவளும் சுதாரித்துக் கொண்டாள்.

சட்டென அவன் மார்பில் இரு கைகளையும் வைத்து தள்ளினாள்.

அவனும் அவள் மார்பில் கொடுத்த வேகத்தில் முத்தமிடுவதை நிறுத்தி விட்டு சற்று விலகி நின்றவன், ''என்னாச்சு?'' என்று கேட்டான்...

இது அவள் கேட்க வேண்டிய கேள்வி அல்லவா?

''ஏன் முத்தமிடுகிறாய்?'' என்று அவள் கேட்க முதல், ''ஏன் முத்தமிடுவதை தடுத்தாய்?'' என்று அவன் கேட்டு விட்டான்...

அவளோ கண்களால் திறந்து இருந்த அறைக் கதவை காட்டினாள்.

''பச்'' என்றபடி கண்களை மூடி திறந்தான்...

அவர்களின் நல்ல காலத்துக்கு மகாலக்ஷ்மி சமையலறைக்குள் இருந்தார்...

அவனோ பெருமூச்சுடன், நெற்றியை நீவியவன், ''ஐ ஆம் சாரி'' என்று சொல்லிக் கொண்டே, அவளை பார்த்தான்...

அவன் பார்வையில் அத்தனை உணர்வுகள்...

காதல், சந்தோஷம் என்று அவன் கண்களே பல உணர்வுகளை கொட்டி இருக்க, தாடி மீசைக்குள் அவன் மெல்லிய சிரிப்பும் இதழ்களில் தேங்கி நின்றது...

அவனின் இந்த பார்வை அவளுக்கு புதியது... புரியாமல் பார்த்தாள்...

அவனோ கதவை சென்று தாழிட்டவன், அவள் கரத்தை பற்றிக் கொண்டே, அங்கிருந்த கட்டிலில் அமர வைத்தான்...

அவன் சொன்னதை செய்தாள், ஆனால் எதற்காக சொல்கின்றான் என்று தெரியவில்லை...

அவனும் அருகே இருந்த நாற்காலியை இழுத்துப் போட்டுக் கொண்டே, அவள் முன்னால் அமர்ந்தான்.

அவளைப் பார்த்துக் கொண்டே அவள் கரங்களை பற்றி தனது இரு கரங்களுக்குள் அடக்கிக் கொண்டவன், ''தென்றல்'' என்றான்...

அந்த அழைப்பில் எத்தனை உணர்வுகள்...

அவள் விழிகள் அதிர்ந்து விரிய, அவள் கரமோ நடுங்க, அவனையே பார்த்து இருந்தாள்.

''கல்யாணம் பண்ணும் போது, எனக்கு ஒரு பொண்ண பிடிக்கும்னு சொன்னேன்ல, அது யார் தெரியுமா?'' என்று கேட்டான்...

அவள் இல்லை என்று தலையாட்டினாள்...

''அது நீ தான்... இந்த தென்றல் தான்'' என்றான்...

அவளுக்கோ அதிர்ச்சி...

அவன் தன்னை காதலித்து இருக்கின்றானா? தன் மடல்களை வாசித்து இருக்கின்றானா? நம்ப முடியவில்லை...

கண்களை மூடி திறந்தவளோ, புருவத்தை ஏற்றி இறக்கி, ''எப்படி?'' என்று கண்களால் கேட்டாள்.

அவனோ தனது கையில் இருந்த அவள் கரங்களை வருடிக் கொண்டே, ‘‘நீ லெட்டர் போட ஸ்டார்ட் பண்ணுனதுல இருந்தே எனக்கு உன்னை பிடிச்சு போச்சு... எனக்கு முதன் முதல்ல லெட்டர் போட்டது நீ தான்... மாசம் மாசம் உன் லெட்டருக்காக காத்துக் கொண்டு இருக்க ஆரம்பிச்சுட்டேன்.... மாசம் வருஷமாக உன்ன காதலிக்கவும் ஆரம்பிச்சுட்டேன்... யார்னு தெரியல, எத்தனை வயசுனு தெரியல... ஆனா அந்த எழுத்தின் மேல் அப்படி ஒரு போதை... உன் மேல காதல்... நீயும் கொஞ்ச மாசத்துல உன் லவ்வை சொல்லிட்டே... ஆனா எனக்கு ஆதங்கம்... உன் உணர்வை மட்டுமே சொன்ன நீ எனக்கு ஒரு வாய்ப்பு கூட தரல... உன்னை தேடுனேன்... கண்டே பிடிக்க முடியல... இது தான் கடைசி லெட்டர்னு ஒன்னு எழுதுன தானே அன்னைக்கு மொத்தமா உடைஞ்சு போய்ட்டேன்... அதுல இருந்து வெளி வர ரொம்ப கஷ்டப்பட்டேன்... ஆனா விதி உன்னை என் கிட்ட சேர்த்திடுச்சு... இத்தனை நாள் இந்த தேன்மொழி தான் தென்றல்னு தெரியாம பைத்தியக்கார தனமா சுத்திட்டு இருந்து இருக்கேன்... போன மாசத்துக்கு முதல் மாசம் எனக்கு லெட்டர் எழுதுன தானே... தேன்மொழிக்கு துரோகம் பண்ண கூடாதுனு தென்றல் எழுதுன அந்த லெட்டரை டாய்லெட் உள்ளே போட்டு ஃபிளாஷ் பண்ணிட்டேன்... பைத்தியம் போல பண்ணி இருக்கேன்ல, அது மட்டும் இல்லாம எல்லா லெட்டர்ஸ் ஐயும் டாய்லெட் உள்ள போட்டேன்... இப்போ என் கிட்ட உன்னோட ஒரு லெட்டர்ஸ் கூட என் கிட்ட இல்லை... ஆனா நீ என் கிட்ட இருக்க... எனக்கு இது போதும்’’ என்றான்...

அவளுக்கு இன்னும் அவன் சொன்னதில் இருந்து வெளியே வர முடியவில்லை...

தன்னை இந்தளவு அவன் காதலித்து இருக்கின்றானா? நினைக்கவே மலைப்பாக இருந்தது.

நெஞ்சில் அப்படி ஒரு இதம்..... அவனையே பார்த்து இருந்தவள் கண்களில் இருந்து கண்ணீர் வழிய, தனது கையை அவன் கையில் இருந்து விலக்கி எடுத்தவளோ, ''நிஜமாவா?'' என்று சைகையில் கேட்டாள்.

அவளால் இன்னும் நம்ப முடியவே இல்லை...

அவனும் இதழ் பிரித்து சிரித்துக் கொண்டே, அவள் கன்னத்தை ஒற்றைக் கையால் பற்றியவன், ''நிஜமா தான்'' என்றான் அவள் விழிகளுடன் விழிகளை கலக்க விட்டபடி...

அவளோ, ''கடைசி லெட்டர்ல எல்லாமே எழுதுனேன்... ஆனா நீங்க படிக்கவே இல்லை...'' என்றாள் கைகளை அசைத்து...

கண்களை மூடி திறந்தவனோ, ''படிச்சு இருந்தா இவ்ளோ நாள் வேஸ்ட் பண்ணி இருக்க தேவலைல'' என்றான்...

அவளோ கண்ணீர் வழிய சிரித்துக் கொண்டே, ஆம் என்கின்ற ரீதியில் தலையாட்ட, ''தட்ஸ் ஓகே, அத விடு, வேற ஏதும் என் கிட்ட கேட்கணுமா?'' என்று கேட்டான்.

அவளும், ''எதுக்கு சிங்கப்பூர் போகும் போது என் மேல கோபமா இருந்தீங்க?'' என்று கேட்க, அவனோ, ''உனக்கு வட்டி கடைல வச்சு பணம் தந்த பிரதீப் எனக்கு நல்லா தெரிஞ்சவன், அங்கே நடந்ததை

சொன்னான்... செம கடுப்பாயிட்டேன்... உனக்கு என்ன வேணும்னாலும் என் கிட்ட கேளு... ஃப்ரீயா கேட்க உனக்கு கஷ்டமா இருந்தா, கடனா கேளு நானே கொடுக்கிறேன்... இன்னொருத்தன் கிட்ட போறது எனக்கு பிடிக்கல'' என்றான்...

அவளோ, ''எல்லாரும் பணத்துக்காக தான் உங்கள கல்யாணம் பண்ணிகிட்டேன்னு சொல்லும் போது அந்த பணத்தை நான் எப்படி உங்க கிட்ட கேட்க முடியும்?'' என்று சைகை மொழியில் கேட்க, ''ஊர்ல பேசுறது எல்லாம் கேட்டுட்டு இருந்தா நாம வாழ முடியாது தேன்மொழி... அவங்க ஆயிரம் பேசு வாங்க, அதெல்லாம் உண்மை ஆயிடுமா? இல்லை தானே...'' என்று கேட்க, அவளும் பெருமூச்சுடன் ஆமோதிப்பாக தலையாட்டிக் கொண்டாள்.

அவனோ, ''சரி அத விடு, உன் கிட்ட நிறைய பேசணும்... வீட்டுக்கு போகலாமா?'' என்று கேட்டான்...

அவள் முகம் சட்டென்று இறுகி போனது...

அழுத்தமாக இல்லை என்று தலையாட்டினாள் அவள்...

அவனோ, ''நான் அப்பா கிட்ட எல்லாமே பேசிட்டேன்... அவசரப்பட்டு அன்னைக்கு இந்த விஷயம் நடந்து போச்சு... இனி அங்கே பிரச்சனை இல்லை...'' என்றான்...

''ஆனா எனக்கு இப்போ வர்ற மனநிலை இல்லை, பணம் நான் எடுக்கலனு சொன்னாலும் என் மேல ஒரு சந்தேக பார்வை இருக்கும்ல'' என்று சொன்னாள் சைகையில்...

''அப்படி எல்லாம் இல்லம்மா'' என்றான் அவன்...

அவன் அம்மா என்று அழைத்தது அவளுக்கு பிடித்து இருந்தது…

அந்த வார்த்தையில் ஏதோ ஒரு இதம்…

அவனையே பார்த்துக் கொண்டிருந்தவளோ தன்னை நிலைப்படுத்திக் கொண்டே, ''நான் எடுக்கலனு ஆதாரத்தோட நிரூபிச்சா தான் என்னால அங்கே வந்து வாழ முடியும்… அதாவது பணம் எங்க போச்சுனு தெரியணும்'' என்றாள் கைகளை அசைத்து.

அவள் விழிகளில் ஒரு அழுத்தம்…

அவனும் கண்டுக் கொண்டான்…

தன் மீது பொய்யான பழி விழுந்ததை அவளால் தாங்கிக் கொள்ள முடியவில்லை என்று அவனுக்கு புரிந்தது…

''அப்போ யார் பணத்தை எடுத்தாங்கனு தெரிஞ்ச அப்புறம் தான் நீ வருவியா?'' என்று கேட்டான்…

அவன் ஏக்கம் அவளுக்கு புரிந்தது…

ஆனால் அவளால் இந்த விடயத்தை இலகுவாக கடந்து விட முடியவில்லை…

அவள் நேர்மைக்கு வந்த களங்கத்தை அவள் துடைக்காமல் அந்த வீட்டில் மருமகளாக வாழ விரும்பவில்லை…

ஆம் என்று அழுத்தமாக தலையாட்டினாள்…

சிறிது நேரம் யோசித்தவனோ, ''ஓகே ஃபைன், நீ கேட்டத பண்ணுன அப்புறம் உன்னை அழைச்சிட்டு போறேன்… ஆனா யாதவ் பாவம் இல்லையா?'' என்று கேட்டான்…

அவளோ மென்மையாக புன்னகைத்தவள்,

‘‘நாளைல இருந்து க்ளாஸுக்கு மட்டும் வருவேன்...’’ என்றாள் சைகையில்...

‘‘அப்போ டீச்சரா மட்டும் வீட்டுக்கு வருவ, ரைட்டா?’’ என்று கேட்க, அவளும் ஆம் என்று சொல்ல, ‘‘டைம் சொல்லும்மா அந்த டைம் நான் வீட்ல இருக்கணும்’’ என்றான்...

அவளுக்கு சட்டென கன்னங்கள் சிவந்து விட்டன...

சாதாரணமாக தான் பேசுகின்றான்...

ஆனால் அவனது ஒவ்வொரு வார்த்தைக்கும் உருகி விடுகின்றாள்...

இதற்கே இப்படி என்றால், இனி அவனுடன் வாழப் போகும் வாழ்க்கையை நினைக்க நினைக்க அவளது அடி வயிற்றில் பட்டாம்பூச்சி பறந்தது...

‘‘ஈவினிங் மூணு மணிக்கு’’ என்று அவள் கையால் மென் புன்னகையுடன் சைகை செய்ய, அவனோ, ‘‘ம்ம், கண்டிப்பா அந்த டைம் வீட்ல இருப்பேன்... உன் கிட்ட இப்போ பேசிட்டே இருக்கணும் போல இருக்கும்மா, ஆனா அத்தை ஏதாவது நினைச்சிடுவாங்களோனு தோணுது... எல்லா பிரச்சனையையும் முடிச்சிட்டு, நம்ம வீட்ல வச்சு நிறைய பேசிக்கிறேன்’’ என்று சொல்லிக் கொண்டே, எழ அவளும் எழுந்தாள்...

அவனோ அங்கே இருந்த அவள் எழுதிய கடிதத்தை திரும்பிப் பார்த்தவன், ‘‘இத நான் எடுத்துக்கவா? இனி மாசம் மாசம் கடிதம் எழுதி நேர்லயே கொடுத்துடு, அத படிக்கும் போது வர்ற உணர்வே தனி தான்’’ என்று அவள் விழிகளை பார்த்துக் கொண்டே சொன்னவன், அந்த கடிதத்தை

எடுத்து பாக்கெட்டில் வைத்துக் கொள்ள, அவள் இதழ்கள் இப்போது தாராளமாக விரிய சம்மதமாக தலையாட்டினாள்...

அதனை தொடர்ந்து இருவரும் வெளியே வந்தார்கள்...

முன்னறையில் நின்று இருந்த மகாலக்ஷ்மியோ, ''இப்போவே கிளம்புறியா தேன்மொழி?'' என்று கேட்க, வம்சி கிருஷ்ணாவோ, ''இல்ல அத்தை, அவ என் கிட்ட ஒண்ணு கேட்டு இருக்கா, நான் அத பண்ணி கொடுத்துட்டு அவளை அழைச்சு போறேன்'' என்றான்...

அவரோ இப்போது தேன்மொழியை பார்த்தார்...

முகத்தில் இருந்த சோர்வு காணாமல் போய் இருந்தது...

இதழ்களில் புன்னகை...

அவளது அந்த தோற்றமே அவருடைய மனதில் இருக்கும் பாரத்தை இறக்கி இருக்க, ''சரி மாப்பிள்ளை'' என்றார். அவனும் ஒரு தலையசைப்புடன் புறப்பட்டு விட்டான்...

வீட்டிற்கு அவன் வந்த நேரம் வேதவல்லியோ சற்று பதட்டமாக தான் அமர்ந்து இருந்தார்...

அவரை பார்த்துக் கொண்டே வீட்டினுள் நுழைந்தவன், அவர் முன்னே வந்து தன் முழு உயரத்துக்கு நிமிர்ந்து நிற்க, அவரோ இருக்கையில் அமர்ந்தபடி அவனை ஏறிட்டுப் பார்த்தவர், பதட்டத்தை மறைத்துக் கொண்டே, ''என்ன விஷயம்? உன் பொண்டாட்டி ஏதும் வசியம் பண்ணி அனுப்புனாளா?'' என்று கேட்டார்...

அவனோ, ‘‘வசியம் பண்ணனும்னு அவசியம் இல்ல, அவ கிட்ட ஏற்கனவே மயங்கி தான் இருக்கேன்’’ என்று சொல்ல, அவருக்கு அவன் பதிலில் சப்பென்று ஆகி விட்டது... மேலும் பெரு மூச்சுடன் தொடர்ந்தவனோ, ‘‘அன்னைக்கு நிஜமா அவ பணம் எடுத்ததை பார்த்தீங்களா?’’ என்று கேட்டான்...

அவரோ, ‘‘என்னையே சந்தேகப்படுறியா? சத்தியமா பார்த்தேன்’’ என்று பதட்டத்தில் பொய் சத்தியம் பண்ண, அங்கே சத்தம் கேட்டு வந்த குருமூர்த்தியோ, ‘‘வம்சி, அத விடுனு சொன்னேன்ல, தேன்மொழியை அழைச்சிட்டு வா, அது போதும்’’ என்றார்.

அவரை பக்கவாட்டாக திரும்பி அழுத்தமாக பார்த்தவன், ‘‘அவ வர மாட்டேங்குறா... என்ன பண்ண சொல்றீங்க? பணம் யார் எடுத்தாங்கனு தெரிஞ்சா தான் அவ இந்த வீட்டுக்குள்ள மருமகளா வர்றேன்னு சொல்லிட்டு இருக்கா. அவ ஆதங்கமும் நியாயம் தானே... அவ பணத்தை எடுக்கவே இல்லை... ஆனா இவங்க சொன்ன பொய் சாட்சியின் படி எனக்கு இவங்க மேல தான் சந்தேகமா இருக்கு’’ என்று சொல்ல, வேதவல்லி பதறி விட்டார்.

உண்மை தெரிந்து விடுமோ என்கின்ற பதட்டம்...

‘‘என்னையே சந்தேகப்படுறியா? என்னை பார்த்தா உனக்கு திருடி போல தெரியுதா? நான் ஒண்ணும் உன் பொண்டாட்டி போல பிச்சைக்கார குடும்பத்துல பிறக்கல... பேசுவடா நீ பேசுவ... புதுசா பொண்டாட்டியோட சோக்குல என்ன வேணும்னாலும் பேசுவ...’’ என்று ஆக்ரோஷமாக

எழுந்து நின்று கத்தினார்... அவரை அழுத்தமாக குனிந்து பார்த்த வம்சி கிருஷ்ணாவோ, ''நீங்க கத்தி பேசுறதால நீங்க சொல்றது உண்மை ஆகிடாது.... அதே சமயம், அவ பேசாம இருக்கிறதால அவ சொல்றது பொய் ஆகிடாது'' என்றான்.

வேதவல்லிக்கு அவன் தன்னை நம்பவில்லை என்று புரிந்து விட்டது...

''அவன் பேசிட்டே இருக்கிறான்,... நீ என்னடா பார்த்துட்டே இருக்க...'' என்று குருமூர்த்தியிடம் கேட்டவரோ அத்துடன் நிறுத்தாமல், ''ஏய் வசந்தி உன் பையன் பேசுறத என்னனு கேட்க மாட்டியா?'' என்று சத்தமாக கத்தி சமையலறைக்குள் இருந்த வசந்தியையும் வம்புக்கு இழுத்தார்...

வசந்தி பதட்டத்துடன் முன்னறைக்கு ஓடி வந்தவருக்கு என்ன செய்வது என்று தெரியவில்லை.

''வம்சி எதுக்கு இந்த பிரச்சனை, அத விட்ரலாமே'' என்றார் தன்மையாக...

மகன் பேசுவது சரியென்று தெரிந்தாலும் மகனை தான் அவர் சமாதானப்படுத்த முயன்றார்... வேதவல்லிக்கு என்ன சொன்னாலும் புரியாது என்று அவருக்கு தெரியும்... வம்சி கிருஷ்ணாவுக்கு தவறு செய்தவரை கண்டுக் கொள்ளாமல் தன்னையே குற்றம் சொல்வதால் ஆத்திரம் மேலிட்டது...

''நானும் பார்க்கிறேன்... விடு விடுனு ஆளாளுக்கு சொல்லிட்டே இருக்கீங்க'' என்று கர்ஜித்தவனுக்கு ஆத்திரத்தில் என்ன செய்வது என்று தெரியவே இல்லை...

டீபாயில் இருந்த பூ வாஸ் தான் கையில் கிடைத்தது…

ஓங்கி சுவரில் எறிந்து இருந்தான்… வேதவல்லி தான் தவறு செய்து இருக்கின்றார் என்று அவனுக்கு நன்றாகவே தெரியும்… எடுக்காத பணத்தை எதற்கு எடுத்ததாக சாட்சி சொல்ல வேண்டும் என்று யோசித்தவனுக்கு உண்மை புலப்பட்டது…

ஆனால் நிரூபிக்க முடியாத இயலாமை…

தவறை செய்த வேதவல்லியோ இன்னும் நெஞ்சை நிமிர்த்திக் கொண்டே அடுத்தவர்களை குற்றம் சாட்டி பேசுவதை அவனால் ஜீரணிக்கவே முடியவில்லை… அவர் வயதுக்கு அவரிடம் கோபத்தை காட்டவும் முடியவில்லை… இந்த இடத்தில் சற்று வயது குறைந்த ஆண் யாரும் இருந்து இருந்தால் ஓங்கி அறைந்து இருப்பான்…

அந்த அளவு கோபம் அவனுக்கு… அதன் விளைவே இப்படி அவனை நடக்க வைத்து இருந்தது…

குருமூர்த்தி அவன் செயலில் அதிர்ந்து விட்டார்… அவனுக்கு கோபம் வரும் தான்… ஆனால் இப்படி ஆக்ரோஷமாக அவன் நடந்துக்கொண்டதே இல்லை..

''வம்சி, என்ன இது?'' என்றார் சற்று அதிர்ச்சியுடன்…

அவரை சிவந்த கண்களால் திரும்பி பார்த்தவனின் கழுத்து நரம்புகள் ஆத்திரத்தில் புடைத்து இருக்க, ''உண்மை என்னவா இருக்கும்னு தெரிஞ்சும் நிரூபிக்க முடியாத இயலாமைப்பா'' என்று சொல்லி விட்டு வேகமாக மாடியேறி விட, வாயில் கையை வைத்தபடி அவனைப் பார்த்த வேதவல்லிக்கு உள்ளுக்குள் உதறல் எடுத்தது என்னவோ உண்மை தான்…

அத்தியாயம் 24

மாடியேறி வந்த வம்சி கிருஷ்ணாவுக்கு நிலை கொள்ள முடியவில்லை...

தன்னை கட்டுப்படுத்த முடியாமல் ஸ்டூடியோவினுள் நுழைந்து விட்டான்...

இதே சமயம் கௌதம் கிருஷ்ணா வெளியேச் சென்று விட்டு அப்போது தான் வீடு திரும்பி இருந்தான்...

முன்னறையில் பூ வாஸ் சிதறிக் கிடந்தது...

குருமூர்த்தி பெருமூச்சுடன் தனது அறைக்குள் நுழைவதை கண்டவன், ‘‘என்னாச்சும்மா?’’ என்று அங்கே நின்ற வசந்தியிடம் கேட்டான்.

வேதவல்லியோ, ‘‘உன் அண்ணாவுக்கு பைத்தியம் பிடிச்சு போச்சு... அந்த ஊமைச்சி மேல பைத்தியம்’’ என்று ஆரம்பித்து தேன்மொழிக்கு திட்டிக் கொண்டே தனது அறைக்குள் நுழைந்தார்...

வசந்தியோ, ‘‘வம்சி தான் அத்தை மேல இருக்கிற கோபத்துல இப்படி பண்ணிட்டான்’’ என்றார்.

‘‘அவன் அவ்ளோ சீக்கிரம் இப்படி ரியாக்ட் பண்ணுற ஆள் இல்லையே... இந்த பாட்டி ஏதோ பண்ணி இருக்கு’’ என்று சொல்லிக் கொண்டே மாடியேறியவனுக்கு தெரியும் வம்சி கிருஷ்ணா ஸ்டூடியோவில் தான் இருப்பான் என்று...

ஸ்டூடியோவின் கதவை தட்டினான்...

‘‘யாரு?’’ என்ற கேள்வி உள்ளே இருந்து...

‘‘நான் தான்டா’’ என்று கௌதம் கிருஷ்ணா

வெளியே இருந்து பதில் கொடுக்க, ‘‘உள்ளே வா’’ என்றான் அவன்...

கௌதம் கிருஷ்ணாவும் கதவை திறந்துக் கொண்டே உள்ளேச் சென்றான்.

வம்சி கிருஷ்ணாவின் கையில் கிட்டார் இருந்தது...

‘‘என் வேலையை நீ பார்த்தா அப்புறம் நான் என்ன பண்ணுறது?’’ என்று கேட்டுக் கொண்டே அவனிடம் இருந்து கிட்டாரை வாங்கியவன், அவன் அருகே அமர்ந்தபடி, ‘‘என்னடா ஆச்சு?’’ என்று கேட்டான்...

‘‘அந்த பணத்தை எடுத்தது பாட்டி தான் டா’’ என்றான் வம்சி கிருஷ்ணா...

‘‘அது தெரிஞ்ச விஷயம் தானே’’ என்றான் கௌதம் கிருஷ்ணா...

‘‘யார் பணம் எடுத்ததுனு ப்ரூஃப் பண்ணாம தேன்மொழி வீட்டுக்கு வர மாட்டேன்னு நிக்குறா’’ என்று சொல்ல, ‘‘அண்ணி சொல்றதும் நியாயம் தானே’’ என்றான் கௌதம் கிருஷ்ணா...

‘‘எப்படி டா ப்ரூஃப் பண்ணுறது? இந்த பாட்டி பொய் சத்தியம் எல்லாம் பண்ணுறாங்க... செம கடுப்பாயிட்டேன்’’ என்று சொல்லிக் கொண்டே ஆழ்ந்த மூச்சை எடுத்து விட, ‘‘சரி அத விடு, அண்ணி கூட ஓகே ஆயிடுச்சா?’’ என்று கௌதம் கிருஷ்ணா கேட்டதுமே, வம்சி கிருஷ்ணாவின் இதழில் புன்னகை...

‘‘என்னடா சிரிக்கிற... கொஞ்ச நேரம் முன்னாடி உர்ருனு இருந்த?’’ என்று கௌதம் கிருஷ்ணா கேட்க, வம்சி கிருஷ்ணாவோ, பாக்கெட்டில் இருந்த

கடிதத்தை எடுத்து கௌதம் கிருஷ்ணாவிடம் நீட்டினான்.

அவனோ, ‘‘மறுபடியும் தென்றலோட லெட்டர் ஆஹ்? இன்னைக்கு முதலாம் தேதி இல்லையே’’ என்று சொல்லிக் கொண்டே, அதனை பிரிக்க, சட்டென்று கையை வைத்து அவள் எழுதியதை மறைத்தவன், ‘‘கீழ பேரை மட்டும் பாரு’’ என்றான்...

கௌதம் கிருஷ்ணாவோ, ‘‘அடப்பாவி, முதல் எல்லாம் வாசிக்க தருவியே டா’’ என்றான்...

அதனைக் கேட்டு சத்தமாக சிரித்த வம்சி கிருஷ்ணா, ‘‘அது அப்போ... இப்போ பேரை பாரு ஏன் தர மாட்டேன்னு சொல்றேன்னு புரியும்’’ என்றான்.

‘‘சரி பிழைச்சு போ’’ என்று சொல்லிக் கொண்டே பெயரைப் பார்த்த கௌதம் கிருஷ்ணாவின் விழிகள் விரிய, ‘‘டேய் என்னடா, தேன்மொழி வம்சி கிருஷ்ணானு இருக்கு... ரெண்டு பேரும் ஒரு ஆளா?’’ என்று அதிர்ந்து கேட்டான்...

வம்சி கிருஷ்ணாவோ ஆமோதிப்பாக கண்களை மூடி திறக்க, ‘டேய், எனக்கே செம ஹாப்பியா இருக்கு.... உனக்கு வேற லெவல் சந்தோஷமா இருக்குமே... ஆனா அன்னைக்கு நாம எழுதி காட்டி சொல்ல கேட்டோம் தானே’ என்று கேட்டான் கௌதம் கிருஷ்ணா... வம்சி கிருஷ்ணாவோ, ‘‘அன்னைக்கு அவ இடது கைல அடிபட்டு இருந்திச்சுல்ல, அவ லெஃப்ட் ஹாண்டேட் டா’’ என்றான்...

‘‘அடடா, கடவுள் உன் விஷயத்தில எப்படி எல்லாம் விளையாடி இருக்கார் பாரேன்’’ என்று கௌதம் கிருஷ்ணா சொல்ல, வம்சி கிருஷ்ணாவோ,

''கடைசியா என் கிட்டயே சேர்த்துட்டார்ல'' என்றான்... கௌதம் கிருஷ்ணாவோ சிரித்தபடி அவனை எட்டி அணைத்து விடுவித்தவன், ''நீ அண்ணியை தேடுனது எல்லாம் சொல்லிட்டியா?'' என்று கேட்டான்.

''எல்லாமே சொல்லிட்டேன்... இப்போ எங்களுக்கு வில்லியா இருக்கிறது இந்த வேதவல்லி பாட்டி தான்'' என்றான் வம்சி கிருஷ்ணா கடுப்பாக...

''வில்லி, வல்லி செம்ம ரைமிங்'' என்று சொல்லி சிரித்த கௌதம் கிருஷ்ணாவோ மேலும், ''எத்தனை நாளைக்கு பொய்யை மறைக்க முடியும்? எப்படியும் ஒரு நாள் வெளிய வந்து தானே ஆகும்'' என்றான்.

வம்சி கிருஷ்ணாவோ, ''அதுக்குள்ள எனக்கும் வயசாகி தேன்மொழிக்கும் வயசாகிடும்'' என்று சொல்ல, சத்தமாக சிரித்துக் கொண்டான் கௌதம் கிருஷ்ணா...

இதே சமயம் தனது அறைக்குள் அமர்ந்து இருந்த தேன்மொழிக்கு மேனியில் ஒரு சிலிர்ப்பு... அடி வயிற்றில் பட்டாம் பூச்சி பறந்துக் கொண்டு இருந்தது...

அவன் தன்னை காதலித்து இருக்கின்றான் என்ற விஷயத்தை இன்னுமே அவளால் நம்ப முடியவில்லை...

இன்று அவளுக்கு முகமெல்லாம் முத்தமிட்டு மூச்சடைக்க செய்து விட்டானே...

கொஞ்சம் விட்டு இருந்தால் இதழ்களையும் தீண்டி இருப்பான்...

நல்ல வேளையாக தடுத்து விட்டாள்.

அவள் கரமோ தன்னிதழ்களை வருட, 'அவசரப்பட்டு நிறுத்திட்டோமோ' என்று தனக்கு தானே கேட்டுக் கொண்டவளோ, 'ச்ச, என்ன இது இப்படி யோசிச்சிட்டு இருக்கேன்' என்று தன்னையே கடிந்துக் கொண்டபடி தலையணையை அணைத்துக் கொண்டே படுத்தாள். அவனுடனான நெருக்கத்தை நினைக்க நினைக்க அவளுக்கு வெட்கம் மேலிட்டது.

தலையணைக்குள் முகத்தை வெட்கத்துடன் புதைத்துக் கொண்டாள்.

அடுத்த நாள் யாதவ் கிருஷ்ணாவுக்கு வகுப்பெடுக்கச் செல்ல வேண்டும்...

வம்சி கிருஷ்ணா வேறு வீட்டில் இருப்பதாக சொல்லி இருக்கின்றான்...

அவன் நினைவு தான் மனமெல்லாம்...

நாளை அவனை காணப் போகும் ஆவலுடன் தூங்கிப் போனாள்.

அடுத்த நாள் வம்சி கிருஷ்ணா ரெக்கார்டிங் போய் விட்டு நேரத்துக்கே வீட்டுக்கு வந்து விட்டான்...

அவனுக்கு தேன்மொழியை பார்க்க வேண்டும்... அதற்காக வீட்டில் இருந்தான்...

தேன்மொழியும் சொல்லி வைத்த போல சரியாக மூன்று மணிக்கு அவர்கள் வீட்டை அடைந்து விட்டாள்.

அவள் எதற்கும் பயப்படவில்லை... தவறு செய்தால் தானே அவள் பயப்பட வேண்டும்...

வலது காலை வைத்து வீட்டினுள் நுழைந்தாள்.

அங்கே நின்ற வசந்தியோ, ‘‘வாம்மா’’ என்று அழைக்க, வேதவல்லியோ, ‘‘திருடிக்கு வரவேற்பு ஒன்னு தான் குறை’’ என்று திட்ட, அவளோ வசந்தியை மட்டும் பார்த்து புன்னகைத்து விட்டு விறு விறுவென மாடியேறி விட்டாள்.

வேதவல்லிக்கு இருப்பு கொள்ளவில்லை...

உடனே கல்யாணிக்கு அழைத்தவர், ‘‘இந்த பக்கம் நீ வரவே மாட்டியா?’’ என்று திட்ட, அவளோ, ‘‘ஐயோ பாட்டி, மாமா வேற கோபமா இருக்காருனு சொல்றீங்க, இந்த விஷயம் நாம தான் பண்ணுனோம்னு தெரிஞ்சா என்னத்துக்கு ஆகுறது? எனக்கு பயமா இருக்கு’’ என்றாள்.

‘‘ஏய், நான் இருக்கேன்ல, இப்போ எதுக்கு பயப்படுற? மரியாதையா இப்போ கிளம்பி வா’’ என்று மிரட்டலாக சொல்ல, அவளோ அலைபேசியை வைத்தவள், ‘இந்த பாட்டி என்னை சிக்க வைக்காம விட மாட்டாங்க போலவே... இப்போ போகலனா வீட்டுக்கே கிளம்பி வந்திடுவாங்க’ என்று நினைத்துக் கொண்டே, சலிப்புடன் வம்சி கிருஷ்ணாவின் வீட்டை நோக்கி வந்தாள்.

வீட்டினுள் நுழையும் கல்யாணியை கண்டதுமே, ‘‘இங்க வா’’ என்று அழைத்தார் வேதவல்லி...

அவளும் சுற்றிப் பார்த்து யாரும் இல்லை என்று உறுதி செய்துக் கொண்டே, அவர் அருகே சென்று அமர்ந்தவள், ‘‘என்ன பாட்டி?’’ என்று கேட்க, அவரோ, ‘‘அந்த ஊமைச்சி யாதவ்வுக்கு டியூஷன் எடுக்க வந்து இருக்கா, இன்னைக்கு நாம பேசுற பேச்சுல அவ இந்த பக்கமே வர கூடாது’’ என்றார்.

''அவ இன்னுமா இந்த வீட்டுக்கு வர்றா? பேசுறது ஒன்னும் பிரச்சனை இல்லை... மாமா இருந்தா நாம பேச முடியாதே'' என்றாள்.

''அவன் முன்னாடியே நான் பேசுறேன் பாரு'' என்று வேதவல்லி சொல்ல, அவரை மேலிருந்து கீழ் பார்த்தவள், ''நீங்க வயசுல பெரியவங்க, சோ மாமா கை வைக்க மாட்டார்... ஆனா எனக்கு ஓங்கி ஒன்னு விட்டா என்ன பண்ணுறது?'' என்று கேட்டாள்.

''என் முன்னாடி உன் மேல கையை வைக்க நான் விட்ருவேனா? இங்க பாரு பயந்தா வேலைக்கு ஆகாது... உனக்கு வம்சி வேணுமா வேணாமா?'' என்று கேட்டார்...

அவளோ யோசனையுடன், ''வேணும் தான்... ஆனா'' என்று இழுக்க, ''என்ன ஆனா ஆவன்னா, வேணும்னா எந்த எல்லைக்கும் போகலாம் தப்பில்லை'' என்று சொல்ல, கல்யாணியோ, ''நீலாம்பரி போலவே பேசுறீங்க பாட்டி'' என்று சொல்லிக் கொண்டாள்.

இதே சமயம் யாதவ் கிருஷ்ணாவின் அறைக்குள் தேன்மொழியை நுழைய விடாமல் மறித்துக் கொண்டு நின்று இருந்தான் வம்சி கிருஷ்ணா...

அவளோ விழிகளை உருட்டி வழியை விட சொல்ல, அவனோ இல்லை என்கின்ற ரீதியில் தலையாட்டினான்...

அவன் பார்வை வீச்சை தாங்க முடியாமல் சட்டென அவள் விழிகளை தாழ்த்திக் கொள்ள, சட்டென யாதவ் கிருஷ்ணாவின் அறைக் கதவு திறக்கப்பட்டது.

யாதவ் கிருஷ்ணா தான் திறந்து இருந்தான்...

வாசலில் நின்ற இருவரையும் அவன் மாறி மாறிப் பார்க்க, குரலை செருமிய வம்சி கிருஷ்ணா தேன்மொழிக்கு இடைவெளி விட்டு தள்ளி நிற்க, சட்டென அவள் தலையை குனிந்துக் கொண்டே உள்ளே நுழைந்தாள்...

அவனோ அவளை சீண்டுவதற்காகவே பின்னால் நுழைந்தான்...

சட்டென திரும்பிப் பார்த்து, புருவத்தை அவள் உயர்த்த, 'நீ டீச் பண்ணுறத சூப்பர்வைஸ் பண்ண வந்தேன்' என்று அடக்கப்பட்ட சிரிப்புடன் சொல்லிக் கொண்டே அங்கிருந்த சோஃபாவில் அமர்ந்து விட, அவன் பேச பேச அவளுக்கு மூச்சடைத்தது...

இதழ்களுக்குள் வெட்க சிரிப்பு...

கட்டுப்படுத்திக் கொண்டே யாதவ் கிருஷ்ணா அமர்ந்து இருந்த மேசையில் அமர்ந்து விட்டாள்.

யாதவ் கிருஷ்ணாவுக்கு நேரே அவனைப் பார்த்தவாறு அவள் அமர்ந்து இருக்க, யாதவ் கிருஷ்ணாவுக்கு பின்னால் இருந்த சோஃபாவில் தான் வம்சி கிருஷ்ணா அமர்ந்து இருந்தான்...

தேன்மொழியும் வம்சி கிருஷ்ணாவும் ஒருவரை ஒருவர் இலகுவாக பார்க்கக் கூடியவாறு தான் அமர்ந்து இருந்தார்கள்... வம்சி கிருஷ்ணாவின் விழிகளோ அவளிடம் இருந்து அகலவில்லை...

தேன்மொழி கஷ்டப்பட்டு அவனை நோக்கிச் சென்ற பார்வையை இழுத்து எடுத்தவள் யாதவ் கிருஷ்ணாவுக்கு கற்றுக் கொடுக்க ஆரம்பித்து விட்டாள்.

வம்சி கிருஷ்ணா தன்னையே பார்த்துக்

கொண்டு இருக்கின்றான் என்று தெரிந்தது... யாதவ் கிருஷ்ணாவுக்கு பயிற்சியை கொடுத்து விட்டு, சட்டென ஏறிட்டு அவனைப் பார்க்க, அவனோ தனது கரத்தின் நடு இரண்டு விரல்களை மடித்து அவளை நோக்கி காட்டினான்... சைகை மொழியில் ''ஐ லவ் யூ'' என்று சொன்னான்...

யாதவ் கிருஷ்ணா அவனுக்கு முதுகு காட்டி அமர்ந்து இருந்ததால் வம்சி கிருஷ்ணா செய்யும் சில்மிஷங்கள் அவனுக்கு தெரியவில்லை...

தேன்மொழிக்கு அதனை பார்த்ததுமே மூச்சடைத்தது...

அவளை இம்சித்துக் கொண்டே இருக்கின்றான்... சட்டென அவனிடம் இருந்து பார்வையை திருப்பியவளது இதழ்களில் வெட்க புன்னகை மீதம் இருக்க, அப்படியே எழுந்துச் சென்று யாதவ் கிருஷ்ணா வரைந்த ஓவியங்களை பார்த்துக் கொண்டு நின்றாள்.

அவளுக்கு அவனிடம் இருந்து கவனத்தை திருப்ப வேறு வழி தெரியவே இல்லை... அவனோ அடக்கப்பட்ட சிரிப்புடன் எழுந்து, அவள் பின்னால் சிறிய இடைவெளி விட்டு வந்து நின்றவன் பாக்கெட்டில் கையை விட்டுக் கொண்டே, ''பதிலுக்கு ஐ லவ் யூ சொல்ல மாட்டியா?'' என்று சற்று குனிந்து கேட்க, அவளோ பதறி அவனை திரும்பி பார்த்தவள், இதழ் குவித்து ஊதிக் கொண்டாள்.

அவனோ, அவளை ரசனையாக பார்க்க, அவளுக்கு தான் சங்கடமாக போனது...

அவனிடம் இருந்து பார்வையை திருப்பி மீண்டும்

ஓவியங்களை பார்க்க, இருவரின் விழிகளும் ஒருங்கே அந்த வாளில் நிலைத்தது...

சட்டென வம்சி கிருஷ்ணாவுக்கு ஏதோ நினைவு வர, ''ஆஹ் லெட்டர்ல என் வாள் டாட்டூ பத்தி எழுதி இருந்த தானே... எப்படி தெரியும்?'' என்று கேட்டான்.

அவளோ தலையை பின்னால் திருப்பியவள் கண்களால் அங்கே பயிற்சி செய்துக் கொண்டு இருந்த யாதவ் கிருஷ்ணாவைக் காட்டினாள்.

''யாதவ் சொன்னானா?'' என்று வம்சி கிருஷ்ணா கேட்க, ''ஆம்'' என்று தலையாட்டினாள்.

அவனோ அடக்கப்பட்ட சிரிப்புடன் அந்த வாள் ஓவியத்தைப் பார்த்தவன், ''தொட்டு பாரக்க ஆசைப்பட்ட தானே?'' என்று கேட்க, அவளுக்கு தூக்கி வாரிப் போட்டது...

கள்வன் எதனை எல்லாம் நினைவு வைத்து இருக்கின்றான் என்று தோன்ற, சட்டென தலையை குனிய, அவள் காது நோக்கி பின்னால் நின்றபடியே சற்று குனிந்தவன், ''இப்போ கூட நான் ரெடி'' என்றான்... அவளோ அவனை பார்க்காமல் விறு விறுவென நடந்து யாதவ் கிருஷ்ணா முன்னே அமர்ந்து விட்டாள்.

அவள் இதயம் வேகமாக துடித்தது... என்னவெல்லாம் பேசி விடுகின்றான்...

கன்னக் கதுப்புகள் சிவந்து வேறு போயின...

அருகே இருந்த நீரை அருந்தி பதட்டத்தை தணிக்க முயல, வம்சி கிருஷ்ணாவோ சத்தமாக சிரித்துக் கொண்டே அறையை விட்டு வெளியேறி

இருக்க, அவளுக்கோ வெட்கத்தில் புதைந்து விடலாம் போல இருந்தது...

இதே சமயம் சமையலறைக்குள் வேலை செய்தபடி முன்னறையில் நடக்கும் அனைத்தையும் கேட்டுக் கொண்டு இருந்த பாக்கியாவுக்கு மனம் கேட்கவே இல்லை...

'அநியாயம் பண்ணிட்டு எப்படி எல்லாம் நடிக்கிறாங்க' என்று மனதுக்குள் வேதவல்லிக்கு திட்டிக் கொண்டே வேலை செய்தாள்.

வசந்தியும் அங்கே தான் நின்று இருந்தார்...

அவர் முகத்தில் கவலையின் சாயல்...

பெருமூச்சு ஒன்றை விட்டுக் கொண்டார்...

பாக்கியாவோ அவரை கவனித்து விட்டு, ''என்னம்மா ஆச்சு?'' என்று கேட்க, அவரோ, ''உனக்கு இந்த வீட்ல என்ன நடக்குதுனு தெரியும் தானே... இந்த குடும்பம் சிதைய கூடாதுனு தான் நான் பாடுறத கூட விட்டேன்... ஆனா இப்போ மருமக ஒரு பக்கம், அத்தை இன்னொரு பக்கம், வம்சி ஒரு பக்கம்னு இருக்காங்க... ரொம்ப கஷ்டமா இருக்கு... தேன்மொழி ரொம்ப பிடிவாதமா இருக்கா, அவ வீட்டுக்கு வரலனு சொன்னதும் வம்சிக்கு கண்ட மேனிக்கு கோபம் வருது... நேத்து அவன் எப்படி நடந்துகிட்டான்னு பார்த்த தானே'' என்றார்...

பாக்கியாவோ, ''தேன்மொழியம்மா பிடிவாதம் பிடிக்கிறது தப்பில்லையே, தப்பு பண்ணாம பழியை சுமந்தவங்களுக்கு அந்த ஆதங்கம் இருக்க தானே செய்யும்'' என்றாள்.

அவளை மெதுவாக திரும்பிப் பார்த்தவர், ''இப்போ யார் பணத்தை எடுத்தாங்கனு எப்படி கண்டு பிடிக்கிறது? அவங்களா சொன்னா தான் உண்டு... இல்லனா சாட்சி வேணும்... சும்மா ஒருத்தங்க மேல பழியை எப்படி தூக்கி போடுறது?'' என்று கேட்டார்.

'சாட்சி' என்று சொன்னதுமே பாக்கியாவோ புருவம் சுருக்கி யோசித்தாள்.

அவள் தானே சாட்சியாக இருக்கிறாள்.

'இது பெரிய இடத்து சமாச்சாரம் ஆச்சே, நாம வாயை திறந்து பிரச்சனை ஆய்டுச்சுனா என்ன பண்ணுறது' என்று அவள் நினைத்துக் கொண்டவளுக்கு உண்மை தெரிந்தும் மறைப்பது மனதில் உறுத்த ஆரம்பித்தது.

நீண்ட நேரம் யோசித்துக் கொண்டே வேலை செய்தாள். வசந்தியும் தனது வேலையை முடித்து விட்டு வெளியேறி விட்டார்...

நீண்ட நேரம் யோசித்து விட்டு, இறுதியாக சொல்லி விடலாம் என்று நினைத்த பாக்கியாவோ, வசந்திக்காக சமையலறைக்குள் காத்துக் கொண்டு இருக்க, வசந்தியும் உள்ளே நுழைந்தார்...

அவர் முன்னே போய் நின்றவள், ''அம்மா, உங்க கிட்ட ஒண்ணு சொல்லணும்'' என்று இழுக்க, அவரும், ''என்ன பாக்கியா?'' என்று கேட்டார்...

''அன்னைக்கு நடந்ததுக்கு சாட்சி கேட்டீங்க தானே... நான் இருக்கேன்மா'' என்றாள்.

சட்டென வசந்தியின் விழிகள் விரிய, ''நீ என்ன பார்த்த?'' என்று கேட்டார்...

அவளோ தயங்கி தயங்கி நடந்ததை சொல்லி

முடிக்க, வசந்திக்கோ அதிர்ச்சியின் உச்சக்கட்டம்...

ஒவ்வொருவரும் வேதவல்லியை சந்தேகப்படும் போது, சாட்சி இல்லாமல் அவர் நம்ப தயாராக இருக்கவில்லை...

மேலும் அப்படி ஒரு விஷயம் நடந்து இருக்க கூடாது என்று இறைவனை வேண்டி இருக்கின்றார்...

ஆனால் அவர் வேண்டுதல் பலிக்கவில்லை போலும்... எது நடந்து இருக்க கூடாது என்று நினைத்தாரோ, அது நடந்து விட்டது...

வேதவல்லியின் ஏச்சு பேச்சுக்களை கூட தாங்கிக் கொள்வார், ஆனால் இந்த இழி செயலை தாங்கிக் கொள்ள முடியவில்லை...

மனம் உலையாக கொதித்தது...

வாய் பேச முடியாத பெண் மீது இரக்கமே இல்லாமல் எப்படி பெரிய பழியை தூக்கி போட்டு இருக்கின்றார்கள்.

இவர்கள் மனிதர்கள் தானா? என்று தோன்றியது...

வேதவல்லிக்காக வெளியில் பாடுவதையே நிறுத்தியவர் அவர்...

குடும்பம் குடும்பம் என்று தனது ஆசைகளை புதைத்தவர் அவர்...

ஆனால் குடும்பத்தில் மூத்தவராக இருக்கும் வேதவல்லி குடும்பத்துக்காக எதுவுமே பண்ணவில்லையே... இருக்கும் ஒற்றுமையை குலைத்துக் கொண்டல்லவா இருக்கின்றார்...

பாசமான தாயினால் தனது மகனின் குடும்பம்

பிரிவதை ஏற்றுக் கொள்ள முடியுமா என்ன?

கல்யாணி மீதும் ஆத்திரம்...

வம்சி கிருஷ்ணா திருமணம் செய்த பின்னர் விலகிப் போகாமல் இன்னுமே அவன் பின்னால் சுற்றிக் கொண்டு இருப்பதை நினைக்க அருவருப்பாக இருந்தது...

அவர் விழிகள் கோபத்தில் சிவந்து இருக்க, பாக்கியாவை பார்த்தவர், ''நீ சொல்றது சத்தியமா?'' என்றார்...

''என் ரெண்டு பிள்ளைங்க மேல சத்தியம் அம்மா'' என்றாள் பாக்கியா...

''எல்லாருக்கும் முன்னால சாட்சி சொல்வியா?'' என்று அடுத்த கேள்வி கேட்டார்...

''கண்டிப்பா சொல்வேன்மா'' என்று பாக்கியா சொன்னதும், ''அப்போ என் கூட வா'' என்று செ ால்லிக் கொண்டே சமையலறைக்குள் இருந்து வெளியேறி முன்னறைக்கு வந்தார்...

அதே சமயம் தேன்மொழி யாதவ் கிருஷ்ணாவுக்கு வகுப்பை முடித்து விட்டு கீழிறங்க, அவளுடன் சேர்ந்து இறங்கினான் வம்சி கிருஷ்ணா...

ஆஃபீஸ் விஷயமாக வெளியே போய் விட்டு அந்த கணம் தான் குருமூர்த்தியும் கௌதம் கிருஷ்ணாவும் ஒன்றாக வீட்டினுள் நுழைந்தார்கள்...

கிட்டத்தட்ட அனைவரும் வீட்டில் இருந்த சந்தர்ப்பம்...

வசந்தி சற்றும் தயங்கவில்லை... நேரே கல்யாணி மற்றும் வேதவல்லி முன்னே போய் நின்றவர்,

வேதவல்லியை ஒரு கணம் பார்த்து விட்டு கல்யாணியை பார்த்து, ‘‘பணம் எங்க?’’ என்று கேட்டார்...

வேதவல்லியோ, ‘‘என்ன பணம்?’’ என்று கேட்க, கல்யாணிக்கு வியர்த்து வடிந்தது...

சற்று பதட்டத்துடன் எழுந்து நின்றவள், ‘‘எந்த பணம் அத்தை?’’ என்று கேட்டாள்.

வசந்தியை இவ்வளவு இறுகிய தோற்றத்தில் வம்சி கிருஷ்ணா கூட பார்த்தது இல்லை...

அனைவரும் ஸ்தம்பித்துப் போய் வசந்தியை தான் பார்த்துக் கொண்டு நின்றார்கள்...

அவரோ கல்யாணியை உறுத்து விழித்தவர், ‘‘அன்னைக்கு தேன்மொழி மேல பழி போடணும்னே ஒளிச்சு வச்ச பணம்’’ என்றார் அழுத்தமாக... பாக்கியாவை அவர் சாட்சிக்கு உடனே அழைக்கவும் விரும்பவில்லை... அது அவளுக்கு ஏதும் பாதிப்பை உண்டாக்கி விடும் என்று நினைத்தவர், முடிந்தவரை அவர்கள் வாயினாலேயே உண்மையை வரவழைக்க போராடினார்...

அவர் சொன்னதைக் கேட்டு வேதவல்லிக்கு உதறல் எடுத்தாலும், அதனை மறைத்துக் கொண்டே, ‘‘என்ன பேசிட்டு இருக்கிற, குளிர் விட்டு போச்சா உனக்கு? நாங்க என்ன உன்னை போலவும் உன் மருமக போலவும் பிச்சைக்கார குடும்பம்னு நினைச்சியா? அந்த ஊமைச்சிக்கு நீயும் ஒத்து ஊதுறியா?’’ என்று கேட்க, அவரையே பார்த்துக் கொண்டு இருந்த வசந்தியின் கரங்கள் இடியாக இறங்கியது என்னவோ கல்யாணியின் கன்னத்தில் தான்...

அத்தியாயம் 25

அனைவருமே அதிர்ந்து வாயில் கையை வைத்துக் கொண்டார்கள்...

வேதவல்லியோ கண்கள் வெளியே விழுந்து விடும் அளவுக்கு விழிகளை அதிர்ந்து விரித்துக் கொள்ள, இப்போது கல்யாணியை பார்த்த வசந்தி, ''பணம் எங்க?'' என்று அழுத்தமாக கேட்டார்...

கன்னத்தை பொத்தியபடி அவரைப் பார்த்த கல்யாணிக்கோ கண்களில் இருந்து தாரை தாரையாக கண்ணீர் வழிய, ''பாட்டியோட அலுமாரிக்குள்ள இருக்கு... அன்னைக்கு தேன்மொழியை மாட்டி விடணும்னு அப்படி பண்ணிட்டோம்'' என்று விம்மி விம்மி அழுதபடி சாட்சி சொல்ல, வேதவல்லியின் முகத்தில் ஈயாடவில்லை...

குருமூர்த்திக்கோ அதிர்ச்சி தாங்க முடியவில்லை...

இப்படி ஒரு அவதாரத்தை அவர் தாயிடம் இருந்து எதிர்பார்க்கவே இல்லை...

அருவருப்பாக இருந்தது...

''என்னம்மா பண்ணி இருக்கீங்க?'' என்று அதட்டலாக வேதவல்லியிடம் கேட்க, அவருக்கு என்ன சொல்லி சமாளிப்பது என்று தெரியவில்லை...

கல்யாணி வேறு சாட்சியாகி விட்டாள். இதற்கு மேல் மறைக்கவும் முடியாது...

''இப்போ எதுக்கு கொலை குத்தம் பண்ணுன போல எல்லாரும் என்ன கேள்வி கேக்கிறீங்க?'' என்று எகிறினார்...

குருமூர்த்தியோ வேதவல்லியைப் பார்த்து சலிப்பாக தலையை ஆட்டி விட்டு, ‘‘கல்யாணி பணத்தை எடுத்து வா’’ என்று சொல்ல, கல்யாணி வேகமாக வேதவல்லியின் அறைக்குள் நுழைந்தாள்...

வம்சி கிருஷ்ணாவின் விழிகளோ வசந்தியை பெருமையாக நோக்க, வசந்தியோ தேன்மொழியை மென் புன்னகையுடன் நோக்க, அவளோ இரு கரங்கள் கூப்பி கண்ணீருடன் நன்றி சொன்னாள்.

இதே சமயம் கௌதம் கிருஷ்ணா, ‘‘அம்மா கமான்’’ என்று சொல்லிக் கொண்டே விசில் அடிக்க, அவன் அருகே நின்ற குருமூர்த்தி அவனை சட்டென திரும்பி பார்க்க, ‘‘அப்ரிஷியேட் பண்ணுனேன்பா, தப்பா?’’ என்று கேட்டான்...

‘‘நான் தப்புனு சொல்லவே இல்லையே’’ என்று அவர் சொல்ல, ‘‘அதானே பார்த்தேன், ஆசை பொண்டாட்டியை விட்டு கொடுப்பீங்களா?’’ என்று கேட்க, அவரோ அவனை மேலிருந்து கீழ் பார்த்து விட்டு, ‘‘இதெல்லாம் உனக்கு இப்போ தேவையா?’’ என்று கேட்டார்...

இதே சமயம் கல்யாணியும் பணத்தை எடுத்துக் கொண்டு வந்து குருமூர்த்தியிடம் நீட்ட, அவரோ அதனை வாங்கிக் கொண்டே நேரே தேன்மொழியிடம் சென்றவர் அந்த பணத்தை நீட்டி, ‘‘அன்னைக்கு பணத்தை கடனா கொடுத்ததுக்கு நன்றிம்மா, இன்னைக்கு திரும்ப கொடுத்துடுறேன்’’ என்றார்...

அவளுக்கோ அழுகையுடன் அவர் பேசிய தோரணையில் சிரிப்பு வந்து விட, மென்மையாக புன்னகைத்துக் கொண்டே, அவர் நீட்டிய பணத்தை பெற்றுக் கொள்ள, ‘‘ஐ ஆம் சாரி’’ என்றார்.

அவளோ அவசரமாக ''பரவாயில்லை மாமா'' என்று சைகையில் சொல்ல, ''உன் நல்ல மனசுக்கு ரொம்ப நல்லா இருப்ப'' என்று அவர் சொல்லி விட்டுச் செல்ல, வம்சி கிருஷ்ணாவோ அவரை புன்னகையுடன் பார்த்துக் கொண்டான்...

வேதவல்லிக்கோ மனம் உலையாக கொதித்தது...

முழு கோபமும் வசந்தி மேல் தான்...

''உனக்கு இவ்ளோ தைரியம் எங்க இருந்து வந்திச்சு?'' என்று பற்களை கடித்துக் கொண்டே, அருகே நின்றவருக்கு மட்டும் கேட்கும் குரலில் கேட்க, அவரை அழுத்தமாக பார்த்த வசந்தியோ, ''எனக்கு இவ்ளோ நாள் உங்க மேல இருந்தது மரியாதை... அதுக்கு பேர் பயம் இல்ல'' என்று சொன்னவரோ இப்போது கௌதம் கிருஷ்ணாவை திரும்பிப் பார்த்துக் கொண்டே, ''மியூசிக் டைரெக்டர் ஜெய் பாட சொல்லி கேட்டார்னு சொன்ன தானே... ஓகே சொன்னேன்னு சொல்லிடு'' என்றார்...

''ஓஹ் மை காட்'' என்று சிரித்தபடி சொல்லிக் கொண்டே, வம்சி கிருஷ்ணா கைகளை தட்டிக் கொள்ள, கௌதம் கிருஷ்ணாவோ சந்தோஷமாக, 'இப்போவே சொல்லிடுறேன்' என்று அலைபேசியை எடுக்க, குருமூர்த்தி அவரை வியப்பாக பார்த்தார்.

உடனே குருமூர்த்தியை பார்த்த வசந்தியோ, ''நீங்க இப்போ ப்ரொடியூஸ் பண்ணுற படத்துல எனக்கு ஒரு சான்ஸ் கிடைக்குமா?'' என்று கேட்க, அவரோ புருவத்தை ஏற்றி இறக்கியவர், ''அஃப் கோர்ஸ், உனக்கு இல்லாத சான்ஸா?'' என்று கேட்க, ''அதென்ன கிடைக்குமானு கேக்கிறீங்க?

கொடுங்கனு கொஞ்சம் உரிமையா கேக்கிறது'' என்றான் வம்சி கிருஷ்ணா...

குருமூர்த்தியோ, ''ஆனா ஒரு கண்டிஷன், வம்சி தான் உன் கூட டூயட் பாடுவான்'' என்று சொல்ல, வம்சி கிருஷ்ணாவோ, ''நான் ரெடி'' என்றான் தோள்களை உலுக்கி...

'நானும் ரெடி' என்று வசந்தி சிரித்தபடி சொல்லிக் கொள்ள, அனைவர் இதழ்களிலும் சிரிப்பு தேங்கி நிற்க, அனைத்தையும் கடுப்பாக அமர்ந்து பார்த்துக் கொண்டு இருந்தது என்னவோ வேதவல்லி தான்...

மனதிற்குள் புகைந்தாலும் அவரால் பேச முடியாத நிலையில் வயிறெரிய அமர்ந்து இருந்தார்...

அனைவரும் கொஞ்சம் கொஞ்சமாக அங்கிருந்து கலைந்து இருக்க, தேன்மொழியோ வம்சி கிருஷ்ணாவை திரும்பிப் பார்த்தாள்.

''இங்கயே நிற்கலாம்ல'' என்றான் அவன்...

அவளிடம் இருந்து ஒரு மென்மையான புன்னகை மட்டுமே...

சட்டென அவள் கையைப் பற்றியவன் அவளை அழைத்துக் கொண்டே, மீண்டும் மாடியேற அவர்களை தொடர்ந்து குரலை செருமிக் கொண்டே கௌதம் கிருஷ்ணா பின் தொடர, தேன்மொழியோ வெட்கத்துடன் கண்களை மூடித் திறந்து கொண்டே, வம்சி கிருஷ்ணாவுடன் கூட நடந்தாள்...

இதே சமயம் வீட்டிற்கு வந்த கல்யாணியோ கட்டிலில் அமர்ந்து அழ ஆரம்பித்து விட்டாள்.

அவள் சத்தம் போட்டு அழுததில் ரதிதேவி,

கணேசன் மற்றும் மிருதுளா அவள் அறைக்குள் ஓடி வந்து விட்டார்கள்...

அவள் கன்னமோ சிவந்து இருக்க, ''என்னாச்சு கல்யாணி?'' என்று கேட்டுக் கொண்டே, ரதிதேவி அவள் அருகே அமர, ''அம்மா இந்த பாட்டி பேச்சை கேட்டு தப்பு பண்ணிட்டேன்... ஒரே அசிங்கமா போய்டுச்சு... அத்தை அடிச்சுட்டாங்க'' என்று ஆரம்பித்தவள் நடந்த அனைத்தையும் சொல்ல, கணேசன், ''உன் அம்மா இவளையும் கெடுக்கிறாங்க, இனி அவங்க கூட இங்க இருக்கிற யாரும் பேசக் கூடாது'' என்று ரதிதேவியிடம் சொல்லி திட்டினார்...

ரதிதேவிக்கும் என்ன செய்வது என்று தெரியவே இல்லை...

அவர் தவறு செய்து இருக்கும் போது தாயாக இருந்தாலும் எப்படி அவர் பக்கம் நிற்க முடியும்?

மிருதுளாவோ, ''அது தான் வம்சி மாமாவுக்கு கல்யாணம் ஆய்டுச்சுல்ல, இப்படி கல்யாணம் ஆனவர் பின்னாடி போறது அசிங்கமா இருக்குடி'' என்று திட்ட,

கல்யாணியோ, ''இனி அந்த வீட்ல போய் நான் எப்படி வாழ முடியும்?'' என்று அழுதபடி கேட்டவள், ''அப்பா எனக்கு மாப்பிள்ளை பாருங்கப்பா, வம்சி மாமாவை விட ஹாண்ட்ஸம் ஆஹ் இருக்கணும்'' என்று சட்டென மாறியே விட்டாள்.

அவள் பேசியதைக் கேட்டு மூவருக்கும் அதிர்ச்சி... மாறி மாறி பார்த்துக் கொண்டார்கள்...

''இந்த அறிவு ஏற்கனவே வந்து இருந்தா இந்த அசிங்கம் நடந்து இருக்குமா?'' என்று மிருதுளா

கேட்க, ரதிதேவியோ, ''அதுக்கு வசந்தி ஏற்கனவே ஒரு அறை போட்டு இருக்கணும்... ஒரு அறைல இவ இப்படி மாறுவான்னு தெரிஞ்சு இருந்தா அப்போவே வசந்தியை வச்சு அடிக்க வச்சு இருப்பேனே'' என்று சொல்ல, கண்களை துடைத்து விட்டு அவரை முறைத்துப் பார்த்தாள் கல்யாணி...

கணேசனோ, ''ரதி, அவ தான் அப்செட் ஆஹ் இருக்கா... நீயும் ஏன் அவளை கடுப்பேத்துற போலவே பேசுற? இவ வேலையால நம்ம ரெண்டு குடும்பத்து உறவும் பாதிக்கப்பட்டுடுமோனு எனக்கு பயமா இருக்கு'' என்றார்.

ரதிதேவியோ, ''அவ்ளோ எல்லாம் அண்ணா பண்ண மாட்டார்... ரெண்டு நாள் ஃப்ரீயா விடுங்க, நான் போய் அவங்க வீட்ல பேசுறேன்'' என்று சொல்ல, ''உன் அம்மா கிட்ட மட்டும் பேசிடாதே'' என்று கண்டிப்பாக வந்தது கணேசனின் வார்த்தைகள்...

இதே சமயம், தேன்மொழியோ அறையின் மூலையில் நின்றபடி மகாலக்ஷ்மிக்கு விஷயத்தை மெசேஜில் சொல்லி முடித்து இருக்க, ''ரொம்ப சந்தோஷம் டா'' என்று பதில் மறுமுனையில் இருந்து வந்தது... அவள் இதழ்களோ மெதுவாக புன்னகைக்க, தொலைபேசியை அங்கிருந்த மேசையில் வைத்து விட்டு இப்போது வம்சி கிருஷ்ணாவை பார்த்தாள்.

அவனோ சோஃபாவில் அமர்ந்து அவளைத் தான் பார்த்துக் கொண்டு இருந்தான்...

அவள் தன்னை பார்த்ததுமே, கண்களால் அழைத்தான்...

அவளும் அவனை நோக்கி நடந்து வர,

அருகே இருந்த இடத்தை கண்களால் காட்டி அமர சொன்னான்...

அவளும் அவனுடன் தொட்டும் தொடாமல் அமர, அவனோ அவள் கரத்தை பற்றிக் கொண்டே பெருமூச்சு ஒன்றை விட்டவன், ''இன்னைக்கே வாழ ஆரம்பிச்சுடலாமா?'' என்று கேட்டான்...

அதிர்ந்து விட்டாள்.

வெளிப்படையாகவே கேட்டு விட்டான், என்ன பதில் சொல்வது என்று தெரியவே இல்லை...

இதெல்லாம் தன்னிடம் கேட்க தானா வேண்டும்? என்று தான் அவளுக்கு தோன்றியது...

அவனை பார்த்துக் கொண்டு இருந்தவளோ சட்டென்று தலையை குனிந்துக் கொள்ள, ''சொல்லும்மா'' என்றான் அவள் காதருகே குனிந்து...

அவன் மூச்சு காற்று அவள் செவியில் பட விதிர் விதிர்த்துப் போனவளோ, குனிந்தபடியே தலையை சம்மதமாக ஆட்டினாள்...

அவனை ஏறிட்டுப் பார்க்க அவளுக்கு தெம்பில்லை...

அவள் வெட்கத்தை ரசனையாக பார்த்தவன், ''லெட்டர்ல அவ்ளோ எழுதுற... நேர்ல கேள்வி கேட்டா குனிஞ்சுக்கிற'' என்றான்...

சட்டென ஏறிட்டு அவன் விழிகளைப் பார்த்தவளோ, ''நேர்ல கூச்சமா இருக்கு'' என்று சைகையில் சொல்ல, அவனோ இதழ் பிரித்து சிரித்துக் கொண்டே, ''பழகிடும்'' என்று கண் சிமிட்டி சொல்ல, அந்த கண் சிமிட்டலில் தன்னை தொலைத்தே விட்டாள்.

கற்பனையில் அவனுடன் வாழ்ந்து இருக்கின்றாள். நேரில் அவனை அருகே பார்த்தாலே மூச்சடைத்து விடுகின்றதே. ஆழ்ந்த மூச்சை எடுத்துக் கொண்டாள்.

அவன் தனது விரல்களை அவள் விரல்களுடன் கோர்த்துக் கொண்டவனுக்கு, அவளை முத்தமிட ஆசை...

ஆனால் அவளோ கேள்விக்கு பதில் சொல்லவே தயங்குகின்றாளே...

குரலை செருமினான்...

நிமிர்ந்து பார்த்தாள்.

''கதவு லாக் பண்ணி தான் இருக்கு... நாம ரெண்டு பேரும் தான் இருக்கோம்'' என்றான்...

அவளோ அவனை புருவம் சுருக்கி புரியாமல் பார்க்க, இனி அவளுக்கு பேசி புரிய வைக்க முடியாது, நேரடியாக செயலில் இறங்கி விடுவது நல்லது என்று நினைத்தவனோ, ஒற்றைக் கையால் அவள் கன்னத்தைப் பற்றிக் கொண்டே, அவள் முகத்தை நெருங்க, அவள் விழிகள் அதிர்ச்சியில் விரிந்துக் கொண்டன...

தன்னிதழை ஈரமாக்கிக் கொண்டே, அவள் கன்னம் நோக்கி குனிந்தான்.

அவளுக்கோ மேனியில் சிலிர்ப்பு...

இருவரின் இதயத்துடிப்பும் அடுத்தவருக்கு கேட்கும் அளவுக்கு நெருக்கம்...

சட்டென அவன் ஷேர்ட் காலரைப் பற்றிக் கொண்டாள்... கண்களை மூடிக் கொண்டாள்.

அவளது கன்னத்தில் அவன் முத்தமிட்டு நிமிர,

மெதுவாக கண்களை திறந்தவள் அப்போது தான் அவன் ஷேர்ட் காலரை தான் பற்றி இருப்பதை அவதானித்தாள்...

சட்டென கையை அவனிடம் இருந்து விலக்கிக் கொண்டவளோ, அவனது ஷேர்ட்டானது அவள் அழுத்தமாக பற்றி இருந்ததால் கசங்கி இருந்ததை விழி விரித்துப் பார்த்தாள்... அவனோ சற்று குனிந்து பார்த்து விட்டு, ''தட்ஸ் ஓகே'' என்று சொல்லிக் கொண்டே, அவளது இரு கைகளையும் பற்றி தனது ஷேர்ட்டில் அழுத்தமாக வைத்தவன், மீண்டும் அவள் கன்னத்தைப் பற்றிக் கொள்ள, அவளுக்கோ அடி வயிற்றில் பட்டாம் பூச்சி பறக்க ஆரம்பித்து விட்டது...

கண்களை மூடிக் கொண்டாள்...

அவன் இதழ்கள் அவளது அடுத்த கன்னத்தை தீண்ட, ஆழ்ந்து மூச்சொன்றை விட்டுக் கொண்டாள்.

அவனுக்கோ அவள் கன்னங்கள் போதையை ஏற்ற, அதில் முத்த ஊர்வலங்களை நடத்தியவன், அப்படியே கீழிறங்கி அவள் இதழ்களை நெருங்கி இருந்தான்...

அவள் இதழ்கள் மெதுவாக விரிந்து இருக்க, அதனை ஆழ்ந்து பார்த்தான்...

அவனிடம் இருந்து மௌனமே பதிலாக இருக்க, சட்டென கண்களை திறந்தாள்...

அவள் கண்களை திறந்த அடுத்த நொடி, அவள் இதழ்களில் அவன் இதழ்களை அழுந்த பதித்து இருக்க, சிலிர்த்து விட்டது பெண்ணவளுக்கு... கண்களை இறுக மூடிக் கொண்டவளுக்கு உடலில் உணர்வுகள் அலைபாய ஆரம்பித்து விட்டன...

அவள் உடல் நடுங்கி அதனை அவனுக்கு காட்டிக் கொடுத்தும் விட்டது... அவன் மேனியில் மொத்தமாக சரிந்துக் கொண்டாள்.

அவள் கரங்களோ அவன் ஷேர்ட்டை இன்னும் அழுந்த பற்றிக் கொண்டன...

அவளுக்கு மட்டும் அல்ல, அவனுக்கும் இந்த நிலை தான்...

அவளை விட்டு விலக மனம் இல்லை...

இதயங்களுடன் சேர்த்து, முத்தங்களையும் அணைப்புகளையும் மேனிகளையும் பகிர்ந்துக் கொள்வது தானே காதல்...

ஒரு பெண்ணின் இதழ்களின் மென்மையை அவனும் ஒரு ஆணின் இதழ்களின் வன்மையை அவளும் உணர்ந்துக் கொள்ளும் முதல் முத்த அனுபவம்...

மென்மையும் வன்மையும் கலந்த முத்தம்...

இந்த முத்தம் நின்று விடக் கூடாது என்கின்ற ஆசை இருவர் மனதிலும்...

ஆனால் யார் கண் பட்டதோ தெரியவில்லை... கதவு தட்டப்படும் சத்தம் கேட்டது...

சட்டென அவனில் இருந்து விலகிக் கொண்ட பெண்ணவளோ, அவனை விழி விரித்து பார்த்து விட்டு வாசல் கதவைப் பார்த்தாள்.

வம்சி கிருஷ்ணா உண்மையாகவே கடுப்பாகி விட்டான்...

இப்படியான ஏகாந்த நிலையை கரடி போல யார் குழப்புவது என்கின்ற கடுப்பு...

அவனது சிலிர்த்த மேனியில் இருந்து இன்னுமே உணர்வுகள் அடங்க மறுத்தன...

அழுந்த தலையை கோதிக் கொண்டே, நடந்துச் சென்று கதவை திறக்க போனவன், சட்டென திரும்பி தேன்மொழியைப் பார்க்க, அவளோ இன்னுமே உணர்வுகளில் இருந்து வெளிவர முடியாமல் கை களை பிசைந்துக் கொண்டு அமர்ந்திருந்தவள் இதழ்களை பின்னங்கையால் துடைத்துக் கொண்டே, அவனை ஏறிட்டுப் பார்த்தாள்...

அவனோ இதழ்களுக்குள் அடக்கப்பட்ட புன்னகையுடன், ''நீயே காட்டி கொடுத்து டுவம்மா'' என்று சொல்ல, அவளோ கன்னங்கள் சிவக்க தலையை குனிந்துக் கொண்டாள்.

வம்சி கிருஷ்ணா கதவை திறக்க வாசலில் நின்றது என்னவோ கௌதம் கிருஷ்ணா தான்... அவனோ, ''உங்கள நான் ஒண்ணும் டிஸ்டர்ப் பண்ணலையே'' என்று கேட்க, அவனை மேலிருந்து கீழ் பார்த்த வம்சி கிருஷ்ணாவோ வலுக்கட்டாயமாக சிரித்தபடி பற்களை கடித்துக் கொண்டே, ''இல்ல'' என்றான்...

கௌதம் கிருஷ்ணாவோ, ''அப்பாடா இப்போ தான் நிம்மதியா இருக்கு, எங்க என்னை கரடினு சொல்லிடுவியோனு பயந்துட்டேன்'' என்றான்...

''உன்னை போய் கரடினு சொல்வேனா?'' என்று ஒரு கேலியுடன் வந்தது வம்சி கிருஷ்ணாவின் வார்த்தைகள்...

''உன் மாடியூலேஷனே சரி இல்ல, அத விடு ஸ்விம் பண்ணலாம் வாடா'' என்றான்...

''இப்போவா?'' என்று கேட்டான் வம்சி கிருஷ்ணா...

''ம்ம், யாதவ்வும் ஸ்விம் பண்ண ஆசைப்படுறான்... நிறைய நாளைக்கு அப்புறம் இன்னைக்கு தான் நம்ம வீடு கொஞ்சம் நிம்மதியா இருக்கு... என்ஜாய் பண்ணலாமே'' என்றான்...

''ஓகே ஃபைன்'' என்று சொல்லிக் கொண்டு இருக்கும் போதே யாதவ் கிருஷ்ணாவும் நீச்சல் தடாகத்துக்குச் செல்ல தயாராகி வந்து விட்டான்.

நீச்சல் தடாகம் அவர்கள் வீட்டுடன் தான் இருந்தது.

''ஓகே நாங்க ஸ்விம்மிங்பூல் கிட்ட போறோம், வந்திடு'' என்று சொல்லிக் கொண்டே அவர்கள் செல்ல, கதவை மூடிய வம்சி கிருஷ்ணாவோ, ''ஸ்விம் பண்ண வர்றியா?'' என்று கேட்டான் தேன்மொழியிடம்...

அவளோ அவசரமாக இல்லை என்று தலையாட்ட, ''சரி பார்த்துட்டு இருக்கலாம்ல, தனியா இருந்து என்ன பண்ண போற?'' என்று கேட்க, அவளும் சம்மதமாக தலையாட்டிக் கொண்டே வெளியேற, ''ஹேய் இரும்மா நானும் வரேன்'' என்றான் அவன் ஷேர்ட்டின் பட்டன்களை கழட்டிக் கொண்டே...

அவளோ, ''நீங்க ட்ரெஸ் மாத்தணும்ல'' என்று சைகையில் சொல்ல, அவளை மேலிருந்து கீழ் பார்த்தவன், ''சரி நீ வெளிய வெய்ட் பண்ணு, நான் வந்திடுறேன், இன்னைக்கு மட்டும் தான் வெளியே நிற்பனு நம்புறேன்'' என்று சொல்ல, அவள் விழிகள் சட்டென விரிய, அவன் சொன்னதை புரிந்துக் கொண்டவள் வேகமாக வெளியேறி அங்கிருந்த சுவரில் சாய்ந்துக் கொண்டாள்.

அவளுக்கோ அவன் சில்மிஷ பேச்சுக்களில் மூச்சு வாங்க, ஆழ்ந்த மூச்சுக்களை விட்டுக் கொண்டாள்.

அத்தியாயம் 26

சற்று நேரத்தில் அவனும் நீந்துவதற்காக ஆயத்தமாகி வெளியே வந்து விட்டான்...

அங்கே சுவரில் சாய்ந்து நின்றவளிடம், ''போகலாமா?'' என்று கேட்டான்.

அவளுக்கோ ஷார்ட்ஸ் மட்டுமே அணிந்து இருந்தவனை ஏறிட்டுப் பார்க்க சங்கடம்...

தலையை குனிந்துக் கொண்டே, ''ஆம்'' என்று தலையாட்டினாள்...

அவனோ அவளது சங்கடத்தை அடக்கப்பட்ட சிரிப்புடன் பார்த்துக் கொண்டே முன்னால் நடக்க, அவனை பின் தொடர்ந்து நடந்தவள் தலை மெதுவாக நிமிர்ந்தது...

அவன் முதுகில் இருந்த வாள் டாட்டூவில் அவள் விழிகள் படிந்தன...

அதனை வருடிப் பார்க்க இன்னுமே அவள் கைகள் பரபரத்தன... அடக்கிக் கொண்டாள்.

உரிமை இருந்தும் வெட்கம் அவளை தடுத்துக் கொண்டு இருந்தது...

அவள் இதழ்கள் மெலிதாக விரியவும் அவன் திரும்பிப் பார்க்கவும் நேரம் சரியாக இருக்க, அவளோ சட்டென்று நடையை தளர்த்தி தலையை குனிந்துக் கொண்டாள்...

ஆனால் அவள் இதழில் தெரிந்த சிரிப்பை கண்டுக் கொண்டவனோ, ''டாட்டூவையா ரசிச்சிட்டு வர்ற?'' என்று நேரடியாக கேட்டு விட்டான்...

அவனது கேள்வியில் சற்று உறைந்து தான் போனாள்.

அவன் தன்னை கண்டுக் கொண்டானே என்று கூச்சம் ஒரு பக்கம்...

அவசரமாக ‘இல்லை’ என்று தலையாட்டினாள்...

அவனோ, ‘‘அப்படினா பக்கத்துல நடந்து வாம்மா’’ என்று சொல்லிக் கொண்டே, அவள் கையை எட்டிப் பிடிக்க, அவளோ மென் சிரிப்புடனேயே அவனுடன் கூட நடந்தாள்...

அவள் மேனியின் சிலிர்ப்பில் அவள் கைகளும் குளிர்ந்து போக, ‘‘என்ன கை இப்படி குளிருது?’’ என்று கேட்டான்...

அவனை பக்கவாட்டாக திரும்பி பார்த்தவளுக்கு என்ன பதில் சொல்வது என்று தெரியவில்லை...

‘‘தெரியாது’’ என்கின்ற தோரணையில் இதழ்களை பிதுக்கினாள்...

இருவரும் விழிகளால் காதல் பாஷை பேசிக் கொண்டே நீச்சல் தடாகத்தையும் அடைந்து விட்டார்கள்...

அவர்கள் ஜோடியாக செல்வதை வீட்டினுள் இருந்தபடி ஜன்னலினூடு கடுப்பாக பார்த்துக் கொண்டே அமர்ந்து இருந்தார் வேதவல்லி...

இதே சமயம், கௌதம் கிருஷ்ணாவும் யாதவ் கிருஷ்ணாவும் நீச்சல் தடாகத்தினுள் நீந்திக் கொண்டு இருக்க, வம்சி கிருஷ்ணாவோ தேன்மொழியிடம், ‘‘இங்க இரு தேன்மொழி’’ என்று அங்கே இருந்த இருக்கையை காட்டி விட்டு, நீச்சல் தடாகத்தினுள் டைவ் அடித்தான்...

அவன் நீச்சல் தடாகத்தினுள் பாய்வதை இமைக்காமல் பார்த்து இருந்தாள் பெண்ணவள்...

அவனில் இருந்து அவள் கண்களை அகற்றவே இல்லை...

அகற்றவும் முடியவில்லை...

அவன் நீந்துவதை இதழ்களில் மெல்லிய சிரிப்புடன் அவள் பார்த்துக் கொண்டு இருக்க, வம்சி கிருஷ்ணாவோ நீந்தி, கௌதம் கிருஷ்ணா அருகே வந்து விட்டான்.

நீரினுள் இருந்து தலையை மேலே தூக்கி, முகத்தில் வடிந்த நீரை ஒற்றைக் கையால் அகற்றியவனிடம், 'என்னடா அண்ணியோட பார்வை உன் மேலயே இருக்கு' என்றான் கௌதம் கிருஷ்ணா.

வம்சி கிருஷ்ணாவோ சட்டென அவளை திரும்பிப் பார்க்க அவளோ வேகமாக பார்வையை வேறு எங்கேயோ திருப்பிக் கொண்டாள்.

வம்சி கிருஷ்ணாவுக்கு மட்டும் அல்ல, கௌதம் கிருஷ்ணாவுக்கும் சிரிப்பு வந்து விட்டது...

கௌதம் கிருஷ்ணாவோ சத்தமாக சிரித்துக் கொள்ள, தேன்மொழியோ, 'இப்படியா பார்த்து வைப்ப தேன்மொழி? எப்படி மானம் போகுது பாரு' தனக்கு தானே மனதுக்குள் திட்டிக் கொள்ள, வம்சி கிருஷ்ணாவோ, ''புருஷனை சைட் அடிக்கலாம்... தப்பில்ல'' என்று சத்தமாக சொன்னான்...

அவளுக்கோ வெட்கத்தில் பூமிக்குள் புதைந்து விடலாம் போல இருந்தது...

சட்டென ஒற்றைக் கையால் தனது விழிகளை வெட்கத்துடன் மூடிக் கொள்ள, வம்சி கிருஷ்ணா

சத்தமாக சிரித்து விட்டு, யாதவ் கிருஷ்ணாவை பார்த்தவன், ‘‘ஸ்விம் பண்ணலாமா?’’ என்று சைகையால் கேட்க, அவனும் சம்மதமாக தலையாட்டினான்... அதனை தொடர்ந்து மூவரும் நீந்த ஆரம்பித்து விட்டார்கள்...

அவளும் கையை நாடியில் வைத்தபடி அவர்கள் ஒற்றுமையாக நீந்துவதை மென் புன்னகையுடன் பார்த்துக் கொண்டு இருக்க, அவள் அருகே வந்து அமர்ந்த வசந்தியோ, ‘‘இப்படி இவங்கள பார்த்து எவ்ளோ நாள் ஆச்சு... இவர் ஒரு பக்கம் வேலை வேலைனு போயிடுவார்... இவனுங்க ரெண்டு பேரும் இன்னொரு பக்கம் போயிடுவானுங்க, இன்னைக்கு நிறைய நாள் அப்புறம் மனசு ரொம்ப திருப்தியா இருக்கு தேன்மொழி’’ என்றார்.

அவளும் அவரைப் பார்த்து சிரித்துக் கொண்டே, அப்போது தான் கவனித்தாள் குருமூர்த்தியும் நீந்த வந்து விட்டதை...

‘‘அப்பா போட்டிக்கு நீந்தலாமா?’’ என்று கௌதம் கிருஷ்ணா கேட்க, அவரோ, ‘‘ச்ச, என் கூட நீந்துனா உங்களால ஜெயிக்க முடியாது... உங்களுக்காக விட்டு தரேன்... நீங்க நீந்துங்க’’ என்று சொல்ல, ‘‘அட இத கேட்டியா வம்சி’’ என்று சிரித்தபடி சொல்லிக் கொண்டான் கௌதம் கிருஷ்ணா...

‘‘அவரை பெர்ஃபோர்ம் பண்ண விடுடா’’ என்று வம்சி கிருஷ்ணா சொல்ல, அங்கே அவர்களின் சிரிப்புச் சத்தம் அந்த இடத்தையே நிரப்பியது...

அவர்கள் ஒன்றாக சேர்ந்து செல்ஃபீயும் எடுத்துக் கொண்டார்கள்...

அவர்களை சந்தோஷமாக பார்த்துக் கொண்டு இருந்த தேன்மொழியோ, இப்போது வசந்தியை பார்த்து, ''நான் உங்க கிட்ட ஒண்ணு கேக்கலாமா?'' என்று சைகையில் கேட்டாள்.

''கேளும்மா'' என்றார் அவர்...

''நீங்க ஏன் வெளிய பாடுறத நிறுத்து னீங்க?'' என்று கையை அசைத்து கேட்க, அவரோ பெருமூச்சுடன், ''அத்தைக்கு பிடிக்காது... திட்டிட்டே இருப்பாங்க... எனக்கு என்னோட ஆசையை விட அப்போ குடும்பம் முக்கியமா பட்டுச்சு'' என்றார்...

அவளோ, ''நான் உங்க பாட்டெல்லாம் கேட்டு இருக்கேன்... உங்க குரல் என்னை அப்படியே மயக்கி இருக்கு... அடுத்தவங்க சொல்றாங்கனு நமக்கு சந்தோஷம் தர்றதை நிறுத்துறது தப்பில்லையா? நானும் உங்கள போல முடிவு எடுத்து இருக்கேன்... எனக்கு கல்யாணம் பேசுன நேரம் மாப்பிள்ளை வீட்ல சொல்றாங்கனு வேலையை விட யோசிச்சு இருந்தேன், நல்ல வேளை வம்சி என்னை காப்பாத்திட்டார்... இப்போ நான் நானா இருக்கேன்... இப்படி ஒரு மகனை பெத்ததுக்கு நீங்க ரொம்ப பெருமை படணும்'' என்று மனதில் இருப்பது எல்லாம் அவரிடம் சொல்லி முடித்தவளுக்கு கண்களும் நெகிழ்வில் கலங்கி விட்டன...

அவளை மென் புன்னகையுடன் பார்த்துக் கொண்டு இருந்த வசந்தியோ, ''உண்மையாவே எனக்கு ரொம்ப பெருமையா இருக்கு'' என்று சொல்லிக் கொண்டே வம்சி கிருஷ்ணாவை பார்த்தவர், ''உன் மாமா கூட அப்படி தான், ஏன் பாடலனு கேட்டுட்டே இருப்பார்... ஆனா குடும்பம் பிரிய கூடாதுனு

நான் எதுவும் சொல்ல மாட்டேன்... நீ நீயா இருக்க, ஆனா நான் இத்தனை நாள் நானா இல்லை... வீட்ல பாடுற கொஞ்ச நேரம் தான் மனம் இதமா இருக்கும்... அதுக்கும் அத்தை ஏதாவது சொல்லிட்டே இருப்பாங்க, வம்சி பாடும் போதெல்லாம் எனக்கும் பாடணும் போல இருக்கும்... அடக்கிக் கொள்வேன்... ஆசையை அடக்குறது எவ்ளோ அழுத்தம் தெரியுமா? இன்னைக்கு மனசுல ஏதோ ஒரு பாரம் குறைஞ்ச போல இருக்கு... இந்த முடிவை நான் எப்போவோ எடுத்து இருக்கணும்... நமக்காக கொஞ்சம் சுயநலமா இருக்கலாம், தப்பில்லனு எனக்கு இப்போ தோணுது... யார் என்ன சொன்னா என்னனு நான் பாடி இருக்கணும்... நான் பாடுறதால யாரும் பாதிக்கப்பட போறது இல்லையே. அத ஏன் செய்யாம விட்டேன்னு இப்போ தான் யோசிக்கிறேன்... நான் முட்டாள்ல'' என்று கேட்டுக் கொண்டே தேன்மொழியை பார்க்க, இல்லை என்று தலையாட்டியவள், ''அன்பான அம்மாவா, நல்ல மனைவியா, மரியாதை கொடுக்கிற மருமகளா இருந்து இருக்கீங்க... முடிஞ்சது முடிஞ்ச தாவே இருக்கட்டும். இனி உங்களுக்காக வாழுங்க. தப்பில்ல... கல்யாணம் ஆனதும் எந்த ஆம்பிளையும் தான் பண்ணிட்டு இருக்கிற வேலையையோ பிடிச்ச விஷயங்களையோ விட்டு கொடுக்கிறது இல்லை... விட்டுக் கொடுக்கிறது எல்லாமே பொண்ணுங்க தான்... அதுல எனக்கு உடன்பாடே இல்லை... நம்ம கல்யாணத்துக்கு பிறகும் சுயம் தொலைக்காம இருக்கணும்னா நமக்கு வர்ற துணை அதுக்கு துணையா இருக்கணும்... அவங்களை அவங்களா வாழ விடுறது தானே உண்மையான காதல்...

அதுக்கு வம்சி போல துணை வேணும்... அது எல்லா பொண்ணுங்களுக்கு அமையுறது இல்லையே, நான் ரொம்ப கொடுத்து வச்சவ'' என்று கணவனை பற்றி பெருமையாக சைகை மொழியில் பேசினாள்...

அவளை வியப்பாக பார்த்த வசந்தியோ, ''உனக்கு இவ்ளோ பேச வரும்னு இன்னைக்கு தான் தெரியும் தேன்மொழி... ரொம்ப தெளிவா பேசுற... கேட்கவே ரொம்ப சந்தோஷமா இருக்கு'' என்றார் மனநிறைவுடன்...

தேன்மொழியோ, ''உங்க கிட்ட நான் இன்னொன்னும் சொல்லணும்'' என்று சைகை மொழியில் சொல்ல, ''சொல்லும்மா'' என்றார்...

''நான் உங்க பையனை காதலால தான் கல்யாணம் பண்ணிக்கிட்டேன்... கண்டிப்பா பணத்துக்காக இல்ல'' என்று சைகையில் சொல்ல, வசந்தியோ அவள் கையை பற்றிக் கொண்டே, ''அது நீ சொல்லவே வேணாம், உன் கண்ணுலயும் அவன் கண்ணுலயும் தெரியுற காதலே சொல்லுது'' என்று கண் சிமிட்டி சொல்ல, அவளோ இதழ் பிரித்து சிரித்துக் கொண்டாள்.

இவர்களின் சந்தோஷத்தை ஜன்னலினூடு பார்த்து கடுப்பாக இருந்தது என்னவோ வேதவல்லி தான்...

''என்ன அவமானப்படுத்திட்டு மாமியாரும் மருமகளும் கொஞ்சிக்கிறத பாரு'' என்று அவர்களுக்கு வாய்க்குள் திட்டிக் கொண்டே இருந்தார்...

சற்று நேரத்தில் நீந்தி முடிய, அனைவரும் தத்தமது அறையை நோக்கிச் சென்றார்கள்...

தேன்மொழிக்கோ அது வரை இருந்த இலகு

தன்மை மறைந்து ஒரு வித எதிர்பார்ப்புடன் கூடிய பயம் தொற்றிக் கொண்டது…

அவன் வேறு இன்று வாழ ஆரம்பித்து விடலாம் என்று கூறி விட்டானே…

அடுத்து என்ன நடக்கும் என்கின்ற எதிர்பார்ப்புடன் கூடிய பயம்…

அவன் கரத்தை பற்றிக் கொண்டு தான் நடந்து வந்தாள்.

அறைக்குள்ளும் நுழைந்து விட்டாள்.

அவன் குளித்து முடித்து விட்டும் ஷார்ட்ஸ் மட்டுமே அணிந்து இருந்தான்…

அவளோ அவன் கரத்துக்குள் இருந்த தனது கரத்தை அகற்றியபடி நகர முற்பட, அவனோ மீண்டும் அவள் கரத்தைப் பற்ற, சற்று விதிர்விதிர்த்துப் போய் விட்டாள்.

ஏ சி அறையிலும் அவளுக்கு வியர்க்க தொடங்கியது…

அவனை மெதுவாக திரும்பிப் பார்த்தாள்…

''டாட்டூவை தொட்டுப் பார்க்கணும்னு ஆசைப்பட்ட தானே'' என்றான்…

அவளுக்கு அவன் முகத்தை பார்க்க முடியவில்லை…

தலையை குனிந்துக் கொண்டே, ''ஆம்'' என்று தலையாட்ட, ''அப்போ தொட்டு பார்த்திடு'' என்றான்…

அவளுக்கோ சங்கடம்…

தயங்கி தயங்கி அவனுக்கு பின்னால் செல்ல,

அவனும் பற்றி இருந்த அவளது கைக்கு விடுதலை கொடுத்தான்...

குனிந்தபடியே தனது கரத்தை எடுத்து அவன் முதுகில் வைத்தபடி மெதுவாக நிமிர்ந்து பார்த்தாள்.

அவள் ஆசைப்பட்டது எல்லாம் நிறைவேற்றுகின்றான்...

மனதில் தோன்றியது எல்லாமே மடலில் எழுதியவளுக்கு அது நிஜமாக நடக்கும் போது மூச்சு முட்டியது...

அவள் மென் விரல்களின் ஸ்பரிசத்தை தன் மேனியில் உணர்ந்தவனுக்கு இதழ்கள் பிரிய, அவளோ தயங்கி தயங்கி தான் முதலில் வருடினாள்...

அதன் பிறகு அவள் தொடுகை அழுத்தமானது...

விழிகள் அந்த டாட்டூவை ரசனையாக பார்த்தன...

அதனை வருடிக் கொண்டே, அவனை எட்டி அவள் பார்க்க, அவனோ பக்கவாட்டாக திரும்பி ''என்னம்மா?'' என்று கேட்டான்...

அவனுக்கு தெரியும் வண்ணம் சற்று நகர்ந்து நின்றவளோ, ''இந்த டாட்டூ ஏன் போட்டீங்க?'' என்று சைகையில் கேட்டாள்.

அவனோ மென் சிரிப்புடன், ''நான் முதன் முதலா சினிமாவுல பாடுன பாட்டு உனக்கு நினைவு இருக்கும்... ஒரு வாளை பத்தி தான் பாடி இருப்பேன்... அந்த பாட்டு முழுக்க இந்த வாள் தான் வரும்... வரலாற்று படம் ஒண்ணு... எனக்கு வாழ்க்கைல திருப்பு முனையா இருந்தது இந்த வாள் தான்... சென்டிமென்ட் ஆஹ் ஃபீல் பண்ணி டாட்டூ குத்திட்டேன்...'' என்றான்...

அவளோ இதழ் பிரிய சிரித்தபடி, ''சூப்பரா இருக்கு'' என்று சைகையில் சொல்லிக் கொண்டே, மீண்டும் அந்த டாட்டூவை ஆசையாக வருடியவள், ஒரு கட்டத்தில் தன்னிலை இழந்து விட்டாள்.

அந்த வாளில் முத்தமிட அவளுக்குள் ஒரு உந்துதல்...

நிதானம் இழந்து அவனை நெருங்கி நின்றவள் ஏதோ ஒரு தைரியத்தில் முத்தமும் பதித்து விட்டாள்.

அவன் மேனி சட்டென்று சிலிர்த்து விட்டது...

முதுகு வடம் சில்லிட்டு விட்டது...

அது அவன் மேனியின் அசைவிலேயே தெரிந்தது...

விழிகளை விரித்தவன் சட்டென அவளை நோக்கி திரும்ப, அப்போது தான் அவளுக்கு தான் செய்த செயல் மூளையில் உறைத்தது...

சற்று அதிர்ந்து தான் போனாள்.

அவனோ இதழ்களுக்குள் அடக்கப்பட்ட புன்னகையுடன், ''தேங்க்ஸ்'' என்றான்...

சிவந்து விட்டாள்.

சட்டென தலையை குனிந்துக் கொண்டே, பின்னால் அடிகளை வைத்து அவன் நெருக்கத்தை அவள் தவிர்க்க முயல, சட்டென்று அவள் கையை பிடித்தவன், ''சும்மா இருந்தவனை உசுப்பேத்தி விட்டுட்டு எங்க போற?'' என்று கேட்டான்...

அவளோ சட்டென்று அவன் கையில் இருந்து தனது கையை அகற்றியபடி, அவனை ஏறிட்டுப் பார்த்துக் கொண்டே, ''குளிக்கணும்'' என்றாள் சைகையில்...

அவனோ, ''கண்டிப்பா குளிக்கணுமா?'' என்று கேட்க, ஆம் என்கின்ற ரீதியில் அழுத்தமாக தலையாட்டினாள்.

அவனிடமிருந்து உஷ்ணப் பெருமூச்சு...

'ஓகே நான் வெய்ட் பண்ணுறேன்' என்று சொல்லிக் கொண்டே, சோஃபாவில் அமர்ந்து அலைபேசியை பார்க்க தொடங்கி விட, அவளோ தலையை உலுக்கி தன்னை சமன் செய்துக் கொண்டே குளிப்பதற்காக குளியலறைக்குள் நுழைந்து விட்டாள்.

அவள் திரும்பி வரும்வரை அவனுக்கு பெரிய பாடாகி விட்டது... நேரமோ மெதுவாக செல்வது போன்ற உணர்வு...

'இவ்ளோ நேரம் என்ன பண்ணிட்டு இருக்கா?' என்று மனதுக்குள் கேட்டுக் கொண்டே இருக்க, அவளும் தலையை துவட்டியபடி வெளியே வந்தாள்.

சுடிதார் அணிந்து இருந்தாள்.

ஷாலினால் தன்னை மூடி இருந்தாள்...

தலைக்கு குளித்து இருந்தாள்.

நாடியை நீவியபடி அவளை பார்த்தவன், ''நைட்ல எதுக்கு ஹெட் பாத் எடுத்த?'' என்று சற்று அதட்டலாகவே கேட்டான்...

அவனுக்கு பிடிக்கவில்லை என்று அவளுக்கு புரிந்தது...

''அது காய்ஞ்சிடும்'' என்றாள் சைகையில்...

அவளை முறைத்தவன், ''இந்த ஏசில காயும்னு நினைக்கிறியா? கழுத்து வரைக்கும் முடி இருந்தா கூட பரவாயில்லை... உனக்கு இடுப்புக்கு கீழ

நிற்குது... நீர் கோர்க்கும்னு சொல்வாங்க உனக்கு தெரியாதா?'' என்று கேட்டான்...

அவளோ, ''அம்மா சொல்வாங்க தான், இப்போ என்ன பண்ணட்டும்?'' என்று கேட்டாள் கைகளை அசைத்து...

அவன் அதட்டலில் அவள் சற்று பயந்து போக, அதனை உணர்ந்தவனோ மென்மையாக சிரித்துக் கொண்டே, 'பயந்துட்டியா? சும்மா விளையாடுனேன். ஹெயார் ட்ரையரால ட்ரை பண்ணி விடுறேன்... இரு' என்று சொன்னபடி, அவள் அருகே வந்தவன், அவளை மறுபக்கம் திருப்பி, அவள் இரு தோள்களிலும் கையை வைத்து, நிலைக் கண்ணாடி முன்னால் இருந்த ஸ்டூலில் அமர வைத்தான்.

அவளோ நிலைக் கண்ணாடியில் தெரிந்த அவன் விம்பத்தை பார்த்து முறைக்க, அவனோ அவளை பார்த்து கண்களை சிமிட்டியவன், ''என் பொண்டாட்டி கூட நான் விளையாடாம யார் விளையாடுறது?'' என்று கேட்டுக் கொண்டே, ஹெயார் ட்ரையரை எடுத்து மின்சார இணைப்பு கொடுத்தான்...

அவன் பேச்சில் அவள் இதழ்களும் மெலிதாக விரிந்தன...

''இதுல தொடர்ந்து ட்ரை பண்ணும் போது முடி கொட்டும்... சோ இனி நைட்ல ஹெட் பாத் எடுக்காதே'' என்று சொல்லிக் கொண்டே, அவள் அலை அலையான முடியை வருடிக் கொண்டே, ஹெயார் ட்ரையரை உபயோகித்து அவள் முடியை காய வைக்க ஆரம்பித்தான்...

அவளுக்கு ஹெயார் ட்ரையரின் கதகதப்பை விட, அவன் அக்கறையும் அரவணைப்பும் இதமாக

இருந்தது... அவள் கண்களும் சந்தோஷத்தில் கலங்கி விட்டன...

அவள் முடியை காய வைத்து முடித்தவனோ, ''லைட்டான கேர்லிங் ஹெயார்... உனக்கு ரொம்ப அழகா இருக்கு'' என்று சொல்லிக் கொண்டே, அவளை கண்ணாடியில் பார்க்க, அவளோ கையசைத்து, ''தேங்க்ஸ்'' என்றாள்.

''அப்போ இன்னைக்கு முழுக்க நீ தேங்க்ஸ் மட்டும் தான் சொல்ல வேண்டி இருக்கும்'' என்று சொல்ல, அவன் பேச்சின் அர்த்தம் அவளுக்கு சட்டென புரிந்து விட்டது, ஆழ்ந்த மூச்செடுத்து தன்னை நிலைப்படுத்த முயன்றவள் சற்று தடுமாறிப் போனாள்.

அவள் தடுமாற்றத்தை அவன் கண்ணாடியூடு ரசித்துக் கொண்டே, அவள் முடிக்குள் இரு கைகளையும் வைத்து அழுத்தம் ஒன்றைக் கொடுக்க, அவளோ கண்களை சுகமாக மூடிக் கொண்டாள். சிறிது நேரம் அவள் தலையில் அழுத்தத்தை கொடுத்து அவளுக்கு இதமான உணர்வை கொடுத்து இருந்தான்...

அவள் விழிகள் மூடி இருக்க, அவன் விழிகளோ கண்ணாடியில் தெரிந்த அவளை ரசனையுடன் நீண்ட நேரம் ரசித்துப் பார்த்தது...

காதலும் மோகமும் கலந்து அவன் அவளை ரசித்த தருணம் அது...

அதனை தொடர்ந்து, சற்று குனிந்து அவள் காதருகே தனது இதழ்களை கொண்டு வந்தவன், ''ட்ரை ஆயிடுச்சு...'' என்று ரகசிய குரலில் சொல்ல, அவளும் வெட்கத்திலும் பூரிப்பிலும் கன்னங்கள்

சிவக்க கண்களை திறந்தவள், மெதுவாக எழுந்துக் கொண்டபடி அவனை நோக்கி திரும்ப, அவனோ அவள் எதிர்பார்க்காத கணத்தில் அவள் வயிற்றில் ஒரு கையை வைத்து மெதுவாக தள்ளி அருகே இருந்த சுவரில் சாய வைக்க, அவன் அதிரடி நடவடிக்கையில் அவள் அதிர்ந்து போய் அவனை ஏறிட்டுப் பார்த்தாள்.

அவளை மோக விழிகளால் நோக்கிக் கொண்டே, அவளுக்கு அருகே இருந்த சுவரில் தனது ஒற்றைக் கையை வைத்தவன், அடுத்த கையால் அவளை சுற்றி இருந்த ஷாலை இழுத்து அகற்றி இருக்க, அவளோ அவனை நோக்கி எதிர்பார்ப்பும், பயமும் கலந்த பார்வை ஒன்றை வீசினாள்...

வம்சி கிருஷ்ணா அவளை பார்த்துக் கொண்டே மேலும் நெருங்கி நிற்க, இருவரின் தேகங்களும் பட்டும் படாத நிலை...

''பசிக்குதா?'' என்று கேட்டான்...

அவளோ பக்கவாட்டாக திரும்பி நேரத்தைப் பார்த்தாள்.

மணி இரவு ஏழு தான்...

''இல்லை'' என்று தலையாட்டினாள்...

''சாப்பிட்டு வரும் வரைக்கும் எனக்கு பொறுமை இல்லை... இப்போ உனக்கு ஓகே யா?'' என்று கேட்க, அவன் எதனை கேட்கின்றான் என்று அவளுக்கு புரிந்து விட்டது... இதற்கெல்லாம் சம்மதம் கேட்க வேண்டுமா? என்று தான் அவளுக்கு அந்த கணத்தில் தோன்றியது...

திக்கி திணறி தலையை குனிந்தபடி 'ஆம்' என்று தலையாட்டினாள்...

அவனோ அவளை விழுங்கி விடுவது போல பார்த்துக் கொண்டே, தனது விரல்களால் அவள் நெற்றியில் விழுந்து இருந்த அலையலையான முடிகளை சுற்றிக் கொண்டே, அவள் செவியை நோக்கி குனிய, அவளுக்கோ இதயம் வெடித்து விடும் அளவுக்கு துடிக்க ஆரம்பித்து விட்டது...

அவன் நெருக்கத்தில் வயிற்றில் பட்டாம் பூச்சி பறக்க, சட்டென சுவற்றில் இரு கைகளையும் அழுந்த பதித்துக் கொண்டாள்.

இருவரின் மேனிகளுக்கும் நூலளவு இடைவெளி தான்...

அவள் செவியில் அவன் இதழ்கள் உரச, ''சிச்சுவேஷன் சாங் பாடட்டுமா?'' என்று கேட்டான்.

அவளோ சட்டென முகத்தை பக்கவாட்டாக திருப்பிக் கொண்டே, கண்களை இறுக மூடிக் கொள்ள,

''கூந்தல் நெளிவில் எழில் கோலச்சரிவில்

கூந்தல் நெளிவில் எழில் கோலச்சரிவில்

கர்வம் அழிந்ததடி. என் கர்வம் அழிந்ததடி''

என்று அவன் மோகம் கலந்த குரலில் பாட, மொத்தமாக அவன் இசையில் தொலைந்து விட்டாள்.

இதழ்களை பிரித்து பெருமூச்சு ஒன்றை அவள் விட்டுக் கொள்ள, அவன் விழிகளும் அவன் பாடிய பாடலுக்கு ஏற்ற போல அவள் மேனியில் அலைபாய, அப்படியே அவள் செவியில் பதிந்து இருந்த இதழ்களை கன்னத்துக்கு நகர்த்த, அவளுக்கு அதற்கு மேல் நிலை கொள்ள முடியவில்லை...

தனது கரத்தை எடுத்து அவன் இரு தோள்களிலும் வைத்துக் கொண்டாள்.

அவள் கன்னத்தில் அவன் தாடி மீசை என்னவோ எல்லாம் செய்து அவளை இம்சித்தது...

அவனோ இதழ்களால் அவள் கன்னத்தில் கோலம் போட்டு விட்டு, அப்படியே அவள் கழுத்தில் முகம் புதைக்க, அவன் உஷ்ண மூச்சு காற்றின் வெம்மை அவளை சுட்டது...

அவள் கரங்கள் இப்போது அவன் முதுகில் இறங்கிக் கோலம் போட்டன...

நிலைகள் மாறின...

இடங்கள் மாறின...

சந்தங்கள் மட்டும் தான் இசையாகும் என்று யார் சொன்னார்கள்?

இவர்கள் காதலில் லயம், தாளம், சுருதி என்று எதுவும் இல்லாமல் மௌனம் மட்டுமே இசையானது...

அவள் மௌனமே இவன் இசையாக....

அவன் இசைத்த இசைக்கு ஏற்ப, அவள் கரங்களோ அவன் வாள் டாட்டூவை வீணையாக பாவித்து மீட்டின...

மனங்களையும், முத்தங்களையும் மட்டுமே இது வரை பரிமாறி இருந்தார்கள்...

இன்று தேகங்களையும் பரிமாறி வாழ்வில் அடுத்த கட்டத்துக்குச் சென்று இருந்தார்கள் தேன்மொழியும் அவள் வம்சி கிருஷ்ணாவும்...

இசையின் அந்தியில் தனது கைவளைவினுள்

இருந்தவளின் விழிகளைப் பார்த்துக் கொண்டே, ‘‘ஆர் யூ ஓகே?’’ என்று கேட்டான் வம்சி கிருஷ்ணா…

அவள் விழிகளில் கண்ணீர்…

அவள் வாழ்க்கை முதல் முறை அவள் ஆசைப்பட்ட போல நகர்கின்றது…

இதுவரை கனவாக இருந்தவை எல்லாம் இன்று நிஜமாகி விட்டன… இதுவரை சமூகத்தில் கிடைக்காத அங்கீகாரத்தை எல்லாம் சேர்த்து அவளுக்கு ஒட்டு மொத்தமாக கொடுத்து விட்டான் அல்லவா அவளவன்…

இதற்கு மேல் அவளுக்கு என்ன வேண்டும்?

பரவசத்தின் உச்சத்தில் கண்களில் இருந்து கண்ணீர் வழிந்தது…

அவள் மேனியில் ஒரு நடுக்கம்…

புது வித உணர்வு…

அவன் விழிகளை ஏறிட்டுப் பார்த்தாள்.

அவனோ மீண்டும், ‘‘ஆர் யூ ஓகேனு கேட்டேன்’’ என்றான்…

அவளோ ஆமோதிப்பாக தலையை அசைத்துக் கொண்டே, அவன் முகத்தை இரு கைகளாலும் தாங்கியவள் கண்களை மூடியபடி அவன் இதழ்களில் மென்மையாக இதழ் பதிக்க, அவனும் கண்களை மூடிக் கொண்டான்…

அவனது சத்தமான முத்தத்துடன் ஆரம்பமான அவர்கள் இசை, அவளது மௌனமான முத்தத்துடன் நிறைவு பெற்று இருந்தது…

அவளது மௌனமான முத்தத்துடன் அவள் கண்ணீரையும் உணர்ந்துக் கொண்டான்... அவனுக்கு நன்றி சொல்லும் கண்ணீர் அது என்று அவனுக்கு புரியாமல் இருக்குமா என்ன?

அவள் காதலுடன் சேர்த்து வலியை உணர்ந்தவனும் அவனே...

அவளை உள்ளும் புறமும் முழுமையாக அறிந்தவனும் அவனே...

அவளை உணர அவனுக்கு மொழிகள் தேவையில்லை... அவள் மௌனமே போதுமானது...

''காற்று வீசும் போது திசைகள் கிடையாது

காதல் பேசும் போது மொழிகள் கிடையாது

பேசும் வார்த்தை போல...மௌனம் புரியாது

கண்கள் பேசும் வார்த்தை....கடவுள் அறியாது

உலவி திரியும் காற்றிற்கு....உருவம் தீட்ட முடியாது

காதல் பேசும் மொழி-எல்லாம்... சப்த கூட்டில் அடங்காது

இயற்கையின் மொழிகள் புரிந்து விடில்

மனிதரின் மொழிகள் தேவை-இல்லை

இதயத்தின் மொழிகள் புரிந்து விடில்

மனிதர்க்கு மொழியே தேவை-இல்லை''

- கவிஞர் வைரமுத்து

அத்தியாயம் 27

காலையில் எழுந்த வம்சி கிருஷ்ணாவின் கண்கள் படிந்தது என்னவோ கண்ணாடி முன்னே நின்று தலையை பின்னிக் கொண்டு இருந்த தேன்மொழி மீது தான்...

கைகளை தலைக்கு பின்னே வைத்துக் கொண்டு அவளைப் பார்த்தவன், ''குட் மார்னிங் கண்ணம்மா'' என்றான்...

புதிதாக இருந்தது அவன் அழைப்பு... சட்டென திரும்பி அவனை வியப்பாக பார்த்தாள்.

அவனோ, இதழ்களுக்குள் புன்னகைத்தபடி, ''தேன்மொழி எல்லாருமே கூப்பிடுற பேர்ல, எனக்கு நீ ஸ்பெஷலா இருக்கணும், கண்ணம்மா-னு கூப்பிடும் போது நீ மனசுக்கு ரொம்ப நெருக்கமாயிடுற... தனியா இருக்கும் போது அப்படி தான் கூப்பிடுவேன்'' என்று கண் சிமிட்டி சொல்ல, அவளுக்கும் அது பிடித்து இருந்தது...

அவளும் வெட்கத்துடன் தலையாட்டி விட்டு, பின்னிய முடியை பின்னால் போட்டாள்.

அவளையே இமைக்காமல் பார்த்துக் கொண்டு இருந்த வம்சி கிருஷ்ணாவோ, ''இன்னைக்கே ஸ்கூல் போகணுமா? டயர்ட் ஆஹ் இல்லையா?'' என்று கேட்க, அவளுக்கு சட்டென கன்னங்கள் சிவந்து போயின...

நெற்றியில் குங்குமத்தை வைத்துக் கொண்டே அவனை திரும்பி பார்த்தவள், ''இன்னைக்கு எக்ஸாம் வைக்கணும்... அதனால போய் தான் ஆகணும்'' என்றாள் சைகையில்...

அவனோ, பெருமூச்சுடன் கட்டிலில் எழுந்து அமர்ந்தவன், ''போறதுக்கு முதல்'' என்று சொல்லி ஒற்றை விரலால் தனது இதழ்களை காட்ட, அவளோ சிரித்தபடி கைப்பையை எடுத்து தோளில் போட்டுக் கொண்டே, அவனை நோக்கி வந்தாள்.

அவனும் இதழ்களை ஈரமாக்கிக் கொண்டே ஆயத்தமாக இருக்க, அவனை நோக்கி குனிந்து, ஒற்றைக் கையால் அவன் தாடையை பற்றி பக்க வாட்டாக திருப்பியவள் அவன் கன்னத்தில் முத்தம் பதிக்க, அவனோ, ''நான் எங்க கேட்டேன், நீ எங்க கொடுக்கிற? நானே கொடுக்கிறேன் கண்ணம்மா'' என்று கரகரத்த குரலில் சொன்னவன், அவளை தாடையைப் பற்றி இருந்தான்... அவள் விழிகளோ அதிர்ச்சியும் வெட்கமுமாக விரிந்து பின் மூடிக் கொண்டன...

சிறிது நேரம் கழித்து வெளியே வந்த தேன்மொழியோ, 'ஐயோ புடவை இப்படி கசங்கி போச்சே' என்று நினைத்துக் கொண்டே புடவையை சரி செய்தவள், இதழ்களையும் புறங்கையால் துடைத்துக் கொண்டே படியிறங்கி கீழேச் சென்றாள்.

வம்சி கிருஷ்ணாவோ, தலையை கோதிக் கொண்டே சிரித்தபடி குளியலறைக்குள் நுழைந்துக் கொண்டான்...

பெண்களை ஆட்கொண்ட ஆண்களின் வெட்கம் கூட அழகு தான்...

படியிறங்கி வந்த தேன்மொழியை வேதவல்லி கடுப்புடன் பார்த்துக் கொண்டே அமர்ந்து இருக்க, அவள் அவரை கண்டுக் கொள்ளாமல் சாப்பிட அமர்ந்து விட்டாள்.

அங்கே வந்த வசந்தியோ, ''குட் மார்னிங் தேன்மொழி, ரெண்டு பேரும் நேத்து நைட் சாப்பிடலையே'' என்றார்...

அவளுக்கோ சங்கடமாகி விட்டது...

என்ன பதில் சொல்வதென்று தெரியவில்லை...

கையசைத்து, ''டயட்ல இருக்கோம்'' என்றாள்.

அவரோ அவளை மேலிருந்து கீழ் பார்த்து விட்டு, ''ரெண்டு பேரும் டயட்ல இருக்கிற போலவா இருக்கீங்க? அவனுக்கு தொப்பையே இல்லை... உனக்கு உடம்புல எலும்பு மட்டும் தான் இருக்கு'' என்று சொல்லிக் கொண்டே, அவள் தட்டில் மூன்று தோசையை எடுத்து வைத்தார்...

அவளோ, ''ரெண்டு போதும்'' என்று சைகையில் சொல்ல, ''என்ன ரெண்டு போதும்? மூணு சாப்பிடு... அப்போ தானே குழந்தை எல்லாம் பெத்துக்கும் போது தெம்பா இருக்கலாம்'' என்று சொன்னதுமே அவள் மேனி சிலிர்த்து விட்டது...

வம்சி கிருஷ்ணாவின் குழந்தையை சுமக்க வேண்டும் என நினைகக நினைக்க யேஸியில் ஒரு வித குறு குறுப்பு...

வசந்திக்கு தெரியாமல் கையை கீழே இறக்கி வெட்கத்துடன் வயிற்றை வருடிக் கொண்டவள், மௌனமாக சாப்பிட ஆரம்பித்து விட்டாள்.

அவளும் சாப்பிட்டு விட்டு ஸ்கூலுக்கு கிளம்பி விட்டாள்.

இப்போதும் அவள் நடந்து தான் சென்றாள்.

வசந்தி எவ்வளவு சொல்லியும் அவள் கேட்கவில்லை...

''நடப்பது உடம்புக்கு நல்லது தானே'' என்று கையசைத்து சொல்லி விட்டு புறப்பட்டு விட்டாள்.

பாடசாலைக்கு நடந்துச் சென்றவளுக்கு இன்னுமே வம்சி கிருஷ்ணாவின் நினைவு தான்...

விடுமுறை எடுத்து விட்டு அவனுடன் சென்று நேரம் செலவிடுவோமா? என்று அவள் நினைக்கும் அளவுக்கு அவன் நினைவுகள் இம்சித்தன...

ஆனால் கடமை அழைத்தது...

தலையை உலுக்கி தன்னை சமநிலைப்படுத்திக் கொண்டே நடக்க தொடங்கி விட்டாள்.

இதே சமயம் ரதிதேவி மனம் கேட்காமல் அன்றே வசந்தியை தேடி வந்து இருந்தார்...

குருமூர்த்தி அலுவலகத்துக்குச் செல்ல ஆயத்தமாகிக் கொண்டே சாப்பிட அமர்ந்த தருணம் அது...

ரதிதேவியைக் கண்டதுமே ஹாலில் இருந்த வேதவல்லியோ, ''வா ரதி'' என்று சொல்ல, அவரை திரும்பிக் கூட பார்க்காமல் குருமூர்த்தி அருகே வந்து அமர்ந்தார் ரதிதேவி...

வேதவல்லிக்கு சப்பென்று ஆகி விட்டது...

ஏமாற்றத்தை மறைத்துக் கொண்டே, அவர்கள் பேசுவதை கவனிக்க தொடங்கி இருந்தார்...

''ரெண்டு நாள் கழிச்சு தான் வர இருந்தேன் அண்ணா, ஆனா மனசு கேட்கல, கல்யாணி

பண்ணுனது தப்பு தான்... அவளை மன்னிச்சுடுங்க, அவ இப்போ கல்யாணத்துக்கு சம்மதம் சொல்லிட்டா...'' என்று சொல்ல, குருமூர்த்தியோ, ''விடும்மா, நம்ம வீட்டு பொண்ணு தானே... வசந்தி கை வச்சுட்டா... அதுக்கு நான் மன்னிப்பு கேட்டுக்கிறேன்... வசந்தியை மன்னிப்பு கேட்க சொல்ல முடியாது... அவ பண்ணுனது எனக்கு சரியா தான் தோணிச்சு'' என்றார் மென்மையாக...

''ஐயோ அண்ணா, அண்ணி பண்ணுனது ஒன்னும் தப்பே இல்லை... அவங்க ஒரு அடியோட விட்டுட்டாங்க, நானா இருந்தா இன்னும் ரெண்டு போட்டு இருப்பேன்'' என்று சொல்லிக் கொண்டு இருக்கும் போதே வசந்தியும் அங்கே வந்து சேர்ந்தவர், ''வா ரதி'' என்று புன்னகையுடன் வரவேற்றார்...

அவரை மென் புன்னகையுடன் பார்த்த ரதிதேவியோ, ''கல்யாணி பண்ணுனதுக்கு மன்னிச்சுக்கோங்க அண்ணி, அவ கல்யாணத்துக்கு சம்மதிச்சுட்டா... இப்போ தான் நிம்மதியா இருக்கு'' என்று சொல்ல, அதுவரை அமைதியாக இருந்த வேதவல்லிக்கு மருமகளிடம் தனது மகள் மன்னிப்பு கேட்பது பிடிக்கவில்லை...

''அவ கிட்ட எதுக்கு மன்னிப்பு கேக்கிற ரதி?'' என்று சத்தமாகவே கேட்டார்...

குருமூர்த்தியோ ஒரு பெருமூச்சுடன் சாப்பிட ஆரம்பிக்க, வசந்தியோ, ''காஃபி சாப்பிடுறியா ரதி?'' என்று வேதவல்லியை பொருட்படுத்தாமல் கேட்க, ரதிதேவியும், ''வேணாம் அண்ணி, இத பேச தான் வந்தேன்... அப்போ நான் கிளம்புறேன்... கல்யாணிக்கு வரன் அமைஞ்சதும்

சொல்றேன்'' என்று சொல்லிக் கொண்டே எழுந்தவர் வேதவல்லியை திரும்பியும் பார்க்கவில்லை, அவர் கேட்ட கேள்விக்கு பதிலும் சொல்லவில்லை...

இவர்களின் நிராகரிப்பு வேதவல்லிக்கு ஆத்திரத்தை கொடுக்க, ''ரதி உன் கிட்ட தான் பேசிட்டு இருக்கேன்... கல்யாணிக்கு வேற வரன் பார்க்க போறியா? என் கிட்ட சொல்லணும்னு தோணிச்சா? அவங்க கிட்ட மட்டும் சொல்ற... கல்யாணிக்கு நல்லது நினைக்கிறது இந்த வீட்ல நான் மட்டும் தானே...'' என்று முடிக்கவில்லை ரதிதேவிக்கு பொறுமை போய் விட்டது...

''நிறுத்துங்க'' என்று ஆத்திரத்தில் அவர் வேதவல்லியை பார்த்து கத்திய கத்தில் வேதவல்லி வாயடைத்துப் போய் விட்டார்...

''நல்லதா? எது நல்லது? கல்யாணம் பண்ணுனவனுக்கு ரெண்டாம் தாரமா கல்யாணம் பண்ணி கொடுக்க நினைக்கிறது தான் நீங்க நினச்ச நல்லதா? அவ சின்ன பொண்ணு... அவ கிட்ட விஷத்தை ஊட்டி இருக்கீங்களே... உங்களுக்கு கொஞ்சம் கூட வெட்கமா இல்லையா?'' என்று எகிறினார்...

வேதவல்லியோ அதிர்ந்து விழிக்க, குருமூர்த்தியோ, ''ரதி'' என்றார் அழுத்தமாக...

''இல்லண்ணா நான் பேசணும்'' என்று சொன்ன ரதிதேவியோ, ''அவ உங்களுக்கு என்ன பாவம் பண்ணுனா? சின்ன வயசில இருந்தே வம்சி தான் மாப்பிள்ளைனு ஆசை காட்டி அவ மனச கெடுத்தீங்க. வம்சிக்கு பிடிக்காதுனு தெரிஞ்சும் இத பண்ணுனீங்க.

நான் கூட உங்க வார்த்தையை நம்பிட்டேன்... அவளுக்கு ஏமாற்றம் வந்தப்போ அவளை மீண்டு வர வச்சு வேற கல்யாணம் பண்ணி கொடுக்கலாம்னு நாங்க நினைச்சு இருக்க, அவ சும்மா இருந்தாலும் இங்க அழைச்சு அவ மனசுல நஞ்சை விதைச்சு இருக்கீங்க... நீங்க மட்டும் இப்படி பண்ணலனா ரெண்டு நாள் அவ அழுதுட்டு அப்புறம் மாறி இருப்பா... நீங்க இப்படி பண்ணுவீங்கனு தெரிஞ்சு இருந்தா அவளை இந்த பக்கம் அனுப்பி இருக்கவே மாட்டேன்... மனசு கஷ்டப்பட்ட பொண்ணாச்சேனு நாங்க விட்டு பிடிக்க யோசிச்சா, அவ மனசை நீங்க இப்படி கலைச்சு வச்சு இருக்கீங்க... அன்னைக்கு அண்ணி அறைஞ்ச ஒரே அறைல அவ மாறிட்டா... அப்படி பட்டவ கண்டிப்பா வம்சி தான் வேணாம்னு உறுதியா இருந்து இருக்க மாட்டா, ஆனா நீங்க எவ்ளோ அசிங்கமா அவளை நடக்க வச்சு இருக்கீங்க.. ஒரு அம்மாவா எனக்கு பதறுது... அது மட்டும் இல்லாம, தேன்மொழி வாய் பேசாத பொண்ணு, அவ உங்களுக்கு என்ன பாவம் பண்ணுனா? கொஞ்சம் கூட உங்களுக்கு இரக்கமோ குற்ற உணர்வோ இல்லையா? உங்க பொண்ணுனு சொல்லவே எனக்கு அசிங்கமா இருக்கு... உங்கள அம்மானு கூப்பிட அருவருப்பா இருக்கு...'' என்று சொல்ல வசந்தியோ, ''ரதி'' என்று பதறி விட்டார்...

''இல்ல அண்ணி நான் பேசி தான் ஆகணும், என்னை விடுங்க'' என்று சொன்ன ரதி தேவியோ இப்போது வேதவல்லியைப் பார்த்து, ''உங்க கூட பேசக் கூடாதுனு என் புருஷன் சொல்லி இருக்கார்... இப்படியே கண்டுக்காம போக தான் யோசிச்சேன்... ஆனா நீங்க பண்ணுனதை கேக்கணும்னு என் மனசு உறுத்திட்டே

இருந்திச்சு... அடுத்தவங்க உங்க கிட்ட இவ்ளோ பேச மாட்டாங்க... அவங்கள நீங்க பேசவும் விட போறது இல்லை... அதான் மனசுல இருக்கிறதெல்லாம் இறக்கி வச்சுட்டேன்... என் பொண்ணுக்கு எது நல்லது கெட்டதுனு எங்களுக்கு தெரியும்... நீங்க நடுவுல வராதீங்க... இனி என் குடும்பத்துல யார் கூடவும் பேசக் கூடாது... என் பொண்ணு கல்யாணத்துக்கு நீங்க வரவும் கூடாது... உங்கள போல மனசுல அழுக்கை வச்சுட்டு இருக்கிறவங்களோட ஆசீர்வாதம் அவளுக்கு வேணாம்'' என்று சொன்னவரோ விறு விறுவென வெளியேற, வேதவல்லி அதிர்ந்து போய் விட்டார்...

இன்னும் மகள் சொன்ன வார்த்தைகளில் இருந்து அவரால் வெளியே வர முடியவில்லை...

ரதிதேவி பேசியதை கிரகிக்க முடியவே இல்லை...

எப்படி எல்லாம் பேசி விட்டார்.

அவர் கண்கள் கலங்கி போக, அவர் கண்ணில் இருந்து தாரை தாரையாக கண்ணீர் வழிந்தது...

வசந்திக்கே அவரை பார்க்க சற்று பாவமாகி விட்டது...

அவர் அருகே சென்று ஆறுதலாக பேச யோசித்தாலும் அவர் ஏற்றுக் கொள்வாரா? என்கின்ற தயக்கத்தில் தள்ளியே நின்றார்...

குருமூர்த்திக்கு ரதிதேவி பேசியது அதிகப்படியாக தோன்றினாலும் நியாயமாக தோன்றியது...

சாப்பிட்டு விட்டு கையை கழுவியவர் எழுந்துக் கொள்ள, இப்போது வேதவல்லிக்கு ரதிதேவி பேசிய

கோபம் எல்லாம் வசந்தி மேல் திரும்பியது...

கண்களை துடைத்துக் கொண்டே, ''இப்போ உனக்கு குளு குளுனு இருக்குமே... என்னையும் என் பொண்ணோட குடும்பத்தையும் பிரிச்சுட்ட தானே'' என்று அவர் மேல் அபாண்டமாக பழி போட, அவரை திரும்பி அழுத்தமாக பார்த்த குருமூர்த்தியோ, ''அம்மா பிரிக்கிற வேலை பார்க்கிறது நீங்க தான்... அவ இல்லை... இனி அவளை திட்டுனா நான் மனுஷனா இருக்க மாட்டேன்'' என்று சொல்லி விட்டு வெளியேற, வேதவல்லிக்கோ பற்களை பிடுங்கிய பாம்பின் நிலை தான்...

மகன் ஒரு வார்த்தை சொன்னதுமே சற்று அதிர்ந்து விட்டார்...

மகள் மொத்தமாக ஒதுக்கி வைத்து விட்டார்...

மகன் பட்டும் படாமல் ஒதுக்கி வைத்து இருக்கின்றார்...

இதனையே அவரால் இன்னும் ஜீரணிக்க முடியவே இல்லை... இப்போது குருமூர்த்தியை மீறி பேசவும் பயமாக இருந்தது...

ஆத்திரத்தை அடக்கிக் கொண்டே எழுந்தவர் தனது அறைக்குள் புகுந்து விட, அவரை பெருமூச்சுடன் பார்த்த வசந்தியோ, தனது வேலைகளை செய்யச் சென்று விட்டார்...

இப்படியே அந்த நாள் நகர, அன்று மதியம் ஸ்கூல் விட்டு வந்த தேன்மொழியோ, குளித்து விட்டு வம்சி கிருஷ்ணாவை தேடினாள்...

அவனோ ஸ்டூடியோவினுள் இருந்தான்...

அவன் பாடுவது வெளியே இருக்கும் போதே கேட்டது...

கதவை தட்டி விட்டு அவன் வர சொன்னது அவளுக்கு நினைவு வந்தது...

கதவை தட்டினாள்...

அவனோ பாடுவதை நிறுத்தி விட்டு, ''யாரு?'' என்று கேட்டான்...

வளையல்களால் கதவுக்கு அந்த பக்கம் நின்று சத்தம் போட்டாள்.

''கண்ணம்மா வந்துட்டியா?'' என்றான்...

அவளோ மென் புன்னகையுடன் கதவை திறக்க, அவளை கண்களால் அழைத்தான்...

அவளும் கதவை தாழிட்டு விட்டு உள்ளே வந்தவளிடம், ''உன் கிட்ட முக்கியமான விஷயம் பேசணும்'' என்றான்...

அவளும் புருவத்தை உயர்த்தி என்னவென்று கேட்க, அவனோ, ''நம்ம இன்னும் கல்யாணத்தை ரெஜிஸ்டர் பண்ணிக்கல, ஒரு ஃபங்க்ஷன் ஆஹ் வச்சு பண்ணிக்கலாம்னு அம்மா மார்னிங் சொன்னாங்க'' என்றான்...

அவள் முகம் சட்டென இறுகி விட்டது...

அவள் முகமாற்றத்தை பார்த்தவன், ''என்னாச்சு?'' என்று கேட்டான்...

''எனக்கு கண்டிப்பா ஃபங்க்ஷன் எல்லாம் அசௌகரிகமா இருக்கும்... பரிதாப பார்வையும் கேலிப் பார்வையும் என்னால தாங்கிக்க முடியாது...

என்னோட உறுதியையே குலைச்சிடும்'' என்றாள் சைகை மொழியில்...

அவளை அழுந்த பார்த்தவன், ''வாழ்க்கை முழுக்க இப்படி சமூகத்து கிட்ட இருந்து ஒளிஞ்சுக்க போறியா? இது என்னோட கண்ணம்மா இல்லையே'' என்று கேட்க, அவளோ, ''கண்டிப்பா மாட்டேன்... எனக்கு கொஞ்சம் டைம் கொடுங்க, என்னை சுற்றி இருக்கிற அந்த இறுக்கத்தை உடைச்சிட்டு வெளிய வந்திடுவேன்...'' என்று சைகை மொழியில் சொல்ல, ''கண்டிப்பா வெளிய வருவேன்னு எனக்கு நம்பிக்கை இருக்கு... ம்ம் உன் ஆசைப்படி ரெஜிஸ்டரை வீட்லயே அடுத்த வாரம் சிம்பிள் ஆஹ் பண்ணிடலாம்'' என்றான்...

அவளோ சந்தோஷமாக இதழ் பிரித்து சிரித்துக் கொண்டே, அந்த அறையை சுற்றிப் பார்த்தாள்...

பாடுவதற்கு உரிய மைக், வாலியூம் கன்ட்ரோல், காரோக்கி செட் என பல உபகரணங்கள் ஒரு பக்கம் இருக்க, மற்றைய பக்கம், கிட்டார், பியானோ, வயலின், மிருதங்கம், ட்ரம்ப், புல்லாங்குழல் என்று சில வாத்திய கருவிகள் இருந்தன...

அனைத்தையும் பிரமிப்பாக பார்த்துக் கொண்டே அவற்றை வருடியவளோ, பியானோவுக்கு முன்னே அமர்ந்து இருந்தவனை திரும்பிப் பார்த்து, ''எல்லாமே வாசிப்பீங்களா?'' என்று சைகையில் கேட்டாள்.

''ம்ம் ஓரளவு நான் வாசிப்பேன்... கௌதம் சூப்பரா வாசிப்பான்'' என்று சொல்ல, மெலிதாக புன்னகைத்தபடி அவன் அருகே வந்தவள், பியானோவுக்கு முன்னே இருந்த ஸ்டூலில் அமர்ந்து இருந்தவனை பார்த்து விட்டு, கையை நீட்டி

பியானோவின் கீ போர்டை மெதுவாக விரல்களால் அழுத்தினாள்... அவனோ, அவளை ஆழ்ந்து பார்த்துக் கொண்டே எழுந்தவன், ''உட்காரு'' என்றான்...

அவளோ, ''எனக்கு வாசிக்க தெரியாது'' என்றாள் சைகையில்...

''மியூசிக் தெரியும் தானே... அது போதும்'' என்று சொல்லிக் கொண்டே, அவள் கரம் பற்றி அமர வைத்தான்...

அவளும் மென் புன்னகையுடன் விரல்களை பியானோவில் மெதுவாக அழுத்த, அவள் பின்னே நின்றவன், அவள் விரல்களின் மேல் விரல்களை வைத்து, அவள் செவி மடலில் இதழ்கள் உரச,

''நீ பார்த்த பார்வைக்கொரு நன்றி, நம்மை சேர்த்த இரவுக்கொரு நன்றி''

எனப் பாடிக் கொண்டே, அதற்கு ஏற்ப பியானோவை வாசிக்க, அவள் பியானோ கற்றுக் கொள்ளும் நிலமையிலா இருந்தாள்?

சற்று குனிந்தபடி உடலை வளைத்து நின்ற வம்சி கிருஷ்ணாவின் மார்பில் அப்படியே கண்களை மூடி சாய்ந்து விட்டாள்.

அவன் இசையையும் நெருக்கத்தையும் ரசித்தவளது இதழ்களிலோ மென் புன்னகை...

வம்சி கிருஷ்ணாவோ பாடுவதையும் பியானோ வாசிப்பதையும் நிறுத்தி விட்டு, அவளையே பார்த்துக் கொண்டே, அவள் காதினுள், ''கண்ணம்மா'' என்றான்...

சட்டென கண்களை விழித்தவள் தன்னை

நிலைப்படுத்திக் கொண்டே, அவனை பக்கவாட்டாக திரும்பிப் பார்த்தாள்.

''கத்துக்கிற எண்ணம் இல்ல போல'' என்றான் அவன்...

தேன்மொழியோ ஸ்டூலில் இருந்தபடியே அவனை நோக்கி மொத்தமாக தன்னுடலை திருப்பியவள், ''உங்களுக்கும் கத்து கொடுக்கிற எண்ணமே இல்ல போல'' என்றாள் சைகையில்...

அவனோ மென்மையாக புன்னகைத்துக் கொண்டே, ''இந்த பாட்டு கேட்டு இருக்கியா?'' என்று கேட்க, அவளோ ஆம் என்று தலையாட்டினாள்.

''இதுல ப்ளே பண்ணுற பியானோவோட மியூசிக் செமயா இருக்கும்... அப்படியே நம்மள மயக்கிடும்... செம்ம ரொமான்டிக் ஆஹ் இருக்கும்... ரொம்ப ஆசைப்பட்டு இத கத்துக்கிட்டேன்...'' என்று சொல்லிக் கொண்டே, நின்றபடியே அவளது இரு பக்கமும் கையை அசைத்து அந்த இசையை விரல்களால் மீட்டினான்...

அவன் மீட்டிய இசையில் மயங்கினாளா? இல்லை அவனிலேயே மயங்கி விட்டாளா? என்று தெரியவில்லை...

ஆனால் மொத்தமாக மயங்கி, அவனையே இமைக்காமல் பார்த்து இருந்தவளது இரு கரங்களும் அவன் ஷேர்ட்டை பற்றிக் கொள்ள, கண்களை மெதுவாக மூடியவள், அப்படியே அமர்ந்தபடி அவனை நோக்கி உடலை மட்டும் உயர்த்திக் கொண்டே எம்பினாள்...

அவன் விழிகளும் இப்போது மெதுவாக மூடிக்

கொள்ள, வாசித்துக் கொண்டு இருந்தவனது கரங்களானது ஒரு கணம் நின்று மீண்டும் வாசிக்க ஆரம்பித்து விட்டன...

கண்களை மூடினாலும் அவன் விரல்களின் இசையும் தப்பவில்லை, அவன் இதழ்களின் இசையும் தப்பவில்லை...

''நான் என்ற சொல்

இனி வேண்டாம் நீ என்பதே

இனி நான் தான் இனிமேலும்

வரம் கேட்க தேவையில்லை

இதுபோல் வேறெங்கும்

சொர்க்கமில்லை உயிரே வா''

என்ற வரிகளுக்கான இசையை அவன் விரல்கள் வாசித்து மேலும் தொடர்ந்தன... பாடுவதற்கு தான் அவன் கண்ணம்மா அந்த சந்தர்ப்பத்தில் அவன் இதழ்களுக்கு ஓய்வு வழங்கவில்லையே... ஆனாலும் இசைக்கேற்ப அவன் இதழ்கள் அசைந்துக் கொண்டு தான் இருந்தன... அவன் குரல் அவளுக்குள் ஒலித்துக் கொண்டு தான் இருந்தது...

அத்தியாயம் 28

தேன்மொழி ஆசைப்பட்ட போலவே அடுத்த வாரமே வீட்டில் வைத்து அவர்களுக்கான திருமண பதிவு நடைபெற்றது...

குருமூர்த்தியின் குடும்பமும் ரதி தேவியின் குடும்பமும் வந்து இருந்தார்கள்... மகாலக்ஷ்மியும் வந்திருந்தார்...

கல்யாணி வரவில்லை…

‘‘கோபம்னு இல்லை… ஆனா எல்லாரோட முகத்துல முழிக்கவும் எனக்கு குற்ற உணர்வா இருக்கு’’ என்று சொல்லி விட்டாள்.

வேதவல்லி அந்த நேரத்துக்கு வேண்டுமென்று அறைக்குள் புகுந்துக் கொண்டார்…

பாக்கியா சென்று அழைத்த சமயம், ‘‘என்னை அவமானப்படுத்துனவளோட நல்லதுக்கு நான் வரணுமா?’’ என்று கேட்டு பாக்கியாவுக்கு திட்டி இருக்க, அவளும் அதனை வசந்தியிடம் சொன்னாள்…

இது அருகே நின்ற குருமூர்த்திக்கும் கேட்க, ‘‘வரலைனா இருக்கட்டும்’’ என்று கடுப்பாக சொல்லி இருந்தார்…

அந்த நிகழ்வும் சந்தோஷமாக நடந்து முடிந்து இருந்தது…

இப்படியே நாட்கள் நகர்ந்தன…

தேன்மொழியும் வம்சி கிருஷ்ணாவும் காதலில் திகட்ட திகட்ட திளைத்தார்கள்…

வேதவல்லி முதல் முறை தனிமையை உணர்ந்தார்…

யாரும் அவரை சட்டை செய்வது இல்லை…

சாப்பாடு மட்டும் நேரத்துக்கு வந்து விடும்…

குருமூர்த்தியும் மொத்தமாக ஒதுக்கி வைத்து விடுவாரோ என்று பயந்து இப்போதெல்லாம் வசந்திக்கோ தேன்மொழிக்கோ வெளிப்படையாக திட்டுவது இல்லை…

ஆனாலும் கோபம் இருந்தது… மனதுக்குள் திட்டிக் கொள்வார்…

அவ்வளவு இலகுவில் திருந்தக் கூடியவர் இல்லையே அவர்...

இதே சமயம் வசந்தியும் பாட ஆரம்பித்து விட்டார்...

அவர் பாடலை குருமூர்த்தி வீட்டில் சத்தமாக ஒலிக்க விட்டு இருக்க, வேதவல்லிக்கோ ஆத்திரம்...

பிளேயர் சற்று உயரத்தில் இருந்தது...

அவருக்கு எட்டவும் இல்லை...

அந்த வழியால் வந்த கௌதம் கிருஷ்ணாவிடம், ‘‘இத ஆஃப் பண்ணி விடு, கேட்கவே எரிச்சலா இருக்கு’’ என்றார்...

அவனோ பிளேயர் அருகே சென்று இன்னும் சத்தத்தை அதிகரித்து விட்டு அவரை அழுத்தமாக பார்த்து விட்டு நகர, அவருக்கோ உள்ளுக்குள் புகைச்சல்...

காட்டிக் கொள்ளவும் முடியாது...

பல்லு பிடுங்கிய பாம்பு போல அவர் நாட்கள் நகர ஆரம்பித்து இருந்தன...

கிட்டத்தட்ட இரு மாதங்கள் கடந்து இருக்கும், அன்று ஸ்கூலுக்குச் செல்ல தேன்மொழி ஆயத்தமாகிக் கொண்டு இருந்தாள்.

வம்சி கிருஷ்ணா கன்செர்ட் ஒன்றுக்காக விரைவாகவே வீட்டை விட்டு கிளம்பி இருந்தான்...

தேன்மொழிக்கோ உடலில் சின்ன சின்ன மாற்றங்களை உணரக் கூடியதாக இருந்தது...

சற்று குமட்டலாகவும் இருந்தது...

நாட்காட்டியை நோக்கிச் சென்றவள், கையை வைத்து நாட்களை கணக்கிட்டாள்...

இதழில் எதிர்பார்ப்புடன் கூடிய ஒரு பூரிப்பு...

ஆர்வத்துடன் கீழிறங்கி வந்தவளோ, சாப்பிட்டு விட்டு ஸ்கூலுக்கு புறப்பட்டு விட்டாள்.

அவள் அன்று ஸ்கூலுக்குச் சென்று ஆக வேண்டிய கட்டாயம்...

மதியம் போல வீட்டுக்கு திரும்பியவள் கர்ப்பத்தை உறுதி செய்யும் உபகரணத்தையும் வாங்கி வந்தாள்.

வந்ததும் வராததுமாக பரிசோதித்தவளுக்கு சந்தோஷமான விஷயம் காத்துக் கொண்டு இருந்தது...

ஆம் சிவப்பு கோடுகள் இரண்டு தெளிவாக தெரிந்தன...

அவள் கர்ப்பமாக இருக்கின்றாள்...

வம்சி கிருஷ்ணாவின் உயிர்நீரில் உண்டான கரு அவள் கர்ப்பப்பையில் வளர ஆரம்பித்து விட்டது...

விவரிக்க முடியாத பரவசம் அவளுக்கு...

மேனி எல்லாம் சிலிர்த்து...

மனதில் இருந்த ஆசைகள் எல்லாம் நிறைவேறும் தருணத்தை வார்த்தைகளால் சொல்லி விட முடியுமா?

இல்லை தானே...

தனது கரத்தை எடுத்து அடி வயிற்றில் வைத்து மெதுவாக வருடிக் கொண்டவளது கண்ணீர் சட்டென கண்களில் இருந்து கீழே விழுந்தது...

சந்தோஷமும் நெகிழ்வும் கூடிய கண்ணீர் அது...

இதனை வம்சி கிருஷ்ணாவிடம் சொல்ல வேண்டும்... அவன் உணர்வுகளை பார்க்க வேண்டும்... அவன் சந்தோஷத்தை ரசிக்க வேண்டும்... இப்படி பலவற்றை யோசித்தவளோ, காகிதத்துடனும் பேனையுடனும் அமர்ந்து விட்டாள்.

அவர்கள் காதலுக்கு எந்த மடல் ஆணிவேராக இருந்ததோ அதே மடல் மூலம் இந்த விஷயத்தை சொல்லவும் நினைத்து விட்டாள்.

அன்புள்ள வம்சி கிருஷ்ணாவுக்கு,

நலமா? என்று கேட்க மாட்டேன்... நலமாக இருக்கின்றீர்கள் என்று அறிவேன்...

நான் ஆசைப்பட்ட வாழ்க்கையை வாழ்ந்துக் கொண்டு இருக்கின்றேன் என்று நினைக்க நினைக்க பூரிப்பாக இருக்கின்றது...

நீங்கள் பாடுவதில் மட்டும் தான் வல்லவர் என்று நினைத்தேன்...

ஆனால் அனைத்திலும் வல்லவராக தான் இருக்கின்றீர்கள்...

வெட்கப்படாமல் மேலும் வாசியுங்கள்...

நான் அனைத்திலும் என்று சொல்ல வந்தது, அக்கறை காதல், அன்பு... அத்துடன் நீங்கள் வெட்கப்பட்ட விஷயங்களையும் சேர்த்து தான்...

இந்நாள் வரை பாடியே என்னை மயக்கியது போதாது என்று இப்போதெல்லாம் முத்தமிட்டே மயக்கிக் கொண்டு இருக்கின்றீர்கள்...

உங்களுடன் சேர்த்து நானும் கெட்ட பெண் ஆகி விட்டேன்...

என்னையும் கெடுத்து விட்டீர்கள்...

நீங்கள் தினமும் செய்த செயல்களின் விளைவாக எனக்கு இப்போதெல்லாம் அசதியாக இருக்கின்றது...

தூக்கமாக வருகின்றது...

குமட்டல் வேறு இருக்கின்றது...

என்னானது என்று யோசிக்கின்றீர்களா?

நம் குடும்பத்துக்கு ஒருவர் வரப் போகின்றார்...

இன்னும் புரியவில்லையா?

உங்கள் கண்ணம்மா கர்ப்பமாக இருக்கின்றாள்...

உங்கள் குழந்தையை சுமந்துக் கொண்டு இருக்கிறாள்.

நினைக்க நினைக்க மேனி எல்லாம் எப்படி புல்லரித்துப் போகின்றது தெரியுமா?

நம் காதலின் சின்னமான நம் குழந்தை இன்னும் ஒன்பது மாதங்களில் நம் கையில் தவழ போகின்றான்(ள்)...

நினைக்கவே பிரமிப்பாக இருக்கின்றது அல்லவா?

நம் வாழ்க்கையின் அடுத்த அத்தியாயத்துக்கு சென்று விட்டோம்...

எனக்கு இதனை எழுதும் போதே சிலிர்த்து விடுகின்றது...

இதற்காக உங்களுக்கு ஆயிரம் முத்தங்கள் கொடுக்க ஆசைப்படுகின்றேன்... கடிதத்தில் மட்டும் அல்ல, நேரிலும் கூட...

உங்கள் முத்தங்களுக்காகவும் நான் காத்துக் கொண்டு இருக்கின்றேன்...

இப்படிக்கு உங்கள்

கண்ணம்மா...

என்று எழுதி முடித்தவளது இதழ்களில் இருந்து இன்னும் சிரிப்பு அடங்கவில்லை...

கடிதம் எழுதி இருந்த காகிதத்தை நான்காக மடித்து மேசையில் வைத்தவள், அவனுக்காக காத்துக் கொண்டு இருந்தாள்.

அவன் வந்து சேரவே இரவு ஏழு மணியை தாண்டி விட்டது...

வந்ததும் குளிக்கச் சென்று விட்டான்...

அவளோ கட்டிலில் மடலுடன் தான் அமர்ந்து இருந்தாள்.

குளித்து விட்டு தலையை துவட்டிக் கொண்டே வந்தவன், ‘‘கண்ணம்மா’’ என்று அழைத்துக் கொண்டே, அவள் அருகே வர, அவளும் எழுந்து நிற்க, அப்படியே அவள் முகம் நோக்கி குனிந்தான்...

முத்தமிட வந்தவனின் இதழ்களில் கையை வைத்தாள் தேன்மொழி...

அவனோ விழி விரித்து பார்க்க, தனது கையில் இருந்த மடலை அவனிடம் நீட்டினாள்.

‘‘லெட்டர் ஆஹ்?’’ என்று புன்னகையுடன் கேட்டுக் கொண்டே, மடலை திறந்து வாசித்தான்...

புன்னகையுடன் ஆரம்பித்த அவன் முக உணர்வுகள்

அடுத்து வெட்கத்தை தத்தெடுத்து இறுதியில் நெகிழ்வில் வந்து நின்றது...

அவளை விழி விரித்து பார்த்தவன், ''நிஜமாவா?'' என்று இதழ் பிரித்து கேட்க, அவளுக்கு கண்கள் கலங்கி இருக்க, புன்னகையுடன் ஆம் என்கின்ற ரீதியில் தலையாட்டினாள்...

அடுத்த கணமே, அவளை இறுக அணைத்து இருந்தவன், இரு கைகளாலும் அவள் முகத்தை தாங்கி முகம் முழுதும் அவள் ஆசைப்பட்ட போல முத்த மழை பொழிய ஆரம்பித்து விட்டான்...

அவன் முத்தத்தினால் அவள் மூச்சுக்கு திண்டாடியதும் தான் சற்று விலகியவன், ''அம்மா கிட்ட சொல்லிட்டியா?'' என்று கேட்க, 'இல்லை' என்று தலையாட்டியவள், ''முதலாவதா உங்க கிட்ட தான் சொல்லணும்னு இருந்தேன்'' என்று சைகையால் சொல்ல, அவனோ இதழ் பிரித்து சிரித்துக் கொண்டே, ''வா எல்லார் கிட்டயும் சொல்லிட்டு வந்துடலாம்'' என்று சொன்னபடி அவளை கை பிடித்து அழைத்துச் சென்றான்...

இந்த விஷயத்தை கேட்டதுமே, வீட்டில் அனைவர்க்கும் பூரிப்பு...

முகம் எல்லாம் சந்தோஷம்...

வேதவல்லி காதிலும் இந்த விஷயம் விழுந்தது...

''க்கும்'' என்று சொல்லிக் கொண்டே கடந்துச் சென்றார்...

தேன்மொழி அலைபேசி குறுஞ்செய்தியில் மகாலக்ஷ்மிக்கும் விஷயத்தை சொல்ல, அவரோ

இருப்பு கொள்ள முடியாமல் இரவிலேயே ஆட்டோ பிடித்து வந்து விட்டார்…

மகளுக்கு அறிவுரைகள் எல்லாம் வழங்கியவரை திரும்ப சாரதியுடன் காரில் அனுப்பி வைத்தார்கள்…

யாதவ் கிருஷ்ணாவுக்கு எல்லாம் ரெட்டிப்பு சந்தோஷம், அவன் கால் தரையில் படவே இல்லை…

''எனக்கு விளையாட பாப்பா வர போகுது'' என்று சைகையில் சந்தோஷமாக சொல்லிக் கொண்டே இருந்தான்…

வசந்தியோ இனிப்பு தயாரித்து அனைவர்க்கும் பகிர, அதனை வேதவல்லி வேண்டாம் என்று சொல்லி இருந்தார்…

குருமூர்த்தியோ, ''இனி என்ன நல்லது கெட்டதுனாலும் அவங்களுக்கு சொல்லாதே… அவங்கள எதுக்கும் சேர்த்துக்காதே… மதிக்காதவங்க வாசல எதுக்கு மிதிக்கணும்'' என்று வேதவல்லி காது படவே சொல்ல, அவருக்கு அப்போது தான் இதயத்தில் சுருக்கென்று தைத்தது…

மகனும் அவரை தள்ளி வைத்தே பேச, அவருக்கு மனதில் ஒரு வித அழுத்தம்…

தேன்மொழியை அவமானப்படுத்த அவர் நினைத்து இருக்க, அவமானப்பட்டு மன அழுத்தம் உண்டானது என்னவோ வேதவல்லிக்கு தான்…

இந்த ஒதுக்கத்தை ஏற்கனவே காட்டி இருந்தால் அவர் திருந்தி இருப்பாரோ என்னவோ…

அன்று இரவு வம்சி கிருஷ்ணாவை அணைத்தபடி தேன்மொழி படுத்து இருக்க, அவன் தான்

யோசனையுடன் விட்டத்தை பார்த்துக் கொண்டே படுத்து இருந்தான்...

அவளோ, அவன் கன்னத்தை வருட, விழிகளை தாழ்த்தி தன்னை அணைத்தபடி படுத்து இருந்தவளை பார்த்தான்...

விழிகளை அசைத்து, ''என்னாச்சு?'' என்கின்ற தோரணையில் அவள் கேட்க, அவனோ பெருமூச்சுடன், ''நாளைக்கு ரெண்டு ஸ்பெஷலிஸ்ட் கிட்ட போகணும்... லீவ் போட்ரு'' என்றான்...

எப்படியும் மகப்பேற்று மருத்துவரிடம் செல்வான் என்று தெரியும்...

அடுத்தது யார் என்று அவளுக்கு தெரியாதே...

''யார்?'' என்கின்ற தோரணையில் புருவம் சுருக்கினாள்...

''நாளைக்கு சொல்றேன்'' என்றான் அவன்... அதனை தொடர்ந்து இருவரும் தூங்கிப் போனார்கள்...

அடுத்த நாள் காலையில் தேன்மொழி எழுந்த நேரம் வம்சி கிருஷ்ணா படுத்து இருந்த இடம் வெறுமையாக இருந்தது...

அவளோ அலைபேசியை எடுத்து அவனுக்கு, ''எங்க போய்ட்டிங்க?'' என்று குறுஞ்செய்தி அனுப்ப, ''வெளியே நிக்கிறேன்... இன்னும் அரை மணி நேரத்துல வந்திடுவேன்... செக்கப் போக ரெடியா இரு'' என்று பதில் வந்தது...

அவளும் குளித்து ஆயத்தமாகி சாப்பிட்டு விட்டு முன்னறையில் காத்துக் கொண்டு இருக்க, வம்சி கிருஷ்ணாவின் காரும் வந்து வாசலில் நின்றது...

வசந்தியிடம் சொல்லி விட்டு அவளும் புறப்பட்டு விட்டாள்.

அவள் எதிர்பார்த்தபடியே ஹாஸ்பிடலுக்குச் சென்றது அவர்களின் கார்...

முகக்கவசத்தை அணிந்துக் கொண்டு வி ஐ பி பாதையினால் தான் தேன்மொழியை அழைத்துச் சென்றான் வம்சி கிருஷ்ணா...

அவனுக்கு தான் இயல்பாக நடமாட முடியாதே... பிரபலமாக இருப்பதால் இது ஒரு தலைவலி ஆயிற்றே...

வம்சி கிருஷ்ணாவை கண்ட மகப்பேற்று மருத்துவரோ, ‘‘வம்சி சார் வாங்க... வாங்க... உங்க பாட்டை கேட்டுட்டு தான் இப்போ ஒரு சிசேரியன் முடிச்சேன்’’ என்று சொல்ல, இதழ் பிரித்து சிரித்துக் கொண்டே இருக்கையில் தேன்மொழியை அமர சொன்ன வம்சி கிருஷ்ணாவோ அவனும் அமர்ந்தான்...

‘‘இங்க அப்பாயிண்ட்மெண்ட் போட்டு வந்து இருக்கீங்கனா, ஏதாவது விசேஷம் போல’’ என்று மருத்துவர் கண் சிமிட்டி கேட்க, அவனும், ‘‘எஸ் டாக்டர்... வீ ஆர் ப்ரெக்னன்ட்’’ என்றான்...

‘‘தட்ஸ் குட், கங்கிராட்ஸ்... டீடைல்ஸ் சொல்லுங்க, எல்லாமே ரெஜிஸ்டர் பண்ணிட்டு, ஸ்கான் பண்ணிடலாம்’’ என்று சொன்ன மருத்துவரோ அவர்களின் அனைத்து தகவல்களையும் கேட்டு எழுதி விட்டு, அவர்களை ஸ்கான் செய்யும் அறைக்குள் அழைத்துச் சென்றார்...

தேன்மொழியை அங்கிருந்த கட்டிலில் படுக்க வைத்து ஸ்கான் செய்தவரோ, ‘‘ரொம்ப குட்டியா

இருக்காங்க பாப்பா, இன்னும் பன்னிரண்டு வாரத்துல் அடுத்த ஸ்கான் பண்ணலாம்... அப்போ இன்னும் தெளிவா பார்க்கலாம்'' என்று சொல்ல, அவர்களும் மென்மையாக புன்னகைத்துக் கொண்டார்கள்...

தேன்மொழிக்கு தேவையான மாத்திரைகளை எழுதிக் கொடுத்தவரோ, ''என் நம்பர் இதுல எழுதி கொடுக்கிறேன்... ஏதும் சந்தேகம் வந்தா கால் பண்ணுங்க'' என்று சொல்ல, ''தேங்க்ஸ் டாக்டர்'' என்று சொன்ன வம்சி கிருஷ்ணாவும் தேன்மொழியை அழைத்துக் கொண்டே புறப்பட்டு விட்டான்...

தேன்மொழியோ, ''அடுத்து எங்க போறோம்?'' என்று சைகை மொழியில் கேட்க, அவனோ, ''சொல்றேன்'' என்று சொல்லிக் கொண்டே, அவளை அழைத்துச் சென்றது என்னவோ 'லரிங்கோலஜிஸ்ட்' அறைக்குள் தான்...

குரல் வளம் சம்பந்தமான விஷேச கல்வியை முடித்த வைத்தியர்...

அவளோ அவனை பக்கவாட்டாக திரும்பி அதிர்ந்து பார்க்க, அவனோ, ''நீ பேசணும்னு ஆசைப்படுறேன்'' என்றான்...

அதற்காக காலையிலேயே அவளது பழைய மருத்துவ அறிக்கைகளை மகாலக்ஷ்மியிடம் வாங்கி வைத்தியரிடம் சேர்ப்பித்தும் இருந்தான்...

இருவரும் ஒன்றாக அறைக்குள் நுழைய, ''வம்சி கம்'' என்று சொல்லிக் கொண்டே கையில் இருந்த தேன்மொழியின் மருத்துவ அறிக்கையை தான் பார்த்துக் கொண்டு இருந்தார்... தேன்மொழிக்கு வம்சி கிருஷ்ணாவின் செயல் அதிர்ச்சியாக இருந்தது...

அவள் பேச வேண்டும் என்று ஆசைப்படவில்லை... அவன் ஆசைப்பட்டு இருக்கின்றான்...

வைத்தியரோ அவனை பார்த்துக் கொண்டே பெருமூச்சுடன், ''ரிப்போர்ட்ஸ் எல்லாமே பார்த்தேன் வம்சி... எப்படி சொல்றதுனு தெரியல... உங்க ஆசை புரியுது... அவங்க வோகல் கோட் மொத்தமா சிதைஞ்சு இருக்கு... ரொம்ப கஷ்டப்பட்டு தான் அவங்க உயிரையே காப்பாத்தி இருக்காங்க... அவங்களுக்கு வோகல் கோட் ட்ரான்ஸ்பிளான் பண்ணலாம்... ஆனா அவங்க இப்போ கர்ப்பமா இருக்காங்கனு வேற சொல்லி இருக்கீங்க... அதோட சக்சஸ் ரேட்டை என்னால உறுதியா சொல்லவும் முடியாது... என்னை பொறுத்தவரை இப்போ இந்த ரிஸ்க் வேணாம்னு தான் சொல்வேன்'' என்றான்...

அவன் உடைந்து விட்டான்...

ஆழ்ந்த மூச்சை எடுத்து உணர்வுகளை அடக்கிக் கொண்டே, ''ஓகே டாக்டர்'' என்று சொன்னவனுக்கு அதற்கு மேல் பேச வார்த்தைகள் வரவில்லை... தேன்மொழியோ அவன் முகம் இறுகி போனதை அவதானித்தாள்...

அவளுக்கு இது எல்லாம் பெரிய ஏமாற்றமாக இருக்கவில்லை...

குரல் இல்லாமலே இத்தனை வருடங்கள் வாழ்ந்து விட்டாளே...

யோசனையுடன் அவளை அழைத்துக் கொண்டே வெளியேறி வந்து காரில் ஏறினான் வம்சி கிருஷ்ணா.

ஸ்டீரிங் வீலில் கையை அழுந்த பற்றி இருந்தவனின் தோளில் கையை வைத்தாள் தேன்மொழி...

அவனோ கண்களை மூடி திறந்துக் கொண்டே திரும்பி பார்க்க, ‘‘இப்போ எதுக்கு இவ்ளோ கவலைப்படுறீங்க?’’ என்று சைகையால் கேட்டாள்.

‘‘பயமா இருக்கு கண்ணம்மா’’ என்றான்...

தன்னவன் பயப்படுகிறானா? ஆச்சரியமாக இருந்தது அவளுக்கு...

‘‘புரியல’’ என்றாள் கைகளை அசைத்து...

சட்டென அவள் முகத்தை தாங்கியவன், ‘‘உனக்கு ஏதும் பெயின் வந்தா எப்படி சொல்லுவ? சத்தம் போட கூட உன்னால முடியாதே... அத நினைச்சு தான் பயமா இருக்கு... நீ பேசலனாலும் பரவாயில்லை... உன் கிட்ட இருந்து சின்ன சத்தம் வந்தாலே போதும்... உனக்கு எங்க வலிக்குது? என்னை தேவைனு எனக்கு தெரியணும்... நீயும் குழந்தையும் ரொம்ப ஆரோக்கியமா இருக்கணும்’’ என்று சொன்னவனை கண்ணீருடன் பார்த்து அவன் நெற்றியில் முட்டியவளோ, ‘‘எனக்கும் குழந்தைக்கும் எதுவும் ஆகாது...’’ என்றாள்.

‘‘ஹேய் எதுனாலும் சொல்லிடும்மா... மெசேஜ்ல சொல்லிடுவ தானே’’ என்று கேட்டான்...

குழந்தை போல திரும்ப திரும்ப கேட்டான்...

அவளோ ஆம் என்கின்ற ரீதியில் தலையாட்ட, ‘‘பெயின் வர்ற நேரம் எப்படி மெசேஜ் பண்ணுவ? அதுக்கு டைம் இருக்குமா?’’ என்று நிறைய கேள்விகள் கேட்டான்...

‘‘அப்படி எல்லாம் யோசிக்காதீங்க... வீட்ல அவ்ளோ பேர் இருக்காங்க தானே’’ என்றாள் சைகையில்...

அவனுக்கு மனம் ஆறவே இல்லை... யோசனையுடன் தான் வீட்டுக்குச் சென்றான்....

அன்று மாலையே மாடியில் இருந்த அவர்களது அறை கீழ் தளத்துக்கு மாற்றம் செய்யப்பட்டது...

''எதுக்கு ரிஸ்க் எடுத்து ஸ்டெப்ஸ்ல இறங்கணும்? அது தான் கீழ ஷிஃப்ட் பண்ண சொல்லிட்டேன்'' என்றான்...

அவளுக்கு கணவனின் அக்கறையை நினைத்து சந்தோஷப்படுவதா? இல்லை அவன் இப்படி எல்லாத்துக்கும் பயப்படுகிறானே என்று நினைத்து கவலைப்படுவதா? என்றும் தெரியவே இல்லை... அவன் முன்னே வந்து நின்றவள், ''எதுக்கு இவ்ளோ பயம்?'' என்று சிரித்தபடி கேட்டாள்...

அவனோ,''எனக்கு பயப்பட தெரியும்னு இன்னைக்கு தான்மா தெரியும்... எனக்கே தெரியுது நான் ரொம்ப ஓவரா பண்ணுறேன்னு... ஆனா முடியல கண்ணம்மா, உன்னை பத்தியே நினைச்சுட்டு இருக்கேன்'' என்று நெற்றியை நீவ, அவனை சட்டென்று அணைத்தவள், அவன் மார்பில் காதை வைத்து அவன் இதயத்துடிப்பை கேட்க, அவனோ, ''கண்ணம்மா கண்ணம்மா-னு துடிக்குதா?'' என்று கேட்டான்...

அவளோ சிரித்துக் கொண்டே ஆம் என்று தலையாட்ட, அவனும் அவளை இறுக அணைத்து இருந்தான்...

அன்று இரவும் அவனுக்கு தூக்கம் இல்லை...

அவளோ, ''என்னாச்சு?'' என்று கையசைத்து கேட்கும் போதெல்லாம், ''புது ரூம்... அதான் தூக்கம் வரல, நாளைக்கு ஓகே ஆய்டும்'' என்று சமாளித்தான்.

அடுத்த நாள் காலையில் தேன்மொழி எழுந்த நேரம் முன்னறையில் சலசலப்பு... வம்சி கிருஷ்ணாவும் அறைக்குள் இல்லை...

பெருமூச்சுடன் எழுந்து கதவை திறக்க, அங்கே வீடு முழுக்க அலாரம் பொருத்தப்பட்டுக் கொண்டு இருந்தது...

கதவு நிலையில் சாய்ந்து நின்று நடப்பவற்றை புரியாமல் பார்த்தாள்.

வம்சி கிருஷ்ணா தான், ''இங்க ஒன்னு, அங்க ஒன்னு'' என்று வேலை செய்பவர்களுக்கு அறிவுறுத்தல் வழங்க, தேன்மொழி அருகே வந்த கௌதம் கிருஷ்ணாவோ, ''அண்ணி, வம்சியை இப்படியா வசியம் பண்ணி வைப்பீங்க?'' என்று கேட்டாள்.

தேன்மொழி அவனை புரியாமல் பார்க்க, ''இரவு முழுக்க அவன் தூங்கவே இல்லை... உங்கள தூங்க வச்சிட்டு நைட் முழுக்க இந்த வேலை தான் பார்த்தான்... அலார்ம் செட்டப் வாட்ச் வாங்கி இருக்கான்... உங்க கைல வாட்ச் இருக்கும்... ஏதும்னா நீங்க அத ப்ரெஸ் பண்ணுனா போதும் எல்லா அலார்ம் உம் அடிக்க ஆரம்பிச்சுடும்'' என்று சொல்லிக் கொண்டே இருக்கும் போது, ''எந்திரிச்சிட்டியா?'' என்று கேட்டுக் கொண்டே, அவளை நோக்கி வந்தான் வம்சி கிருஷ்ணா...

அவனை மேலிருந்து கீழ் ரசனையாக பார்த்தவள், ''என்ன இது?'' என்று கையசைத்து புன்னகையுடன் கேட்க, அவனோ, ''சிரிக்காதம்மா, என் கஷ்டம் உனக்கு சிரிப்பா இருக்கா?'' என்று கேட்டுக் கொண்டே தான் கையில் வைத்து இருந்த கடிகாரத்தை

அவள் கையில் கட்டியவன், ‘‘உனக்கு என்னவும் எமெர்ஜென்சினா இத ப்ரெஸ் பண்ணணும்… இது வாட்டர் ப்ரூஃப் தான்… குளிக்கும் போதும் கட்டிக்கலாம்… கைல இருந்து கழட்ட கூடாது ஓகேயா?’’ என்று கேட்டவன் அதனை அழுத்திக் காட்ட, வீடு முழுதும் அலார்ம் சத்தம் கேட்டது…

‘‘வேர்க் பண்ணுது பாரு’’ என்றான் சிரித்தபடி…

உடனே அவள், ‘‘தூங்கும் போது மட்டும் கழட்டுறேன்… எனக்கு இத கட்டிக்கிட்டு தூங்க கஷ்டமா இருக்கும்’’ என்று சைகையில் சொல்ல, ‘‘சரி, நான் பக்கத்துல தானே இருப்பேன்… சோ அந்த டைம் மட்டும் உனக்கு எக்ஸ்கியூஸ்… காலைல எழுந்ததும் மறக்காம கைல கட்டிக்கணும் ஓகே யா?’’ என்றான். அவளோ, ‘‘ஸ்கூல் போகும் போதும் கட்டிக்கணுமா?’’ என்று கேட்க, அவனோ, ‘‘வாட்ச் தானே… கட்டிக்கோ தப்பில்ல… அப்புறம் வீட்ல கட்ட மறந்தே போய்டுவ… ஆஹ் எல்லாத்துக்கும் மேல இனி நடந்து ஸ்கூல் போக கூடாது, கார்ல போய் கார்ல வரணும்… புரியுதா?’’ என்றான்…

அவளுக்கு அதில் இஷ்டம் இல்லை என்றாலும் அவன் விடமாட்டான் என்று சொல்ல, சம்மதமாக தலையாட்டிக் கொண்டே புன்னகைத்தாள்…

கௌதம் கிருஷ்ணாவோ, ‘‘டேய் நீ ரொம்ப தான் டா பண்ணுற… கேக்கிற எனக்கே டயர்ட் ஆஹ் இருக்கு… அண்ணி பாவம்’’ என்று சொல்ல, வம்சி கிருஷ்ணாவோ, ‘‘நீயும் கல்யாணம் பண்ணுவ தானே… அப்போ தெரியும் டா, எனக்கு இப்போ தான் கொஞ்சம் நிம்மதியா இருக்கு… இனி தான் தூக்கமே வரும்’’ என்று சொல்ல, தேன்மொழியும்

புன்னகைத்துக் கொண்டே வம்சி கிருஷ்ணாவை ரசனையாக பார்த்தாள்...

அவளுக்காக அவன் எல்லாமே பார்த்து பார்த்து செய்கின்றான்...

திகட்ட திகட்ட காதலை கொட்டி மொத்தமாக அவளை உருக வைத்துக் கொண்டல்லவா இருக்கின்றான்...

இதே சமயம் ஓரமாக அமர்ந்து நடப்பதை பார்த்துக் கொண்டு இருந்த வேதவல்லியோ, 'ரொம்ப தான் பொண்டாட்டியை தூக்கி வச்சு ஆடுறான், இவன் பொண்டாட்டி மட்டும் தான் கர்ப்பமா இருக்காளா என்ன?' என்று மனதுக்குள் நினைத்துக் கொண்டார்...

அத்தியாயம் 29

இப்படியே நாட்கள் நகர ஆரம்பித்தன...

அவள் தாய்மையை ரசித்தாள்...

அவனோ அவள் தாய்மையை ரசிப்பதை ரசித்தான்...

காலையில் இருவரும் தத்தமது வேலையை பார்க்கச் சென்று விடுவார்கள்...

மாலையானதும் கையை கோர்த்துக் கொண்டே பூங்காவில் நடை பயில்வார்கள்...

வம்சி கிருஷ்ணா அவளுக்காகவும் குழந்தைக்காகவும் பாடுவான்...

அவள் வயிற்றில் முத்தம் பதிப்பான்....

கிட்டதட்ட ஐந்து மாதங்கள் கடந்து இருக்கும்...

தேன்மொழியின் வயிறு இப்போது வெளியே தெரிந்தது...

அவர்களது பூங்காவில் அவன் கரம் கோர்த்தபடி அவன் மார்பில் சாய்ந்து அங்கிருந்த இருக்கையில் அமர்ந்து இருந்தாள் தேன்மொழி...

அவள் கேட்காமலே அவன் பாடினான்...

''*கண்ணான கண்ணே கண்ணான கண்ணே என் மீது சாய வா*'' என்று அவன் பாடி முடிக்க முதல், தந்தையின் குரல் கேட்டு கருவில் குதூகலித்து குழந்தை தாயின் வயிற்றை எட்டி உதைத்தது...

சட்டென விழிகளை விரித்தபடி நிமிர்ந்து அமர்ந்தாள்.

''என்னாச்சு?'' என்று கேட்டான்...

அவன் கரத்தை பற்றி தனது வயிற்றில் வைத்தவள், ''பாப்பா உதைச்சுது'' என்று சைகையில் செய்ய, ''இப்போவா?'' என்று கேட்டான்...

''நீங்க பாடும் போது உதைச்சுது... ஆனா இப்போ காணோம்'' என்று சைகை மொழியில் பதில் சொல்ல, அவனோ சற்று குனிந்து அவளது மேடிட்ட வயிற்றின் அருகே இதழ்களை கொண்டு வந்தவன்,

''கண்ணான கண்ணே

கண்ணான கண்ணே

என் மீது சாய வா

புண்ணான நெஞ்சை

பொன்னான கையால்

பூ போல நீவ வா''

என்று பாடிக் கொண்டு இருக்கும் போதே மீண்டும் உதைத்தது... சட்டென இரு கைகளையும் வயிற்றில் வைத்தவள் கண்கள் கலங்க, இதழ்கள் பிரித்து சிரித்துக் கொண்டே அவனை பார்த்து ஆம் என்கின்ற ரீதியில் தலையாட்ட, அவனோ அவள் வயிற்றை மெதுவாக வருடிக் கொண்டே, மீதி பாடலை குழந்தைக்காக சிரித்தபடியே பாடி முடித்தான்...

அவர்களது நாட்கள் இப்படியே இனிமையாக நகர, அந்த வீட்டில் வேதவல்லிக்கு மட்டுமே தற்போது மனவலி பெருக ஆரம்பித்து இருந்தது...

ஆரம்பத்தில் யாரும் தன்னை கண்டுக் கொள்ளாமல் இருப்பதை அவர் சட்டை செய்யாமல் இருந்தாலும் இத்தனை மாதங்கள் தன்னை ஒதுக்கி வைத்த உணர்வு தான் அவருக்கு...

எதற்கும் அவரை அழைப்பது இல்லை...

அழைத்தால் அவமானப்படுத்தி விடுவார் என்பதாலேயே தவிர்த்தார்கள்...

பார்த்து பார்த்து இருந்தவருக்கோ, தன்னை எதற்கும் கூப்பிட மாட்டார்களா? என்கின்ற ஏக்கம் தோன்ற ஆரம்பித்து விட்டது...

முதுமையில் தன்னுடன் மனம் விட்டு பேச கூட யாரும் இல்லாத வெறுமை கொடுமை அல்லவா?

செய்த பாவங்களுக்கு அந்த கொடுமையை அனுபவித்தார்...

ஆனால் வெளியே தைரியமாக இருப்பது போல காட்டிக் கொண்டார்...

உண்மையில் உள்ளுக்குள் உடைந்து தான் போனார்...

மேடிட்ட வயிற்றுடன் செல்லும் தேன்மொழியை அடிக்கடி பார்த்துக் கொள்வார்...

இப்போதெல்லாம் யார் மீதும் எரிந்து விழ அவருக்கு தோன்றுவது இல்லை...

தன்னை யாரும் மதிக்கவில்லை என்னும் போது அந்த இடத்தில் அவர்களின் திமிர் அடிவாங்கி விடும் அல்லவா?

அவர் திமிரும் அடிவாங்கி இருந்தது...

ஒதுக்கத்தின் உச்சத்தில் சின்ன அங்கீகாரம் கூட கிடைக்காதா? என்று ஏங்க ஆரம்பித்து விட்டார்...

தேன்மொழி விஷயத்தில் தான் செய்த செயல் தவறு என்று உணரவும் ஆரம்பித்து விட்டார்... ஆனால் அதனை காட்டிக் கொள்ளவோ தேன்மொழியிடம் மன்னிப்பு கேட்கவோ அவர் திமிர் இடம் கொடுக்கவில்லை...

மகன் வீட்டிலும் மதிப்பு இல்லை... மகள் வீட்டிலும் மரியாதை இல்லை...

ஒரு ஒதுக்கம் ஒரு மனிதனுக்கு எத்தனை பாடங்களை புகட்டி விடுகின்றது...

சண்டை போட்டு எல்லாம் வராத மாற்றம், சுற்றி இருப்பவர்களின் மௌனத்தால் இலகுவாக வந்து விடுகின்றதே...

வேதவல்லிக்குள்ளும் அந்த மாற்றம் வந்தது...

முதுமை வேறு...

திடமாக நடக்கவும் முடியாத நிலை...

அவர் தளர்ந்த நடையை பார்த்து அவரை விசாரித்து

வர சொல்லி, வசந்தி பாக்கியாவை அனுப்புவார்...

''நான் நல்லா தான் இருக்கேன்... அவ்ளோ சீக்கிரம் செத்து போக மாட்டேன்னு உன் முதலாளி அம்மா கிட்ட சொல்லு'' என்று சத்தமாகவே சொல்வார்...

வசந்தியோ பெருமூச்சுடன் அவரை கடந்து விடுவார்...

அவர் மேல் கோபம் எல்லாம் இப்போது குறைந்து விட்டாலும், அவர் அவமானப்படுத்தி விடுவாரோ என்று வசந்தி அவரிடம் பேச முயற்சிப்பது இல்லை... தேன்மொழியும் அவரை நெருங்காத காரணம் இது தான்...

இது தான் இத்தனை நாட்களாக நடந்துக் கொண்டு இருக்க, அவரை இன்னும் வலிக்க வைக்க வந்து சேர்ந்தது கல்யாணியின் திருமணம்...

ஆம் கல்யாணிக்கு பிரபல தொழிலதிபரின் மகன் ஷியாமை திருமணம் செய்து வைக்க நிச்சயித்து இருந்தார்கள்...

அவளுக்கும் அவனை பிடித்து இருந்தது...

அவன் காதலை உணர்ந்தவளுக்கு காதலிக்கப்படுவதன் இனிமை புரிய ஆரம்பித்தது... மனதுக்கு பிடித்தே அந்த திருமணத்துக்கு சம்மதித்துக் கொண்டாள்.

பெண் பார்க்கும் படலம் தொடக்கம் எல்லாமே நெருங்கி வந்தது...

மாப்பிள்ளை பார்த்ததை கூட வேதவல்லியிடம் சொல்லவில்லை...

நொறுங்கிப் போய் விட்டார்...

முதல் எல்லாம் ஏன் என்னிடம் சொல்லவில்லை என்று கேட்பார்...

இப்போது அதனை கேட்கவும் அவருக்கு தயக்கம்...

மறுமுனையில் இருந்து வரும் கூரான வார்த்தைகளை எதிர்கொள்ள தயக்கம்...

வாழ்க்கை எப்போதும் எல்லாருக்கும் ஒரே போல அமைந்து விடுவது இல்லையே...

கூரான வார்த்தைகளை இலகுவாக வீசியவர் அது தன்னை நோக்கி வரும் போது இப்போது எதிர்கொள்ள பயந்தார்...

பெண் பார்க்கும் படலத்துக்கு முதல் நாள் இரவு, வசந்தி குருமூர்த்தியிடம் இது சம்பந்தமாக பேச ஆரம்பித்தார்...

''என்னங்க, என்ன இருந்தாலும் வீட்டுக்கு பெரியவங்க'' என்று ஆரம்பிக்க, ''நான் என்ன வசந்தி பண்ணுறது? இது கணேசனின் வீட்டு விசேஷம்... கூப்பிடுறதும் கூப்பிடாததும் அவங்களோட இஷ்டம்... ஏன் கூப்பிடலனு சண்டை போடுற அளவுக்கு எங்கம்மா நடந்துக்கலையே'' என்றார்...

''ஆனாலும் நீங்க ஒரு தடவை பேசி பார்க்கலாமே'' என்றார் வசந்தி...

''எப்படி பேச சொல்ற? கல்யாணியை என்ன காரியம் பண்ண வச்சு இருக்காங்க? ஒரு அப்பாவா இத மன்னிக்க முடியுமா? சத்தியமா நான் அந்த இடத்துல இருந்தாலும் இப்படி தான் இருப்பேன்... எல்லாத்துக்கும் மேல அம்மாவால கல்யாணத்துல ஏதும் பிரச்சனை வந்திடுமோனு பயம் வேற

அவங்களுக்கு'' என்று சொல்ல, வசந்தியோ, ''கண்டிப்பா மனசுக்குள்ள கஷ்டப்படுவாங்கனு தோணுதுங்க'' என்றார்...

''ம்ம், கொஞ்சம் தன்னோட இடத்துல இருந்து இறங்கி வந்து தேன்மொழியோட பேசுனா கூட எல்லாரோட மனசும் மாறும்... இன்னுமே திமிரா தானே இருக்காங்க'' என்றார் குருமூர்த்தி...

''அது அவங்க இயல்பு... தவறை உணர சொல்லலாம்... ஆனா இயல்பை மாத்த சொல்ல முடியாதே'' என்று வசந்தி சொல்ல குருமூர்த்தியிடம் இருந்து ஒரு பெருமூச்சு மட்டுமே...

அடுத்த நாள் பெண் பார்க்கும் படலம்... வம்சி கிருஷ்ணாவும் கௌதம் கிருஷ்ணாவும் ரெக்கார்டிங் இருப்பதால் செல்லவில்லை...

தேன்மொழியும் யாதவ் கிருஷ்ணாவும் வசந்தி மற்றும் குருமூர்த்தியுடன் கல்யாணி வீட்டுக்கு புறப்பட்டு இருந்தார்கள்...

தேன்மொழியோ, ''பாட்டி வரலையா...?'' என்று சைகையில் வசந்தியிடம் கேட்க, 'அவங்க கூப்பிடலம்மா' என்று சொன்னவருக்கும் மனவருத்தம் தான்...

அவர்களை மீறி அழைத்துச் செல்லவும் முடியாது...

ஒரு வித பாரத்துடனேயே அங்கிருந்து புறப்பட்டார் வசந்தி...

தேன்மொழியோ வாசலுக்கு சென்று அங்கே அவர்களையே பார்த்துக் கொண்டு அமர்ந்து இருந்த வேதவல்லியை பார்த்தாள்.

முதல் இருந்த அந்த அழுத்தத்தை அந்த விழிகள் தொலைத்து இருந்தன... ஏக்கம் மட்டுமே... அவளுக்கு பார்க்கவே பாவமாக இருந்தது...

ஆனால் அழைத்துச் செல்ல முடியாத நிலையில் பெருமூச்சுடன் வெளியேறிச் சென்றாள்.

பெண் பார்க்கும் நிகழ்வும் கோலாகலமாக நடந்து திருமணத்துக்கு நாளும் குறிக்கப்பட்டது...

தேன்மொழியுடன் கல்யாணியை தவிர அனைவரும் இயல்பாக பேசினார்கள்...

கல்யாணிக்கு குற்ற உணர்வு... தேன்மொழியின் விழிகளை கூட பார்க்கவில்லை அவள்...

அன்றைய நாள் அப்படியே கடந்து விட, கல்யாணியின் திருமண நாளும் நெருங்கிக் கொண்டு இருந்தது...

திருமணத்துக்கு முதல் நாள் மனம் கேட்காமல், ‘‘அம்மா கிட்ட ஒரு வார்த்தை சொல்லிடலாமுங்க’’ என்று ரதிதேவி சொல்ல, கணேசனோ, ‘‘என்னவோ பண்ணு’’ என்று சொல்ல, அவரும் வேதவல்லியை தேடி வந்தார்...

வேதவல்லியோ அறைக்குள் அமர்ந்து இருந்தார்...

கண்ணில் இருந்து கண்ணீர் வழிந்தது...

எப்படி பட்ட நிராகரிப்பு இது...

அவர் இறுக்கமானவராக இருந்தாலும் பேரன் பேத்தி மேல் அலாதி அன்பு உடையவர் தான்...

கண்களை புடவை முந்தானையால் துடைத்துக் கொண்டே பெருமூச்சுடன் அமர்ந்து இருந்தவரின் கதவை திறந்துக் கொண்டே வந்தார் ரதிதேவி...

அவரை திரும்பி பார்த்தவர் எதுவும் பேசவில்லை... அவர் விழிகள் ஆயிரம் கதைகள் பேசின...

அவர் அருகே வந்து அமர்ந்த ரதிதேவியோ, ''கல்யாணிக்கு நாளைக்கு கல்யாணம்... நம்ம கல்யாண மண்டபத்துல தான்'' என்றார்...

''ரொம்ப நேரத்துக்கே சொல்லிட்டே'' என்றார் தழுதழுத்த குரலில்.... ரதிதேவியிடம் ஒரு பெருமூச்சு....

''நாளைக்கு வந்துடுங்க'' என்று சொல்ல, பதில் சொல்லாமல் அப்படியே அமர்ந்து இருந்தார் வேதவல்லி... ரதிதேவியும் கிளம்பி விட்டார்...

வேதவல்லியோ வாசலை வெறித்துக் கொண்டே கட்டிலில் சாய்ந்து அமர்ந்தார்...

இதே சமயம் வம்சி கிருஷ்ணாவின் அறைக் கதவை தட்டினார் வசந்தி...

அவன் தான் கதவை திறந்தான்...

''கல்யாணி வீட்டுக்கு போக போறேன்டா, தேன்மொழி வர்றாளானு கேளு'' என்றார்...

அவனோ அவளை திரும்பி பார்க்க, அவளும் சம்மதமாக தலையாட்டினாள்...

''வர்றாம்மா'' என்றான்...

''சரி நான் ஹால்ல வெய்ட் பண்ணுறேன்...'' என்று சொல்லிக் கொண்டே அவர் சென்று விட, தேன்மொழியும் உடையை மாற்றி விட்டு புறப்பட தயாரானாள்...

''சீக்கிரம் வந்திடு கண்ணம்மா, நேரத்துக்கே தூங்கணும்... அப்போ தான் நாளைக்கு

கல்யாணத்துக்கு போறதுக்கு நேரத்துக்கு எந்திரிக்க முடியும்'' என்று சொல்ல, அவளும் 'சரி' என்ற ரீதியில் மென் சிரிப்புடன் தலையாட்டி விட்டு புறப்பட்டு இருந்தாள்...

அங்கே கல்யாணிக்கு கையில் நகப்பூச்சை பூச ஆயத்தமாகிக் கொண்டு இருந்தாள் மிருதுளா...

''கல்யாணப் பொண்ணே, எப்படி இருக்க?'' என்று கேட்டுக் கொண்டு தான் வசந்தியும் தேன்மொழியும் உள்ளே நுழைய, கல்யாணி அவர்களை மென் சிரிப்புடன் ஏறிட்டுப் பார்த்தாள்.

வசந்திக்கு அருகே வந்த தேன்மொழியை பார்த்து அவளுக்கு முகம் சட்டென இறுகினாலும், ''வாங்க'' என்று கஷ்டப்பட்டு புன்னகைத்துக் கொண்டே அழைக்க, அங்கே இருந்த கட்டிலில் தேன்மொழியுடன் அமர்ந்த வசந்தியோ அங்கிருந்த புடவைகளையும் நகைகளையும் பார்த்துக் கொண்டு இருந்தார்...

இதே சமயம் கல்யாணியின் கையில் நக பூச்சை சீராக பூச முடியாமல் மிருதுளா திண்டாட, ''என்னடி பண்ணுற? இதுக்கு நான் மேக்கப் அக்கா கிட்டயே கொடுத்து போட்டு இருப்பேனே'' என்று கல்யாணி சற்று கடுப்பாகி விட, அதனை பார்த்துக் கொண்டிருந்த தேன்மொழியோ, மிருதுளாவின் தோளில் கையை எட்டி வைக்க, அவளும் திரும்பிப் பார்த்தாள்.

''நான் போட்டு விடுறேன்'' என்று சைகையில் சொன்னாள் தேன்மொழி...

மிருதுளாவோ, ''நீங்களே போட்டு விடுங்க அக்கா,

அப்புறம் இவ எனக்கு கண்ட மேனிக்கு திட்டுவா'' என்று சொல்லிக் கொண்டே நகப் பூச்சு குப்பியை தேன்மொழியிடம் நீட்டிக் கொண்டே, அவளுக்கு இடம் கொடுப்பதற்காக நகர்ந்து அமர்ந்தாள்.

தேன்மொழியும் கல்யாணிக்கு முன்னே வந்து அமர்ந்து விட்டாள்.

இப்போது திண்டாடி போனது என்னவோ கல்யாணி தான்...

தலையை குனிந்தபடியே நீண்ட நேரம் இருந்தாள்.

தேன்மொழி அவள் விரல்களுக்கு அழகாக நகப்பூச்சை பூசி விட, அதனை பார்த்துக் கொண்டே இருந்த கல்யாணியோ, ''சாரி தேன்மொழி'' என்றாள் மென்மையாக...

தேன்மொழியின் கைகள் ஒரு கணம் வேலையை நிறுத்தி மீண்டும் வேலையை தொடர, இதழ்கள் மெலிதாக விரிய, தலையை குனிந்தபடி 'பரவாயில்லை' என்கின்ற ரீதியில் தலையாட்டினாள்.

வசந்திக்கும் இந்த கணம் பிடித்து இருந்தது...

எழுந்து கல்யாணி அருகே வந்தவர், அமர்ந்து இருந்தவளது தலையை வருடிக் கொண்டே, ''அன்னைக்கு நானும் கொஞ்சம் கண்டிப்பா நடந்துக்கிட்டேன்... என் மேல கோபம் இல்லையே'' என்றார்.

அவளோ அவர் வயிற்றில் வாகாக சாய்ந்துக் கொண்டே, ''இல்ல அத்தை, அது என் தப்பு தானே... யோசிக்காமலே பண்ணிட்டேன்... பாட்டியோட சொல்லை கேட்டு முட்டாள் தனமா நடந்துக்கிட்டேன்... நம்மள காதலிக்காத ஒருத்தர

கல்யாணம் பண்ணுனா சந்தோஷமே கிடைக்காதுனு எனக்கு இப்போ புரியுது... ஷியாம் என்னை ரொம்ப நல்லா பார்த்துக்கிறார்... அவரோட அக்கறை எனக்கு ரொம்ப பிடிச்சு இருக்கு...'' என்று சொல்ல, வசந்தி சற்று குனிந்து அவள் நெற்றியில் முத்தம் பதித்தார்...

அதனை தொடர்ந்து தேன்மொழியுடன் இயல்பாக பேச ஆரம்பித்து விட்டாள் கல்யாணி...

''இப்போ எத்தன மாசம்?'' என்று கேட்டாள்...

ஆறு விரல்களை தூக்கி காட்டினாள் தேன்மொழி...

''ஈவினிங்ல நீங்க ரெண்டு பேரும் கார்டன்ல கையை கோர்த்துட்டு நடக்கிறத அடிக்கடி பார்ப்பேன். ரொம்ப அழகா இருக்கும்... வம்சி மாமா உன்னை கெயார் பண்ணுறத பார்க்கும் போது இப்போவும் லைட்டா பொறாமை வரும்... உங்கள தூரத்துல இருந்து ஃபோட்டோ எடுத்து ஷியாம் கிட்ட அனுப்பி இப்படி என்னை பார்த்துப்பீங்களானு கேட்டேன்... ஆமானு சொல்லி இருக்கார்'' என்று சிரித்து சிரித்தே பேசினாள்...

தேன்மொழிக்கோ, இவ்வளவு வெகுளியாக மனதில் பட்டதை எல்லாம் சிரித்துப் பேசும் பெண்ணா அன்று அப்படி நடந்துக் கொண்டது என்ற எண்ணம் தான் தோன்றியது...

சில சந்தர்ப்பங்களும் சூழ்நிலைகளும் ஒருத்தரின் இயல்பை எப்படி எல்லாம் மாற்றி விடுகின்றதே என்று யோசித்துக் கொண்டவளோ, கல்யாணியை ஏறிட்டுப் பார்த்து சிரித்துக் கொண்டாள்.

''பிரேக்னன்சி ஃபோட்டோ ஷூட் எடுத்து வச்சுக்கோங்க, எல்லாமே நினைவுகள் தானே''

என்று சொல்ல, வசந்தியோ, ‘‘நீ வேற கல்யாணி, அவ வளைகாப்பே வேணாம்னு சொல்லிட்டு இருக்கா... ரெண்டாவது குழந்தைக்கு எல்லாம் பார்த்துக்கலாம்னு சொல்றா... நானும் எத்தனையோ தடவை பேசி பார்த்துட்டேன்... வம்சி கிட்டயும் பேசி பார்த்துட்டேன்... அவ இஷ்டப்படி நடந்துக்கலாம்னு அவனும் பொண்டாட்டிக்கு தான் சப்போர்ட் பண்ணுறான்’’ என்று சலித்துக் கொண்டார்...

கல்யாணியோ, ‘‘ஏன் இப்படி?’’ என்று தேன்மொழியிடம் கேட்க, அவளோ கைகளை அசைத்து, ‘‘எனக்கு பெருசா இதுல எல்லாம் ஆர்வம் வரமாட்டேங்குது... ஏன்னு தெரியல... ரெண்டாவது குழந்தைக்கு எல்லாமே பண்ணிக்கலாம்னு தோணுது... கொஞ்சம் படபடப்பா இருக்கு’’ என்றாள்.

கல்யாணிக்கு அவள் கையசைத்து சொன்னது புரியவில்லை... வசந்தியை பார்த்தாள்... வசந்தியும் அவள் சொன்னதை சொல்ல, ‘‘எல்லாம் நல்ல படியா நடக்கும், உன்னை கட்டாயப்படுத்தவும் விருப்பம் இல்லை... ரெண்டாவது குழந்தைக்கு இதெல்லாம் பண்ணிக்கோ.... அப்புறம் மூத்த குழந்தை எனக்கு ஏன் பண்ணலனு சண்டை போட்டா நீங்க ரெண்டு பேரும் பார்த்துக்கோங்க’’ என்று சொல்ல, தேன்மொழியும் பற்கள் தெரிய சிரித்துக் கொண்டாள்.

இவர்கள் பேசுவதை தூரத்தில் இருந்து பார்த்த மிருதுளாவுக்கு ஒரு நிம்மதி பெருமூச்சு... கல்யாணி மிக மிக இயல்பாக தேன்மொழியுடன் பேசுவதை பார்க்க சந்தோஷமாக இருந்தது...

அதனை தொடர்ந்து வசந்தியும் தேன்மொழியும் வீட்டுக்கு புறப்பட்டு இருந்தார்கள்.

முன்னறையில் அமர்ந்து உள்ளே வருபவர்களை பார்த்துக் கொண்டே நேரத்தைப் பார்த்த வேதவல்லிக்கு இந்த நேரம் கர்ப்பமான பெண்ணை வெளியே அழைத்துச் சென்றதை நினைத்து மனதுக்குள் கடுப்பு, ஆனால் உரிமையாக திட்ட முடியாது…

'புள்ள தாச்சியை எந்த நேரத்தில வெளிய கூட்டி போறதுனு இவளுக்கு விவஸ்தை இல்லை…' என்று வசந்திக்கு மனதுக்குள் திட்டிக் கொண்டே எழுந்தவர் அறைக்குள் நுழைந்தார்… அவர்களுக்காக தான் தூங்காமல் காத்துக் கொண்டே அமர்ந்து இருந்தார்…

ஆரம்பத்தில் அவருக்கு பெரிதாக தேன்மொழி மீது இஷ்டம் இல்லை என்றாலும் இப்போது அவரை மீறி அவள் மீது அக்கறை தோன்ற ஆரம்பித்தது…

வயதானவர்களுக்கு எப்போதுமே கர்ப்பமான பெண்கள் மீது அதீத அக்கறை இயல்பாக வந்து விடும் அல்லவா? அதுவும் தனது வம்ச வாரிசை அவள் சுமந்துக் கொண்டு இருக்கும் போது இந்த அக்கறை வரவில்லை என்றால் தான் அதிசயம்…

இது நாள் வரை கல்யாணிக்காக அவர்களை பிரிக்க நினைத்தவர் வேதவல்லி… இப்போது கல்யாணியே வேறு திருமணத்துக்கு தயாராகி விட்ட பின்னர் அவர்களை பிரிக்கும் எண்ணம் எல்லாம் அவருக்கு வர வேண்டிய அவசியம் இல்லையே… அனைத்துக்கும் மேல் இந்த தனிமையும் நிராகரிப்பும் ஒதுக்கமும் அவருக்குள் பல மாற்றங்களை கொண்டு வந்து இருந்தன…

அறைக்குள் நுழைந்தவருக்கு மனதுக்குள் அழுத்தம்…

அவர் தூக்கி வளர்த்த பெண் கல்யாணி...

அவள் மேல் ஏனோ அவருக்கு அளவு கடந்த பாசம்...

ஆனால் அவள் திருமணத்துக்கு வேண்டா வெறுப்பாக ஒரு அழைப்பு...

போவதா இல்லையா என்ற யோசனையுடனேயே தூங்கிப் போனார்...

இதே சமயம் அறைக்குள் வந்த தேன்மொழியோ அங்கே கட்டிலில் சாய்ந்து அமர்ந்து அலைபேசியை பார்த்துக் கொண்டு இருந்த வம்சி கிருஷ்ணா அருகே வந்து அமர்ந்து அவன் தோள் சாய, அவளை பக்கவாட்டாக திரும்பிப் பார்த்தவன், ''டயர்ட் ஆஹ் இருக்கா கண்ணம்மா?'' என்றான்...

ஆம் என்றாள் தலையை அசைத்து...

சட்டென அலைபேசியை தள்ளி வைத்து விட்டு, ''என்ன பண்ணுது?'' என்று கேட்டான்...

''இடுப்பு வலிக்குது'' என்று சைகையில் சொன்னாள்...

''ஒரு பக்கம் திரும்பி படு, மசாஜ் பண்ணி விடுறேன்'' என்றான்... நேரத்தைப் பார்த்தாள்...

''வலியோட படுத்தா தூக்கம் வராது கண்ணம்மா'' என்று சொல்ல, அவளும் வயிற்றில் தலையணையை வைத்துக் கொண்டே ஒரு பக்கம் திரும்பி படுத்தாள்..

அவன் அவளுக்காக இதனை நிபுணர் ஒருவரிடம் கற்றுக் கொண்டது தான் இது... அடிக்கடி அவளுக்கு மசாஜ் செய்து விடுவான்...

அவன் அக்கறையில் அவள் சிலிர்த்து சிலிர்த்தே இப்போதெல்லாம் சலித்து விட்டாள்.

மென் புன்னகையுடன் படுத்து இருக்க, அவனும் அவளுக்கு இதமாக முதுகில் அழுத்தத்தைக் கொடுத்தான்... அவளும் சுகமாக கண்களை மூடிக் கொண்டாள்.

அதனை தொடர்ந்து, அவள் கால்கள் அருகே வந்து அமர்ந்தவன், அவள் காலை எடுத்து மடியில் வைக்க, சட்டென கண்களை விரித்தவள், ''வேண்டாம்'' என்கின்ற தோரணையுடன் எழ முயன்றாள்...

''ஹேய் நீ தூங்கும்மா, நான் பார்த்துக்கிறேன்'' என்றான்...

அவளுக்கு கண்கள் கலங்கி விட்டன...

எழுவதற்கு உதவி செய்யும் படி கைகளை நீட்ட, அவனும் அவள் கையை பற்றி எழுந்து அமர வைத்தான்...

தனது காலில் இருக்கும் ஒவ்வொரு விரலிலும் நெட்டி முறித்து, மசாஜ் செய்பவனை இமைக்காமல் பார்த்தாள்.

இப்படி ஒரு அக்கறையான கணவன் அனைவர்க்கும் அமைந்து விடுமா என்ன? என்று அவளுக்கு தோன்றியது...

இந்த உலகத்தில் நான் தான் இந்த கணத்தில் அதிஷ்டசாலி என்ற எண்ணம் அவளுக்கு வந்தது...

குரல் போன நேரம் 'இந்த உலகத்திலேயே துரதிஷ்டசாலி நான் தான்' என்று நினைத்து இருக்கின்றாள்.

கடவுள் குரலை எடுத்து விட்டு, அதற்கும் அதிக மதிப்புள்ள காதலை அவளுக்கு கொடுத்து இருக்கின்றார்...

இனி என்ன வேண்டும் அவளுக்கு...

அவன் கையை பற்றினாள்...

அவன் திரும்பிப் பார்த்து, ''இன்னும் கொஞ்ச நேரம் பண்ணி விடுறேன்'' என்றான்...

கண்களால் அருகே அழைத்தாள்... அவனும் வந்தான்...

அவன் முகத்தை இரு கைகளாலும் தாங்கி நெற்றியில் முத்தம் பதித்தவள், ஒற்றைக்கையின் நடு விரலையும் மோதிர விரலையும் மடித்து, ''ஐ லவ் யூ'' என்று அவனுக்கு சைகை மொழியில் காதலை சொன்னாள்.

மென் புன்னகை அவனிடம்...

அவனும் சைகை மொழியிலேயே அவளுக்கு பதிலை சொல்லி விட்டு, ''தூங்கு கண்ணம்மா, நேரம் ஆயிட்டே இருக்கு...'' என்றான்...

அவளோ நெகிழ்வாக தலையை ஆட்டி விட்டு கட்டிலில் சரிந்து படுத்தவளுக்கு அவன் காலில் கொடுத்த அழுத்தம் சுகமாக இருக்க அப்படியே தூங்கிப் போனாள்...

எப்போது தூங்கினாள் என்று தெரியவில்லை... சற்று நேரத்தில் அவளை அணைத்துக் கொண்டே அவளது வம்சி கிருஷ்ணாவும் படுத்து இருக்க, அவன் கரமோ அவளது மேடிட்ட வயிற்றை ஆசையுடன் வருடிக் கொடுத்தது...

வம்சி கிருஷ்ணாவுக்கோ கோடிக் கணக்கான ரசிகர்கள்... ஆனால் என்னவோ அவன் கண்ணம்மாவின் ரசிகன் தான்...

அவன் இசைக்கு எத்தனையோ பேர் அடிமையாக இருந்தாலும், அவன் அடிமையாக இருப்பது என்னவோ அவன் தென்றலின் மௌனத்துக்கு தான்...

அடடா இந்த காதல் தான் எவ்வளவு விசித்திரமானது...

அத்தியாயம் 30

அடுத்த நாள் காலையில் கல்யாணியின் திருமணத்துக்காக அனைவரும் ஆயத்தமாகிக் கொண்டு இருந்தார்கள்...

கண்ணாடி முன்னே நின்றபடி அவ்விடம் வைக்கப்பட்டு இருந்த நகைகளை விழி விரித்துப் பார்த்தாள் தேன்மொழி...

அவளுக்கு இது எல்லாம் அணிந்து கொஞ்சமும் பழக்கம் இல்லை...

வம்சி கிருஷ்ணா விடுவதாக இல்லை...

எல்லாமே வாங்கிக் கொடுத்து இருந்தான்...

மறுத்தாலும் அவன் மனம் கஷ்டப்படும் என்று அவளுக்கு தெரியும்...

அவன் வாங்கிக் கொடுத்த மெரூன் நிற பட்டுப் புடவையை உடுத்தியவளோ பெருமூச்சு ஒன்றை விட்டுக் கொண்டாள்.

இதே சமயம் அவளுக்கு சற்று பின்னால் வந்து நின்றான் வம்சி கிருஷ்ணா...

அவளது பட்டுப் புடவைக்கு பொருத்தமாக மெரூன் நிற ஷேர்ட் அணிந்து வேஷ்டியும் அணிந்து இருந்தான்...

கண்ணாடியூடே அவனை ரசித்துப் பார்த்தவள், கைகளால், ''சூப்பர்'' என்று சைகை செய்ய, அவனோ, ''நீ மட்டும் என்னவாம்?'' என்று கேட்டுக் கொண்டே, நகைகள் நடுவே இருந்த நெக்லஸை எடுத்தவன், அவளை கண்ணாடியில் பார்த்துக் கொண்டே, அவள் கழுத்தில் அணிந்து விட்டான்...

அவளோ மென்மையாக புன்னகைத்துக் கொண்டே, ஜிமிக்கியை எடுத்து காதில் அணிய, அவள் இடை பற்றி பின்னால் நின்றபடியே அவள் கன்னத்துடன் தனது கன்னம் வைத்து உரசிக் கொண்டே கண்ணாடியில் தெரிந்த இருவரின் விம்பங்களையும் பார்த்த வம்சி கிருஷ்ணாவோ, ''செம்ம அழகா இருக்க கண்ணம்மா'' என்றான்...

அவளோ வெட்கத்துடன் கண்களை மூடி திறந்துக் கொண்டாள்.

சற்று நேரத்தில் இருவரும் ஆயத்தமாகி முன்னறைக்கும் வந்து விட்டார்கள்...

அதே சமயம் கௌதம் கிருஷ்ணா, யாதவ் கிருஷ்ணா, வசந்தி மற்றும் குருமூர்த்தி என அனைவரும் வந்து சேர்ந்த பின்னரும் வேதவல்லி இன்னும் வரவில்லை...

கல்யாணத்துக்குச் செல்லும் பொருட்டு புடவையை அணிந்து இருந்தாலும் யோசனையுடன் கண்ணாடியை வெறித்தபடி அமர்ந்து இருந்தார்...

போக வேண்டும் என்று பாசம் இழுத்தாலும்,

வேண்டா வேறுப்பாக கொடுத்த அழைப்புக்குச் செல்ல வேண்டுமா? என்கின்ற எண்ணமும் இருந்தது…

குருமூர்த்தியோ, ''நேற்று ரதிதேவி வந்து அம்மா கிட்ட சொன்னா தானே'' என்று கேட்க, வசந்தியோ, ''ம்ம் சொன்னா'' என்று சொன்னார்…

குருமூர்த்தி பெருமூச்சுடன் அவர் அறைக் கதவை நோக்கிச் சென்றவர், அதனை தட்ட முதலே கதவை திறந்துக் கொண்டே வெளியே வந்தார் வேதவல்லி.

''கிளம்பலாம்'' என்று சொன்ன குருமூர்த்தியோ அனைவரையும் அழைத்துக் கொண்டே திருமண மண்டபத்துக்கு நேரத்துக்கே புறப்பட்டு விட்டார்…

அங்கே பெண் வீட்டினரின் சார்பில் அனைவரும் வந்தவர்களை வரவேற்று உபசரிக்க, ஒரு ஓரமாக அமர்ந்து இருந்தார் வேதவல்லி…

அவர் முகத்தில் வலியின் ரேகைகள்…

தான் முன்னின்று நடத்தி வைக்க வேண்டும் என்று ஆசைப்பட்ட கல்யாணியின் திருமணம்…

இன்னும் அவருக்கு மாப்பிள்ளை யார்? என்ன வேலை செய்கின்றான்? என்று கூட தெரியாது…

யாரோ ஒரு மூன்றாவது மனிதன் போல அமர்ந்து இருக்கின்றார்…

அவரை விசாரிக்க கூட யாரும் இல்லை…

முதல் எல்லாம் தானே சென்று அனைவரிடமும் பேசுவார்…

இப்போது அதற்கும் அவருக்கு தெம்பில்லை…

மனதில் வலி இருக்கும் போது எப்படி உடலில் தெம்பு வரும்?

பெருமூச்சுடன் அமர்ந்து இருந்தவரை நோக்கி சோடா நீட்டப்பட்டது...

நீட்டி இருந்தது வேறு யாரும் அல்ல, யாதவ் கிருஷ்ணா தான்...

அவரோ அவனை விழி விரித்துப் பார்த்தார்...

சொந்த வீட்டிலேயே எந்த உறவை அவர் மதிக்காமல் உடலின் குறையை வைத்து உதாசீனப்படுத்தினாரோ, அந்த உறவு தான் இன்று அவர் அருகே யாரும் இல்லாத நேரத்தில் கூட இருக்கின்றது...

தன்னை மீறி கண்ணீர்...

புடவை முந்தானையால் கண்களை துடைத்துக் கொண்டே, அவன் நீட்டிய சோடாவை வாங்கிக் கொண்டார்...

யாதவ் கிருஷ்ணாவோ மென் புன்னகையுடன் நகரப் போக, சட்டென்று அவன் கையை பிடித்தவர் அருகே இருந்த இருக்கையை கண்களால் காட்ட, அவனோ அவரை விசித்திரமாக பார்த்துக் கொண்டே அமர்ந்தான்...

அவனுக்கு வீட்டில் நடந்த எந்த விஷயங்களும் தெரியாது...

வழக்கமாக இருக்கும் வேதவல்லி இல்லை இப்போது இருப்பது என்று மட்டும் அவனுக்கு தெரியும்...

அவர் முகத்தில் சோர்வையும் சோகத்தையும் கண்டவனுக்கு மனம் கேட்கவில்லை...

சோடாவை எடுத்துக் கொண்டே நீட்டி விட்டான்...

அவருக்கோ முதல் அங்கீகாரம் அவனிடம் இருந்து கிடைத்த போல உணர்வு...

குறைகள் என்பவை உடலில் இல்லை, மனதில் தான் இருக்கின்றது என்று அவர் உணர ஆரம்பித்த தருணம்...

அவர் தூக்கி கொண்டாடிய யாரும் அவர் அருகே இல்லை...

ஆனால் அவர் வெறுத்து ஒதுக்கியவன் அவர் அருகே இருக்கின்றான்...

தன்னை நினைத்தே வெட்கிப் போனவர், ‘‘நீ சோடா குடிச்சியா?’’ என்று கேட்டார்...

அவனோ அவர் இதழ் அசைவை வைத்து அவர் பேசுவதை யூகித்தவன், ‘‘ஆம்’’ என்கின்ற ரீதியில் தலையாட்ட, அவரோ ஒற்றைக் கையால், அவன் கரத்தை பெருமூச்சுடன் வருடியவருக்கு, இன்னும் கண்ணீர் நிற்கவில்லை...

மீண்டும் மீண்டும் புடவை முந்தானையால் கண்ணீரை துடைத்துக் கொண்டார்...

அவனோ அவர் அழுவதை விசித்திரமாக பார்த்தான்...

அடுத்தவர்களை அழ வைத்து தானே அவருக்கு பழக்கம்...

அவர் அழுவது அவனுக்கு விசித்திரமாக தானே இருக்கும்...

கையில் இருந்த சோடாவை கீழே வைத்தவர், அருகே இருந்தவன் நெற்றியில் முத்தம் பதித்தார்...

அவனுக்கு எதுவும் புரியவில்லை என்றாலும் அவர் அன்பை அவன் மறுக்கவில்லை... அப்படியே இருந்தான்... அதனை தொடர்ந்து அவன் தலையை வருடிக் கொண்டே, ''நீ போய் வேலையை பாருப்பா'' என்றார்...

அவனும் சம்மதமாக தலையாட்டிக் கொண்டே எழுந்தான்...

மும்முரமாக வேலைகளில் ஈடுபட்டுக் கொண்டு இருந்த யாரின் கண்ணிலும் இந்த காட்சி படவில்லை...

கொஞ்ச நேரம் அப்படியே அமர்ந்து இருந்த வேதவல்லிக்கு கல்யாணியை பார்க்க வேண்டும் போல இருந்தது...

அங்கே வேலை செய்து திரிந்த பெண்ணை அழைத்தவர், ''கல்யாண பொண்ணோட அறை எங்க?'' என்று கேட்க, அந்த பெண்ணும் வழியை காட்ட, அந்த அறையை நோக்கிச் சென்றார்...

வாசலில் நின்று கதவை தட்டினார்...

''உள்ளே வாங்க'' என்று கல்யாணியின் குரல் கேட்டது...

கதவை திறந்துக் கொண்டே உள்ளேச் செல்ல, அங்கே இரு அலங்காரம் செய்யும் பெண்கள் கல்யாணியுடன் நின்று இருந்தார்கள்...

அவரைக் கண்டதுமே, கல்யாணியின் விழிகள் விரிய, அருகே நின்ற பெண்களிடம், ''கொஞ்ச நேரத்துல கூப்பிடுறேன்'' என்று சொல்ல, அவர்களும் வெளியேறி விட்டார்கள்.

அவரோ கல்யாணி அருகே கலங்கிய கண்களுடன் வந்தவர், ''என் கிட்ட ஒரு வார்த்தை ஏன் கல்யாணி சொல்லாம விட்ட?'' என்று நேரடியாகவே கேட்டு விட்டார்...

அவளோ பெருமூச்சுடன் எழுந்தவள், ''எப்படி பாட்டி சொல்ல சொல்றீங்க? நீங்க பண்ணுன வேலை சரியான வேலையா? என்னை எப்படி எல்லாம் உசுப்பேத்தி கீழ் தரமான வேலை பார்க்க வச்சீங்க... சின்ன வயசில இருந்து தேவை இல்லாத ஆசையை எனக்கு எதுக்கு வளர்த்தீங்க? இதெல்லாம் மறந்துட்டு உங்க கிட்ட வந்து நான் நல்ல விஷயம் சொல்லணுமா? பயமா இருக்கு பாட்டி... வம்சி மாமாவையும் தேன்மொழியையும் பிரிக்க நினைச்ச போல என்னையும் ஷியாமையும் பிரிக்க மாட்டிங்கனு என்ன நிச்சயம்?'' என்று கேட்டு விட்டாள்.

சுருக்கென்று தைத்தது அவருக்கு...

அவளை அடிபட்ட பார்வை பார்த்தவர், ''அப்படி பண்ணுவேன்னு நினைக்கிறியா?'' என்று கேட்டார்...

''பண்ண மாட்டிங்கனு என்ன நிச்சயம்? பிரிக்கிறது ஒண்ணும் உங்களுக்கு புதுசு இல்லையே'' என்றாள் மீண்டும்... அவரிடம் பதில் இல்லை...

''எல்லாம் உனக்காக தானே பண்ணினேன்'' என்று அவர் ஆரம்பிக்க, ''தப்பு பாட்டி, ஒருத்தங்க மனசுல என்ன இருக்குனு தெரியாம அவங்களை பிடிக்காதவங்களுக்கு கல்யாணம் பண்ணி கொடுக்க நினைக்கிறது தப்பு... இந்த வேலையை என்னோட நிறுத்திக்கோங்க, மிருதுளா மற்றும் கௌதம் மாமா விஷயத்துல இத பண்ணிடாதீங்க...

அவங்களுக்கு யாரை பிடிச்சு இருக்கோ, கல்யாணம் பண்ணிக்கட்டும்... எல்லாத்துக்கும் மேல கல்யாணம் பண்ணுனவங்கள பிரிக்கிறது எவ்ளோ பெரிய பாவம் தெரியுமா... அந்த பாவத்தை என்னையும் சேர்த்து பண்ண வச்சுட்டீங்களே... வம்சி மாமா வேணும்னு லூசு தனமா நான் உளறுன நேரம், ரெண்டு அறை போட்டு அது தப்புனு சொல்லி இருக்கணும் நீங்க...

அத விட்டுட்டு நீங்க பண்ணுனது எவ்ளோ அசிங்கமான வேலை தெரியுமா?'' என்று சொன்னவளோ ஆழ்ந்த மூச்சை எடுத்துக் கொண்டே, ''இதுக்கு மேல உங்க கிட்ட பேசுனா நான் உங்கள கஷ்டப்படுத்திடுவேன்... நீங்க கிளம்புங்க'' என்று சொல்லிக் கொண்டே, வெளியே நின்ற அலங்காரம் செய்யும் பெண்களை அழைக்க, வேதவல்லியோ தளர்ந்த நடையுடன் தான் அங்கிருந்து வெளியேறி இருந்தார்...

கல்யாண மண்டபத்தில் மீண்டும் சோர்வாக வந்து அமர்ந்துக் கொண்டார்...

சற்று நேரத்தில் திருமண சம்பிரதாயங்களும் ஆரம்பித்து விட்டன... கல்யாணி வந்து ஷியாம் அருகே அமர்ந்தும் விட்டாள்.

ஆசீர்வாதம் வாங்க தாலி கொண்டு வரப்பட்டது...

அதனை தொட்டு வணங்கிய வேதவல்லிக்கு அங்கே இருக்கவே முடியவில்லை...

மனம் எல்லாம் அழுத்தம்...

தான் செய்தது தவறு என்று புரிந்து விட்டது...

ஆனாலும் அவரை ஒதுக்கி வைத்து விட்டார்களே...

மீண்டும் உறவுகளின் அன்பை எப்படி பெற்றுக்

கொள்வது என்று அவருக்கு தெரியவே இல்லை... கண்ணாடி பாத்திரத்தை நொறுக்கி விட்டு ஒட்ட முடியாமல் திண்டாடுபவனின் நிலை தான் அவருக்கு....

அப்படியே அமர்ந்து இருந்தார்...

சற்று நேரத்தில் ஷியாமும் மங்கள நாணை கல்யாணியின் கழுத்தில் அணிவித்து விட்டான்...

எழுந்து நின்று அர்ச்சதை தூவிய வேதவல்லியோ அதற்கு மேல் அங்கே நிற்காமல் தளர்ந்த நடையுடன் வெளியேறி இருந்தார்... மணமக்களுக்கு ஆசீர்வாதம் செய்ய தனக்கு தகுதியே இல்லை என்று அவர் உணர்ந்தார்...

வெளியே நின்ற டிரைவரிடம் சென்றவர், ''வீட்டுக்கு போகலாம்பா'' என்று சொல்லிக் கொண்டே காரில் ஏற, ''உடம்பு சரி இல்லையாம்மா? ஐயா கிட்ட சொல்லட்டுமா?'' என்று கேட்டான் சாரதி...

''மனசு தான் சரி இல்லை...'' என்றபடி காரில் ஏற, அவனும் அவரை அழைத்துக் கொண்டே வீட்டுக்கு புறப்பட்டு விட்டான்... வீட்டுக்கு வந்ததுமே அவன் குருமூர்த்திக்கு அழைத்து விடயத்தை சொல்ல, அவரோ, ''ஓகே'' என்றபடி அலைபேசியை வைத்தவரோ, அருகே நின்ற ரதிதேவியிடம், ''அம்மா வீட்டுக்கு போய்ட்டாங்க'' என்று சொல்ல, ரதிதேவியிடம் ஒரு பெருமூச்சு மட்டுமே...

அன்றில் இருந்து வேதவல்லி இன்னுமே தளர்ந்து போனார்...

அவர் வாய்க்கு பயந்து அவரிடம் வந்தும் யாரும்

பேசுவது இல்லை, அவரும் தன்னுடைய திமிரை விட்டு பேச முனைவது இல்லை... அவரிடம் பேசி இருந்தாலோ அவர் பேசி இருந்தாலோ அவர் மாற்றம் தெரிந்து இருக்கும்... அவர் மாற்றம் யாருக்கும் தெரியாமலே நாட்களும் நகர ஆரம்பித்து விட்டன...

மொத்தமாக தனித்துப் போனார்...

குடும்பத்தில் இருப்பவர்கள் ஒதுக்குவதை தாண்டி, அவரே தன்னை தானே ஒதுக்கிக் கொண்டார்...

ஷியாம் மற்றும் கல்யாணியின் திருமணத்தின் பின்னர் மொத்தமாக மௌனித்து விட்ட வேதவல்லியை அவதானித்தார் வசந்தி...

''அத்தை இப்போ எல்லாம் எதுவுமே பேசுறது இல்லைங்க'' என்று குருமூர்த்தியிடம் சொல்ல, அவரோ, ''திருந்திட்டாங்க போல'' என்று சொல்லிக் கொண்டே கடந்து விட்டார்...

இப்படியே அடுத்த அடுத்த மாதங்கள் நகர்ந்து இருக்கும்...

தேன்மொழிக்கு நிறை மாதமும் வந்து விட்டது...

இன்னும் இரு வாரங்களில் பிரசவ வலி உண்டாக வாய்ப்பு இருக்கின்றது என்று வைத்தியர் சொல்லி தேதியும் குறித்து இருந்தார்...

வைத்தியரை பார்த்து விட்டு வீட்டுக்கு வந்த வம்சி கிருஷ்ணாவுக்கோ இருப்பு கொள்ளவே இல்லை...

பதட்டம்...

''வலி வந்தா உடனே சொல்லிடு கண்ணம்மா'' என்று மீண்டும் மீண்டும் சொன்னான்...

அவள் தலையாட்டி சலித்தே போய்விட்டாள்...

''கைல இருக்கிற வாட்சை கழட்டாதம்மா'' என்றான்...

அவளோ கையால் அவன் வாயை மூடியவள், ''முடியல'' என்று சைகையில் சொல்ல, ''பயமா இருக்குடி... நாளைக்கு அவார்ட் ஃபங்க்ஷனுக்கு நான் போகாம நிற்கவா?'' என்று கேட்டான்.

ஆம் அடுத்த நாள் அவனுக்கு சிறந்த பாடகருக்கான விருது வழங்கும் நிகழ்வு ஏற்பாடு செய்யப்பட்டு இருந்தது...

போகவே அவனுக்கு இஷ்டம் இல்லை...

ஆனால் அவன் இத்தனை வருடங்கள் எதிர்பார்த்த விருதுகளில் ஒன்று அது...

முதல் முறை கிடைக்கின்றது...

தேன்மொழி தான் விடவில்லை...

''பிரசவத்துக்கு இன்னும் ரெண்டு வாரங்கள் இருக்கு, கண்டிப்பா போகணும்'' என்று கட்டளை போட்டு விட்டாள்.

அவர்கள் வீட்டில் இருந்து இரண்டு மணி நேரம் பயணம் செய்து தான் விருது வழங்கும் இடத்துக்குச் செல்ல வேண்டும்...

அருகே என்றால் தேன்மொழியையும் கைக்குள் வைத்து அழைத்துச் சென்று இருப்பான்...

இந்த நேரத்தில் தூர பயணத்துக்கு தேன்மொழியை அழைத்துச் செல்லவும் அவனுக்கு இஷ்டம் இல்லை... இடையில் வலி வந்து விட்டால் என்ன செய்வது என்று தடுமாற்றம் வேறு...

நின்று விடலாமா என்று யோசித்தான்... கௌதம் வீட்டில் இருந்தால் கூட பரவாயில்லை... அவனும் வம்சி கிருஷ்ணாவுடன் விருது வழங்கும் நிகழ்வுக்கு வருகின்றான்...

வம்சி கிருஷ்ணாவுக்கு அதனால் தான் இந்த யோசனை...

தேன்மொழி விட்டால் தானே...

போகாமல் நிற்க அனுமதி கேட்டவனை முறைத்தவள், ''அப்புறம் நான் உங்க முகத்தை கூட பார்க்க மாட்டேன்'' என்றாள் சைகையில்... அவனோ பெருமூச்சுடன், ''சரி போய்ட்டு வரேன்... பத்திரமா இருந்துக்கோ'' என்று சொல்லிக் கொண்டான்...

அடுத்த நாள் காலையில் கோட் ஷூட்டில் நின்றவனுக்கு முன்னே நின்ற தேன்மொழியோ அவனுக்கு டையை கட்டி விட்டாள். அவனோ அவள் இடையில் கையை வைத்து இருந்தவன், ''வாட்ச் எங்க?'' என்று கேட்க, அவளோ, மேசையை காட்டியவள், ''கட்டுவேன்'' என்றாள் சைகையில்.

''மறந்துடாதே கண்ணம்மா, எதுனாலும் அலார்ம்மை அழுத்திடு... அம்மாவும் அப்பாவும் வீட்ல தான் இருக்காங்க... உடனே வந்திடுவாங்க... புரியுதா?'' என்றான்...

அவளோ சலிப்புடன், ''சரி'' என்கின்ற ரீதியில் தலையாட்ட, அவனோ, ''எனக்கு ஏனோ மனசு ஒரு மாதிரி இருக்கு, நான் நின்னுடவா?'' என்றான் மீண்டும்...

அவளுக்கு கடுப்பாகி விட்டது...

அவன் டையை பிடித்து தன்னை நோக்கி

இழுத்தவள், அவன் இதழில் இதழ் பதித்து விலகிக் கொண்டே, ''இது நீங்க ரொம்ப நாளா ஆசைப்பட்ட விருது... வாங்கிட்டு தான் வரணும்... ஒரு நாள் மட்டும் தானே... நாளைல இருந்து என் கூட தானே இருக்க போறீங்க... இன்னும் பிரசவத்துக்கு ரெண்டு வாரம் இருக்கு... புரியுதா?'' என்றாள் சைகையில்...

அவனுக்கு ஒரு வித தடுமாற்றம்...

ஆனால் அவளை மீறவும் விருப்பவில்லை...

ஆழ்ந்த மூச்செடுத்தபடி, குனிந்து அவள் மேடிட்ட வயிற்றின் அருகே இதழ்களை கொண்டு வந்தவன், ''அம்மாவை தொல்லை பண்ணாத கண்ணா'' என்று சொல்லி அவள் வயிற்றில் முத்தம் பதிக்க, அவன் தலையை மெதுவாக வருடினாள் தேன்மொழி...

அதனை தொடர்ந்து பெருமூச்சுடன் தனது மொத்த உயரத்துக்கு எழுந்து நின்றவன், ''பத்திரமா இருந்துக்கோ'' என்று இத்துடன் பத்தாவது தடவை சொல்லி விட்டான்...

அவளை மட்டும் அல்ல, வீட்டில் இருந்த குருமூர்த்தியையும் வசந்தியையும் கூட இதையே சொல்லி ஒரு வழி பண்ணி விட்டான்...

வேதவல்லியோ அவன் திரும்ப திரும்ப சொல்வதை விசித்திரமாக பார்த்துக் கொண்டே ஓரமாக அமர்ந்து இருந்தார்...

சற்று நேரத்தில் கௌதம் கிருஷ்ணாவும் கீழிறங்கி வந்து விட, 'பத்திரமா இருந்துக்கோம்மா' என்று தேன்மொழியின் கன்னத்தில் தட்டி சொல்ல, கௌதம் கிருஷ்ணாவோ, ''டேய் போதும்டா, என்னாலேயே

முடியல... சீக்கிரம் வா... நீ காதல் மன்னன்னு நொடிக்கு ஒரு தடவை ப்ரூஃப் பண்ணுற'' என்று சொல்ல, வம்சி கிருஷ்ணாவும் சிரித்தபடி கிளம்பி விட்டான்...

வசந்தியோ, ''ஏதும்னா சொல்லும்மா'' என்று சொல்ல, தேன்மொழியும் சம்மதமாக தலையை அசைத்து விட்டு அறைக்குள் நுழைந்தவள், அங்கே மேசையில் இருந்த வாட்சை எடுத்து கையில் கட்டப் போனாள்...

அவள் கட்டுவதற்காக இழுத்த வேகத்தில் வாட்ச்சின் பட்டி சட்டென்று அறுந்து விட்டது...

'அச்சோ, இது என்ன இப்படி ஆயிடுச்சு... அவர் கிட்ட சொன்னா பட்டியை மாத்திட்டு தான் அடுத்த வேலை பார்ப்பார்... வந்ததும் சொல்லிக்கலாம்... இங்கயே வச்சுக்கலாம்... நாம தான் எங்கேயும் போக போறது இல்லையே' என்று நினைத்துக் கொண்டே, கட்டிலில் அமர்ந்தாள்...

''வாட்ச் கட்டியாச்சா கண்ணம்மா? சாப்பிட்டியாம்மா? தண்ணி குடிச்சியாம்மா?'' என்று வம்சி கிருஷ்ணாவிடம் இருந்து குறுஞ்செய்திகள் வந்து கொண்டே இருக்க, அவளோ, அனைத்துக்கும், ''ஆமா'' என்று பதில் அனுப்பி இருந்தாள்.

அவன் பயணம் செய்த இரு மணி நேரங்களும் அவளுக்கு தான் குறுஞ்செய்தி அனுப்பிக் கொண்டே இருந்தான்...

அவர்களின் விருது வழங்கும் விழா நடக்கும் மண்டபமும் வந்து சேர்ந்து விட்டது...

பிரபலங்களுக்கு சிவப்பு கம்பள வரவேற்பு...

அவனோ, ''வந்துட்டோம்... அப்புறம் மெசேஜ் பண்ணுறேன்'' என்று அவளுக்கு செய்தி அனுப்பி விட்டு, காரில் இருந்து இறங்கிக் கொண்டே கௌதம் கிருஷ்ணாவுடன் உள்ளே நுழைந்தான்...

அவன் உள்ளே நுழைந்ததுமே அரங்கில் இருந்த அவன் ரசிகர்களோ, ''வம்சி'' என்று சத்தமாக கத்தி, விசிலடித்து, கூச்சல் போட, அவர்களை நோக்கி சிரித்தபடி கையை அசைத்துக் காட்டி விட்டு தனக்கான இருக்கையில் வந்து அமர்ந்து விட்டான்...

அமர்ந்தவனிடம் தொடர்ச்சியாக பிரபலங்கள் வந்து பேச ஆரம்பித்து விட்டார்கள்...

இதே சமயம் அறைக்குள் இருந்து வெளியேச் சென்று சற்று நேரம் முன்னறையில் தொலைக்காட்சியின் முன்னே அமர்ந்து இருந்தாள் தேன்மொழி...

''ஏதும் வேணுமாம்மா?'' என்று பாக்கியா வந்து கேட்க, அவளோ இல்லை என்று தலையாட்டியவள், அதில் போய்க்கொண்டு இருந்த பாடல் நிகழ்ச்சியை ஆர்வத்துடன் பார்த்துக் கொண்டே இருந்தாள்.

அவள் ஆர்வத்துக்கு காரணம் இசை மட்டும் அல்ல, அதில் நடுவராக இருந்தது என்னவோ வம்சி கிருஷ்ணா தான்...

அவளுக்கு சற்று தள்ளி இருந்த இருக்கையில் தான் வேதவல்லி அமர்ந்து இருந்தார்...

அவள் வம்சி கிருஷ்ணாவை கன்னத்தில் கையை வைத்து ரசனையாக பார்ப்பதை, அழுந்த பார்த்து விட்டு தொலைக்காட்சியை அவரும் பார்க்க தொடங்கினார்...

சற்று நேரத்தில், தேன்மொழிக்கு கழிப்பறைக்குச் செல்ல வேண்டிய தேவை... கர்ப்பமாக இருந்தால் இந்த உடல் உபாதைகள் சகஜம் தானே...

அவள் எழுந்து அறைக்குள் செல்வதையும் வேதவல்லி அழுத்தமாக பார்த்தார்...

'இப்படி ரசிச்சு பார்த்துட்டு இருந்தவ, இடைல எந்திரிச்சு போறாளே... பாத்ரூமுக்குள்ள போறா போல' என்று சரியாகவும் யூகித்துக் கொண்டார்...

தேன்மொழியோ கழிப்பறைக்குள் சென்று விட்டு சற்று நேரத்தில் வெளியேறி இருந்தவளோ வாசலை நோக்கி நடந்து வந்த தருணம், ஈரமாக இருந்த அவள் பாதங்கள் வழுக்க, சட்டென இடுப்பு அடி பட கீழே விழுந்து விட்டாள். எதிர்பாராத விபத்து...

அவள் விழிகள் அதிர்ச்சியில் விரிய, இதழ்கள் மட்டுமே 'அம்மா' என்கின்ற தோரணையில் அசைந்தன... குரல் வெளியே வரவில்லை...

கண்கள் இருட்டிக் கொண்டு வந்தது... எழுந்துக் கொள்ள தெம்பில்லை... அவசரமாக மணிக்கட்டை தொட்டுப் பார்த்தாள், கையில் கடிகாரம் இல்லை...

பதறி விட்டாள்...

கண்ணில் இருந்து கண்ணீர் தாரை தாரையாக வழிந்தது...

கவனமாக இருக்க சொல்லி வம்சி கிருஷ்ணா வார்த்தைக்கு வார்த்தை சொல்லிச் சென்றானே... கவனம் சிதறி விட்டாளே...

மனம் வலித்தது...

அதனுடன் சேர்ந்து இடையில் சுள்லென்ற வலி,

காலடியில் பிசு பிசுப்பு... உதிரத்தின் பிசு பிசுப்பு அது...

விழுந்த அதிர்வில், குழந்தையும் வெளியில் வர எத்தனித்து விட்டது போலும்...

ஆம் பிரசவ வலி...

பயந்து விட்டாள்...

பதறியும் போனாள்...

தன்னை விட குழந்தையை காப்பாற்றிவிட வேண்டும் என்கின்ற தாயின் பரிதவிப்பு அவளுக்கு...

இதழ்களை அசைத்து சத்தம் போட முனைந்தாள்...

சத்தம் வந்தால் தானே...

குரலை பறித்த கடவுள் மேல் ஆத்திரம் வந்தது...

''கடவுளே... என் கிட்ட இருந்து நீ கடைசியா பறிச்சது என்னோட குரலா மட்டுமே இருக்கட்டும், நானும் பாப்பாவும் அவரை எப்படியும் பார்க்கணும்'' என்று கடவுளிடம் மனதுக்குள் வேண்டிக் கொண்டே, கையை தூக்கி வயிற்றில் வைத்து தனது குழந்தையின் அசைவை உணர முயன்றாள்...

யாரும் தன்னை காக்க வந்து விட மாட்டார்களா? என்கின்ற ஏக்கம் அவள் கண்ணில்...

பிரசவ வலியை கூட மௌனமாக கடக்க வேண்டிய விதி அவளுடையதோ... வாசலையே நீண்ட நேரம் பார்த்துக் கொண்டு இருந்தாள். கண்களில் இருந்து கண்ணீர் வழிந்துக் கொண்டே இருந்தன...

ஒரு கட்டத்தில் கண்களும் சொருக ஆரம்பித்தும் இருந்தன...

வாழ்வா? சாவா? என்கின்ற விளிம்பில் அவளும் அவள் சிசுவும்...

அத்தியாயம் 31

அவள் கண்களை மூடிய கணத்தில் சட்டென கதவை திறந்துக் கொண்டே நுழைந்தார் வேதவல்லி...

அவ்வளவு நேரம் அவளை பார்த்துக் கொண்டே இருந்தவருக்கு ஏனோ மனம் பிசைய ஆரம்பித்தது...

காலையில் வம்சி கிருஷ்ணா வேறு அவ்வளவு தடவை சொல்லி விட்டுச் சென்றதில் இருந்தே அவருக்கு அவள் கவனமாக இருக்க வேண்டும் என்கின்ற எண்ணம் தான்... மேலும் வம்சி கிருஷ்ணாவை தொலைக்காட்சியில் பார்க்காமல் அவள் இவ்வளவு நேரம் உள்ளே இருக்க வாய்ப்பில்லை என்றும் அவருக்கு தெரியும்...

அவர்கள் காதலையும், நேசத்தையும் கண் கூடாக பார்த்தவர் அவர்...

அதனால் தான் மனம் கேட்காமல் எழுந்து வந்து கதவை திறந்தவருக்கு தூக்கி வாரிப் போட்டது...

ரத்த வெள்ளத்தில் அவள்...

பதறி விட்டார்...

''ஐயோ என்னாச்சு? யாராச்சும் சீக்கிரம் வாங்க'' என்று கத்திக் கொண்டே அவள் அருகே அவர் ஓடி வர, அவர் பதறியது வீட்டில் இருந்த எல்லாரும் கேட்க, வசந்தி மற்றும் குருமூர்த்தி என எல்லாரும் அங்கே பதறி ஓடி வந்தார்கள்... வேதவல்லியை பார்த்துக் கொண்டே மெதுவாக கண்களை மூடினாள் தேன்மொழி...

அடுத்த கணமே, அவளை வைத்தியசாலைக்கு அழைத்துச் சென்று இருக்க, வாசலில் நின்று காரை வெறித்துப் பார்த்துக் கொண்டே நின்ற வேதவல்லிக்கு கண்கள் கலங்கி விட்டது...

என்ன இருந்தாலும் அவரும் தாய் அல்லவா?

வேகமாக சாமியறைக்குள் சென்றவரோ, ''கடவுளே, அம்மாவுக்கும் குழந்தைக்கும் எதுவுமே ஆக கூடாது... அவங்க நல்ல படியா வீட்டுக்கு வரணும்... அப்படி வந்துட்டா நான் என் முடியை உனக்கு காணிக்கையா தரேன்'' என்று கடவுளை வேண்டினார்...

தேன்மொழியை பழி வாங்கும் உணர்வை தேக்கி வைக்கும் பொருட்டு எந்த முடியை வெட்ட சம்மதித்தாரோ அதே முடியை தேன்மொழி மற்றும் அவள் குழந்தையின் உயிருக்காக காணிக்கையாக கொடுக்க முன் வந்து விட்டார்...

நீண்ட நேரம் சாமி அறையினுள்ளேயே அமர்ந்து இருந்தார்...

இதே சமயம் தேன்மொழியையும் மருத்துவமனைக்கு கொண்டு வந்து சேர்த்து விட்டார்கள்...

அவளை பிரசவ அறைக்குள் அழைத்தும் சென்று விட்டார்கள்...

குருமூர்த்தியோ அவசரமாக அழைத்தது என்னவோ வம்சி கிருஷ்ணாவுக்கு தான்...

வம்சி கிருஷ்ணாவுக்கு அந்த தருணம் மிக மிக முக்கியமான தருணம்...

அவனை மேடைக்கு அழைக்க ஆயத்தமான நேரம் அது...

அவன் அலைபேசி அலறியது...

குருமூர்த்தி தான் எடுத்து இருந்தார்...

அதனை எடுத்து காதில் வைக்க, ''வம்சி'' என்று ஆரம்பித்தவர் நடந்த எல்லாவற்றையும் சொல்ல, அவனுக்கோ தூக்கி வாரிப் போட்டது...

கைகள் நடுங்க ஆரம்பித்து விட்டன...

சாதாரண பிரசவம் என்றால் இந்தளவு பதட்டம் இருந்து இருக்காது...

அவள் விழுந்து இருக்கின்றாள் என்று கேட்டதுமே அவன் இதயம் வேகமாக துடித்தது...

'இதோ வரேன்' என்று சொல்லிக்கொண்டே அருகே இருந்த கௌதம் கிருஷ்ணாவை பார்த்தவன், ''நீயே என் சார்புல அவார்ட் வாங்கிடு, தேன்மொழி கீழே விழுந்து ஹாஸ்பிடல் கொண்டு போய் இருக்காங்க... போகவே ரெண்டு மணி நேரம் ஆய்டும்... நான் உடனே கிளம்புறேன்'' என்று சொல்லிக் கொண்டே எழுந்தவன் கௌதம் கிருஷ்ணாவின் பதிலை கூட எதிர்பார்க்காமல் வேகமாக வெளியேறிய சமயம், ''சிறந்த பாடகருக்கான விருதை பெற்றுக் கொள்வதற்காக வம்சி கிருஷ்ணாவை மேடைக்கு அழைக்கின்றோம்'' என்ற அறிவிப்பும் வந்தது...

அவனுக்கு அந்த அழைப்பு கூட காதில் கேட்கவில்லை...

மனம் முழுதும் அவன் கண்ணம்மாவின் எண்ணம்...

அவன் குழந்தையின் எண்ணம்...

என்ன ஆகி இருக்குமோ என்கின்ற பதட்டம்...

அந்த பதட்டத்துடனேயே காரில் ஏறிக் கொண்டவன் சாரதியிடம் ஹாஸ்பிடல் நோக்கி காரை செலுத்த சொன்னான்...

இதே சமயம் வேறு வழி இல்லாமல் வம்சி கிருஷ்ணாவுக்கு கிடைக்க இருந்த விருதை அவன் சார்பாக கௌதம் கிருஷ்ணா தான் வாங்கிக் கொண்டான்...

காரில் பயணித்துக் கொண்டு இருந்த வம்சி கிருஷ்ணாவுக்கோ பதட்டம் அடங்கவில்லை...

வசந்திக்கு அழைத்தவன், ‘‘டாக்டர் என்னம்மா சொன்னார்?’’ என்று கேட்டவனின் குரல் மொத்தமாக உடைந்து போனது...

‘‘கொஞ்சம் க்ரிட்டிக்கல் டிலிவேரி தானாம், ஆனா நேரத்துக்கு கொண்டு வந்தது நல்லதுனு சொல்லி இருக்காங்க’’ என்றார்...

‘‘எதுவும் ஆய்டாதுல்லம்மா’’ என்றான் தழுதழுத்த குரலில்...

‘‘ஒன்னும் ஆகாதுடா, நீ ரிலாக்ஸ் ஆஹ் வந்துடு...’’ என்றார்...

ஆனாலும் அவனுக்கு மனம் அமைதியடையவில்லை...

பத்து நிமிடங்களுக்கு ஒரு தடவை வசந்திக்கு அழைத்துக் கொண்டே இருந்தான்...

அவனுக்கு பயணம் செய்த இரெண்டு மணி நேரங்களும் நரக வேதனை...

அவளை பார்த்து விட்டால் மனம் அமைதி அடைந்து விடும் அவனுக்கு...

நெற்றியை அழுந்த நீவிக் கொண்டான்...

தலை விண் விண்ணென்று வலித்தது...

வலி நிவாரண மாத்திரை போட்டுக் கொண்டான்...

அவன் பதட்டத்தை பார்த்த சாரதியோ, ''சார் கொஞ்சம் கண்ணை மூடி ரெஸ்ட் எடுங்க, சீக்கிரம் நாம போய்டலாம்'' என்றான்...

அவன் ஓய்வெடுக்கும் நிலையிலா இருக்கின்றான்?

குழந்தையை பற்றியும் தேன்மொழியைப் பற்றியும் அவன் எண்ணங்கள் சுழன்றுக் கொண்டு இருந்தன.

இதே சமயம் மௌனமாக பிரசவ வலியை அனுபவித்துக் கொண்டு இருந்தாள் தேன்மொழி...

கண்களில் இருந்து கண்ணீர் தாரை தாரையாக வழிந்தது...

குழந்தையை காப்பாற்றி விட வேண்டும் என்கின்ற வைராக்கியம் அவளுக்கு...

அவள் அருகே நின்று இருந்த வைத்தியரோ, ''புஷ் புஷ்'' என்று அவளை உந்திக் கொண்டே இருந்தார்...

முயற்சிக்கிறாள்... முடியவில்லை...

ஒரு கட்டத்தில் களைத்து போகின்றாள்...

கிட்டத்தட்ட இரு மணி நேரங்களின் போராட்டம்...

வம்சி கிருஷ்ணாவும் ஹாஸ்பிடலை அடைந்து இருந்தவன், மாஸ்க்கை போட்டுக் கொண்டே வேகமாக அவள் அனுமதிக்கப்பட்டு இருந்த பிரசவ அறையை நோக்கி ஓடிச் சென்றான்...

இதே சமயம், வைத்தியரோ, ‘‘கொஞ்சம் ட்ரை பண்ணுங்கம்மா, நீங்க முயற்சி பண்ணுனா தான் முடியும்’’ என்று சொன்னதுமே, தனது பலம் எல்லாம் திரட்டியவள் குழந்தையை பெற்று எடுத்தாள்.

அவன் அறையின் வாசலை அடைந்த நேரமும் குழந்தை பிறந்த நேரமும் ஒன்றாக தான் இருந்தது. தந்தை வந்ததை அறிந்து தந்தையை பார்க்க, வெளியே ஓடி வந்து விட்டது போலும் அவன் குழந்தை...

வாசலில் கைகளை பிசைந்துக் கொண்டே நின்று இருந்த மகாலக்ஷ்மியும், வசந்தியும் குருமூர்த்தியும், உள்ளே பிறந்த குழந்தையின் சத்தத்தைக் கேட்டதுமே இதழ் பிரித்து சிரித்துக் கொண்டார்கள்...

வம்சி கிருஷ்ணாவோ, ஓடி வந்த களைப்பில் சுவரில் சாய்ந்து நின்று குழந்தையின் சத்தம் கேட்டு நிம்மதி பெருமூச்சுடன் இதழ் பிரித்து சிரித்து இருந்தான்...

அவர்கள் குடும்பத்தின் அடுத்த தலைமுறையின் தலை வாரிசு பிறந்து விட்டான்...

ஆம் பிறந்தது ஆண் குழந்தை...

பெண்களுக்கு பிரசவம் என்பது இன்னொரு ஜென்மம் என்று சும்மாவா சொன்னார்கள்?

குழந்தையின் குரலை கேட்டதும் தான் தேன்மொழிக்கு அப்படி ஒரு நிம்மதி...

‘‘ஆண் குழந்தை பிறந்து இருக்கும்மா’’ என்று வைத்தியர் சொல்லிக் கொண்டே குழந்தையை அவள் மார்பில் படுக்க வைக்க, குழந்தையை நெகிழ்வுடன் கைகளால் அணைத்துக் கொண்டே கண்களை மெதுவாக மூடிக் கொண்டே தாய்மையை உணர்ந்தாள்...

சிறிது நேரத்தில் வைத்தியர் வெளியேறி வர, வம்சி கிருஷ்ணாவோ அவரை நோக்கிச் சென்றான்...

''கங்கிராட்ஸ் வம்சி சார் ஆண் குழந்தை பிறந்து இருக்கு'' என்றார் அவர்... அவனோ சட்டென்று, ''கண்ணம்மா'' என்று ஆரம்பித்தவன், ''ச்ச, சாரி தேன்மொழி எப்படி இருக்கா?'' என்றான்...

வைத்தியரோ, ''ஷீ இஸ் ஃபைன், நேரத்துக்கு கொண்டு வந்ததால தான் ரெண்டு பேரையும் காப்பாத்த முடிஞ்சது... விழுந்ததால பெரிய அடி ஒன்னும் இல்லை.. யூ ஷுட் தேங்க் காட் ஃபோர் தட்.. சின்ன பாடி பெயின் இருக்கும்... அவ்ளோ தான்... சீக்கிரம் அது ஓகே ஆய்டும்...'' என்றவர் சட்டென்று நிறுத்தி, ''ஆமா கண்ணம்மா யாரு?'' என்றார்...

அவனுக்கு சிரிப்பு வந்து விட்டது, அடக்கிக் கொண்டே, ''தேன்மொழி தான்'' என்றான்... ''நம்பலாமா?'' என்றார் அவர்...

''அவ கிட்டயே கேட்டு பாருங்க'' என்றான் அவன் இதழ் பிரித்து சிரித்துக் கொண்டே....

''ஹேய் ஜஸ்ட் ஜோக்கிங்... ஐ க்னோ யூ ஆர் த பெஸ்ட் ஹஸ்பண்ட்'' என்று கண் சிமிட்டி சொன்னவரோ, 'தனி ரூமுக்கு இண்டோர் ரூட் மூலம் இப்போ ஷிஃப்ட் பண்ணி இருப்பாங்க, நீங்க போய் பாருங்க' என்று சொல்லிக் கொண்டே தனி அறை எண்ணையும் சொல்லி விட்டு அவர் நகர்ந்து விட, அவர்களும் தேன்மொழியை தேடிச் சென்றார்கள்...

அவன் போகும் வழியே, ''இது சிங்கர் வம்சி கிருஷ்ணா தானே'' என்று அவனை தாண்டிச் சென்றவர்கள் சொல்ல, சட்டென்று மாஸ்க்கை எடுத்து அணிந்துக் கொண்டவனுக்கு முதல் முறை

பிரபலமாக இருப்பது எரிச்சலாக இருந்தது…

சந்தோஷமாக பொது இடத்தில் நடக்க கூட முடியவில்லை…

அவள் அறையையும் அடைந்து விட்டார்கள்…

வம்சி கிருஷ்ணா தான் அறையை திறந்துக் கொண்டே முதலில் உள்ளே நுழைந்தான்…

கட்டிலில் படுத்துக் கொண்டிருந்த தேன்மொழியோ அவனை பார்த்து மென்மையாக புன்னகைக்க, அவனோ வேகமாக தேன்மொழி அருகே வந்து நாற்காலியை இழுத்துப் போட்டுக் கொண்டே அமர்ந்தவன், அவள் கையை பற்றி, ‘‘மூச்சே நின்னு போச்சு கண்ணம்மா’’ என்றான்…

அவளோ கண்ணீருடன் புன்னகைத்தவள் கண்களால் தொட்டிலில் இருந்த குழந்தையை காட்ட, அவள் கரத்தில் முத்தம் பதித்தவனின் கண்கள் கலங்கிப் போக, மெதுவாக எழுந்து குழந்தை அருகே சென்றான்…

வசந்தி குழந்தையை முதலில் தூக்கிக் கொண்டவர், ‘‘உன் கலர்ல வருவான்டா… நீயும் இதே போல தான் இருந்த’’ என்று சொல்லிக் கொண்டே, அவனிடம் குழந்தையை நீட்ட, அவன் குழந்தையை ஆசையாக மார்புடன் அணைத்துக் தூக்கிக் கொண்டே தேன்மொழியை பார்த்தான்…

அவளோ அவனிடம், ‘‘அவார்ட் வாங்கிட்டிங்களா?’’ என்று சைகையில் கேட்க, அவனோ அழுத்தமாக இல்லை என்று தலையாட்டியவள், ‘கௌதமை வாங்க சொல்லிட்டேன்… எனக்கு இந்த அவார்ட் போதும்’ என்றான் குழந்தையை கண்களால் காட்டி…

‘‘இந்த அவார்ட் முன்னாடி அந்த அவார்ட்லாம் ஒண்ணுமே இல்லையே’’ என்று குருமூர்த்தி சொல்ல, ‘‘அப்படி சொல்லுங்கப்பா’’ என்று சொல்லிக் கொண்டே தேன்மொழியைப் பார்த்தவன் குழந்தையுடன் அவள் அருகே இருந்த இருக்கையில் அமர, அவளோ கைகளால் குழந்தையின் பிஞ்சு ஸ்பரிசத்தை ஆசையுடன் வருடினாள்...

அவளை மென் சிரிப்புடன் பார்த்த வம்சி கிருஷ்ணாவோ, ‘‘நேரத்துக்கு கொண்டு வந்தது நல்லதுனு டாக்டர் சொன்னார்... பாட்டி தான் சத்தம் போட்டதால தான் தெரிஞ்சுதுனு அம்மா சொன்னாங்க, வாட்ச் என்னாச்சு?’’ என்று கேட்டான்...

அவளுக்கு முகம் இறுகி போக, ‘‘பட்டி அறுந்து போச்சு, அதனால கைல கட்டல’’ என்றாள் சைகை மொழியில்.

இப்போது இறுகியது என்னவோ அவன் முகம் தான்...

‘‘அப்போ வாட்ச் கட்டி இருக்கேன்னு பொய் சொன்னியா?’’ என்றான்...

குரலில் இறுக்கம்...

அவளுக்கு ஒரு மாதிரி ஆகி விட்டது...

அவள் பக்கம் இருக்கும் தவறு தானே அது...

அவன் விழிகளை பார்க்காமலே, ஆம் என்று தலையாட்ட, ‘‘உன் பேச்சை கேட்காம நானே கட்டி விட்டு போய் இருக்கணும்... எதுக்கு தேன்மொழி பொய் சொன்ன?’’ என்றான்...

அவன் கண்ணம்மா என்கின்ற அழைப்பு தேன்மொழியாக மாறி இருந்தது...

அவளுக்கு சட்டென கண்கள் கலங்க, ''நீங்க அப்புறம் அவார்ட் வாங்க போக மாட்டிங்களே'' என்றாள் சைகையில்.

''இப்போவும் நான் அவார்ட் வாங்காம தான் வந்து இருக்கேன்... உனக்கும் குழந்தைக்கும் முன்னாடி எனக்கு அந்த அவார்ட் எல்லாம் ஒண்ணுமே இல்லை. கரெக்ட்டான நேரத்துக்கு பாட்டி வந்து இருக்கலனா என்ன ஆகி இருக்கும்?'' என்று கேட்டான்...

அவன் குரலில் ஆதங்கம்...

அவளுக்கு கண்ணீர் வழிந்தது...

அவன் கோபம் நியாயமானது என்று தெரியும்...

அவள் கண்ணீரை கண்டதுமே, சட்டென அவன் மனம் இளகி விட அவளை பார்க்க பாவமாக இருந்தது... ''இப்போ எதுக்கும்மா அழுற? சரி நான் திட்டல, அழாதே கண்ணம்மா'' என்றான்...

அவளோ கண்ணீரை கைகளால் துடைத்துக் கொண்டே, ''இனி உங்க கிட்ட பொய் சொல்ல மாட்டேன்'' என்று சைகையால் சொல்லிக் கொண்டே அவனிடம் சத்தியம் செய்ய, ''சத்தியம் எல்லாம் பண்ண தேவல...'' என்றான்...

''என்னை மன்னிச்சுடுங்க'' என்றாள் சைகையில்...

''தட்ஸ் ஓகே'' என்று சொல்லிக் கொண்டே இருக்கும் போதே, ''தேன்மொழியை கொஞ்சம் எழும்பி உட்கார வை வம்சி... குழந்தைக்கு பால் கொடுக்கணும்...'' என்றார் வசந்தி அவனிடம் இருந்த குழந்தையை வாங்கிக் கொண்டே...

அவனும் அவளுக்கு எழுவதற்காக உதவி செய்தான்...

எழுந்து அமர்ந்தவளது கையில் வசந்தி குழந்தையை நீட்ட, ஆசையுடன் வாங்கிக் கொண்டவள் திரும்பி வம்சி கிருஷ்ணாவைப் பார்க்க, அவனோ, ‘‘உனக்கு பிடிச்ச பேர் யாழினியனே வச்சுடலாம்’’ என்றான்...

ஆம் அவள் ஏற்கனவே சொல்லி வைத்து இருந்தது தான்...

பெண் குழந்தை என்றால், ‘‘யாழினி’’ ஆண் குழந்தை என்றால், ‘‘யாழினியன்’’ என்று...

அவளும் மென் புன்னகையுடன் சம்மதமாக தலையாட்டிக் கொண்டாள்.

இருவரின் அந்நியோன்யத்தையும் காதலையும் இமைக்க மறந்து, நிம்மதியாக பார்த்துக் கொண்டே நின்று இருந்தார் மகாலக்ஷ்மி...

அவள் மருத்துவமனையில் ஒரு நாள் தங்க வேண்டிய கட்டாயம்...

அடுத்த நாள் வீட்டுக்கு அவளை அழைத்துச் சென்றார்கள்...

கையில் குழந்தையுடன் காரில் இருந்து இறங்கினாள் தேன்மொழி...

கார்க் கதவை வம்சி கிருஷ்ணா திறந்து விட, அவளுக்கும் குழந்தைக்கும் ஆரத்தி எடுத்தார் வசந்தி...

ஆண் குழந்தை பிறந்த விடயத்தை ஏற்கனவே கேள்விப்பட்டு இருந்த வேதவல்லிக்கு குழந்தையை தூக்க கைகள் பரபரத்தன...

உணர்வுகளை அடக்கிக் கொண்டே முன்னறையில் இருந்த சோஃபாவில் அமர்ந்து இருந்தார்...

குழந்தையை தன்னிடம் கொடுப்பார்களா? என்கின்ற எண்ணத்தில் விலகியே நின்றார்...

தேன்மொழியும் குழந்தையை தூக்கிக் கொண்டே வம்சி கிருஷ்ணாவுடன் வீட்டினுள் வலது காலை எடுத்து வைத்து நுழைந்தாள்.

அவள் தூக்கி வைத்து இருந்ததால் வேதவல்லிக்கு குழந்தையின் முகம் தெரியவில்லை... எம்பி பார்க்க முயன்றார்...

எழுந்தால் தனது ஆர்வம் அடுத்தவர்களுக்கு தெரிந்து விடும் என்று நினைத்தவர் தன்னை அடக்கிக் கொள்ள, தேன்மொழியோ சட்டென்று அவரைப் பார்த்தாள்.

பார்வையை வேறு எங்கோ திருப்பிக் கொண்டார்...

அவளோ அவரை கடந்து அறைக்குள் செல்ல முயன்றவள் ஒரு கணம் நின்று, அவரை நோக்கி திரும்பியவள் சற்றுக் குனிந்து அவர் கையில் குழந்தையை வைக்க, அவருக்கோ கண்ணீர்... சட்டென குழந்தையை அணைத்து தூக்கிக் கொண்டே, அவளை ஏறிட்டுப் பார்த்தார்...

அவரை பார்த்துக் கொண்டே, ''நீங்க காப்பாத்துன குழந்தையை, நீங்க தான் வளர்த்து கொடுக்கணும்'' என்றாள் சைகையில்... அவருக்கு புரியவில்லை...

''என்ன சொல்றா?'' என்று வம்சி கிருஷ்ணாவிடம் கேட்க, அவனோ, அதற்கு அர்த்தத்தை சொல்ல, நெகிழ்ந்து விட்டார்...

''என் கொள்ளுப் பேரனை நான் வளர்க்காம யார் வளர்க்க போறா?'' என்று கேட்டுக் கொண்டே குழந்தையை மார்புடன் அணைத்துக் கொண்டார்...

வசந்தியும் குருமூர்த்தியும் ஒருவரை ஒருவர் பார்த்து திருப்தியாக புன்னகைக்க, மகாலக்ஷ்மியும் நிம்மதியாக புன்னகைத்துக் கொண்டார்...

கௌதம் கிருஷ்ணாவோ, ''இன்னைக்கு பெரிய இடியுடன் கூடிய மழை இருக்காம்'' என்று சிரித்தபடி சொல்ல, அவரை ஏறிட்டுப் பார்த்து முறைத்தார் வேதவல்லி...

''நீங்க எதுக்கு முறைக்கிறீங்க? டிவி ல சொன்னாங்க பாட்டி'' என்று சொல்ல, வம்சி கிருஷ்ணாவோ, ''டேய் சும்மா இருடா'' என்று சத்தமாக சிரித்தபடி சொல்லிக் கொண்டான்...

வேதவல்லி அருகே வந்து அமர்ந்த யாதவ் கிருஷ்ணாவோ குழந்தையை வருட, ''தூக்கி பார்க்க போறியாப்பா?'' என்று கேட்டார் வேதவல்லி...

அவனும் அவர் இதழ் அசைவை வைத்து கேட்டதை புரிந்துக் கொண்டவனோ, ''ஆம்'' என்கின்ற ரீதியில் தலையாட்ட, அவன் கையில் குழந்தையை கொடுத்த வேதவல்லியோ எப்படி குழந்தையை தூக்குவது என்றும் சொல்லிக் கொடுத்தார்...

வசந்திக்கோ நெகிழ்ச்சியில் கண்கள் கலங்கி விட்டன...

இப்படி ஒரு சந்தர்ப்பத்துக்காக தானே அவர் ஏங்கிக் கொண்டு இருந்தார்...

ஒரு நிம்மதி பெருமூச்சு அவரிடம்...

விஷேட தேவை உடைய குழந்தைகளின் பெற்றோர் ஒருவருக்குமான ஏக்கம் தான் இது...

தன் குழந்தைக்கு சமூகத்தில் அங்கீகாரம் கிடைக்குமா? என்கின்ற ஏக்கம்...

குடும்பத்துக்குள்ளேயே ஒதுக்கத்தை சந்தித்த யாதவ் கிருஷ்ணாவுக்கு இன்று மொத்த அங்கீகாரமும் கிடைத்து விட்ட சந்தோஷமானது வசந்தி முகத்தில் அப்பட்டமாக தெரிந்தது...

உடலின் குறை இருப்பது தவறல்ல, ஆனால் மனதில் குறை இருப்பது மாபெரும் தவறு...

சந்தோஷமான குடும்பத்துக்கு நிறைவான மனமே ஆணி வேர்...

இன்று குறைகள் நீங்கிய மனங்கள், புது உயிரின் வருகையின் மூலம் நிறைவாக சங்கமித்துக் கொண்டன...

அத்தியாயம் 32

சில மாதங்கள் கழித்து,

யாழினியன் முன்னறையில் நிலத்தில் அமர்ந்து விளையாடிக் கொண்டு இருந்தான்...

அங்கே தான் வசந்தியும் வேதவல்லியும் தேன்மொழியும் அமர்ந்து இருந்தார்கள்...

யாழினியனை நீண்ட நேரம் பார்த்துக் கொண்டே இருந்த யாதவ் கிருஷ்ணாவுக்கு ஏதோ ஒரு யோசனை.

கையில் சில்வர் குவளையில் நீர் அருந்தியபடி தான் அமர்ந்து இருந்தான்...

ஆழ்ந்த மூச்சை எடுத்தவன், சட்டென கையில் இருந்த குவளையை நிலத்தில் போட்டான்...

''டங்'' என்ற பெரிய சத்தம்...

யாழினியன் சட்டென திரும்பியவன் யாதவ் கிருஷ்ணாவைப் பார்த்து பொக்கை வாயினை திறந்து சத்தமாக சிரித்தான்...

யாதவ் கிருஷ்ணாவுக்கும் சிரிப்பு...

சத்தம் கேட்டு அனைவரும் அவனையே பார்க்க, அவனோ வசந்தியை பார்த்து, ''பாப்பாவுக்கு காது கேக்குதும்மா, அண்ணா பாடுறதை அவன் கேட்பான். அண்ணா போலவே பாடுவான்... என்னை போல ஆயிடுவானோன்னு பயந்துட்டே இருந்தேன்'' என்று சைகையால் சொல்லி முடிக்கவில்லை, சட்டென்று எழுந்த வசந்தியோ அவனை நோக்கி வேகமாக வந்தவர் அவனை இறுக அணைத்துக் கொண்டார்...

கண்ணில் இருந்து தாரை தாரையாக கண்ணீர்...

விம்மியதில் அவர் மேனி குலுங்கியது...

தேன்மொழிக்கும் அவன் சொன்னதை கேட்டு கண்ணீர் வந்து விட்டது...

கண்களை துடைத்துக் கொண்டாள்.

வேதவல்லிக்கு புரியவில்லை...

''என்ன சொல்றான்?'' என்று வசந்தியிடம் கேட்க, அவரோ கண்களை துடைத்துக் கொண்டே, ''குழந்தைக்கு காது கேக்குது... தன்னை போல வர மாட்டான்னு சந்தோஷப்படுறான்'' என்றார்...

உடனே வேதவல்லியோ, 'அவனுக்கு இந்த வயசில இருக்கிற அந்த பக்குவம் கூட எனக்கு இவ்ளோ நாள் இல்லாம போச்சே' என்று மனதுக்குள் நினைத்துக் கொண்டே, ''சும்மா சும்மா அழுதுட்டு இருக்காத வசந்தி... அழுதுட்டு இருந்தா வீடு விளங்குமா?'' என்று திட்ட, அவரோ கண்ணீரை துடைத்துக் கொண்டே யாதவ் கிருஷ்ணாவை பார்த்தவர், 'உன்னை போல எனக்கு ஒரு மகன்

கிடைக்க நான் கொடுத்து வச்சு இருக்கணும்' என்றார் சைகையில்...

''நிஜமாவா? நான் இப்படி பிறந்துட்டேன்னு உங்களுக்கு கவலை இல்லையா?'' என்று சைகையில் கேட்டான் அவன்...

அவரோ, ''கவலை இருந்திச்சு தான்... பேசுற சக்தி நிறைய பேர் கிட்ட இருக்கு... ஆனா நல்ல மனசு ரொம்ப ரொம்ப குறைவானவங்க கிட்ட தான் இருக்கு... உன் கிட்ட அந்த நல்ல மனசு இருக்கு... அதனால எனக்கு இப்போ ரொம்ப பெருமையா இருக்கு யாதவ்...'' என்று சைகையால் சொல்லிக் கொண்டே, அவன் நெற்றியில் முத்தமிட, அவனோ தாயை அணைத்துக் கொண்டான்...

இந்த சந்தர்ப்பத்தில் யாழினியன் அவர்களைப் பார்த்து சத்தமாக கத்த, ''நீங்க ரெண்டு பேரும் கட்டிக்கிறது இந்த குட்டி ராசாவுக்கு பிடிக்கல, பாருங்களேன்... நீ வா தங்கம்'' என்று வேதவல்லி சொல்லிக் கொண்டே குழந்தையை தூக்கிக் கொள்ள, தேன்மொழியோ அனைவரையும் ரசனையுடன் பார்த்துக் கொண்டே இருந்தாள்.

இந்த சந்தர்ப்பத்தில், ''கண்ணம்மா'' என்று வம்சி கிருஷ்ணா அறைக்குள் இருந்து தேன்மொழியை அழைக்க, வேதவல்லியோ, ''உன் புருஷன் கொஞ்ச நேரம் கூட உன்னை விட்டு இருக்க மாட்டானா? எப்போ பார்த்தாலும் கூப்பிட்டுட்டே இருக்கிறது. உன் பேர் தேன்மொழியா கண்ணம்மாவா-னு எனக்கு மறந்தே போய்டுச்சு... கொஞ்சிக்க கூப்பிடுறான் போயிட்டு வா'' என்று சொல்ல, தேன்மொழியோ கஷ்டப்பட்டு சிரிப்பை அடக்கிக் கொண்டே எழுந்தாள்...

அது வம்சி கிருஷ்ணாவின் காதிலும் விழ, சட்டென்று அறைக் கதவை திறந்துக் கொண்டே கதவு நிலையில் சாய்ந்து நின்றவன், ''பாட்டி, எங்களை பார்த்து பொறாமை பட்டது போதும்... இளமையா இருக்கும் போது தாத்தாவும் இப்படி தானே உங்கள கொஞ்சிட்டு இருந்து இருப்பார்? என் பொண்டாட்டியை நான் கொஞ்சுவேன் உங்களுக்கு என்ன வந்திச்சு'' என்று கேட்க, அவன் அருகே வந்த தேன்மொழியோ அவன் கையில் செல்லமாக கிள்ள, ''ஸ்ஸ், வலிக்குது கண்ணம்மா'' என்று சிரித்துக் கொண்டே சொன்னான் அவன்...

வேதவல்லியோ பெருமூச்சுடன், ''க்கும், உன் தாத்தா என் பின்னாடி வந்துட்டாலும்... வாய கிளறாம கிளம்பு, ஏதாவது சொல்லிட போறேன்... உன் பொண்டாட்டி போல எனக்கு கொடுத்து வைக்கல...'' என்று சொல்ல, அவ்வழியால் வந்த கௌதம் கிருஷ்ணாவோ, அவர் அருகே வந்து மண்டியிட்டு அமர்ந்துக் கொண்டே, ''ஃபீல் பண்ணாதீங்க பாட்டி, உங்களுக்கும் வம்சி போல ரொமான்டிக் தாத்தா ஒன்னு ஏற்பாடு பண்ணிடலாம். வெளிநாட்டுல எல்லாம் உங்க வயசில கல்யாணம் பண்ணிக்கிறாங்க... நீங்களும் பண்ணிக்கோங்க, ஜாலியா இருங்க, வளர்ந்த முடியை மொட்டை அடிச்சு, இப்போ ஷார்ட் ஹெயார் ஓட இன்னும் ஸ்டைலிஷ் ஆஹ் இருக்கீங்க, மாப்பிள்ளை போட்டி போட்டுட்டு வருவாங்க'' என்று முடிக்கவில்லை, அருகே இருந்த யாழினியனின் விளையாட்டு பொருளை எடுத்து அவனுக்கு எறிந்து விட்டார்...

அவனோ தன்னில் படாமல் லாவகமாக விலகி எழுந்துக் கொள்ள, அந்த இடத்தையே

சிரிப்பு நிறைத்து இருந்தது...

மேலும் ஒரு வருடம் கழித்து,

யாழினியனுக்கு ஒன்றரை வயது பூர்த்தியாகி விட்டது...

வம்சி கிருஷ்ணாவின் மார்பில் படுத்து தூங்கிக் கொண்டு இருந்தான்...

''உந்தன் கைகள் பிடித்து போகும் வழி

அது போதவில்லை இன்னும் வேண்டுமடா

இந்த மண்ணில் இதுபோல் யாருமிங்கே

எங்கும் வாழவில்லை என்று தோன்றுதடா'' என்று மகனுக்கு தாலாட்டுப் பாடிக் கொண்டு இருக்க, கதவை திறந்துக் கொண்டே உள்ளே நுழைந்தாள் தேன்மொழி... இருவரையும் ரசித்துப் பார்த்துக் கொண்டே நின்றவளை திரும்பிப் பார்த்தான் வம்சி கிருஷ்ணா...

''மகளுக்கு பாடுற பாட்டை மகனுக்கு மாத்தி பாடுறீங்களா?'' என்று அவள் சைகையில் சிரித்தபடி கேட்க, அவனோ, ''என்ன பண்ணுறது? எல்லாமே அப்பா மகளுக்கு தான் எழு தி இருக்காங்க, அடுத்ததா பொண்ணு ஒன்னு பெத்துக் கொடு, அப்படியே பாடிடுறேன்'' என்றவனோ, ''தூங்கிட்டானா? இல்லை தூங்குன போல நடிக்கிறானா?'' என்று நெஞ்சில் தூங்கிக் கொண்டு இருந்த மகனை கண்களால் காட்டி கேட்க, அவளோ, ''தூங்கிட்டான்'' என்று சைகை செய்துக் கொண்டே மகனை அழகாக தூக்கி தொட்டிலில் படுக்க வைத்து இருந்தாள்.

அதனை தொடர்ந்து எழுந்து அமர்ந்த வம்சி கிருஷ்ணாவோ நேரத்தைப் பார்த்தான்... இரவு

பதினொன்று அரை...

''ஒரு மணி நேரமா பாடிட்டே இருக்கேன்'' என்று அவன் சொல்லி முடிக்க முதல், அவனிடம் நீர்க் குவளையை நீட்டினாள் தேன்மொழி...

அவனோ மென் சிரிப்புடன், அதனை வாங்கிக் குடிக்க, ''எனக்காக இன்னும் அரை மணி நேரம் பாடணும்'' என்றாள் சைகையில்...

அவனோ, ''பேர்த் டே விஷ் ஆஹ்'' என்று சிரித்தபடி கேட்க, அவளோ, ''சஸ்பென்ஸ் ஆஹ் ஒன்னுமே பண்ண முடியல'' என்று சைகையால் சொல்லிக் கொண்டே, அவனை நெருங்கி அமர, அவனோ அவள் முகத்தை பார்த்துக் கொண்டே, அவளுக்காக பாட ஆரம்பித்தான்... ஆம் அடுத்தநாள் வம்சி கிருஷ்ணாவின் பிறந்த நாள்...

அவள் ஆசைப்பட்டு கேட்ட பாடல்களை எல்லாமே பாடினான், அவள் மௌனத்தை ரசித்துக் கொண்டே பாடினான். அவளும் அவனுடன் கைகளை கோர்த்துக் கொண்டே, கண்களை மூடி, அவன் தோள் சாய்ந்து அவன் இசையை ரசித்துக் கொண்டே இருந்தாள்.

அவள் அவனுடைய இசையை ரசித்தாள்...

அவன் அவளுடைய மௌனத்தை ரசித்தான்...

சரியாக பன்னிரண்டு மணியை கடிகாரம் நெருங்கி இருக்க, அவளோ, அவன் கன்னத்தை ஒற்றைக் கையால் பற்றி பாடிக் கொண்டு இருந்த அவன் இதழ்களில் இதழ் பதிக்க, அவனோ கண்களை மெதுவாக மூடிக் கொண்டான்...

இருவரின் விழிகளும் மூடிக் கொள்ள, வார்த்தைகள் அங்கே மௌனித்து விட, அவன் பிறந்த நாள் அன்று

அவள் கொடுத்த முதல் பரிசு இந்த முத்தப் பரிசு...

நேரம் கடந்த பின்னரே அவனை விட்டு விலகியவளோ சட்டென்று எழுந்து அங்கே இருந்த நோட் புக்கை எடுத்தவள் அதற்குள் இருந்த அவனுக்கான மடலை அவனிடம் நீட்டினாள்...

அவனுக்கு அவள் மடலை பார்த்தாலே குதூகலம்...

கண்களை சிமிட்டிக் கொண்டே, ''தேங்க் யூ'' என்று சொன்னவன், அவள் எழுதிய கடிதத்தை வாங்கி பிரித்து படிக்க ஆரம்பித்து விட்டான்...

அன்புள்ள வம்சி கிருஷ்ணாவுக்கு,

நீங்கள் நலமாக இருக்கின்றீர்கள் என்று நான் அறிவேன்... இறைவன் தொடர்ந்து இந்த நலத்தை உங்களுக்கு வழங்க வேண்டும் என்று வேண்டிக் கொள்கின்றேன்...

உங்களுக்கு என்னுடைய பிறந்தநாள் வாழ்த்துக்கள்...

உங்களிடம் நிறைய விடயங்கள் இந்த மடலில் பகிர்ந்துக் கொள்ள ஆசைப்படுகின்றேன்...

நீங்கள் நல்ல கணவர், நல்ல மகன் மற்றும் நல்ல அண்ணன் என்று தான் இத்தனை நாட்கள் நினைத்து இருந்தேன்... நீங்கள் சிறந்த தந்தையும் கூட என்று இப்போது நிரூபித்து விட்டீர்கள்...

யாழினியனுக்கு நீங்கள் பார்த்து பார்த்து செய்யும் ஒவ்வொரு விடயங்களிலும் நெகிழ்ந்து போகின்றேன்... மேலும் மேலும் உங்களை காதலித்து களைத்தே போய் விட்டேன்...

குழந்தை பிறந்த பிறகு கணவன் மனைவிக்கு

இடையான நெருக்கம் குறைந்து விடும் என்று தான் நான் கேள்விப்பட்டு இருக்கின்றேன்...

நாம் வித்தியாசமானவர்கள் போலும்...

நமது நெருக்கமும் காதலும் அதிகரித்து இருக்கின்றதே தவிர கொஞ்சம் கூட குறையவே இல்லை...

இன்னுமே உங்களை நினைத்தால் என் இதயம் வேகமாக துடிக்கும்... உங்களுக்கும் அதே உணர்வு இருக்கின்றது என்று எனக்கு தெரியும்...

எனக்கு என்ன தேவை என்று பார்த்து பார்த்து செய்கின்ற உங்களுக்கு என்ன தேவை என்று நான் சமீப காலமாக புரிந்துக் கொண்டேன்...

ராஜாவான உங்களுக்கு இளவரசி தேவைப்படுகின்றாள் என்று தெரிந்துக்கொண்டேன்..

உங்களுக்கு என் பிறந்தநாள் பரிசு அது தான்...

ஆம் நம் காதலின் அடுத்த சின்னம் என் கருவில்...

உங்கள் கண்ணம்மா மீண்டும் கர்ப்பமாக இருக்கின்றாள்...

உங்கள் அத்தியாயத்தில் மகனதிகாரம் கண்டு விட்டேன், இனி மகளதிகாரம் காண ஆசைப்படுகிறேன்...

இது மீண்டும் இளவரசனாக இருந்தாலும் பரவாயில்லை, அடுத்தாக இளவரசிக்கு முயற்சிப்போம்...

உங்கள் ஆசை நிறைவேறும்வரை நம் காதலின் சின்னங்களை நான் சுமந்துக் கொண்டே இருப்பேன்..

என் வம்சி கிருஷ்ணாவுக்காக நான் இது கூட

செய்யவில்லை என்றால் எப்படி?

என் பிறந்த நாள் பரிசு பிடித்து இருக்கின்றதா?

ஆம் என்று தலையசைத்து சொல்லாமல் முத்தமிட்டு சொல்லி விடுங்கள்... உங்கள் காதல் முத்தங்களுக்காக காத்துக் கொண்டு இருக்கும்

உங்கள் கண்ணம்மா

என்று முடித்து இருந்தாள்.

கடிதத்தை வாசித்தவன் முகத்தில் அப்படி ஒரு பூரிப்பு...

''பெஸ்ட் கிஃப்ட் எவர் கண்ணம்மா'' என்று சொல்லிக் கொண்டே, அவள் முகத்தை தாங்கியவன் அவள் கேட்ட முத்தமழையை பொழிய ஆரம்பித்து விட்டான்...

மடல் மூலம் ஆரம்பித்த அவர்கள் காதல், மடல் மூலமே இன்று வரை தொடர்ந்தது... இன்று மட்டுமல்ல, என்றுமே தொடரும்...

''இயற்கையின் மொழிகள் புரிந்துவிடில்

மனிதரின் மொழிகள் தேவையில்லை

இதயத்தின் மொழிகள் புரிந்துவிடில்

மனிதர்க்கு மொழியே தேவையில்லை''

அவர்கள் காதலுக்கும் மொழியே தேவையில்லை...

அவர்கள் காதலில், அவள் மௌனமே அவன் இசையாக...

முற்றும்

www.ingramcontent.com/pod-product-compliance
Lightning Source LLC
LaVergne TN
LVHW060358091026
849580LV00036B/1474

* 9 7 9 8 8 6 8 9 2 6 5 3 2 *